தமிழ் வழியாக ஆங்கிலம் வாசித்தல்

English Reading

இரண்டாம் பாகம்

செ. ஈஸ்வரன்

BOOKS FOR CHILDREN

THAMIZH VAZHIYAGA ANGILAM VASITHAL (Part II) (In Tamil)
S. EASWARAN
First Edition: July, 2023
BOOKS FOR CHILDREN
imprint of Bharathi Puthakalayam
7, Elango Salai, Teynampet, Chennai - 600 018
Email: bharathiputhakalayam@gmail.com | www.thamizhbooks.com

தமிழ் வழியாக ஆங்கிலம் வாசித்தல்
(இரண்டாம் பாகம்)

செ. ஈஸ்வரன்

முதல் பதிப்பு: ஜூலை, 2023

வெளியீடு:

BOOKS FOR CHILDREN

பாரதி புத்தகாலயத்தின் ஓர் அங்கம்
7, இளங்கோ சாலை, தேனாம்பேட்டை, சென்னை - 600 018.
தொலைபேசி : 044 24332424, 24330024 விற்பனை: 24332924

பாரதி புத்தகாலயம்

விற்பனை நிலையங்கள்

அருப்புக்கோட்டை: கதவுஎண் 49 A/4 மெயின் ரோடு, தெற்கு தெரு - 9994173551
ஈரோடு: 39: 39 ஸ்டேட் பாங்க் சாலை - 9245448353
கரூர்: நாரத கானசபா அருகில் (TNGEA OFFICE)- 9442706676
காரைக்குடி : 12, 2 வது தெரு, கம்பன் மணிமண்டபம் பின்புறம் - 9443406150
கும்பகோணம்: 352, ரயில் நிலையம் எதிரில் - 9443995061
கோவை: 77, மசக்காளிபாளையம் ரோடு, பீளமேடு - 8903707294
சிதம்பரம்: 22A / 18B தேரடி கடைத் தெரு, கீழவீதி அருகில் - 9994399347
செங்கல்பட்டு: 1 D ஜி.எஸ்.டி சாலை - 044 27426964
சேலம்: 15, வித்யாலயா சாலை சாலை
தஞ்சாவூர்: காந்திஜி வணிக வளாகம் காந்திஜி சாலை - 9655542400
திண்டுக்கல்: பேருந்து நிலையம் - 9942331105, 9976053719
திருச்சி: வெண்மணி இல்லம், கரூர் புறவழிச்சாலை - 9994289492
திருநெல்வேலி: 25A, ராஜேந்திரநகர் - 9442149981
திருப்பூர்: 447, அவினாசி சாலை - 9486105018
திருவண்ணாமலை: முத்தம்மாள் நகர்
திருவல்லிக்கேணி: 48, தேரடி தெரு - 9444428358
திருவாரூர்: 35, நேதாஜி சாலை - 9442540543
நாகர்கோவில்: 699 கே.பி.ரோடு R.V.புரம் - 9443450111
நெய்வேலி: பேருந்து நிலையம் அருகில், - 9443659147
பழனி: பேருந்து நிலையம் அருகில் - 7010760693
பாண்டிச்சேரி : கிழக்கு கடற்கரைச்சாலை, இலாசுப்பேட்டை, 9486102777
பெரம்பூர்: 52, கூக்ஸ் ரோடு - 9444373716
மதுரை: 37A, பெரியார் பேருந்து நிலையம் - 045 22324674 & சர்வோதயா மெயின்ரோடு
வடபழனி: பேருந்து நிலையம் எதிரில் அடையார் ஆனந்தபவன் மாடியில் - 9444476967
விருதுநகர்: 131, கச்சேரி சாலை - 0456 2245300
வேலூர்: பேஸ் III, சத்துவாச்சாரி - 9442553893

நினைத்த நூல்கள்... நினைத்த நேரத்தில்... BharathiTV | www.bookday.in

thamizhbooks.com 8778073949

அச்சு: பிரிண்டெக், சென்னை 600 005.

என்னுரை

நான் தேனி மாவட்டத்தில் முத்துத்தேவன்பட்டி என்ற கிராமத்தில் 20.06.1954ல் ஒரு ஏழைக் குடும்பத்தில் பிறந்தேன். அரசுப் பள்ளிகளில் 11ஆம் வகுப்புவரை படித்தேன். அதன் பிறகு PUC வகுப்பில் மதுரைக் கல்லூரியில் (Madura College) சேர்ந்து படித்து ஆங்கிலம் தெரியாததால் தோல்வி அடைந்து விட்டேன். அதன் பிறகு ஆண்டவர் கிருபையால் திண்டுக்கல் மாவட்டம் வத்தலக்குண்டு CSI கிறிஸ்துவ ஆசிரியர் பயிற்சிப் பள்ளியில் படித்து ஆசிரியரானேன். எனது மனைவி பெயர் S.பொன்னுத்தாய், அவரும் ஓர் ஆசிரியை. நாங்கள் இருவரும் அரசுப் பள்ளியில் 35 ஆண்டுகள் பணிபுரிந்து 2012ஆம் ஆண்டு ஓய்வு பெற்றோம். எங்களுக்கு E.கோகிலவாணி, E.சாந்தி, E. சோபனா ஆகிய மூன்று மகள்கள். மூன்று பேரையும் M.E., படிக்க வைத்தோம். முதல் இரண்டு மகள்கள் திருமணம் முடிந்து சென்னையில் உள்ளார்கள். மூன்றாவது மகள் தேனியில் உள்ளார்.

நான் படிக்கும் காலத்தில் IS (இஸ்) என்றால் என்ன எனத் தெரியாமல் குருட்டு மனப்பாடம் செய்து படித்து ஆசிரியரானவன். இப்பொழுதும் அதே நிலைமைதான் உள்ளது. மாணவர்கள் தமிழையும், ஆங்கிலத்தையும் வாசிக்கத் தெரியாமல் குருட்டு மனப்பாடம் செய்து படிக்கிறார்கள். அதனால் பாடங்களை புரிந்து படிக்க முடியவில்லை. ஆங்கிலம் வாசிக்கத் தெரியாததால் மாணவர்களுக்கு கல்வியில் ஆர்வமில்லை. தற்பொழுது மாணவர்கள் தவறான வழிகளில் நடக்கிறார்கள்.

மாணவர்கள் தமிழையும், ஆங்கிலத்தையும் சரளமாக வாசித்து, புரிந்து படிப்பதற்கு ஓர் எளிய கற்பித்தல் முறையை ஆண்டவர் எனக்கு போதித்துள்ளார். இக்கற்பித்தல் முறைக்கு “தமிழ்வழியாக ஆங்கிலம் வாசித்தல் (English Reading) என்ற புத்தகம் எழுதியுள்ளேன். இப்புத்தகம் பாரதி புத்தகாலயம் பதிப்பகத்தால் 2015ஆம் ஆண்டு ஜூன் மாதம் முதல் பதிப்பு வெளியானது. தற்பொழுது அந்தப் புத்தகம் ஐந்தாவது பதிப்பு வெளிவந்துள்ளது.

தற்பொழுது "தமிழ்வழியாக ஆங்கிலம் வாசித்தல்" (English Reading) இரண்டாம் பாகம் எழுதியுள்ளேன். இப்புத்தகத்தில் ஆங்கில உயிரெழுத்துக்கள், ஆங்கில மெய்யெழுத்துக்கள், கூடுதல் ஆங்கில உச்சரிப்புகள் ஆகியவற்றிற்கு உச்சரிப்புடன் வார்த்தைகள் கூறி விளக்கப்பட்டுள்ளது. அதேபோல் தமிழ் உயிரெழுத்துக்கள், தமிழ் மெய்யெழுத்துக்களுக்கு இணையான ஆங்கில உச்சரிப்புகள் வார்த்தைகளுடன் விளக்கப்பட்டுள்ளது.

இப்புத்தகத்தில் ஆங்கில மெய்யெழுத்துக்கள் ஆங்கில உயிரெழுத்துக்களுடன் சேர்ந்து உண்டாகும் உச்சரிப்புக்கு வார்த்தைகள் கூறி விளக்கப்பட்டுள்ளது. அதேபோல் தமிழ் உயிர்மெய்யெழுத்துக்கள் உச்சரிப்புக்கு இணையான ஆங்கில வார்த்தைகள் கூறி விளக்கப்பட்டுள்ளது.

இப்புத்தகத்தில் ஒவ்வொரு வார்த்தைக்கும் உச்சரிப்பும் பொருளும் கூறப்பட்டுள்ளது. இப்புத்தகத்தை வாங்கிப் படித்தால் கண்டிப்பாக ஆங்கிலம் வாசிக்கலாம். புரிந்து படித்து ஆங்கில அறிவை வளர்த்து வாழ்வில் முன்னேறலாம். ஒரு வீடு கட்டுவதற்கு அஸ்திவாரம் எப்படி முக்கியமோ அதேபோல் ஒரு மொழியை புரிந்து படிப்பதற்கு வாசிப்பு (Reading) முக்கியம். ஆங்கிலம் வாசிக்கத் தெரியாவிட்டால் ஆங்கில இலக்கணம் பேசுதல் எதுவும் தெரியாது.

குறிப்பு: இப்புத்தகம் வெளியிடுவதற்கு உதவி செய்த ஆண்டவருக்கும், பாரதி புத்தகாலயம் திரு.நாகராஜ் மற்றும் ஊழியர்களுக்கும் திரு.நெல்லை மணிமாறன் அவர்களுக்கும் எனது நெஞ்சார்ந்த நன்றியை தெரிவித்துக் கொள்கிறேன்.

அன்புடன்,

செ.ஈஸ்வரன்

ஆசிரியர் ஓய்வு

செல்:9944074298

25, கம்பம் மெயின்ரோடு,
முத்துத்தேவன்பட்டி,
வீரபாண்டி அஞ்சல்,
போஜராஜ் மில் குடியிருப்பு எதிர்புறம்,
தேனி மாவட்டம் – 625 534.

A, B, C, D, E, F, G, H, I, J, K, L, M, N, O, P, Q, R, S, T, U, V, W, X,Y, Z என மொத்தம் 26 எழுத்துக்கள் ஆங்கிலத்தில் உள்ளன.

இவற்றில் *B, D, G*-ஐ அழுத்தி உச்சரிக்க வேண்டும். *P,T,C*-ஐ மெதுவாக உச்சரிக்க வேண்டும். ஆங்கில எழுத்துக்கள் 26-ல் *A,E,I,O,U* ஆகிய ஐந்து எழுத்துக்கள் ஆங்கில உயிர்எழுத்துக்கள் *(Vowels)* ஆகும். மீதி உள்ள 21 எழுத்துக்கள்ஆங்கில மெய்யெழுத்துக்கள் *(Consonants)* ஆகும்.

ஆங்கில உயிர்எழுத்துக்களின் (Vowels) தமிழ் உச்சரிப்புக்கள்

A	அ, ஆ, எ, ஏ (ய, யா, யெ, யே)
E	இ, ஈ, எ, ஏ, அ (ய, யெ)
I	ஐ, இ, ஈ (ய்)
O	ஒ, ஓ, அ, ஆ (ய, யா யொ, யோ)
U	உ, ஊ, அ (ய, யு, யூ)
(y)	ஐ, இ (ய்)

Y- (ய்) ஆங்கில மெய்யெழுத்து ஆகும். ஆங்கில உயிர் எழுத்து I *(ஐ)*-க்கு உள்ள தமிழ் உச்சரிப்புக்கள் ஐ, இ,ய் *y*-க்கும் உண்டு. ஆகவே *Y*-யையும் ஆங்கில உயிரெழுத்துக்களுடன் *(Vowels)* ஆறாவதாக சேர்த்துக் கொள்ள வேண்டும். அப்பொழுதுதான் எல்லா ஆங்கில வார்த்தைகளையும் படிக்க முடியும்.

ஆங்கில உயிர் எழுத்துக்கள் *A, E, I, O, U (Y)* தவிர கூடுதல் ஆங்கில உயிரெழுத்துக்களும் உண்டு.

கூடுதல் ஆங்கில உயிரெழுத்துக்களின் (Additional Vowels) தமிழ் உச்சரிப்புகள்

AE	இ, ஈ, எ, ஏ
AU	அ, ஆ
AI	ஐ
OA	ஓ
EE	ஈ
EA	ஈ, எ, ஏ,
OO	உ, ஊ
OU OW	ஔ

ஆங்கில உயிர்எழுத்துக்கள் *(vowels)* மற்றும் கூடுதல் ஆங்கில உயிரெழுத்துக்களின் *(Additional Vowels)* தமிழ் உச்சரிப்பின்படி தமிழ் உயிரெழுத்துகளுக்கு இணையான ஆங்கில உயிரெழுத்துக்களை வகைப்படுத்தலாம்.

தமிழ் உயிரெழுத்துக்களுக்கு இணையான ஆங்கில உயிரெழுத்துக்கள்

அ	A, O, U, E, AU
ஆ	A, O, AU
இ	E, I, Y, AE
ஈ	E, AE, EE, EA, I
உ	U, OO
ஊ	U, OO
எ	A, E, AE, EA
ஏ	A, E, AE, EA
ஐ	I, Y, AI
ஒ	O
ஓ	O, OA
ஔ	OU,OW

ஆங்கில மெய்யெழுத்துக்களின் (consonants) தமிழ் உச்சரிப்புக்கள்

B	ப்
C	க், ச், ஸ்
D	ட், த்
F	ஃப்
G	க், ஜ்
H	ஹ்
J	ஜ்
K	க்
L	ல், ழ், ள்
M	ம்
N	ன், ண், ங், ஞ், ந்
P	ப்
Q (QU)	க்
R	ர், ற்
S	ஸ், ஷ், ச்
T	ட், த்
V	வ்
W	வ்
X	க்ஸ், ஸ், ஜ்
Y	ய்
Z	ஸ், ஷ், ஜ்

C க், ஸ் மெதுவாக உச்சரிக்க வேண்டும்

G க், ஜ் அழுத்தி உச்சரிக்க வேண்டும்

ஆங்கிலத்தில் 21 மெய்யெழுத்துக்கள் தவிர கூடுதல் ஆங்கில மெய்யெழுத்துக்களும் உண்டு.

கூடுதல் ஆங்கில மெய்யெழுத்துக்களின் (Additional Consonants) தமிழ் உச்சரிப்புக்கள்

DH	த்
TH	த்
CH	ச், க், ஷ்
BH	ப்
PH	ஃப்
SH	ஷ்
CK	க்
ZH	ழ்
NG	ங்
GU	க்

ஆங்கில மெய்யெழுத்துக்கள் மற்றும் கூடுதல் ஆங்கில மெய்யெழுத்துக்களின் தமிழ் உச்சரிப்பின்படி தமிழ் மெய்யெழுத்துக்களுக்கு இணையான ஆங்கில மெய்யெழுத்துக்களை வகைப்படுத்தலாம்

தமிழ் மெய்யெழுத்துக்களுக்கு இணையான ஆங்கில மெய்யெழுத்துக்கள்

க்	C, G, K, Q (QU) CH, CK, GU
ங்	N, NG
ச்	C, S, CH
ஞ்	N
ட்	D, T
ண்	N

த்	D, T, DH, TH
ந்	N
ப்	B, P, BH
ம்	M
ய்	Y (I)
ர்	R
ல்	L
வ்	V, W
ழ்	L, ZH
ள்	L
ற்	R
ன்	N

ஆங்கில உயிர் எழுத்து *I*-க்கு 'ய்' மெய்யெழுத்து உச்சரிப்பும் வரும்.

வடமொழி எழுத்துக்களுக்கு இணையான ஆங்கில எழுத்துக்கள்

ஸ்	S, SS, SE, CE, ZE
ஷ்	SH, CH
ஜ்	J, G, Z
ஃப்	F, PH
ஹ்	H
க்ஸ்	X

கூடுதல் ஆங்கில உச்சரிப்புகள்

TU	ச
TU	சு
DU	ஜ
DU	ஜு
TI	ஷ
TI	ஷி
GNA	ஞ
GNA	ஞா
AH	யா
AH	ஆ
SURE	ஷர்

ஆங்கில வார்த்தையின் கடைசியில் முடியும் "ஸன், ஷன்" கள்

TION	ஷன்
SION	ஷன்
SHION	ஷன்
SON	ஸன்
CIAN	ஷன்
TIAN	ஷன்
SIAN	ஷன்
CION	ஷன்
CHION	ஷன்
XION	ஷன்
CEAN	ஷன்

இதுவரை கூறப்பட்டுள்ள ஆங்கில உயிரெழுத்துக்கள், கூடுதல் ஆங்கில உயிரெழுத்துக்கள், ஆங்கில மெய்யெழுத்துக்கள்

மற்றும் கூடுதல் ஆங்கில மெய்யெழுத்துக்கள், கூடுதல் ஆங்கில உச்சரிப்புக்கள் ஆங்கில வார்த்தையின் கடைசியில் முடியும் "ஸன், ஷன்"கள் வடமொழி எழுத்துக்களின் உச்சரிப்புக்கள் ஆகியவற்றின் தமிழ் உச்சரிப்புக்களை நன்கு தெரிந்தால்தான் ஆங்கிலம் வாசிக்க பிழை இல்லாமல் எழுத முடியும்.

	தமிழ்	ஆங்கிலம்
உயிர் எழுத்துக்கள்	12	5+(y)=6
மெய்யெழுத்துக்கள்	18	21
உயிர் மெய்யெழுத்துக்கள்	216	இல்லை
ஆயுத எழுத்து	1	இல்லை
மொத்தம்	247	26
கூடுதல் உயிர் எழுத்துக்கள்	**இல்லை**	**உண்டு**
கூடுதல் மெய்யெழுத்துக்கள்	**இல்லை**	**உண்டு**

ம்+அ-ம. "ம்" என்ற மெய்யெழுத்தும் "அ" என்ற உயிர் எழுத்தும் சேர்ந்து "ம" என்ற உயிர் மெய்யெழுத்து உண்டாகிறது. இதேபோல் தமிழில் உள்ள 18 மெய்யெழுத்துக்கள் 12 தமிழ் உயிர் எழுத்துக்களுடன் சேர்ந்து (18X12=216) உயிர்மெய்யெழுத்துக்கள் உண்டாகிறது என்பதைநாம் தெரிந்துகொள்ள வேண்டும்.உயிர் எழுத்தும் + மெய்யெழுத்தும் சேர்ந்து உண்டாவது உயிர் மெய்யெழுத்து என்பதை நாம் அறிந்துகொள்ள வேண்டும்.

ஆங்கிலத்தில் உயிர் எழுத்துக்கள் மற்றும் கூடுதல் உயிர்எழுத்துக்கள், மெய்எழுத்துக்கள் மற்றும் கூடுதல் மெய்யெழுத்துக்கள் உண்டு. ஆனால் ஆங்கிலத்தில் உயிர்மெய்யெழுத்துக்கள் இல்லை. நாம் ஆங்கில உயிர் எழுத்துக்களையும், ஆங்கில மெய்யெழுத்துக்களையும் சேர்த்து ஆங்கில உயிர் மெய்யெழுத்துக்கள் உண்டாக்கி ஆங்கில வார்த்தைகளை படிக்க வேண்டும்.

(உ.ம்) அ – A, O, U, E, AU

ம் -M

ம் + அ - ம
M = A – MA – Mahatma (மஹாத்மா) Maroon (மரூன்)
M + O = MO – Money (மணி) Mother (மதர்)
M + u – MU – Mutton (மட்டன்) Mushroom (மஷ்ரூம்)
M + E – ME – Customer (கஸ்டமர்) Farmer (ஃபார்மர்)
M + AU – MAU – ---------------

A – என்ற ஆங்கில உயிர் எழுத்தின் தமிழ் உச்சரிப்பு வார்த்தைகள்

A – அ, ஆ, எ, ஏ, (ய, யா, யெ, யே) Aக்கு "எட்டு" தமிழ் உச்சரிப்புகள் உண்டு

A – அ	A – ஆ
Amnesia (அம்னீசிய) மறதி	*Anchor (ஆங்கர்)* நங்கூரம்
Ahimsa (அஹிம்ஸா) வன்முறையின்மை	*Anthrax (ஆன்த்ராக்ஸ்)* கால்நடை நோய்
Astrology (அஸ்ட்ராலஜி) சோதிடம்	*Asthma (ஆஸ்த்மா)* காசநோய்
Applause (அப்லாஸ்) கரகோஷம்	*Alphabet (ஆல்ஃபபெட்)* எழுத்து வரிசை
Acupuncture (அகுபங்சர்) சீன சிகிச்சை முறை	*Adam (ஆதாம்)* ஆதி மனிதன்
America (அமெரிக்கா) நாடு	*Alternate (ஆல்டர்நேட்)* மாற்றி அமை
Amirthasaras (அமிர்தசரஸ்) பஞ்சாப் நகரம்	*Acne (ஆக்னி)* பரு
Alert (அலெர்ட்) விழிப்புள்ள	*Alum (ஆலம்)* படிகாரம்
Alarm (அலார்ம்) எச்சரிக்கை	*Amen (ஆமென்)* அப்படியே ஆகட்டும்
Alliance (அலையன்ஸ்) விவாக சம்பந்தம்	*Antedate (ஆட்டிடேட்)* முந்தைய தேதி

A – எ	A – ஏ
Aim (எய்ம்) நோக்கம் *Aid (எய்ட்)* உதவி *Any (எனி)* ஏதேனும் ஒன்று *Ago (எகோ)* முன்னே *Coward (கௌஎர்ட்)* கோழை *Vitiate (விஷிஎட்)* சீர்குலை	*Apron (ஏப்ரன்)* முந்தானை *Alien (ஏலியன்)* அயல் நாட்டினர் *Ancient (ஏன்ஷென்ட்)* பண்டைய *Aries (ஏரீஸ்)* மேஷ ராசி *Amiable (ஏமியப்ல்)* விரும்பத்தக்க *Alias (ஏலியஸ்)* வேறு பெயர் *Astatic (ஏஸ்டாடிக்)* நிலையில்லாத *Area (ஏரியா)* பரப்பு *Apex (ஏபெக்ஸ்)* சிகரம்

A – ய	A – யா
Reliance (ரிலையன்ஸ்) நம்பிக்கை *Median (மீடியன்)* மத்தியில் அமைந்த *Burial (பரியல்)* புதைத்தல் *Guardian (கார்டியன்)* பாதுகாவலன் *Cornea (கார்னிய)* விழிவெண்படலம் *Myopia (மையோபிய)* கிட்டப்பார்வை *Aeolianharp* *(ஈயோலியன்ஹார்ப்)* இசைக்கருவி *Serial (சீரியல்)* வரிசையாக *Immediate (இம்மீடியட்)* உடனடியான *Clear (கிளியர்)* சுத்தம் செய்	*Urea (யூரியா)* சிறுநீர் உப்பு *Piano (பியானோ)* இசைக்கருவி *Shamiana (ஷாமியான)* கூடாரம் *Bacteria (பாக்டீரியா)* கிருமிகள் *Thearchy (தீயார்கி)* தெய்வீக ஆட்சி *Colombia* கொலம்பியா நாடு *Australia* ஆஸ்திரேலியா நாடு *Tiara* டியாரா தலைப்பாகை *Russia* ரஷியா நாடு *Malaysia* மலேசியா நாடு

A – யெ	A – யே
Aviate ஏவியெட் விமானத்தில் பிரயாணம்	*Oasis* ஓயேஸிஸ் பாலைவனச் சோலை *Aviator* ஏவியேடர் ஆண், பெண் விமானி *Creation* க்ரியேஷன் படைத்தல் *Association* அசோஸியேஷன் சங்கம் *Radiation* ரேடியேஷன் ஒளி பரவச் செய்தல் *Mediator* மீடியேடர் மத்தியஸ்தர் *Nauseating* நாஸியேடிங் வெறுப்பான *Hiatus* ஹையேடஸ் பிளவு *Negotiation* நிகோஷியேஷன் பேரம் *Interlineation* இன்டர்லீனியேஷன் வரி பிளந்து எழுது

E – என்ற ஆங்கில உயிர்எழுத்தின் தமிழ் உச்சரிப்பு வார்த்தைகள்

E – இ, ஈ, எ, ஏ, அ (ய, யெ) Eக்கு "ஏழு" தமிழ் உச்சரிப்புகள் உண்டு

E – இ	E – ஈ
Erode இரோட் சிதைத்தல் *English* இங்க்லிஷ் ஆங்கிலம் *Enough* இனஃப் போதுமான *Elastic* இலாஸ்டிக் மீள்சக்தியுடைய *Electric* இலெக்ட்ரிக் மின்சாரம் *Entrance* இன்ட்ரான்ஸ் மயக்கு *Emir* இமீர் முஸ்லிம் தலைவர் *Emission* இமிஷன் வாந்தி எடுத்தல் *England* இங்கிலாந்த் நாடு *Emarald* இமரால்ட் பச்சைக்கல்	*Erode* ஈரோடு மாவட்டம் *Egoism* ஈகோயிஸம் தற்பெருமை *Equality* ஈக்உஆலிடி சமத்துவம் *Epoch* ஈபாக் சகாப்தம் *Egress* ஈக்ரெஸ் வெளிவழி *Either* ஈதர் இரண்டில் ஒன்று *Ecology* ஈகாலஜி சுற்றுப்புற உயிரினங்கள் ஆராய்ச்சி *Edict* ஈடிக்ட் சாஸனம் *Eden* ஈடன் நந்தவனம் *Eructation* ஈரக்டேஷன் ஏப்பம் விடுதல்

E – எ	**E – ஏ**
Export எக்ஸ்போர்ட் ஏற்றுமதி *Engineer* எஞ்சினியர் பொறியாளர் *Employee* எம்ப்ளாயீ வேலைக்காரர் *Empty* எம்டி காலியான *Emblem* எம்ப்ளம் முத்திரை *Entrance* என்ட்ரன்ஸ் உள்ளே செல்லும் வழி *Emporium* எம்போரியம் வியாபாரஸ்தலம் *Effort* எஃபர்ட் முயற்சி *Eligible* எலிஜிப்ல் தகுதியான *Enter* என்டர் உள்ளே வா	*Elan* ஏலாங் உற்சாகம் *Ecru* ஏக்ரு காரீக நிறம் *Eyrie* ஏய்ரி கழுகு கூடு *Rodeo* ரொட்ஏயோ மாடு அடக்கும் போட்டி *Erkadu* ஏற்காடு சேலம் மாவட்டம் *Swadeshi* ஸ்வத்ஏஷி சுதேசி *Eclat* ஏக்லா ஆரவாரம் *Eman* ஏமன் நாடு *Ere* ஏர் முன்பு *Elumalai* ஏழுமலை பெயர்

E – அ	E – ய	E – யெ
Cruel க்ரூஅல்	Steer ஸ்டியர்	Duet டூயெட்
இரக்கமற்ற	இளம்காளை	இருவர் பாடும்
Duel ட்யூஅல்	Follower	பாட்டு
இருவர்	ஃபாலோயர்	Audience
சண்டை	பின்பற்றுவோன்	ஆடியென்ஸ்
Flower	Sawer ஸாயர்	வாசகர்கள்
ஃப்லௌஅர்	வாள்காரன்	Experience
மலர்	Supplier சப்ளையர்	எக்ஸ்பியரியென்ஸ்
Tower	கொடுப்பவர்	அனுபவம்
டௌஅர்	Amplifier	Convenience
கோபுரம்	ஆம்ப்ளிஃபையர்	கன்வீனியென்ஸ்
Power	ஒலிபெருக்கி	சௌகரியம்
பௌஅர்	Chevalier	Self-sufficient
பலம்	செவாலியர்	செல்ஃப்
Cower	கௌரவப்பட்டம்	ஸஃபிஸியென்ட்
கௌஅர்	Piety பையடி	சுயதேவை பூர்த்தி
பயத்தில்	தெய்வபக்தி	Resiliency
ஒடுங்கு	Widower விடோயர்	ரெஸிலியென்ஸி
Shower	கணவனை	மீளும் தன்மை
ஷௌஅர்	இழந்தவர்	Koel கோயெல்
மழைபொழிவு	Poliomyelitis	குயில்
Puerile	போலியோமை	Premier ப்ரெமியெர்
ப்யூஅரைல்	யலிடிஸ்	அரங்கேற்றம்
சிறுபிள்ளைத்	குழந்தைகள்	Silhouette ஸிலூயெட்
தனமான	முடக்குவாதம்	நிழற்படம்
Bower	cashier காஷியர்	Fiesta ஃபியெஸ்ட
பௌஅர்	பணம் பெறுபவர்,	ஒரு திருவிழா
அந்தப்புரம்	வாங்குபவர்	
Gruel க்ரூஅல்		
கஞ்சி		

I – என்ற ஆங்கில உயிர் எழுத்தின் தமிழ் உச்சரிப்பு வார்த்தைகள்

I – ஐ, இ, ஈ, (ய்) I–க்கு "நான்கு" தமிழ் உச்சரிப்புகள் உண்டு

I – ஐ	I – இ
Isolation ஐஸலேஷன் தனிமை *Ivory* ஐவரி தந்தம் *Iris* ஐரிஸ் கருவிழி *Ironical* ஐரானிகல் வஞ்சப்புகழ்ச்சி *Ibex* ஐபெக்ஸ் காட்டு ஆடு *Ivy* ஐவி படரும் பசுங்கொடி *Ideal* ஐடியல் உயர்வான *Isobar* ஐஸொபார் சமஅழுத்தக்கோடு *Isac* ஐசக் பெயர் *Ice-cream* ஐஸ்க்ரீம் குளிர்ச்சியான பாலாடை	*Insulin* இன்சுலின் ஹார்மோன் *Invitation* இன்விடேஷன் அழைப்பிதழ் *Interest* இன்டரெஸ்ட் விருப்பம் *Innocent* இனஸென்ட் களங்கமில்லாத *Image* இமேஜ் உருவம் *Inland* இன்லன்ட் உள்நாடு *Insurance* இன்சூரன்ஸ் நஷ்டஈடு *Immense* இம்மென்ஸ் மிக அதிகமான *Iraiyanbu* இறையன்பு பெயர் *Injection* இன்ஜெக்ஷன் ஊசி மருந்து போடுதல்

I – ஈ	I – ய்
Iran ஈரான் முஸ்லீம் நாடு *Iraq* ஈராக் முஸ்லீம் நாடு	*Hyfl* *Dubai* துபாய் அரபு நாடு *Thailand* தாய்லாந்த் நாடு *Poison* பாய்ஸன் விஷம் *Thyroid* தைராய்ட் சுரப்பி *Typhoid* டைஃபாய்ட் ஜுரம் *Toilet* டாய்லெட் கழிவறை *Soil* ஸாய்ல் மண் *Choice* சாய்ஸ் தெரிந்தெடுத்தல் *Boiler* பாய்லர் வெந்நீர் அண்டா

Y – என்ற ஆங்கில உயிர் எழுத்தின் தமிழ் உச்சரிப்பு வார்த்தைகள்

Y – ஐ, இ, ய் (Y–க்கு "மூன்று" தமிழ் உச்சரிப்புகள் உண்டு)

Y – ஐ	Y – இ	Y – ய்
Eye ஐ கண்	*Soliloquy* (ஸலிலக்உஇ) தனக்குத்தானே பேசிக்கொள்ளுதல் *Colloquy* (காலக்உஇ) சம்பாஷணை ஆங்கில உயிரெழுத்துக்களுடன் '*y*' சேரும்போது 'இ' உச்சரிப்பு வார்த்தைகள் வரும். (கி, சி, டி, ணி, தி, நி, பி, மி, யி, ரி, லி, வி, ழி, ளி, றி, னி) *Milky* (மில்கி) பால்போன்ற *Pharmacy* (ஃபார்மஸி) மருந்து கடை *Melody* (மெலடி) இன்னிசை *Company* (கம்பெனி) ஸ்தாபனம் *Healthy* (ஹெல்தி) ஆரோக்கியமான *Nyctalopia* (நிக்டலோபிய) மாலைக்கண் *Pyramid* (பிரமிட்) உருவம் *Mythology* (மிதாலஜி) புராணங்கள் *Entry* (என்ட்ரி) வருகை *Early* (ஏர்லி) சீக்கிரமாக *Navy* (நேவி) கடற்படை *Physics* (ஃபிஸிக்ஸ்) அறிவியல் *Syringe* (ஸிரின்ஜ்) ஊசி போடும் கண்ணாடி குழல் *Pachyderm* (பாகிடெர்ம்) தடித்த தோல் பிராணிகள் *Trichy* (திருச்சி) மாவட்டம்	*Neyveli* நெய்வேலி நிலக்கரி சுரங்கம் *Leyland* லெய்லேண்ட் மோட்டார் கம்பெனி *Eyrie* ஏய்ரி கழுகு கூடு *Joy* ஜாய் சந்தோஷம் *Employment* எம்ப்ளாய்மென்ட் வேலை *Pray* ப்ரேய் பிரார்த்தனை *Delay* டிலேய் தாமதம் *Play* ப்ளேய் விளையாட்டு *Toy* டாய் பொம்மை *Boy* பாய் பையன்

O – என்ற ஆங்கில உயிர் எழுத்தின் தமிழ் உச்சரிப்பு வார்த்தைகள்

O – ஒ, ஓ, அ, ஆ (ய, யா, யொ, யோ)

O –க்கு "எட்டு" தமிழ் உச்சரிப்புகள் உண்டு

O – ஒ	O – ஓ
Oblige ஒப்லைஜ் உதவி செய் *Obama* ஒபாமா அமெரிக்க முன்னாள் ஜனாதிபதி *Omit* ஒமிட் நீக்குதல் *Oriya* ஒரியா ஒரியா மொழி *Omar Abdulla* ஒமர் அப்துல்லா பெயர் *Oragadam* ஒரகடம் சென்னை *Olympus* ஒலிம்பஸ் கிரீஸ் நாட்டு மலை *Omission* ஒமிஷன் விடுபட்டது *Opinion* ஒபினியன் கருத்து *original* ஒரிஜினல் அசல்	*Omen* ஓமென் சகுனம் *Ooidal* ஓஆய்டல் முட்டை வடிவம் *Open* ஓபன் திறந்த *Oral* ஓரல் வாய்மொழியான *Otiose* ஓஷியோஸ் சோம்பேறியான *Orion* ஓரையன் நட்சத்திரக் கூட்டம் *Oleometer* ஓலியோ மீட்டர் எண்ணெய் அடர்த்தி கருவி *Opium* ஓபியம் அபினி *Oman* ஓமன் நாடு *Olden* ஓல்டன் பழங்காலத்தில்

O – அ	O – ஆ
Observer அப்சர்வர் கவனிப்பவர் *Obscure* அப்ஸ்க்யுர் மங்கலான *Oration* அரேஷன் பிரசங்கம் *Eon* ஈஅன் யுகம் *October* அக்டோபர் ஆங்கில மாதம் *Official* அஃபிஷல் உத்தியோகஸ்தர் *Other* அதர் வேறு *Offence* அஃபென்ஸ் குற்றச்செயல் *Oppress* அப்ரெஸ் துன்புறுத்து *original* அரிஜினல் அசல்	*Oblique* ஆப்லீக் சாய்வான *Octopus* ஆக்டபஸ் எட்டுக்கால் நீர் விலங்கு *Operation* ஆபரேஷன் அறுவை சிகிச்சை *Aeon* ஈஆன் யுகம் *Ornament* ஆர்னமென்ட் ஆபரணம் *Oxygen* ஆக்ஸிஜன் பிராண வாயு *Opportunity* ஆப்போர்சுனிடி நல்ல வாய்ப்பு *Offering* ஆஃபரிங் கொடுத்தல் *Omlet* ஆம்லெட் முட்டை பொரியல் *Organisation* ஆர்கனைஸேஷன் அமைப்பு

O – ய	O – யா
Scorpion ஸ்கார்பியன் தேள் *Orion* ஓரையன் நட்சத்திரக் கூட்டம் *Junior* ஜூனியர் இளையவர் *Violin* வையலின் இசைக்கருவி *Theory* தியரி தத்துவம் *Chameleon* கமீலியன் பச்சோந்தி *Senior* சீனியர் மூத்தவர் *Variola* வரையல பெரியம்மை *Pyorrhoea* பையரீய சீழ் உண்டாக்கும் பல்வியாதி *Onion* ஆனியன் வெங்காயம்	*Seniority* சீனியாரிடி வயதில் மூத்தவர் *Physiology* ஃபிஸியாலஜி உடல்நூல் *Palaeography* பாலியாக்ரஃபி கல்வெட்டுகள் ஆராய்ச்சி *Biology* பையாலஜி உயிரியல் *Neon* நீயான் மின் விளக்கில் உள்ள வாயு *Priority* ப்ரையாரிடி முதன்மை *Theomachy* தியாமகி கடவுள் எதிர்ப்பு *Chaos* கேயாஸ் குழப்பம் *Geography* ஜியாக்ரஃபி பூகோள சாஸ்திரம் *Archaeology* ஆர்கியாலஜி தொல்பொருள் ஆராய்ச்சி

O – யொ	O – யோ
Oleograph	*Scorpio*
ஓலியொக்ரஃப்	ஸ்கார்பியோ
வண்ண ஓவியம்	விருச்சிக ராசி
அச்சிடுதல்	*Otiose*
Oleometer	ஓஷியோஸ்
ஓலியொமீட்டர்	சோம்பேறியான
எண்ணெய் அடர்த்தி	*Polio*
அளக்கும் கருவி	போலியோ
Embryo	குழந்தை முடக்குவாதம்
ஏம்ப்ரியொ	*Tapioca*
கரு	டாபியோக
Biodegradable	ஜவ்வரிசி
பையொடிக்ரடப்ல்	*Ratio*
பாக்டீரியாவினால் அழியும்	ரேஷியோ
தன்மை	அளவு
	Video
	வீடியோ
	ஒளி, ஒலி பதிவு
	Myopia
	மையோபிய
	கிட்டப்பார்வை
	Viola
	வியோல
	ஊதா நிற பூச்செடி
	Radio
	ரேடியோ
	ஒலிபரப்பு
	Aeolianharp
	ஈயோலியன்ஹார்ப்
	இசைக்கருவி

U – என்ற ஆங்கில உயிர் எழுத்தின் தமிழ் உச்சரிப்பு வார்த்தைகள்

U – உ, ஊ, அ (ய, யு, யூ) U–க்கு "ஆறு" தமிழ் உச்சரிப்புகள் உண்டு

U – உ	U – ஊ
Urdu உருது மொழி	*Urvasi* ஊர்வசி பெயர்
Upanishad உபநிஷத் வேதம்	*Uthukuli* ஊத்துக்குளி நகரம்
Bilingual பிளிங்உஅல் இரண்டு மொழி பேசுதல்	*Urappakkam* ஊரப்பாக்கம் சென்னை
Uttarakhant உத்ரகாண்ட் மாநிலம்	*Uthangarai* ஊத்தங்கரை கிருஷ்ணகிரி மாவட்டம்
Equality ஈக்உஆலிடி சமம்	*Umatchikulam* ஊமச்சிகுளம் மதுரை மாவட்டம்
Uttar Pradesh உத்தர்ப்ரதேஷ் மாநிலம்	*Urmila* ஊர்மிளா பெயர்
Uthagamandalam உதகமண்டலம் ஊட்டி	*Urkalan* ஊர்காலன் பெயர்
Uthaipur உதய்பூர் ராஜஸ்தான்	*Urani* ஊரணி குளம்
Uduppi உடுப்பி கர்நாடகா	*Uthukadu* ஊத்துக்காடு ஊர்
Ukraine உக்ரைன் ஐரோப்பிய நாடு	*Umathurai* ஊமத்துரை பெயர்

U – அ	U –ய
Umpire அம்பையர் நடுவர் *Upon* அபான் மேல் *Uxorious* அக்ஸாரியஸ் மனைவியிடம் அன்பு *Urban* அர்பன் நகரம் *Ulcer* அல்சர் ரணம் *Upstairs* அப்ஸ்டேர்ஸ் மேல் மாடி *Udder* அடர் பால் சுரக்கும் மடி *Ultimate* அல்டிமேட் கடைசியான *Umber* அம்பர் மஞ்சள் *Umbrella* அம்ப்ரெல குடை *Urgent* அர்ஜென்ட் அவசரம்	*Medium* மீடியம் நடுத்தரமான *Uranium* யுரேனியம் ஒரு மூலக உலோகம் *Belgium* பெல்ஜியம் ஐரோப்பா நாடு *Radium* ரேடியம் ஒரு அரிய உலோகம் *Aluminium* அலுமினியம் வெண்மையான உலோகம் *Genius* ஜீனியஸ் மேதை *Thorium* தோரியம் கதிரியக்கப் பொருள் *Emporium* எம்போரியம் வியாபார ஸ்தலம் *Celsius* செல்சியஸ் வெப்பநிலை அளவு *Mauritius* மொரிஷியஸ் நாடு

U – யு	U –யூ
Utopia யுடோபிய உயர்ந்த நிலை *Unite* யுனைட் இணை *Uranus* யுரேனஸ் கோள் *Uraemia* யுரீமிஅ ரத்தத்தில் சிறுநீர் கலத்தல் *Uranium* யுரேனியம் உலோகம் *Unique* யுனிக் அபூர்வமான *University* யுனிவர்சிட்டி பல்கலைக்கழகம் *Uvula* யூவ்யுல உள்நாக்கு *Ulema* யுலீம முஸ்லீம் தலைவர் *Usurp* யுசர்ப் ஆக்கிரமிப்பு	*Urea* யூரிய சிறுநீர் உப்பு *Useful* யூஸ்ஃபுல் உபயோகம் *Urology* யூராலஜி சிறுநீரக மண்டலம் *Excuse* எக்ஸ்க்யூஸ் மன்னிப்பு *Uterus* யூடரஸ் கர்ப்பப்பை *Unique* யூனிக் அபூர்வமான *Utilize* யூடிலைஸ் பயன்படுத்து *Uvula* யூவ்யுல உள்நாக்கு *Usury* யூசரி கடும் வட்டி *Utensil* யூடென்ஸில் பாத்திரம்

AE – என்ற கூடுதல் ஆங்கில உயிர் எழுத்தின் தமிழ் உச்சரிப்பு வார்த்தைகள்

AE – இ, ஈ, எ, ஏ AEக்கு “நான்கு” தமிழ் உச்சரிப்புகள் உண்டு

AE – இ	**AE – ஈ**
AE – ‘இ’ உச்சரிப்புக்கு நேரடி வார்த்தை இல்லை. *AE* ஒரு சில ஆங்கில மெய்யெழுத்துடன் சேர்ந்து ‘இ’ உச்சரிப்பு வார்த்தைகள் உண்டாகும். லி, னி, மி. *Palaeography* பாலியாக்ரஃபி கல்வெட்டுகள் ஆராய்ச்சி *Anaesthesia* ஆனிஸ்தீஸிய மயக்கம் *Thermae* தெர்மி உஷ்ண நீரூற்று *Anaesthetic* ஆனிஸ்தெடிக் மயக்க மருந்து *Gynaecology* கைனிகாலஜி பெண்கள் வைத்தியம்	*Aeon* ஈஆன் யுகம் *Aeolian harp* ஈயோலியன்ஹார்ப் இசைக்கருவி *Aerify* ஈரஃபை காற்றால் நிரப்பு *Aetiology* ஈடியாலஜி நோய்க்கூறு இயல் *Aesthetic* ஈஸ்தெடிக் ரசனை *Aegis* ஈஜிஸ் பாதுகாப்பு

AE – எ	**AE – ஏ**
AE-க்கு "எ" உச்சரிப்பு நேரடி வார்த்தை இல்லை. *AE* '*H*' என்ற ஆங்கில மெய்யெழுத்துடன் சேரும்போது "ஹெ" என்ற உச்சரிப்பில் இரண்டு வார்த்தைகள் மட்டும் உண்டு. வேறு வார்த்தைகள் இல்லை. **H + AE – HAE** **ஹ் + எ – ஹெ** *Haemorrhage (Hemorrhage)* ஹெமரிஜ் இரத்தப் பெருக்கு *Haemorrhoid* ஹெமராய்ட் மூலவியாதி	*Aeroplane* ஏரோப்ளேன் ஆகாய விமானம் *Aerial* ஏரியல் கம்பி *Aerodrome* ஏரட்ரோம் விமான நிலையம் *Aerogram* ஏரோக்ராம் விமான தபால் *Aerometer* ஏரோமீட்டர் காற்றின் அடர்த்தி அளக்கும் கருவி *Aerology* ஏராலஜி வாயுமண்டல சாஸ்திரம் *Aeronautics* ஏரோநாடிக்ஸ் விமானத்துறை

AU – என்ற கூடுதல் ஆங்கில உயிர் எழுத்தின் தமிழ் உச்சரிப்பு வார்த்தைகள்

AU – அ, ஆ AUக்கு "இரண்டு" தமிழ் உச்சரிப்புகள் உண்டு

AU– அ	AU– ஆ
Authority	*Author*
அதாரிடி	ஆதர்
உரிமை	எழுத்தாளர்
Autonomy	*Auditorium*
அடானமி	ஆடிடோரியம்
தன்னாட்சி	மண்டபம்
Augustine	*Auction*
அகஸ்டின்	ஆக்ஷன்
பெயர்	ஏலம்
Automation	*Auburn*
அடமேஷன்	ஆபண்
தானியங்கி தொழிற்சாலை	தங்கநிறம்
	Autumn
	ஆடம்
	மூன்றாம் பருவம் (மார்கழி, தை, மாசி)
	August
	ஆகஸ்ட்
	ஆங்கில மாதம்
	Automobile
	ஆட்டோமொபைல்
	மோட்டார் வண்டி
	Audition
	ஆடிஷன்
	கேட்டல்
	Aura
	ஆர
	நறுமணம்
	Auxiliary
	ஆக்ஸிலியரி
	உதவியாயிருக்கிற

AI – என்ற கூடுதல் ஆங்கில உயிர் எழுத்தின் தமிழ் உச்சரிப்பு வார்த்தைகள்

AI – ஐ AIக்கு "ஒரு" தமிழ் உச்சரிப்பு மட்டும் உண்டு.

AI –ஐ
Aisle ஐல் உட்காரும் இடங்களுக்கு நடுவில் உள்ள பாதை *Aisawl* ஐஸால் மிஸோரம் தலைநகர் *Aishwarya* ஐஸ்வர்யா பெயர் *Airawathanallur* ஐராவதநல்லூர் மதுரை மாவட்டம்

OA – என்ற கூடுதல் ஆங்கில உயிர் எழுத்தின் தமிழ் உச்சரிப்பு வார்த்தைகள்

OA – ஓ OAக்கு "ஒரு" தமிழ் உச்சரிப்பு மட்டும் உண்டு.

OA - ஓ
Oaf ஓஃப் முட்டாள் *Oafish* ஓஃபிஷ் மதிகெட்ட *Oak* ஓக் சிந்தூரமரம் *Oat* ஓட் தானியம் *Oath* ஓத் சத்தியம் *Oar* ஓர் படகோட்டும் துடுப்பு

EE – என்ற கூடுதல் ஆங்கில உயிர் எழுத்தின் தமிழ் உச்சரிப்பு வார்த்தைகள்

EE – ஈ EEக்கு "ஒரு" தமிழ் உச்சரிப்பு மட்டும் உண்டு.

EE – ஈ
Eel ஈல் விலாங்கு மீன் *Queen* க்உஈன் ராணி *Eery (Eerie)* ஈரி விநோதமான

EA– என்ற கூடுதல் ஆங்கில உயிர் எழுத்தின் தமிழ் உச்சரிப்பு வார்த்தைகள்

EA – ஈ, எ, ஏ EAக்கு "மூன்று" தமிழ் உச்சரிப்பு மட்டும் உண்டு.

EA – ஈ	EA – எ	EA – ஏ
East ஈஸ்ட் கிழக்கு *Easy* ஈஸி சுலபமான *Eager* ஈகர் விருப்பமுள்ள *Eagle* ஈக்ல் கழுகு *Easter* ஈஸ்டர் கிறிஸ்து உயிர்த்தெழுந்த நாள் *Easel* ஈஸல் கரும்பலகை *Eatable* ஈடப்ல் திண்பண்டங்கள் *Each* ஈச் ஒவ்வொரு *Eaves* ஈவ்ஸ் தாழ்வாரம் *Ease* ஈஸ் சௌக்கியம்	*Earth* எர்த் பூமி	*Earth quake* ஏர்த்க்உஏக் பூகம்பம் *Early* ஏர்லி சீக்கிரமாக *Earnest* ஏர்னிஸ்ட் ஆர்வமுள்ள *Earning* ஏர்னிங் சம்பாதித்தல் *Earl* ஏர்ல் ஆங்கிலப்பிரபு *Earthworm* ஏர்த்வார்ம் மண்புழு *Earthen* ஏர்தென் மண்ணால் செய்யப்பட்ட

OO – என்ற கூடுதல் ஆங்கில உயிர் எழுத்தின் தமிழ் உச்சரிப்பு வார்த்தைகள்

OO – உ, ஊ OOக்கு "இரண்டு" தமிழ் உச்சரிப்பு மட்டும் உண்டு.

OO – உ	OO – ஊ
Wool உல் கம்பளி *Woollen* உல்லன் கம்பளித்துணி *Wood* உட் மரம் *Wooden* உடன் மரத்தாலாகிய *Wood nymph* உட்நிம்ஃப் வனதேவதை *Woodvine* உட்வைன் திராட்சைக் கொடி *Swoop* (ஸ்உப்) திடீர்தாக்குதல் *Swoon* (ஸ்உன்) மயக்கம்	*Ooty* ஊட்டி கோடை வாசஸ்தலம் *Oozy* ஊஸி சேறு போன்ற *Ooze* ஊஷ் நுண்மணல் *Woof* ஊஃப் நூல் இழை *Woody* ஊடி மரங்கள் நிறைந்த *Wooer* ஊயர் காதலிப்பவர் *wooing* ஊயிங் காதலித்தல் *Swoop* (ஸ்ஊப்) திடீர்தாக்குதல் *Swoon* (ஸ்ஊன்) மயக்கம்

OU, OW – என்ற கூடுதல் ஆங்கில உயிர் எழுத்துக்களின் தமிழ் உச்சரிப்பு வார்த்தைகள்

OU, OW– ஔ OU, OWக்கு "ஔ" உச்சரிப்பு வரும்.

OU – ஔ	OW – ஔ
Out ஔட் வெளியே *Ounce* ஔன்ஸ் அளவு *Outing* ஔடிங் உல்லாசப் பிரயாணம் *Outdoor* ஔட்டோர் வெளிப்புறம் *Outlaw* ஔட்லா நாடு கடத்தப்பட்டவர்	*Owl* ஔல் ஆந்தை *Owlet* ஔலிட் ஆந்தைக்குஞ்சு *Owrangajeap* ஔரங்கசீப் அரசர் *Owvaiyar* ஔவையார் பெண் புலவர் *Owrangapath* ஔரங்கபாத் நகரம் *Owshadam* ஔஷதம் மருந்து

B, P – (ப்) ஆங்கில மெய்யெழுத்துக்களின் தமிழ் உச்சரிப்பு வார்த்தைகள்

B, P – ப்

B – ப்	**P – ப்**
Bulb பல்ப் மின்விளக்கு	*Sharp* ஷார்ப் கூரான
Problem ப்ராப்ளம் பிரச்சனை	*Escape* எஸ்கேப் தப்பித்துக்கொள்
February ஃபெப்ருஅரி ஆங்கில மாதம்	*Bishop* பிஷப் பாதிரியார்
Robbery ராப்பெரி திருட்டு	*Pope* போப் போப் ஆண்டவர்
Cobbler காப்லர் செருப்பு தைப்பவர்	*April* ஏப்ரல் ஆங்கில மாதம்
Tribe ட்ரைப் மலைவாசிகள்	*Surprise* சர்ப்ரைஸ் ஆச்சரியம்
Shrub ஷ்ரப் புதர்	*Supreme* சுப்ரீம் மிக உயர்ந்த
Marble மார்ப்ள் சலவைக்கல்	*Principal* ப்ரின்ஸிபல் கல்லூரி முதல்வர்
Eligible எலிஜிப்ல் தகுதியான	*Prime minister* ப்ரைம் மினிஸ்டர் பிரதம மந்திரி
Ribbon ரிப்பன் நாடா	*Apple* ஆப்பிள் பழம்

C – (க், ச், ஸ்) ஆங்கில மெய்யெழுத்தின் தமிழ் உச்சரிப்பு வார்த்தைகள்

C – க், ச், ஸ்

C – க்	C – ச்	C – ஸ்
Plastic ப்ளாஸ்டிக் பிளாஸ்டிக் பொருள்கள் *Doctor* டாக்டர் மருத்துவர் *October* அக்டோபர் ஆங்கில மாதம் *Miracle* மிரக்ல் அதிசயம் *Victory* விக்டரி வெற்றி *Music* ம்யூஸிக் இன்னிசை *Turmeric* டர்மெரிக் மஞ்சள் *Junction* ஜங்க்ஷன் சந்திக்குமிடம் *Practical* ப்ராக்டிகல் பயிற்சி *Actor* ஆக்டர் நடிகர்	*Punctuality* பங்ச்சுஆலிடி காலந்தவறாமை *Punctuation* பங்ச்சுஏஷன் நிறுத்தற்குறி *Punctually* பங்ச்யுஅலி சரியான நேரத்தில் *Punctuate* பங்ச்யுஏட் நிறுத்தற்குறி *Punctual* பங்க்ச்வெல் காலந்தவறாத	*Residence* ரெஸிடென்ஸ் வசிப்பிடம் *Practice* ப்ராக்டிஸ் பயிற்சி *Confidence* கான்ஃபிடென்ஸ் நம்பிக்கை *Sauce* சாஸ் குழம்பு *Jaundice* ஜான்டிஸ் மஞ்சள் காமாலை *Ounce* ஔன்ஸ் அளவு *Thrice* த்ரைஸ் மூன்று முறை *Grace* க்ரேஸ் கிருபை *France* பிரான்ஸ் ஐரோப்பிய நாடு *Nice* நைஸ் சுகமான

D, T – (ட், த்) ஆங்கில மெய்யெழுத்துக்களின் தமிழ் உச்சரிப்பு வார்த்தைகள் D, T – ட், த்

D – ட்	D – த்	T – ட்	T – த்
Advance	*Bhagavad Gita*	*Feast*	*Mahatma*
அட்வான்ஸ்	பகவத் கீதா	ஃபீஸ்ட்	மஹாத்மா
முன்பணம்	பகவத் கீதை	விருந்து	காந்தி அடிகள்
Admiral	*Buddhism*	*Sweet*	*Sutram*
அட்மிரல்	புத்திஸம்	ஸ்வீட்	சூத்ரம்
கப்பற்படை	பௌத்த மதம்	இனிப்பு	சூத்திரம்
தலைவர்	*Siddha*	*Heat*	*Bharat*
Middle	சித்தா	ஹீட்	பாரத்
மிட்ல்	மருத்துவம்	வெப்பம்	பாரதம்
மையம்	*Upanishad*	*Street*	*Tantra*
Standard	உபநிஷத்	ஸ்ட்ரீட்	தன்த்ரா
ஸ்டாண்டர்ட்	உபநிடதம்	தெரு	தந்திரம்
வகுப்பு	*Madrasah*	*Taste*	சாஸ்திரம்
Second	மத்ராஸா	டேஸ்ட்	*Satyagraha*
செகண்ட்	முஸ்லீம்களின்	ருசி	சத்ய க்ரஹா
இரண்டாவது	கல்லூரி	*Heart*	சத்தியாகிரகம்
Shade	*Narendra modi*	ஹார்ட்	*Utrakhant*
ஷேட்	நரேந்த்ர மோடி	இதயம்	உத்ரகாண்ட்
நிழல்	பிரதமர்	*Partner*	மாநிலம்
Hundred	*Hydrabad*	பார்ட்னர்	*Gujarat*
ஹண்ட்ரெட்	ஹைத்ராபாத்	கூட்டாளி	குஜராத்
நூறு	தெலுங்கானா	*Smart*	மாநிலம்
Speed	*Gurudwara*	ஸ்மார்ட்	*Utranjal*
ஸ்பீட்	குருத்வாரா	ஒழுங்கான	உத்ராஞ்சல்
வேகமாக	சீக்கிய கோயில்	*Merit*	மாநிலம்
Read	*Jehad*	மெரிட்	*Ottanchatram*
ரீட்	ஜிஹாத்	தகுதி	ஒட்டன்சத்திரம்
படித்தல்	தன்னடக்கம்	*Mount*	திண்டுக்கல்
Made	*Ahamadabad*	மௌன்ட்	மாவட்டம்
மேட்	அஹமதாபாத்	குன்று	*Chitra*
தயாரிப்பு	குஜராத்		சித்ரா
			பெயர்

F – (ஃப்) ஆங்கில மெய்யெழுத்தின் தமிழ் உச்சரிப்பு வார்த்தைகள்

F – ஃப்

F – ஃப்
Shift ஷிஃப்ட் மாற்று *Theft* தெஃப்ட் திருடன் *Rifle* ரைஃப்ள் துப்பாக்கி *Sheriff* ஷெரிஃப் நாட்டாண்மைக்காரர் *Shelf* ஷெல்ஃப் அலமாரி *Chief* சீஃப் முதன்மை *Wife* வைஃப் மனைவி *Buffalo* பஃப்அலொ எருமை *Flame* ஃப்லேம் தீச்சுடர் *Life* லைஃப் வாழ்க்கை

G – (க், ஜ்) ஆங்கில மெய்யெழுத்தின் தமிழ் உச்சரிப்பு வார்த்தைகள்

G – க், ஜ்

G – க்	G – ஜ்
Glory க்ளோரி பெரும்புகழ் *Agni* அக்னி நெருப்பு *Luggage* லக்கேஜ் மூட்டை முடிச்சுகள் *Lignite* லிக்னைட் நிலக்கரி *Signal* சிக்னல் அடையாளம் *Dignity* டிக்னிடி கௌரவம் *Tigress* டைக்ரிஸ் பெண்புலி *Pregnant* ப்ரெக்னன்ட் கருத்தரித்தல் *Signature* சிக்னேசர் கையொப்பம் *Granite* க்ரானைட் கருங்கல்	*Village* வில்லேஜ் கிராமம் *Marriage* மேரேஜ் திருமணம் *College* காலேஜ் கல்லூரி *Lodge* லாட்ஜ் தங்குமிடம் *Leakage* லீகேஜ் ஒழுகுதல் *Bridge* ப்ரிட்ஜ் பாலம் *Knowledge* நாலெட்ஜ் அறிவு *Charge* சார்ஜ் செலவு *Encourage* என்கரேஜ் தைரியமூட்டு *Average* ஆவரேஜ் சராசரி

H – (ஹ்) ஆங்கில மெய்யெழுத்தின் தமிழ் உச்சரிப்பு வார்த்தைகள்

H – ஹ்

H – ஹ்

Nehru
நெஹ்ரு
ஜவஹர்லால்
நேரு
Rahman
ரஹ்மான்
பெயர்
Bahrain
பஹ்ரைன்
அரபுநாடு
Exhume
எக்ஸ்ஹ்யூம்
தோண்டி எடு
Ihram
எஹ்ராம்
வெள்ளை உடை
Ahmadabad
அஹ்மதாபாத்
குஜராத்
Subhuman
சப்ஹ்யூமன்
மனித இனத்தில்
குறைந்த
Dehradun
டெஹ்ராடூன்
ஊர்
Mehbooba
மெஹ்பூபா
பெயர்
Inhuman
இன்ஹ்யூமன்
இரக்கமற்ற

J – (ஜ்) ஆங்கில மெய்யெழுத்தின் தமிழ் உச்சரிப்பு வார்த்தைகள்

J – ஜ்

J – ஜ்

Mumtaj
மும்தாஜ்
பெயர்
Tajmahal
தாஜ்மஹால்
அரண்மனை
Kamaraj
காமராஜ்
பெயர்
Rajbhavan
ராஜ்பவன்
கவர்னர் மாளிகை
Swaraj
ஸ்வராஜ்
பெயர்
Yuwaraj
யுவராஜ்
பெயர்
Samraj
சாம்ராஜ்
பெயர்
Hajj
ஹஜ்
மெக்கா புனித
யாத்திரை
Rajkot
ராஜ்கோட்
இடம்
Taj
டாஜ்
க்ரீடம் (முஸ்லீம்
தொப்பி)

K – (க்) ஆங்கில மெய்யெழுத்தின் தமிழ் உச்சரிப்பு வார்த்தைகள்

K – க்

K– க்

Shake
ஷேக்
அசைவு
Mask
மாஸ்க்
முகமூடி
Smoke
ஸ்மோக்
புகை பிடித்தல்
Brisk
ப்ரிஸ்க்
சுறுசுறுப்பு
Dark
டார்க்
இருட்டு
Look
லுக்
பார்
Clerk
க்ளார்க்
குமாஸ்தா
Think
திங்க்
யோசனை
Park
பார்க்
பூங்கா
Take
டேக்
எடு

L – (ல், ழ், ள்) ஆங்கில மெய்யெழுத்தின் தமிழ் உச்சரிப்பு வார்த்தைகள்

L – ல், ழ், ள்

L – ல்	L – ள்	L – ழ்
Silver	*Marble*	*Tamil Tamizh*
சில்வர்	மார்ப்ள்	தமிழ்
வெள்ளி	சலவைக்கல்	மொழி
Million	*Nepal*	*Yazh*
மில்லியன்	நேபாள்	(யாழ்)
பத்து லட்சம்	நாடு	இசைக்கருவி
School	*Girl*	*Yazhbanam*
ஸ்கூல்	கேர்ள்	யாழ்பாணம்
பள்ளிக்கூடம்	சிறுமி	இலங்கை
Dolphin	*Female*	*Azhwarkuruchi*
டால்ஃபின்	ஃபீமேள்	ஆழ்வார்குறிச்சி
கடல் மீன்	பெண்	ஊர்
Selfish	*Wimbledon*	*Azhwarpettai*
செல்ஃபிஷ்	விம்ப்ள்டன்	ஆழ்வார்பேட்டை
தன்னலம்	இங்கிலாந்து	சென்னை
Ail	*Apple*	
ஏய்ல்	ஆப்பிள்	
வருந்து	பழம்	
Neutral	*Auricle*	
நியூட்ரல்	ஆரிக்ள்	
நடுநிலைமை	இருதயத்தில் ஓர் அறை	
Pillow	*Pearl*	
பில்லோ	பேர்ள்	
தலையணை	முத்து	
Nilgiris	*Cable*	
நீல்கிரீஸ்	கேப்ள்	
மாவட்டம்	கம்பிவடம்	
Sale	*Table*	
சேல்	டேப்ள்	
விற்பனை	மேசை	

M – (ம்) ஆங்கில மெய்யெழுத்தின் தமிழ் உச்சரிப்பு வார்த்தைகள்

M – ம்

M – ம்
Shame ஷேம் அவமானம் *Number* நம்பர் எண் *Medium* மீடியம் நடுத்தரம் *Simple* சிம்ப்ல் சாதாரண *Company* கம்பெனி வியாபார ஸ்தாபனம் *Computer* கம்ப்யூட்டர் கணினி *Salem* சேலம் மாவட்டம் *Ambulance* ஆம்புலன்ஸ் நோயாளி அவசர வாகனம் *Jammu Kashmir* (ஜம்மு காஷ்மீர்) இந்திய வடபகுதி *Nizam* நிஜாம் ஹைதராபாத் அரசர்

N – (ன், ண், ங், ஞ், ந்) ஆங்கில மெய்யெழுத்தின் தமிழ் உச்சரிப்பு வார்த்தைகள்

N – ன், ண், ங், ஞ், ந்

N – ன்	N – ண்	N – ங்
June ஜூன் ஆங்கில மாதம் *Fan* ஃபேன் காற்றாடி *Sun* சன் சூரியன் *Train* ட்ரெய்ன் ரயில் *Blind* ப்ளைன்ட் குருடு *Country* கன்ட்ரி தேசம் *Engine* என்ஜின் இயந்திரம் *Kannan* கண்ணன் பெயர் *Kind* கைன்ட் அன்பு *cylon* சிலோன் இலங்கை	*Thousand* தௌஸண்ட் ஆயிரம் *Adventure* அட்வெண்சர் துணிகரச்செயல் *Kannan* கண்ணன் பெயர் *Bus stand* பஸ் ஸ்டாண்ட் பஸ் நிற்குமிடம் *Chandler* சாண்ட்லர் வியாபாரி *Auburn* ஆபண் தங்கநிறம் *Miranda* மிராண்டா குளிர்பானம் *Surandai* சுரண்டை தென்காசி மாவட்டம் *Androgen* ஆண்ட்ரஜன் ஆண்தன்மை வளர்த்தல் *Kannammapettai* கண்ணம்மாபேட்டை சென்னை	*Singular* சிங்குலர் ஒருமை *Lungi* லுங்கி வேட்டி *Anchor* ஆங்கர் நங்கூரம் *Bungalow* பங்களோ பங்களா *Telungana* தெலுங்கானா மாநிலம் *Function* ஃபங்ஷன் நிகழ்ச்சி *Bengali* பெங்காலி வங்க மக்கள் *Singer* சிங்கர் பாடகர் *Mangolia* மங்கோலியா நாடு *Bangalore* பெங்களூர் கர்நாடகா

N – ஞ்	N – ந்
Punjab	Anthaman
பஞ்சாப்	அந்தமான்
மாநிலம்	நாடு
Engineer	Thanthi
எஞ்சினியர்	தந்தி
பொறியாளர்	செய்தி
Change	Gandhi
சேஞ்ஜ்	காந்தி
மாறுபாடு	காந்தியடிகள்
Thanjavur	Indonesia
தஞ்சாவூர்	இந்தோனேசியா
மாவட்டம்	நாடு
Kanchipuram	Andhra
காஞ்சிபுரம்	ஆந்த்ரா
மாவட்டம்	மாநிலம்
Passenger	England
பாஸிஞ்சர்	இங்க்லாந்த்
பிரயாணி	இங்கிலாந்து
Amirthanjan	Hindi
அமிர்தாஞ்சன்	ஹிந்தி
தலைவலி மருந்து	மொழி
Meenjur	Hindu
மீஞ்சூர்	ஹிந்து
சென்னை	மதம்
Keethanjali	Prasanth
கீதாஞ்சலி	ப்ரசாந்த்
பெயர்	பெயர்
Panchayat	India
பஞ்சாயத்	இந்தியா
கிராம சபை	நாடு

Q, Qu – (க்) ஆங்கில மெய்யெழுத்தின் தமிழ் உச்சரிப்பு வார்த்தைகள்

Q, Qu – க்

Q, Qu – க்
Iraq ஈராக் நாடு *Equality* ஈக்உஆலிடி சமத்துவம் *Mosque* மாஸ்க் மசூதி *Unique* யூனிக் (யுனிக்) அபூர்வமான *Cheque* செக் உண்டியல் *Physique* ஃபிஸீக் உடலமைப்பு *Oblique* ஆப்லீக் சாய்வான *Toque* டோக் தொப்பி *Antique* ஆன்டிக் அச்சு எழுத்து *Coque* காக் நாடா சுருக்கு

R – (ர், ற்) ஆங்கில மெய்யெழுத்தின் தமிழ் உச்சரிப்பு வார்த்தைகள்

R – ர், ற்

R – ர்	**R – ற்**
Partner பார்ட்னர் கூட்டாளி *Surveyor* சர்வேயர் நிலம் அளப்பவர் *Morning* மார்னிங் காலை *Sugar* சுகர் சர்க்கரை *November* நவெம்பர் ஆங்கில மாதம் *Murder* மர்டர் கொலை *Customer* கஸ்டமர் வாடிக்கையாளர் *Minister* மினிஸ்டர் மந்திரி *Brother* ப்ரதர் சகோதரன் *Enter* என்டர் உள்ளே வா	*Arkadu* ஆற்காடு ஊர் *Thiruverkadu* திருவேற்காடு சென்னை *Pazhaverkadu* பழவேற்காடு சென்னை *Nerkuppai* நெற்குப்பை ஊர் *Nerkundram* நெற்குன்றம் சென்னை *Sarkunam* சற்குணம் பெயர் *Erkadu* ஏற்காடு சேலம்

S – (ஸ், ச்) ஆங்கில மெய்யெழுத்தின் தமிழ் உச்சரிப்பு வார்த்தைகள்

S – ஸ், ச்

S – ஸ்	**SS –ஸ்**	**Se – ஸ்**	**S – ச்**
Canvas	*Canvass*	*Close*	*S* – 'ச
கேன்வாஸ்	கேன்வாஸ்	க்லோஸ்	உச்சரிப்புக்கு
கித்தான் துணி	ஆதரவு	நெருங்கிய	நேரடி
Tennis	*Process*	*Purpose*	வார்த்தைகள்
டென்னிஸ்	ப்ராசெஸ்	பர்பஸ்	இல்லை. *S*–
பந்தாட்டம்	செய்முறை	நோக்கம்	உடன் ஆங்கில
Virus	*Success*	*Horse*	உயிரெழுத்துக்கள்
வைரஸ்	சக்செஸ்	ஹார்ஸ்	சேரும்போது ச,
விஷக்கிருமிகள்	வெற்றி	குதிரை	சா, சி, சீ, சு, சூ,
Dangerous	*Address*	*Chase*	செ, சே, சை,
டேன்ஜரஸ்	அட்ரெஸ்	சேஸ்	சொ, சோ, சௌ
ஆபத்தான	விலாசம்	பின்தொடர்தல்	ஆகிய உச்சரிப்பு
Nostril	*Dismiss*	*Pulse*	வார்த்தைகள்
நாஸ்ட்ரில்	டிஸ்மிஸ்	பல்ஸ்	உண்டாகும்.
நாசித்துவாரம்	நீக்கு	நாடித்துடிப்பு	
Plus	*Mess*	*Blouse*	*Saloon*
ப்ளஸ்	மெஸ்	ப்லௌஸ்	சலூன்
கூட்டல்	உண்ணும்	இரவிக்கை	முடிவெட்டுமிடம்
Response	விடுதி	*Response*	*Save*
ரெஸ்பான்ஸ்	*Class*	ரெஸ்பான்ஸ்	சேவ்
மறுமொழி	க்ளாஸ்	மறுமொழி	சேமித்தல்
Circus	வகுப்பு	*Praise*	*South*
சர்க்கஸ்	*Swiss*	ப்ரேய்ஸ்	சௌத்
வீரதீரச் செயல்	சுவிஸ்	ஸ்தோத்திரம்	தெற்கு
செய்யும் இடம்	சுவிட்சர்லாந்து	*Disease*	*Social*
Forest	*Grass*	டிஸீஸ்	சோஷல்
ஃபாரெஸ்ட்	க்ராஸ்	வியாதி	சமூகம்
வனம்	புல்	*Nose*	*Symbol*
Restaurant	*Passport*	நோஸ்	சிம்பல்
ரெஸ்டாரண்ட்	பாஸ்போர்ட்	மூக்கு	அடையாளம்
சாப்பாட்டு	வெளிநாட்டு		*sea*
விடுதி	பயண அனுமதி		(ஸீ) கடல்

V, W– (வ்) ஆங்கில மெய்யெழுத்துக்களின் தமிழ் உச்சரிப்பு வார்த்தைகள்

V, W – வ்

V – வ்	**W – வ்**
Approve அப்ரூவ் அனுமதி கொடு *Stove* ஸ்டவ் அடுப்பு *Positive* பாஸிடிவ் உறுதியான *Native* நேடிவ் பூர்வீகம் *Uvula* யூவ்யுல உள்நாக்கு *Relative* ரிலேடிவ் உறவினர் *Evil* ஈவ்ல் தீய *Rajeev Gandhi* ராஜீவ் காந்தி முன்னாள் பிரதமர் *Remove* ரிமூவ் நீக்கு *Shave* ஷேவ் சவரம் செய்தல்	*Wow* வாவ் ஆச்சரியச் சொல் *Rowthar* ராவ்தர் முஸ்லீம்

X – (க்ஸ்) ஆங்கில மெய்யெழுத்தின் தமிழ் உச்சரிப்பு வார்த்தைகள்

X – க்ஸ்

X – க்ஸ்
Prefix
ப்ரீஃபிக்ஸ்
முற்சேர்க்கை
Climax
க்ளைமாக்ஸ்
உச்சநிலை
Express
எக்ஸ்ப்ரெஸ்
வேகமான
Complex
காம்ப்ளக்ஸ்
மனப்பாங்கு
Appendix
அபெண்டிக்ஸ்
குடல்வால்
Suffix
சஃபிக்ஸ்
பின்னால் சேர்
Tax
டாக்ஸ்
வரி
Relax
ரிலாக்ஸ்
சுலபமாக்கு
Next
நெக்ஸ்ட்
அடுத்துள்ள
Xerox
ஜெராக்ஸ்
நகல் காபி

Y – (ய்) ஆங்கில மெய்யெழுத்தின் தமிழ் உச்சரிப்பு வார்த்தைகள்

Y – ய்

Y – ய்
Viceroy
வைஸ்ராய்
ராஜப்பிரதிநிதி
Eyrie
ஏய்ரி
கழுகு கூடு
Joy
ஜாய்
சந்தோசம்
Jeypur
ஜெய்பூர்
நகரம் ராஜஸ்தான்
Neyveli
நெய்வேலி *(நிலக்கரி)*
ஊர் விழுப்புரம்
Oyster
ஆய்ஸ்டர்
சிப்பி
Employment
எம்ப்ளாய்மென்ட்
வேலை
Destroy
டெஸ்ட்ராய்
அழித்தல்
Poyyamozhi
பொய்யாமொழி
பெயர்
Deploy
டிப்லாய்
ராணுவ வீரர்கள் நிற்குமிடம்

Z – (ஸ், ஷ், ஜ்) ஆங்கில மெய்யெழுத்தின் தமிழ் உச்சரிப்பு வார்த்தைகள் Z – ஸ், ஷ், ஜ்	DH, TH – (த்) கூடுதல் ஆங்கில மெய்யெழுத்துகளின் தமிழ் உச்சரிப்பு வார்த்தைகள் DH, TH – த்

Z – ஸ், ஷ், ஜ்
Prize ப்ரைஸ் பரிசு *Vulcanize* வல்கனைஸ் துண்டுகளைப் பற்றவை *Sterilize* ஸ்டெரிலைஸ் கிருமிகளைப் போக்கு *Organize* ஆர்கனைஸ் ஒழுங்குபடுத்து *Amaze* அமேஸ் வியக்கச் செய் *Demonetize* டீமனிடைஸ் செல்லாததாக்கு *Authorize* ஆதரைஸ் அதிகாரம் கொடு *Regularize* ரெகுலரைஸ் ஒழுங்குபடுத்து *Ooze* ஊஷ் நுண்மணல் *Graze* க்ரேஸ் புல்மேய்

DH – த்	TH – த்
Andhra ஆந்த்ரா மாநிலம் *Riyadh* ரியாத் சௌதி அரேபியா தலைநகர் *Amidhsha* அமித்ஷா பெயர் *Vaidhyasalai* வைத்யசாலை மருத்துவமனை *Badhrakali* பத்ரகாளி பெயர் *Nidhya* நித்யா பெயர் *Sadhya* சத்யா பெயர் *Sedhyathope* சேத்தியாதோப்பு சென்னை	*Health* ஹெல்த் ஆரோக்கியம் *Truth* ட்ரூத் உண்மை *Tooth* டூத் பல் *North* நார்த் வடக்கு *Breath* ப்ரெத் மூச்சு *Earth* எர்த் பூமி *Mouth* மௌத் வாய் *Birth* பெர்த் பிறப்பு *Anthrax* ஆந்த்ராக்ஸ் கால்நடை வியாதி *Berth* பெர்த் தூங்குமிடம்

CH – (ச், க், ஷ்) கூடுதல் ஆங்கில மெய்யெழுத்தின் தமிழ் உச்சரிப்பு வார்த்தைகள்

CH – ச், க், ஷ்

CH – ச்	*CH – க்*	*CH – ஷ்*
Clutch க்ளட்ச் மோட்டார்பாகம் *Switch* ஸ்விட்ச் மின்சாதனம் *Watch* வாட்ச் காவல் *Beach* பீச் கடற்கரை *Coach* கோச் கற்பிப்போன் *Church* சர்ச் கிறிஸ்தவர் கோயில் *Teach* டீச் கற்பி *Starch* ஸ்டார்ச் மாவுப்பண்டம் *Touch* டச் தொடு *Bleach* ப்ளீச் சலவை செய்	*Technology* டெக்னாலஜி தொழில்நுட்பக்கலை *Stomach* ஸ்டமக் வயிறு *Epoch* ஈபாக் சகாப்தம் *Richter scale* ரிக்டர் ஸ்கேல் நிலநடுக்கம் அளத்தல் *Anarch* (அனார்க்) புரட்சிக்காரன் *Chloroform* க்ளோரஃபார்ம் மயக்கமருந்து *Christmas* க்ரிஸ்மஸ் கிறிஸ்து பிறந்தநாள் *Monarch* (மானர்க்) பேரரசன் *Loch* லாக் ஏரி *Chrompettai* க்ரோம்பேட்டை சென்னை	*Echelon* எஷ்லான் போர்க்கப்பல்கள் *Moustache* மஸ்டாஷ் மீசை *Avalanche* அவலான்ஷ் திடீரென விழும் பனிப்பாறை *Cache* காஷ் புதையல் *Lynch* லின்ஷ் அடித்துக்கொல் *Tench* டென்ஷ் ஒருவகை மீன் *Douche* டூஷ் உடலுறுப்புக்களை கழுவும் சாதனம் *Welch* வெல்ஷ் வேல்ஸ் நாட்டினர் *Paunch* பான்ஷ் வயிறு *Creche* க்ரெஷ் குழந்தைகள் காப்பகம்

BH – (ப்) கூடுதல் ஆங்கில மெய்யெழுத்தின் தமிழ் உச்சரிப்பு வார்த்தைகள்

BH – ப்

BH – ப்	
BH – 'ப்' உச்சரிப்புக்கு நேரடி வார்த்தைகள் இல்லை. BH(ப்) ஆங்கில உயிரெழுத்துக்கள் சிலவற்றுடன் சேரும்போது ப, பா, பீ, பெ, பு, பூ உச்சரிப்பு வார்த்தைகள் வரும்.	*Bhagavad Gita* *பகவத் கீதா* *பகவத் கீதை* *Bhavanam* *பவனம்* *வீடு* *Bhavani* *பவானி* *ஊர் பெயர்* *Bharat* *பாரத்* *பாரதம்* *Bharathi* *பாரதி* *பெயர்* *Bhukari* *புகாரி* *பெயர்* *Bhutan* *பூடான்* *நாடு* *Bhuvaneswar* *புவனேஸ்வர்* *ஒடிஸா மாநிலம்* *Bhihar* *பீகார்* *மாநிலம்* *Bhel* *பெல்* *கம்பெனி*

PH – (ஃப்) கூடுதல் ஆங்கில மெய்யெழுத்தின் தமிழ் உச்சரிப்பு வார்த்தைகள்

PH – ஃப்

PH – ஃப்
Triumph
ட்ரையம்ஃப்
மாபெரும் வெற்றி
Photograph
ஃபோட்டோகிராஃப்
புகைப்படம்
Diphtheria
டிஃப்தியரிய
தொண்டை அடைப்பான்
Oleograph
ஓலியோகிராஃப்
வண்ண ஓவியம்
அச்சிடுதல்
Diphthong
டிஃப்தாங்
ஒரே உச்சரிப்புள்ள இரு உயிரெழுத்துக்கள்
Paragraph
பாரக்ராஃப்
பத்திபத்தியாக
Telegraph
டெலிக்ராஃப்
தந்தி முறை
Diaphragm
டையஃப்ரம்
உதரவிதானம்
Naphthalene
நாஃப்தலீன்
அந்துருண்டை
Autograph
ஆட்டோகிராஃப்
கையெழுத்திடு

CK – (க்) கூடுதல் ஆங்கில மெய்யெழுத்தின் தமிழ் உச்சரிப்பு வார்த்தைகள்

CK – க்

CK – க்
Luck
லக்
அதிர்ஷ்டம்
Clock
க்ளாக்
கடிகாரம்
Black
ப்ளாக்
கருப்பு
Necklace
நெக்லஸ்
கழுத்தில் அணியும் ஆரம்
Stock
ஸ்டாக்
கையிருப்பு
Peacock
பீகாக்
ஆண் மயில்
Cockroach
காக்ரோச்
கரப்பான்பூச்சி
Vicks
விக்ஸ்
மருந்து
Crock
க்ராக்
மண்பாண்டம்
Stick
ஸ்டிக்
கைத்தடி

SH– (ஷ்) கூடுதல் ஆங்கில மெய்யெழுத்தின் தமிழ் உச்சரிப்பு வார்த்தைகள்

SH– ஷ்

SH– ஷ்
English
இங்கிலிஷ்
ஆங்கிலம்
Finish
ஃபினிஷ்
முடித்தல்
Potash
பொட்டாஷ்
உரம்
British
ப்ரிடிஷ்
பிரிட்டன்
Wish
விஷ்
ஆசை
Establish
எஸ்டாப்லிஷ்
ஏற்படுத்து
George bush
ஜார்ஜ் புஷ்
முன்னாள் அமெரிக்க ஜனாதிபதி
Brush
ப்ரஷ்
துடைப்பம்
Marsh
மார்ஷ்
சதுப்பு நிலம்
Shrub
ஷ்ரப்
புதர்

NG– (ங்) கூடுதல் ஆங்கில மெய்யெழுத்தின் தமிழ் உச்சரிப்பு வார்த்தைகள்

NG– ங்

NG– ங்
Lung
லங்
நுரையீரல்
England
இங்லாந்த்
நாடு
Kungfu
குங்ஃபு
சீன கராத்தே
Diphthong
டிஃப்தாங்
ஒரே உச்சரிப்புள்ள இரு உயிரெழுத்துக்கள்
Ding-dong
டிங்-டாங்
மணி ஓசை
Tungsten
டங்ஸ்டன்
மின் விளக்கு உலோகம்
Dung
டங்
சாணம்
Song
சாங்
பாட்டு
Shillong
ஷில்லாங்
நகரம்
Samsung
சாம்சங்
கம்பெனி

ZH– (ழ்) கூடுதல் ஆங்கில மெய்யெழுத்தின் தமிழ் உச்சரிப்பு வார்த்தைகள்

ZH– ழ்

ZH– ழ்
Tamizh தமிழ் மொழி *Yazh* *(யாழ்)* இசைக்கருவி *Yazhbanam* *(யாழ்ப்பாணம்)* இலங்கை *Pugazhchi* புகழ்ச்சி புகழ்தல் *Magizhchi* மகிழ்ச்சி சந்தோசம் *Azhwarpettai* *(ஆழ்வார்பேட்டை)* சென்னை *Azhwarkurichi* *(ஆழ்வார் குறிச்சி)* நகரம்

GU– (க்) கூடுதல் ஆங்கில கூடுதல் மெய்யெழுத்தின் தமிழ் உச்சரிப்பு வார்த்தைகள்

GU– க்

GU– க்
Rogue ரோக் அயோக்கியன் *Eclogue* எக்லாக் நாட்டுப்பாடல் *Epilogue* எபிலாக் புத்தக முடிவுரை *Catalogue* காடலாக் ஜாபிதா *Plague* ப்ளேக் தொற்றுநோய் *Dialogue* டையலாக் உரையாடல் *Synagogue* ஸினகாக் யூதர்களின் கூட்டம் *Fatigue* ஃபடீக் சோர்வுறச் செய் *Vague* வேக் குறிப்பிடப்படாத *Vogue* வோக் மரபு

அ – தமிழ் உயிர் எழுத்துக்கு இணையான ஆங்கில உயிரெழுத்துக்கள் விளக்கம்

அ – A, O, U, E, AU ஆங்கிலத்தில் ஐந்து ‘அ’ உண்டு

A – அ	O – அ	U – அ	E – அ	AU – அ
Allopathy	*Object*	*Ultra*	*Cruel*	*Authority*
அலோபதி	அப்ஜெக்ட்	அல்ட்ர	க்ரூஅல்	அதாரிடி
வைத்தியமுறை	ஆட்சேபி	தீவிரமான	இரக்கமற்ற	உரிமை
Animal	*Observatory*	*Uncle*	*Duel*	*Autonomy*
அனிமல்	அப்சர்வேடரி	அங்க்ள்	டூஅல்	அடானமி
விலங்கு	வானிலை	மாமா	இருவர்	தன்னாட்சி
Accept	ஆராய்ச்சி	*Urgent*	சண்டை	*Augustine*
அக்ஸெப்ட்	*Oolit*	அர்ஜென்ட்	*Tower*	அகஸ்டின்
சம்மதித்தல்	ஓஅலைட்	அவசரம்	டௌஅர்	பெயர்
Accuse	முட்டைவடிவம்	*Upper*	கோபுரம்	*Automation*
அக்யூஸ்	*Occasion*	அப்பர்	*Power*	அடமேஷன்
குற்றவாளி	அகேஷன்	மேல்	பௌஅர்	தானியங்கி
Allergy	நிகழும் சமயம்	*Upset*	பலம்	தொழிற்சாலை
அலர்ஜி	*Opossum*	அப்செட்	*Flower*	
ஒவ்வாமை	அபாஸம்	கவிழ்	ஃப்லௌஅர்	
Aloof	மதலைப்பை	*Until*	மலர்	
அலூஃப்	விலங்கு	அன்டில்	*Shower*	
விலகிநில்	*Opponent*	வரை	ஷௌஅர்	
Arrest	அபோனென்ட்	*Ugly*	மழை	
அரெஸ்ட்	எதிரி	அக்ளி	பொழிவு	
கைது செய்	*Oppressor*	அழகில்லாத	*Cower*	
Allotment	அப்ரெஸர்	*Ulna*	கௌஅர்	
அலாட்மென்ட்	கொடுங்கோலன்	அல்ன	பயத்தில்	
ஒதுக்கீடு	*Officious*	முழங்கை	ஒடுங்கு	
Amount	அஃபிஷஸ்	எலும்பு	*Puerile*	
அமௌன்ட்	குறுக்கிடுகின்ற	*Urn*	ப்யூஅரைல்	
தொகை	*Offend*	அர்ன்	சிறுபிள்ளைத்	
Alone	அஃபென்ட்	பாத்திரம்	தனமான	
அலோன்	அவமதி	*Urge*	*Brewer*	
தனியாக	*Obtain*	அர்ஜ்	ப்ரூஅர்	
	அப்டேய்ன்	தூண்டு	சாராயம்	
	சம்பாதி		காய்ச்சுபவர்	
			Gruel	
			க்ரூஅல்	
			கஞ்சி	

ஆ – தமிழ் உயிர் எழுத்துக்கு இணையான ஆங்கில உயிரெழுத்துக்கள் விளக்கம்

ஆ – A, O, AU ஆங்கிலத்தில் மூன்று 'ஆ' உண்டு

A – ஆ	O – ஆ	AU – ஆ
Architecture	*Occupation*	*Auditor*
ஆர்கிடெக்சர்	ஆக்குபேஷன்	ஆடிட்டர்
கட்டடக்கலை	குடியேறுதல்	தணிக்கையாளர்
Acme	*Oxide*	*Auxin*
ஆக்மி	ஆக்ஸைட்	ஆக்ஸின்
உயர்ந்தநிலை	ஆக்ஸைடு	தாவர ஹார்மோன்
Almighty	*Orphanage*	*Aunt*
ஆல்மைடி	ஆர்பனேஜ்	ஆன்ட்
சர்வவல்லமை	அநாதை இல்லம்	அத்தை
Album ஆல்பம்	*Orange*	*Autopsy*
புகைப்படங்கள்	ஆரஞ்ஜ்	ஆடாப்ஸி
Africa ஆஃப்ரிகா	பழம்	பிரேத பரிசோதனை
கண்டம்	*Orology*	*Autarchy*
Ambition	ஆராலஜி	ஆடார்கி
ஆம்பிஷன்	மலைகளைப்பற்றி	சர்வாதிகார ஆட்சி
உயரிய நோக்கம்	ஆராய்ச்சி	*Automatic*
Ampere	*Ostrich*	ஆட்டோமேடிக்
ஆம்பியர்	ஆஸ்ட்ரிச்	தானே இயங்கும்
மின்னோட்ட	நெருப்புக்கோழி	*Aurist*
அலகு	*Orthopaedy*	ஆரிஸ்ட்
Ambulance	ஆர்தோபீடி	காது சிகிச்சை நிபுணர்
ஆம்புலன்ஸ்	சிகிச்சைமுறை	*Augury*
நோயாளி	*Orgy* ஆர்ஜி	(ஆகரி) சகுனம்
அவசர வண்டி	களியாட்டம்	*Audience*
Artisan	*Organ* ஆர்கன்	ஆடியென்ஸ்
ஆர்டிஸன்	தேக உறுப்பு	வாசகர்கள்
தொழில்	*Ordinary*	*Aurora*
நிபுணன்	ஆர்டினரி	ஆரார
*Average*ஆவரேஜ்	வழக்கமான	விடியற்காலை
சராசரி		

இ – தமிழ் உயிர் எழுத்துக்கு இணையான ஆங்கில உயிரெழுத்துக்கள் விளக்கம்

இ – E, I, Y, AE ஆங்கிலத்தில் நான்கு ‘இ’ உண்டு

E – இ	I – இ
Enquiry இன்கொயரி விசாரணை	*Import* இம்போர்ட் இறக்குமதி
Emulsion இமல்ஷன் திரவம்	*Interpol* இண்டர்போல் பன்னாட்டு போலீஸ்
Emotional இமோஷனல் உணர்ச்சிமிக்க	*Inauguration* இனாகுரேஷன் ஆரம்பம்
Election இலெக்ஷன் தேர்தல்	*Industry* இண்டஸ்ட்ரி தொழிற்சாலை
Elaiyankudi இளையான்குடி சிவகங்கை	*Income* இன்கம் வருமானம்
Eviction இவிக்ஷன் காலி செய்தல்	*Intelligent* இன்டெலிஜென்ட் புத்திசாலி
Emergency இமர்ஜென்ஸி அவசரநிலை	*Install* இன்ஸ்டால் ஏற்படுத்து
Effect இஃபெக்ட் பயன்	*Interim* இன்டெரிம் இடைக்காலம்
Ear இயர் காது	*Invoice* இன்வாய்ஸ் விலைப்பட்டி
Espouse இஸ்பௌஸ் திருமணம் செய்	*Investigation* இன்வெஸ்டிகேஷன் புலன் விசாரணை

Y– இ	AE – இ
Soliloquy (ஸலிலக்உஇ) தனக்குத்தானே பேசிக்கொள்ளுதல் *Colloquy* (காலக்உஇ) சம்பாஷணை *y* – ஆங்கில உயிரெழுத்துக்களுடன் சேர்ந்து கி, சி, டி, ணி, தி, நி, பி, மி, யி, ரி, லி, வி, ழி, ளி, றி, னி ஆகிய உச்சரிப்புகளில் வார்த்தைகள் வரும். *Milky* (மில்கி) பால்போன்ற *Cloudy* (க்லௌடி) மந்தாரமான *Baby* (பேபி) குழந்தை *Early* (ஏர்லி) சீக்கிரமாக *System* (ஸிஸ்டம்) ஒழுங்கு *Country* (கன்ட்ரி) தேசம் *Academy* (அகடெமி) கல்விச்சாலை *Lazy* (லேஸி) சோம்பேறியான *Healthy* (ஹெல்தி) ஆரோக்கியமான	*AE*–க்கு "இ" உச்சரிப்புக்கு நேரடி வார்த்தை இல்லை. *AE* –ஒரு சில ஆங்கில மெய்யெழுத்துக்களுடன் சேர்ந்து மி, லி, னி ஆகிய உச்சரிப்புகளில் வார்த்தைகள் வரும். *Thermae* (தெர்மி) உஷ்ண நீரூற்று *Palaeography* (பாலியாக்ரஃபி) கல்வெட்டு ஆராய்ச்சி *Gynaecology* (கைனிகாலஜி) மகளிர் வைத்தியம் *Chimaera* (கிமியர) பயங்கர ஐந்து *Anaesthesis* (ஆனிஸ்தீஸிஸ்) மயக்கநிலை *Anaesthetic* (ஆனிஸ்தெடிக்) மயக்க மருந்து *Anaesthesia* (ஆனிஸ்தீஸிய) மயக்கம்

ஈ – தமிழ் உயிர் எழுத்துக்கு இணையான ஆங்கில உயிரெழுத்துக்கள் விளக்கம்

ஈ – E, AE, EE, EA, I ஆங்கிலத்தில் ஐந்து 'ஈ' உண்டு

E – ஈ	AE – ஈ	EE – ஈ
Eon ஈஅன் யுகம்	*Aeon* ஈஆன் யுகம்	*Eel* ஈல் விலாங்குமீன்
Evening ஈவினிங் மாலை நேரம்	*Aeolianharp* ஈயோலியன்ஹார்ப் இசைக்கருவி	*Eery* *(Eerie)* ஈரி விநோதமான
Equal ஈக்உஅல் சமம்	*Aerify* ஈரஃபை காற்றால் நிரப்பு	*Queen* க்உஈன் ராணி
Ego ஈகோ தற்பெருமை	*Aetiology* ஈடியாலஜி நோய்க்கூறு இயல்	
Enjampakkam ஈஞ்சம்பாக்கம் சென்னை	*Aesthetic* ஈஸ்தெடிக் ரசனை	
Elongation ஈலாங்கேஷன் நீட்டுதல்	*Aegis* ஈஜிஸ் பாதுகாப்பு	
E-mail ஈமெய்ல் மின்னணு அஞ்சல்		
Emu ஈமு ஆஸ்திரேலிய நெருப்புக்கோழி		
Equinox ஈக்உஇனாக்ஸ் சமராத்திரி நாள்		
Ethiopian ஈதிஓபியன் எதியோபிய நாடு		

EA – ஈ	I – ஈ
Eavestdrop ஈவ்ஸ்ட்ராப் ஒட்டுக்கேள் *Easy chair* ஈஸிசேர் சாய்வு நாற்காலி *Eat* ஈட் உண்ணு *Eastern* ஈஸ்டர்ன் கிழக்கிற்குரிய *Easement* ஈஸ்மென்ட் அனுபவ உரிமை *Ease* ஈஸ் சௌக்கியம் *Eagle* ஈக்ல் கழுகு *Eagerness* ஈகர்னிஸ் பேராவல் *Eaglet* ஈக்லிட் கழுகு குஞ்சு *Each* ஈச் ஒவ்வொரு	*Iran* ஈரான் நாடு *Iraq* ஈராக் நாடு

உ– தமிழ் உயிர் எழுத்துக்கு இணையான ஆங்கில உயிரெழுத்துக்கள் விளக்கம்

உ – U, OO ஆங்கிலத்தில் இரண்டு ‘உ’ உண்டு

உ – U	உ – OO
Upanishad உபநிஷத் வேதம் *Urdu* உருது மொழி *Equality* ஈக்உஆலிடி சமத்துவம் *Ukkadam* உக்கடம் கோவை *Ujjaini* உஜ்ஜைனி நகரம் *Uraiyur* உறையூர் திருச்சி மாவட்டம் *Uttarakhant* உத்தரகாண்ட் மாநிலம் *Ukanda* உகாண்டா நாடு *Umesh yadhav* உமேஷ் யாதவ் பெயர் *Ushmaniya* உஸ்மானியா பல்கலைக்கழகம்	*Wood* உட் மரம் *Wooden* உடன் மரத்தாலாகிய *Woodman* உட்மேன் மரம் வெட்டுபவன் *Wood nymph* உட் நிம்ஃப் வன தேவதை *Woodvine* உட்வைன் திராட்சைக்கொடி *Wool* உல் கம்பளி *Woollen* உல்லன் கம்பளித்துணி *Swoop* ஸ்உப் திடீர் தாக்குதல் *Swoon* ஸ்உன் மயக்கம்

ஊ– தமிழ் உயிர் எழுத்துக்கு இணையான ஆங்கில உயிரெழுத்துக்கள் விளக்கம்

<u>ஊ</u> – U, OO ஆங்கிலத்தில் இரண்டு '<u>ஊ</u>' உண்டு

U - <u>ஊ</u>	*OO* - <u>ஊ</u>
Umaithurai ஊமைத்துரை பெயர்	*Ooze* ஊஸ் நுண்மணல்
Urvasi ஊர்வசி பெயர்	*Oozy* ஊஸி சேறுபோன்ற
Unjampatti ஊஞ்சாம்பட்டி ஊர் (தேனி)	*Ooty* ஊட்டி நீலகிரி
Uthukadu ஊத்துக்காடு ஊர்	*Woody* ஊடி மரங்கள் நிறைந்த
Uthankarai ஊத்தங்கரை கிருஷ்ணகிரி மாவட்டம்	*Woof* ஊஃப் நூல் இழை
Uthukuli ஊத்துக்குளி ஊர்	*Wooer* ஊயர் காதலிப்பவர்
Urkalan ஊர்காலன் பெயர்	*Wooing* ஊயிங் காதலித்தல்
Umatchikulam ஊமச்சிகுளம் ஊர் (மதுரை)	*Swoop* ஸ்ஊப் திடீர் தாக்குதல்
Urappakkam ஊரப்பாக்கம் சென்னை	*Swoon* ஸ்ஊன் மயக்கம்
Urmila ஊர்மிளா பெயர்	

எ– தமிழ் உயிர் எழுத்துக்கு இணையான ஆங்கில உயிரெழுத்துக்கள் விளக்கம்

எ – A, E, AE, EA ஆங்கிலத்தில் நான்கு ‘எ’ உண்டு

A – எ	E – எ	AE – எ	EA – எ
Anybody எனிபடி யாரேனும் ஒருவர் *Aim* எய்ம் நோக்கம் *Aid* எய்ட் உதவி *Ago* எகோ முன்னே *Coward* கௌஎர்ட் கோழை *Vitiate* விஷிஎட் சீர்குலை	*Echo* எகோ எதிரொலி *Episode* எபிசோட் நிகழ்ச்சி *Egypt* எஜிப்ட் எகிப்து நாடு *Emphasis* எம்ஃபஸிஸ் சொல் அழுத்தம் *Exchange* எக்ஸ்சேஞ்ஜ் பண்டமாற்றம் *Ernakulam* எர்ணாகுளம் ஊர் (கேரளா) *Egmore* எக்மோர் எழும்பூர் சென்னை *Elder* எல்டர் மூத்தவன் *Elbow* எல்போ முழங்கை *Elevation* எலிவேஷன் முன் தோற்றம்	*AE* – “எ” உச்சரிப்புக்கு நேரடி வார்த்தை இல்லை. *AE* – ஆங்கில மெய்யெழுத்து *H* – உடன் சேரும்போது “ஹெ” உச்சரிப்பில் இரண்டு வார்த்தைகள் மட்டும் உண்டு. வேறு வார்த்தைகள் இல்லை. *Haemorrhage* ஹெமரிஜ் இரத்தப்போக்கு *Haemorrhoid* ஹெமராய்ட் மூலவியாதி	*Earth* எர்த் பூமி

ஏ– தமிழ் உயிர் எழுத்துக்கு இணையான ஆங்கில உயிரெழுத்துக்கள் விளக்கம்

ஏ – A, E, AE, EA ஆங்கிலத்தில் நான்கு 'ஏ' உண்டு

A – ஏ	E – ஏ	AE – ஏ	EA – ஏ
Agency	Ethens	Aeroplane	Earth quake
ஏஜென்ஸி	ஏதென்ஸ்	ஏரோப்ளேன்	ஏர்த்க்உஏக்
காரியாலயம்	நாடு	ஆகாய விமானம்	பூகம்பம்
Angel	Eight	Aerodrome	Early
ஏஞ்ஜல்	ஏய்ட்	ஏரட்ரோம்	ஏர்லி
தேவதை	எட்டு	விமான நிலையம்	சீக்கிரமாக
Airline	Ezhumalai	Aerator	Earnest
ஏர்லைன்	ஏழுமலை	ஏரேடர்	ஏர்னிஸ்ட்
விமானக்	பெயர்	காற்றை சேகரிக்கும்	ஆர்வமுள்ள
கம்பெனி	Eclat	கருவி	Earning
Able	ஏக்லா	Aerofoil	ஏர்னிங்
ஏப்ல்	ஆரவாரம்	ஏரோஃபாய்ல்	சம்பாதித்தல்
திறமை	Erkadu	விமான இறக்கை	Earl
Ace	ஏற்காடு	Aerosol	ஏர்ல்
ஏஸ்	ஊர் சேலம்	ஏரோஸால்	ஆங்கிலப்பிரபு
தாயம்	Elan	கலம்	Earthworm
Acre	ஏலாங்	Aerospace	ஏர்த்வார்ம்
ஏகர்	உற்சாகம்	ஏரோஸ்பேஸ்	மண்புழு
நிலப்பரப்பு	Eyry	பூமியும்	Earthen
Ague	ஏய்ரி	விண்வெளியும்	ஏர்தன்
ஏக்யூ	கழுகு கூடு	Aerostatics	மண்ணால்
குளிர்காய்ச்சல்	Ere	ஏரோஸ்டேடிக்ஸ்	செய்யப்பட்ட
Ail	ஏர்	வாயு பௌதிக	
ஏய்ல்	முன்பு	சாஸ்திரம்	
வருந்து	Esudoss	Aerology	
Alien	ஏசுதாஸ்	ஏராலஜி	
ஏலியன்	பெயர்	வாயு மண்டல	
அயல்நாட்டினர்	Eral	சாஸ்திரம்	
Apiculture	ஏரல்	Aerography	
ஏபிகல்சர்	ஊர்	ஏரக்ரஃபி	
தேனீ வளர்த்தல்		வாயுமண்டல	
		விவரக் கலை	
		Aerial	
		ஏரியல்	
		கம்பி	

ஐ– தமிழ் உயிர் எழுத்துக்கு இணையான ஆங்கில உயிரெழுத்துக்கள் விளக்கம்

ஐ – I, Y, AI ஆங்கிலத்தில் மூன்று 'ஐ' உண்டு

I – ஐ	Y – ஐ	AI – ஐ
Item	*Eye*	*Aisle*
ஐடம்	ஐ	ஐல்
விபரம்	கண்	உட்காரும்
Ideal		இடங்களுக்கு நடுவில்
ஐடியல்		உள்ள பாதை
உயர்வான		*Aisawl*
Icon		ஐஸால்
ஐகான்		மிஸோரம் தலைநகர்
விக்கிரகம்		*Aishwarya*
Idea		ஐஸ்வர்யா
ஐடியா		பெயர்
எண்ணம்		*Airawathanallur*
Identify		ஐராவதநல்லூர்
ஐடென்டிஃபை		மதுரை மாவட்டம்
அடையாளம்		
Iota		
ஐயோட		
அணு		
Iodine		
ஐயோடின்		
ரசாயன மூலகம்		
Irate		
ஐரேட்		
கோபமுள்ள		
Itinerary		
ஐடினெரரி		
பிரயாண சம்பந்தமான		
Isotherm		
ஐஸோதெர்ம்		
சம உஷ்ண		
நிலைக்கோடு		

ஒ – தமிழ் உயிர் எழுத்துக்கு இணையான ஆங்கில உயிரெழுத்துக்கள் விளக்கம்

ஒ – O ஆங்கிலத்தில் ஒரு 'ஒ' மட்டும் உண்டு

O – ஒ
Omission ஒமிஷன் விடுபட்டது *Olympics* ஒலிம்பிக்ஸ் உலக விளையாட்டு போட்டிகள் *Obedient* ஒபீடியன்ட் கீழ்ப்படிதல் *Ondipudur* ஒண்டிபுதூர் கோவை *Once* ஒன்ஸ் ஒரு சமயம் *Opaque* ஒபேக் ஒளி புகாத *Orangoutang* ஒராங் உடாங் வாலில்லாக் குரங்கு *Original* ஒரிஜினல் அசல் *Oragadam* ஒரகடம் சென்னை *Odisha* ஒடிஷா மாநிலம்

ஓ– தமிழ் உயிர் எழுத்துக்கு இணையான ஆங்கில உயிரெழுத்துக்கள் விளக்கம்

ஓ – O, OA ஆங்கிலத்தில் இரண்டு 'ஓ' உண்டு

O – ஓ	OA – ஓ
Owner ஓனர் சொந்தக்காரன் *Ovule* ஓவ்யூல் பூவின் சூல் *Over* ஓவர் அதிகமாக *Otoscope* ஓடோஸ்கோப் காது பரிசோதனைக் கருவி *Osier* ஓஸியர் பிரம்பு வகை *Ore* ஓர் உலோகத்தாது *Opus* ஓபஸ் இசை *Opiate* ஓபியட் அபினி கலந்த *Opal* ஓபல் இரத்தினக்கல் *Old testament* ஓல்ட் டெஸ்டமெண்ட் பைபிள் பழைய ஏற்பாடு	*Oaf* ஓஃப் முட்டாள் *Oafish* ஓஃபிஷ் மதி கெட்ட *Oak* ஓக் சிந்தூர மரம் *Oar* ஓர் படகோட்டும் துடுப்பு *Oat* ஓட் ஒரு தானியம் *Oath* ஓத் சத்தியம்

ஔ– தமிழ் உயிர் எழுத்துக்கு இணையான ஆங்கில உயிரெழுத்துக்கள் விளக்கம்

ஔ – OU, OW ஆங்கிலத்தில் இரண்டு 'ஔ' உண்டு

OU – ஔ	OW – ஔ
Out	*Owl*
ஔட்	ஔல்
வெளியே	ஆந்தை
Ounce	*Owlet*
ஔன்ஸ்	ஔலிட்
அளவு	ஆந்தைக் குஞ்சு
Outing	*Owrangajeap*
ஔடிங்	ஔரங்கசீப்
உல்லாசப் பிரயாணம்	முகம்மதிய அரசர்
Outdoor	*Owvaiyar*
ஔட்டோர்	ஔவையார்
வெளிப்புறம்	பெண் புலவர்
Outlaw	*Owrangpath*
ஔட்லா	ஔரங்கபாத்
நாடு கடத்தப்பட்டவர்	நகரம்
Hour	*Owshadam*
ஔஅர்	ஔஷதம்
மணி	மருந்து
Hourglass	
ஔஅர் க்ளாஸ்	*Own*
மணற்கடிகை	ஓன்
Dropout	*Owner*
ட்ராப்ஔட்	ஓனர்
இடையில் படிப்பை விடுபவர்	*Ownership*
	ஓனர்ஷிப்

க் – தமிழ் மெய்யெழுத்துக்கு இணையான ஆங்கில மெய்யெழுத்துக்கள் விளக்கம்

க் – C, G, K, Q, QU, CH, CK, GU ஆங்கிலத்தில் எட்டு 'க்' உண்டு

C – க்	G – க்	K – க்	Q – க்
Public	*Ground*	*Took*	*Iraq*
பப்ளிக்	க்ரௌன்ட்	டுக்	ஈராக்
பொதுவான	மைதானம்	எடு	நாடு
Magic	*Agriculture*	*Cake*	*Quack*
மேஜிக்	அக்ரிகல்சர்	கேக்	க்உஆக்
மாயாஜாலம்	விவசாயம்	ரொட்டி	வாத்துபோல்
Picture	*Grocery*	*Like*	கத்து
பிக்சர்	க்ராஸரி	லைக்	*Quag*
படம்	பலசரக்கு	விருப்பம்	க்உஆக்
Clinic	*Plug*	*Strike*	சதுப்பு நிலம்
க்ளினிக்	ப்ளக்	ஸ்ட்ரைக்	*Quaint*
மருத்துவமனை	அடைப்பு	வேலை	க்உஎய்ன்ட்
Octopus	*Mug*	நிறுத்தம்	புதுமையான
ஆக்டபஸ்	மக்	*Break*	*Quail*
எட்டுக்கால் நீர்	குவளை	ப்ரேக்	க்உஏய்ல்
விலங்கு	*Tag*	தடங்கல்	நடுங்கு
Tractor	டேக்	*Stoke*	*Qualify*
ட்ராக்டர்	மெல்லிய கயிறு	ஸ்டோக்	க்உஆலிஃபை
உழும்	*Wig*	தீயை எரியச்	தகுதி
இயந்திரம்	விக்	செய்	*Queen*
Lac	டோபா முடி	*Peak*	க்உஈன்
லாக்	*Stag*	பீக்	ராணி
இலட்சம்	ஸ்டாக்	சிகரம்	*Queue*
Crime	ஆண் கலைமான்	*Teak*	க்யூ
க்ரைம்	*Slog*	டீக்	வரிசை
குற்றம்	ஸ்லாக்	தேக்கு மரம்	*Quickness*
District	முரட்டுத்தனம்	*Speak*	க்உஇக்னிஸ்
டிஸ்ட்ரிக்ட்	*Smuggler*	ஸ்பீக்	வேகமாக
மாவட்டம்	ஸ்மக்லர்	பேசு	*Quiet*
Fact	கடத்தல்காரர்	*Week*	க்உஐஎட்
ஃபாக்ட்		வீக்	அமைதி
உண்மை		வாரம்	

QU – க்	**CH – க்**	**CK – க்**	**GU – க்**
Technique டெக்னிக் கைத்திறமை *Unique* யூனிக் அபூர்வமான *Cinque* சிங்க் தாயத்தில் 5 எண் *Clique* க்ளிக் கருத்து வேறுபாடு *Antique* ஆன்டிக் அச்சு எழுத்து *Sathique* சாதிக் பெயர் *Mosque* மாஸ்க் மசூதி *Ashique* ஆஷிக் பெயர் *Toque* டோக் தொப்பி *Plaque* ப்லாக் பெயர்ப்பலகை	*Stomach* ஸ்டமக் வயிறு *Ache* ஏக் வலி *Chlorine* க்ளோரின் தீ நாற்ற வாயு *Ethnarch* எத்நார்க் அரசன், ஜனாதிபதி *Conch* காங்க் புறச்செவி *Stich* ஸ்டிக் செய்யுளில் ஒரு வரி *Chlorophyll* க்ளோரஃபில் தாவர பச்சையம் *Chrism* க்ரிஸம் புனித எண்ணெய் *Chrome* க்ரோம் மஞ்சள் வர்ணம் *Technician* டெக்னிஷன் தொழில் நிபுணன்	*Stock* ஸ்டாக் இருப்பு *Block* ப்ளாக் தடை *Sock* சாக் கால் உறை *Pluck* ப்ளக் பிடுங்கு *Duck* டக் வாத்து *Attack* அட்டாக் தாக்குதல் *Wick* விக் விளக்கின் திரி *Shock* ஷாக் அதிர்ச்சி *Peacock* பீகாக் ஆண்மயில் *Quick* க்உஇக் வேகமாக	*Eclogue* எக்லாக் நாட்டுப்பாடல் *Epilogue* எபிலாக் புத்தக முடிவுரை *Rogue* ரோக் அயோக்கியன் *Catalogue* காடலாக் ஜாபிதா *Plague* ப்ளேக் தொற்று நோய் *Dialogue* டையலாக் உரையாடல் *Synagogue* ஸினகாக் யூதர்களின் கூட்டம் *Fatigue* ஃபடீக் சோர்வுறச் செய் *Vague* வேக் குறிப்பிடப்படாத *Vogue* வோக் மரபு

ங் – தமிழ் மெய்யெழுத்துக்கு இணையான ஆங்கில மெய்யெழுத்துக்கள் விளக்கம்

ங் – N, NG – ஆங்கிலத்தில் இரண்டு 'ங்' உண்டு

ங் – N	ங் –NG
Incubator இங்குபேடர் குஞ்சு பொரிக்கும் பெட்டி *Hungry* ஹங்க்ரி பசியுள்ள *Tongue* டங் நாக்கு *Ankle* ஆங்க்ல் கணுக்கால் *Mango* மேங்கோ மாம்பழம் *Mangolia* மங்கோலியா நாடு *West Bengal* வெஸ்ட் பெங்கால் மாநிலம் *Junction* ஜங்க்ஷன் சந்திப்பு *Hanger* ஹாங்கர் தொங்கவிட உதவும் சாதனம் *Bank* பேங்க் வங்கி	*Belong* பிலாங் சொந்தமாயிரு *Furlong* ஃபர்லாங் தூரம் *Strong* ஸ்ட்ராங் பலமான *Dung* டங் சாணம் *Wrong* ராங் தவறான *Diphthong* டிஃப்தாங் ஒரே உச்சரிப்புள்ள இரு உயிரெழுத்துக்கள் *England* இங்லாந்த் நாடு *Song* சாங் பாட்டு *Pang* பாங் மரண வேதனை *Tang* டாங் வாசனை

ச் – தமிழ் மெய்யெழுத்துக்கு இணையான ஆங்கில மெய்யெழுத்துக்கள் விளக்கம்

ச் – C, Ch, S ஆங்கிலத்தில் மூன்று 'ச்' உண்டு

ச் – C	ச் – Ch	ச் – S
Punctuality பங்ச்சுஆலிடி காலந்தவறாமை *Punctuation* பங்ச்சுஏஷன் நிறுத்தற்குறி *Punctually* பங்ச்யுஅலி சரியான நேரத்தில் *Punctuate* பங்ச்யுஏட் நிறுத்தற்குறி *Punctual* பங்க்ச்வெல் காலந்தவறாமை	*Reach* ரீச் அடைதல் *Catch* கேட்ச் பிடி *Match* மேட்ச் போட்டி *Search* ஸர்ச் ஆராய் *Sketch* ஸ்கெட்ச் தரைப்படம் *Roche* ரோச் பாறை *Roach* ரோச் ஒரு சிறு மீன் *Approach* அப்ரோச் அணுகுமுறை *Arch* ஆர்ச் வளைவு *Latch* லாட்ச் தாழ்ப்பாள்	*S* –'ச்' உச்சரிப்புக்கு நேரடி வார்த்தைகள் இல்லை. *S* –(ச்) உடன் ஆங்கில உயிரெழுத்துக்கள் சேரும்போது ச, சா, சி, சீ, சு, சூ, செ, சே, சை, சொ, சோ, சௌ ஆகிய உச்சரிப்புகளில் வார்த்தைகள் வரும். *Samaritan* சமாரிடன் சமாரியா நாட்டு குடிமகன் *Sanitary* சானிடரி ஆரோக்கியமான *Safe* சேஃப் பாதுகாப்பு *Servant* செர்வன்ட் வேலைக்காரர் *Season* சீசன் பருவம் *Soon* சூன் சீக்கிரமாக

ஞ் – தமிழ் மெய்யெழுத்துக்கு இணையான ஆங்கில மெய்யெழுத்து விளக்கம்

ஞ் – N ஆங்கிலத்தில் ஒரு 'ஞ்' உண்டு

ஞ் – N
Thanjavur தஞ்சாவூர் மாவட்டம் *Messenger* மெஸிஞ்சர் செய்தி எடுத்துச் செல்பவர் *Angel* ஏஞ்ஜல் தேவதை *Change* சேஞ்ஜ் மாறுதல் *Pathanjali* பதஞ்சலி பெயர் *Passenger* பாஸிஞ்ஜர் பிரயாணி *Chenji* செஞ்சி விழுப்புர மாவட்டம் *Kurinji* குறிஞ்சி நிலம் *Dingy* டிஞ்ஜி இருட்டான *Utranjal* உத்ராஞ்சல் மாநிலம்

ட் – தமிழ் மெய்யெழுத்துக்கு இணையான ஆங்கில மெய்யெழுத்து விளக்கம்

ட் – D, T ஆங்கிலத்தில் இரண்டு 'ட்' உண்டு

ட் – D	ட் – T
Adhoc அட்ஹாக் தனிக்குழு	*Sport* ஸ்போர்ட் விளையாட்டு
World உஅர்ல்ட் உலகம்	*Court* கோர்ட் நீதிமன்றம்
Third தேர்ட் மூன்றாவது	*Strict* ஸ்ட்ரிக்ட் கண்டிப்பான
Shield ஷீல்ட் கேடயம்	*Short* ஷார்ட் குட்டை
Pond பான்ட் சிறுகுளம்	*Mount* மௌன்ட் சிறு குன்று
Lead லீட் தலைமை	*Shirt* சர்ட் சட்டை
Wild வைல்ட் வனம்	*Gift* கிஃப்ட் பரிசு
Gold கோல்ட் தங்கம்	*Merchant* மெர்சென்ட் வியாபாரி
Field ஃபீல்ட் வயல்	*Permanent* பெர்மனென்ட் நிரந்தரம்
Land லேன்ட் நிலம்	*Minute* மினிட் நிமிடம்

ண் – தமிழ் மெய்யெழுத்துக்கு இணையான ஆங்கில மெய்யெழுத்து விளக்கம்

ண் – N ஆங்கிலத்தில் ஒரு 'ண்' உண்டு

ண் – N
Laundry லாண்ட்ரி சலவைச்சாலை *Indica* இண்டிகா கார் *Industry* இண்டஸ்ட்ரி தொழிற்சாலை *Standard* ஸ்டாண்டர்ட் வகுப்பு *Container* கண்டேய்னர் பெட்டி *Contractor* காண்ட்ராக்டர் ஒப்பந்தக்காரர் *Pantaloon* பாண்டலூன் ஒருவகை கால்சட்டை *Raiment* ரேய்மெண்ட் ஆடை *Appointment* அப்பாய்ண்ட்மென்ட் நியமனம் *Kundalakesi* குண்டலகேசி நூல்

த் – தமிழ் மெய்யெழுத்துக்கு இணையான ஆங்கில மெய்யெழுத்துக்கள் விளக்கம்

த் – D, T, DH, TH ஆங்கிலத்தில் நான்கு 'த்' உண்டு

த் – D	த் – T	த் – DH	த் – TH
Ambedkar	Kuwait	Andhra	Wealth
அம்பேத்கார்	குவைத்	ஆந்த்ரா	வெல்த்
சட்டமேதை	நாடு	மாநிலம்	செழுமை
Masjid	Gujarat	Amidhsha	Cloth
மஸ்ஜித்	குஜராத்	அமித்ஷா	க்ளாத்
மசூதி	மாநிலம்	பெயர்	துணி
Indra	Sutram	Vaidhyasalai	South
இந்த்ரா	சூத்ரம்	வைத்ய சாலை	சௌத்
பெயர்	சூத்திரம்	மருத்துவமனை	தெற்கு
Sanad	Mahatma	Badhrakali	Teeth
ஸனத்	மஹாத்மா	பத்ரகாளி	டீத்
பட்டயம்	காந்தி	பெயர்	பற்கள்
Madrasah	அடிகள்	Vidhya	Death
மத்ரஸா	Panchayat	வித்யா	டெத்
முஸ்லீம்	பஞ்சாயத்	பெயர்	இறப்பு
கல்லூரி	நிர்வாக சபை	Nidhya	Kathmandu
Madyapradesh	Satyagraha	நித்யா	காத்மண்டு
மத்யப்ரதேஷ்	சத்யக்ரஹா	பெயர்	நேபாள
மாநிலம்	சத்யாக்ரகம்	Riyadh	தலைநகர்
Mohamed	Chitra	ரியாத்	Growth
முஹமத்	சித்ரா	சௌதி	க்ரோத்
பெயர்	பெயர்	அரேபியா	வளர்ச்சி
Aravind	Watrab	தலைநகர்	Strength
அரவிந்த்	வத்றாப்	Sadhya	ஸ்ட்ரெங்த்
பெயர்	ஊர் –	சத்யா	பலம்
Saradbawar	விருதுநகர்	பெயர்	Length
சரத்பவார்	Bharat		லெங்த்
பெயர்	பாரத்		நீளம்
Bhagavad gita	பாரதம்		Faith
பகவத் கீதா	Uttarpradesh		ஃபெய்த்
பகவத் கீதை	உத்தர்		நம்பிக்கை
	ப்ரதேஷ்		
	மாநிலம்		

ந் – தமிழ் மெய்யெழுத்துக்கு இணையான ஆங்கில மெய்யெழுத்து விளக்கம்

ந் – N ஆங்கிலத்தில் ஒரு 'ந்' உண்டு

ந் – N
Pandal பந்தல் கொட்டகை *India* இந்தியா தாய்நாடு *Thanthai* தந்தை அப்பா *Hindustan* ஹிந்துஸ்தான் இந்தியா *Newzealand* நியூசிலாந்த் நாடு *Switzerland* சுவிட்சர்லாந்த் ஐரோப்பிய நாடு *England* இங்கிலாந்த் நாடு *Anthaman* அந்தமான் நாடு *Anantham* ஆனந்தம் மகிழ்ச்சி *Sindhu* சிந்து பெயர்

ப் – தமிழ் மெய்யெழுத்துக்கு இணையான ஆங்கில மெய்யெழுத்துக்கள் விளக்கம்

ப் – B, P, BH ஆங்கிலத்தில் மூன்று 'ப்' உண்டு

ப் – B	ப் – P	ப் – BH
Humble ஹம்ப்ள் அடக்கமுள்ள *Subsidy* சப்ஸைடி மானியம் *Superb* சூப்பர்ப் மிகச் சிறந்த *Nibble* நிப்ல் இலேசாகக் கடி *Crib* க்ரிப் குடிசை *Bible* பைப்ள் கிறிஸ்தவ வேதநூல் *Lab* லேப் ஆய்வுக்கூடம் *Absolute* அப்ஸலூட் பூரணமான *Cab* காப் வாடகை வண்டி *Gibe (Jibe)* ஜைப் ஏளனம் செய்	*Lipstick* லிப்ஸ்டிக் உதடுகளுக்கு சாயம் பூசும் குச்சி *Bus stop* பஸ் ஸ்டாப் பஸ் நிறுத்துமிடம் *Captain* கேப்டன் தலைவன் *Capsule* காப்ஸ்யூல் மருந்தின் மீதுள்ள உறை *Malpractice* மால்ப்ராக்டிஸ் கெட்ட நடத்தை *Septic* செப்டிக் அழுகிப்போன *September* செப்டெம்பர் ஆங்கில மாதம் *Reply* ரிப்ளை பதில் சொல் *Syrup* ஸிரப் கரைசல் *Depression* டிப்ரெஷன் மன அழுத்தம்	*BH* – "ப்" உச்சரிப்புக்கு நேரடி வார்த்தை இல்லை. *BH* – 'ப்' ஒரு சில ஆங்கில உயிரெழுத்துக்களுடன் சேரும்போது ப, பா, பு, பூ உச்சரிப்பில் சில வார்த்தைகள் வரும். *Bhavanam* பவனம் வீடு *Bhavani* பவானி பெயர் *Bharat* பாரத் பாரதம் *Bharathiyar* பாரதியார் தமிழ் புலவர் *Bhuwaneswar* புவனேஸ்வர் ஒடிஸா *Bhukari* புகாரி பெயர் *Bhutan* (பூடான்) நாடு

ம் – தமிழ் மெய்யெழுத்துக்கு இணையான ஆங்கில மெய்யெழுத்து விளக்கம்

ம் – M ஆங்கிலத்தில் ஒரு 'ம்' உண்டு

ம் – M
Salaam சலாம் வணக்கம் *Stadium* ஸ்டேடியம் விளையாட்டு அரங்கம் *Temple* டெம்ப்ள் கோவில் *Simple* சிம்ப்ள் சாதாரண *Nazism* நாஸிஸம் நாஸிக் கட்சி கொள்கை *James* ஜேம்ஸ் பெயர் *Villivakkam* வில்லிவாக்கம் சென்னை *Compromise* காம்ப்ரமைஸ் சமாதானம் *Cardamom* கார்டமம் ஏலக்காய் *Shame* ஷேம் அவமானம்

ய் – தமிழ் மெய்யெழுத்துக்கு இணையான ஆங்கில மெய்யெழுத்துக்கள் விளக்கம்

ய் – Y, I ஆங்கிலத்தில் இரண்டு 'ய்' உண்டு

Y – ய்	I – ய்
Enjoy என்ஜாய் இன்பம் அனுபவி	*Voice* வாய்ஸ் குரல்
Pray ப்ரேய் பிரார்த்தனை	*Broiler* ப்ராய்லர் சுட்டு சமைக்கப்படும் கோழி
Play ப்ளேய் விளையாட்டு	*Avoid* அவாய்ட் விட்டு விலகு
Delay டிலேய் தாமதம்	*Voile* வாய்ல் வாயில் துணி
Always ஆல்வேய்ஸ் எப்பொழுதும்	*Tailor* டெய்லர் தையல்காரர்
Today டுடேய் இன்று	*Toil* டாய்ல் உழைப்பு
Gray க்ரேய் சாம்பல் நிறம்	*Taiga* டேய்க அமெரிக்க பசும் ஊசி இலைக்காடுகள்
Hay ஹேய் வைக்கோல்	*Spoil* ஸ்பாய்ல் அழித்தல்
Hoy ஹாய் ஒலி	*Sailor* ஸெய்லர் மாலுமி
Survey சர்வேய் பரப்பு அளத்தல்	*Roister* ராய்ஸ்டர் ஆரவாரம்

ர் – தமிழ் மெய்யெழுத்துக்கு இணையான ஆங்கில மெய்யெழுத்து விளக்கம்

ர் – R ஆங்கிலத்தில் ஒரு 'ர்' உண்டு

ர் – R
Crore க்ரரோர் கோடி *Spare* ஸ்பேர் அதிகப்படியான *Carpenter* கார்பென்டர் தச்சுவேலை *Service* சர்விஸ் தொண்டு செய்தல் *Regular* ரெகுலர் ஒழுங்கான *Cleaner* க்ளீனர் சுத்தம் செய்பவர் *Pastor* பாஸ்டர் மத போதகர் *Floor* ஃப்ளோர் தரைதளம் *Conductor* கண்டக்டர் நடத்துனர் *Share* ஷேர் பங்கு

ல் – தமிழ் மெய்யெழுத்துக்கு இணையான ஆங்கில மெய்யெழுத்து விளக்கம்

ல் – L ஆங்கிலத்தில் ஒரு 'ல்' உண்டு

ல் – L
Cool கூல் குளிர்ச்சி *Regal* ரீகல் அரசருக்குரிய *Capital* கேபிடல் தலைநகரம் *Pongal* பொங்கல் தைப்பொங்கல் *Medical* மெடிகல் மருத்துவம் *Parcel* பார்சல் சிறுமூட்டை *Nail* நெய்ல் நகம் *Silk* சில்க் பட்டு *Roll call* ரோல்கால் ஆஜர் பதிவு *Welcome* வெல்கம் நல்வரவு

வ் – தமிழ் மெய்யெழுத்துக்கு இணையான ஆங்கில மெய்யெழுத்துக்கள் விளக்கம்

வ் – V, W ஆங்கிலத்தில் இரண்டு 'வ்' உண்டு

வ் – V	**வ் – W**
Motive மோடிவ் உந்துசக்தி *Negative* நெகடிவ் எதிர்மறை *Above* அபவ் தலைக்குமேலே *Drive* ட்ரைவ் வண்டி ஓட்டு *Creative* க்ரியேடிவ் உண்டாக்குதல் *Receive* ரிஸீவ் பெற்றுக்கொள் *Parthiv Patel* பர்தீவ் படேல் பெயர் *Save* சேவ் சேமிப்பு *Five Star* (ஃபைவ் ஸ்டார்) ஐந்து நட்சத்திரம் *Love* லவ் அன்பு	*Wow* வாவ் வியப்பிடைச் சொல் *Rowthar* ராவ்தர் முஸ்லீம்

ழ் – தமிழ் மெய்யெழுத்துக்கு இணையான ஆங்கில மெய்யெழுத்துக்கள் விளக்கம்

ழ் – L, ZH ஆங்கிலத்தில் இரண்டு 'ழ்' உண்டு

ழ் – L	ழ் – ZH
Tamil தமிழ் தமிழ்மொழி *Yal* யாழ் இசைக்கருவி *Yalbanam* யாழ்பானம் இலங்கை நகர் *Pugalchi* புகழ்ச்சி *Magilchi* மகிழ்ச்சி	*Tamizh* தமிழ் தமிழ்மொழி *Yazh* யாழ் இசைக்கருவி *Yazhbanam* யாழ்பானம் இலங்கை நகர் *Pugazhchi* புகழ்ச்சி *Magizhchi* மகிழ்ச்சி

ள் – தமிழ் மெய்யெழுத்துக்கு இணையான ஆங்கில மெய்யெழுத்து விளக்கம்

ள் – L ஆங்கிலத்தில் ஒரு 'ள்' உண்டு

ள் – L
Chuckle சக்ள் உள்ளூரச் சிரி *Bangle* பேங்க்ள் வளையல் *Mingle* மிங்க்ள் கூடு *Rifle* ரைஃபிள் துப்பாக்கி *Portable* போர்டப்ள் எடுத்துச்செல்லக்கூடிய *Male* மேள் ஆண் *Rimple* ரிம்ப்ள் சிற்றலை *Stable* ஸ்டேப்ள் நிலையான *Constable* (கான்ஸ்டப்ள்) போலிஸ்காரர் *Alagammal* அழகம்மாள் பெயர்

ற் – தமிழ் மெய்யெழுத்துக்கு இணையான ஆங்கில மெய்யெழுத்து விளக்கம்

ற் – R ஆங்கிலத்தில் ஒரு 'ற்' உண்டு

ற் – R
Arkadu ஆற்காடு ஊர் *Thiruverkadu* திருவேற்காடு ஊர், சென்னை *Pazhaverkadu* (பழவேற்காடு) சென்னை ஊர் *Nerkuppai* நெற்குப்பை ஊர் *Nerkundram* நெற்குன்றம் சென்னை *Sarkunam* சற்குணம் பெயர் *Erkadu* ஏற்காடு சேலம்

ன் – தமிழ் மெய்யெழுத்துக்கு இணையான ஆங்கில மெய்யெழுத்து விளக்கம்

ன் – N ஆங்கிலத்தில் ஒரு 'ன்' உண்டு

ன் – N
Shine ஷைன் பிரகாசி *France* ஃப்ரான்ஸ் ஐரோப்பிய நாடு *Kenya* கென்யா நாடு *None* நன் ஒருவருமில்லை *Tone* டோன் குரல் *Scent* ஸென்ட் மணம் *Friend* ஃப்ரென்ட் நண்பன் *Expectation* எக்ஸ்பெக்டேஷன் எதிர்பார்த்தல் *Reason* ரீஸன் காரணம் *Dance* டான்ஸ் நடனம்

ஃப் – உச்சரிப்புக்கு இணையான ஆங்கில மெய்யெழுத்துக்கள் விளக்கம்

ஃப் – F, PH ஆங்கிலத்தில் இரண்டு 'ஃப்' உண்டு

ஃப் – F	**ஃப் – PH**
Mufti மஃப்டி சாதாரண உடை *Relief* ரிலீஃப் அகற்றுதல் *Kerchief* கெர்சிஃப் கைக்குட்டை *Soft* ஸாஃப்ட் மென்மையான *Friday* ஃப்ரைடேய் வெள்ளிக்கிழமை *Lift* லிஃப்ட் மேலே தூக்கு *Scarf* ஸ்கார்ஃப் கழுத்துக்குட்டை *Loft* லாஃப்ட் பரண் *Briefcase* ப்ரீஃப்கேஸ் சிறிய பெட்டி *Half* ஹாஃப் பாதி பாகம்	*Nymph* நிம்ஃப் வனதேவதை *Phrase* ஃப்ரேஸ் வீண் வார்த்தை *Trumph* ட்ரம்ஃப் முன்னாள் அமெரிக்க ஜனாதிபதி *Oleograph* ஓலியோக்ராஃப் வண்ண ஓவியம் அச்சிடுதல் *Graph* க்ராஃப் வரைபடம் *Ophthalmic* ஆஃப்தால்மிக் கண் மருத்துவமனை *Naphthaline* நாஃப்தலீன் அந்துருண்டை *Trigraph* ட்ரைக்ராஃப் ஓர் உச்சரிப்பில் உள்ள மூன்று உயிர் எழுத்துக்கள் *Lymph* லிம்ஃப் அம்மைப்பால் மருந்து *Phrenology* ஃப்ரினாலஜி மூளைப் பற்றிய ஆராய்ச்சி

ஃற – வடமொழி மெய்யெழுத்துக்கு இணையான ஆங்கில மெய்யெழுத்து விளக்கம்

ஃற – H ஆங்கிலத்தில் ஒரு 'ஃற' உண்டு

ஃற – H
Exhume எக்ஸ்ஃறயூம் தோண்டி எடு *Ihram* எஃறராம் வெள்ளை உடை *Subhuman* சப் ஃறயூமன் மனித இனத்தில் குறைந்த *Rahman* ரஃறமான் பெயர் *Dehradune* டெஃறராடூன் ஊர் *Nehru* நெஃறரு நேரு *Bahrain* பஃறரைன் அரபு நாடு *Ahmadabad* அஃறமதாபாத் குஜராத் *Inhuman* இன்ஃறயூமன் இரக்கமற்ற *Tehran* டெஃறரான் ஈரான்

ஜ் - வடமொழி மெய்யெழுத்துக்கு இணையான ஆங்கில மெய்யெழுத்துக்கள் விளக்கம்

ஜ் – J, G ஆங்கிலத்தில் இரண்டு 'ஜ்' உண்டு

J – ஜ்	G – ஜ்
Rajbhawan ராஜ்பவன் கவர்னர் மாளிகை	*Cottage* காட்டேஜ் குடில்
Hajj ஹஜ் மெகா புனித யாத்திரை	*Shortage* ஷார்டேஜ் குறைவு
Tajmahal தாஜ்மஹால் நினைவுச் சின்னம்	*Huge* ஹ்யூஜ் மிகப்பெரிய
Mumtaj மும்தாஜ் பெயர்	*Drainage* ட்ரெய்னேஜ் சாக்கடை நீர்
Swaraj ஸ்வராஜ் பெயர்	*Bandage* பேன்டேஜ் காயங்கள் கட்டும் துணி
Bajaj பஜாஜ் கம்பெனி	*Large* லார்ஜ் பெரிய
Kamaraj காமராஜ் முன்னாள் முதல்வர்	*Challenge* சாலென்ஜ் அறைகூவல்
Rajkiran ராஜ்கிரண் பெயர்	*Encourage* இன்கரேஜ் உற்சாகப்படுத்து
Yuwaraj யுவராஜ் பெயர்	*Storage* ஸ்டோரேஜ் சேமித்து வைத்தல்
Taj தாஜ் க்ரீடம்	*Usage* யூஸேஜ் உபயோகித்தல்

ஷ் – வடமொழி மெய்யெழுத்துக்கு இணையான ஆங்கில மெய்யெழுத்துக்கள் விளக்கம்

ஷ் – SH, CH ஆங்கிலத்தில் இரண்டு 'ஷ்' உண்டு

SH – ஷ்	CH – ஷ்
Publish பப்லிஷ் வெளியீடு	*Echelon* எஷ்லான் போர்க்கப்பல்கள்
Marsh மார்ஷ் சதுப்பு நிலம்	*Moustache* மஸ்டாஷ் மீசை
Punish பனிஷ் தண்டனை	*Avalanche* அவலான்ஷ் திடீரென விழும் பனிப்பாறை
Furnish ஃபர்னிஷ் மரச்சாமான்கள்	*Cache* காஷ் புதையல்
Fish ஃபிஷ் மீன்	*Lynch* லின்ஷ் அடித்துக்கொல்
Push புஷ் தள்ளு	*Tench* டென்ஷ் ஒருவகை மீன்
Ashtray ஆஷ்ட்ரே சிகரெட் சாம்பல் கிண்ணம்	*Douche* டூஷ் உடல் உறுப்புகளைக் கழுவும் சாதனம்
Subash சுபாஷ் பெயர்	*Welch* வெல்ஷ் வேல்ஸ் நாட்டினர்
Dish டிஷ் கிண்ணம்	*Paunch* பான்ஷ் வயிறு
Fresh ஃப்ரெஷ் புதிய	*Creche* க்ரெஷ் குழந்தைகள் காப்பகம்

ஸ் – வடமொழி மெய்யெழுத்துக்கு இணையான ஆங்கில மெய்யெழுத்துக்கள் விளக்கம்

ஸ் – S, SS, SE, CE, ZE ஆங்கிலத்தில் ஐந்து 'ஸ்' உண்டு

S – ஸ்	SS – ஸ்	SE – ஸ்
Analysis அனலிஸிஸ் ஆராய்தல்	*Dress* ட்ரெஸ் ஆடை	*Promise* ப்ராமிஸ் சத்தியம்
Chest செஸ்ட் மார்பு	*Chess* செஸ் விளையாட்டு	*Nurse* நர்ஸ் செவிலியர்
Mars மார்ஸ் செவ்வாய் கிரகம்	*Brass* ப்ராஸ் பித்தளை	*Purchase* பர்சேஸ் வாங்குதல்
Minus மைனஸ் கழித்தல்	*Express* எக்ஸ்ப்ரெஸ் வேகமான	*Analyse* அனலைஸ் கண்டுபிடி
Guest கெஸ்ட் விருந்தாளி	*Loss* லாஸ் நஷ்டம்	*Decease* டிஸீஸ் இறப்பு
Nervous நெர்வஸ் நரம்பு சம்பந்தமான	*Glass* க்ளாஸ் கண்ணாடி	*House* ஹௌஸ் வீடு
Mosque மாஸ்க் மசூதி	*Cross* க்ராஸ் சிலுவை	*Prose* ப்ரோஸ் உரைநடை
Restrict ரிஸ்ட்ரிக்ட் கட்டுப்படுத்து	*Process* ப்ராஸெஸ் செய்முறை	*Chinese* சைனீஸ் சீனாக்காரன்
Disturb டிஸ்டர்ப் தொந்தரவு	*Ass* ஆஸ் கழுதை	*Diverse* டைவர்ஸ் பலவிதமான
Biscuit பிஸ்கட் ரொட்டி	*Boss* பாஸ் தலைவன்	*Base* பேஸ் அடிமட்டம்

CE – ஸ்	ZE – ஸ்
Performance பெர்ஃபார்மன்ஸ் செய்தல்	*Size* ஸைஸ் அளவு
Difference டிஃபெரென்ஸ் வேற்றுமை	*Equalize* ஈக்உவலைஸ் சமமாக்கு
Advance அட்வான்ஸ் முன்பணம்	*Blaze* ப்ளேஸ் விளம்பரப்படுத்து
Bounce பௌன்ஸ் குதித்து ஓடு	*Maize* மேய்ஸ் சோளம்
Violence வையலென்ஸ் பலாத்காரம்	*Raze* ரேஸ் இடித்துத்தள்ளு
Romance ரொமான்ஸ் காதல்	*Laze* லேஸ் சோம்பியிரு
Balance பேலன்ஸ் மீதி	*Doze* டோஸ் தூக்கம்
Juice ஜூஸ் பழச்சாறு	*Daze* டேஸ் பிரமிப்பூட்டு
Face ஃபேஸ் முகம்	*Craze* க்ரேஸ் ஆசை
Price ப்ரைஸ் விலை	*Braze* ப்ரேஸ் பற்றவை

க்ஸ் – உச்சரிப்புக்கு இணையான ஆங்கில மெய்யெழுத்து விளக்கம்

க்ஸ் – X ஆங்கிலத்தில் ஒரு "க்ஸ்" உண்டு

X – க்ஸ்
Textile டெக்ஸ்டைல் ஜவுளி *Excursion* எக்ஸ்கர்ஷன் உல்லாசப் பயணம் *Sex* செக்ஸ் ஆண், பெண் இனம் *Six* ஸிக்ஸ் ஆறு *Reflux* ரிஃப்ளக்ஸ் வடியும் *Anthrax* ஆந்த்ராக்ஸ் கால்நடை வியாதி *Fox* ஃபாக்ஸ் நரி *Alex* அலெக்ஸ் பெயர் *Hoax* ஹோக்ஸ் மோசடி செய் *Ox* ஆக்ஸ் காளை மாடு

ஸ்ரீ – வடமொழி எழுத்துக்கு இணையான ஆங்கில உச்சரிப்பு விளக்கம்

ஸ்ரீ – Sri, Sre, Sree, Shri, Shre, Shree – ஆங்கிலத்தில் ஆறு "ஸ்ரீ" உண்டு

ஆங்கில கூடுதல் உச்சரிப்பு TUஐ ஒரு சில ஆங்கில வார்த்தைகளில் ச, சு என வாசிக்க வேண்டும்.

TU – ச, சு

TU – ச	TU – சு
Departure டிபார்சர் புறப்படுதல் *Torture* டார்சர் சித்திரவதை *Tincture* டிங்சர் கஷாயம் *Structure* ஸ்ட்ரக்சர் அமைப்பு *Agriculture* அக்ரிகல்சர் விவசாயம் *Fracture* ஃப்ராக்சர் எலும்பு முறிவு *Architecture* ஆர்கிடெக்சர் கட்டடக் கலை *Expenditure* எக்ஸ்பென்டிசர் செலவு *Lecture* லெக்சர் கல்லூரி ஆசிரியர் *Manufacture* மானுஃபாக்சர் பொருள் உற்பத்தி	*Natural* நேசுரல் இயற்கையான *Portugal* போர்ச்சுகல் ஐரோப்பிய நாடு *Century* சென்சுரி நூறு *Spiritual* ஸ்பிரிசுவல் புனிதமான *Punctual* பங்க்ச்வெல் காலந்தவறாமை *Mortuary* மார்சுஅரி பிணம் வைக்கும் அறை *Opportunity* ஆபர்சுனிடி நல்ல வாய்ப்பு *Maturity* (மெசுரிடி) முதிர்ச்சி *Statue* (ஸ்டேசு) சிலை *Actual* ஆக்சுஅல் உண்மையான

ஆங்கில கூடுதல் உச்சரிப்பு DUஐ ஒரு சில ஆங்கில வார்த்தைகளில் ஜ, ஜு என வாசிக்க வேண்டும்.

DU – ஜ, ஜு

DU – ஜ	DU – ஜு
Procedure ப்ரஸீஜர் செயல்முறை *Verdure* வெர்ஜர் தாவரங்களின் பசுமை	*Education* எஜுகேஷன் கல்வி *Graduate* க்ராஜுஏட் பட்டதாரி *Individual* இன்டிவிஜுஅல் தனிநபர் *Residual* ரிஸிஜுஅல் மீதியான *Endure* இன்ஜுஅர் சகித்துக்கொள் *Gradual* க்ராஜுஅல் படிப்படியாக *Madura* மெஜுரா மதுரை

ஆங்கில கூடுதல் உச்சரிப்பு TIஐ ஒரு சில ஆங்கில வார்த்தைகளில் ஷ, ஷி என வாசிக்க வேண்டும்.

TI– ஷ, ஷி

TI – ஷ	**TI – ஷி**
Palatial பலேஷல் அரண்மனை போன்ற *Residential* ரெஸிடென்ஷல் குடியிருப்பு *Essential* எஸென்ஷல் முக்கியமான *Spatial* ஸ்பேஷல் விண்வெளி சம்பந்தமான *Prudential* ப்ரூடென்ஷல் புத்திசாலி *Partial* பார்ஷல் பூர்த்தியாகாத *Martial* மார்ஷல் யுத்தத் திறமையுள்ள *Reverential* ரெவரென்ஷல் மரியாதை மிக்க *Potential* பொடென்ஷல் மறைந்துள்ள *Confidential* கான்ஃபிடென்ஷல் நம்பிக்கையான	*Partiality* பார்ஷியாலிடி பாரபட்சம் *Ratio* ரேஷியோ விகிதம் *Vitiate* விஷிஎட் களங்கப்படுத்து *Salatium* சலேஷியம் நஷ்ட ஈடு *Otiose* ஓஷியோஸ் சோம்பேறியான *Substantiate* சப்ஸ்டான்ஷியேட் ஆதாரம் கூறு *Negotiation* நிகோஷியேஷன் பேரம் பேசுதல் *Sentient* சென்ஷியன்ட் உணரக்கூடிய *Crotia* க்ரோஷியா நாடு *Mauritius* மொரிஷியஸ் நாடு

கூடுதல் ஆங்கில உச்சரிப்பு GNA—ஐ ஞு, ஞா என்ற உச்சரிப்பில் படிக்க வேண்டும்.

GNA – ஞு, ஞா **AH – யா, ஆ**

GNA – ஞு	**GNA – ஞா**	**AH – யா, ஆ**
Kalaignar கலைஞர் கருணாநிதி *Arignar* அறிஞர் அண்ணா *Kavignar* கவிஞர் கண்ணதாசன் *Elaignar* இளைஞர் வாலிபர்	*Gnanam* ஞானம் பெயர் *Isaignani* இசைஞானி இளையராஜா *Gnanavel* ஞானவேல் பெயர் *Kalaignanam* கலைஞானம் பெயர் *Gnanaprakash* ஞானபிரகாஷ் பெயர் *Gnanasekar* ஞானசேகர் பெயர் *Thirugnanasambandar* திருஞானசம்பந்தர் பெயர	*Muthiah* முத்தையா பெயர் *Ah* –ஆ ஆஹா, ஆ!, ஐயோ!

கூடுதல் ஆங்கில உச்சரிப்பு SUREஐ "ஷர்" எனப் படிக்க வேண்டும்.

SURE – ஷர்

SURE – ஷர்
Pressure ப்ரெஷர் அழுத்தம் *Closure* க்ளோஷர் மூடுதல் *Leisure* லெஷர் ஓய்வு நேரம் *Pleasure* ப்ளெஷர் சந்தோஷம் *Tonsure* டான்ஷர் சவரம் செய்தல் *Exposure* எக்ஸ்போஷர் திறந்திருத்தல் *Censure* சென்ஷர் கண்டனம் *Erasure* இரேஷர் அழித்தல் *Measurement* மெஷர்மெண்ட் அளத்தல் *Treasure* ட்ரெஷர் பொக்கிஷம்

ஆங்கில வார்த்தையின் கடைசியில் முடியும் ஸன், ஷன்கள் உச்சரிப்பு வார்த்தைகள்

ஷன் – TION, SION, CIAN, TIAN, XION, CION, CHION, SHION, SIAN, CEAN

ஸன் – SON

TION – ஷன்	SION – ஷன்
Caution காஷன் எச்சரிக்கை *Vacation* வெகேஷன் காலி செய்தல் *Location* லொகேஷன் இருப்பிடம் *Condition* கண்டிஷன் நிபந்தனை *Function* ஃபங்ஷன் விழா *Station* ஸ்டேஷன் நிலையம் *Correction* கரெக்ஷன் சரி செய்தல் *Direction* டிரெக்ஷன் வழிகாட்டுதல் *Relation* ரிலேஷன் உறவினர் *Nomination* நாமினேஷன் நியமித்தல்	*Division* டிவிஷன் பகுதி *Tension* டென்ஷன் மன வேதனை *Provision* ப்ரவிஷன் தேவையான இடம், பொருள் *Pension* பென்ஷன் ஓய்வூதியம் *Omission* ஓமிஷன் விடுபட்டுப்போதல் *Discussion* டிஸ்கஷன் பேச்சு வார்த்தை *Revision* ரிவிஷன் திரும்பப் படித்தல் *Depression* டிப்ரெஷன் மன அழுத்தம் *Extension* எக்ஸ்டென்ஷன் நீட்டித்தல்

SON – ஸன்	**CIAN – ஷன்**
Lesson	*Politician*
லெஸன்	பாலிடிஷன்
பாடம்	அரசியல்வாதி
Mason	*Electrician*
மேஸன்	இலெக்ட்ரீஷன்
கொத்தனார்	மின்சார வேலை செய்பவர்
Season	*Musician*
ஸீஸன்	ம்யூஸிஷன்
பருவ காலம்	இசைவாணர்
Poison	*Beautician*
பாய்ஸன்	ப்யூடிஷன்
விஷம்	அழகு கலை நிபுணர்
Prison	*Patrician*
ப்ரிஸன்	பட்ரீஷன்
சிறை	உயர்குலம்
Parson	*Optician*
பார்ஸன்	ஆப்டிஷன்
பாதிரியார்	கண் வைத்தியம்
Person	*Logician*
பெர்ஸன்	லாஜிஷன்
ஒரு நபர்	தர்க்கசாஸ்திரி
Unison	*Paediatrician*
யூனிஸன்	பீடியாட்ரிஷன்
பொருத்தம்	குழந்தை மருத்துவர்
Comparison	*Physician*
கம்பாரிஸன்	ஃபிஸிஷன்
ஒப்பிடுதல்	மருத்துவர்
Sponson	*Magician*
ஸ்பான்ஸன்	மஜிஷன்
கப்பலில் நீட்டிக்கொண்டிருக்கும் மேடை	மந்திரவாதி

TIAN – ஷன்	**XION – க்ஷன்**	**CION – ஷன்**	**CHION – ஷன்**
Venetian வினீஷன் வெனிஸ் நகரவாசி *Tertian* டெர்ஷன் ஒருநாள் விட்டு ஒருநாள் *Martian* மார்ஷன் செவ்வாய் கிரகம் *Lilliputian* (லிலிப்யூஷன்) லில்லிபுட்டில் வாழும் குடிமகன்	*Crucifixion* க்ரூஸிஃபிக்ஷன் இயேசு சிலுவை மரணம் *Reflexion* ரிஃப்ளெக்ஷன் பிரதிபலித்தல் *Connexion* கனெக்ஷன் இணைத்தல் *Complexion* கம்ப்லெக்ஷன் தோற்றம் *Suffixion* ஸஃபிக்ஷன் சொல்லின் இறுதியில் அசைகளை சேர்த்தல்	*Suspicion* ஸஸ்பிஷன் சந்தேகம் *Coercion* கொஎர்ஷன் பலாத்காரம்	*Falchion* ஃபால்ஷன் குத்துவாள் *Stanchion* ஸ்டான்ஷன் தாங்கி

SHION – ஷன்	**SIAN – ஷன்**	**CEAN – ஷன்**
Fashion ஃபேஷன் நவநாகரீகம் *Cushion* குஷன் மெத்தை *Pincushion* பின் குஷன் குண்டூசி குத்திவைக்கும் சிறு மெத்தை	*Artesian* ஆட்டீஷன் ஊற்றுக் கிணறு	*Ocean* ஓஷன் மகா சமுத்திரம்

இதுவரை நாம் கூறியுள்ள உச்சரிப்பின்படி ஆங்கில உயிர் எழுத்துக்கள் மற்றும் கூடுதல் ஆங்கில உயிர் எழுத்துக்கள் அனைத்திற்கும் தனித்தனியாக ஒவ்வொரு எழுத்திற்கும் உச்சரிப்பின்படி வார்த்தைகள் கூறி விளக்கப்பட்டுள்ளது.

ஆங்கில மெய்யெழுத்துக்கள் மற்றும் கூடுதல் ஆங்கில மெய்யெழுத்துக்கள் அனைத்திற்கும் நாம் கூறியுள்ள உச்சரிப்பின்படி வார்த்தைகள் கூறி விளக்கப்பட்டுள்ளது.

தமிழ் உயிர் எழுத்துக்களுக்கு இணையான ஆங்கில உயிர் எழுத்துக்களின் தமிழ் உச்சரிப்பின்படி வார்த்தைகள் கூறி விளக்கப்பட்டுள்ளது.

தமிழ் மெய்யெழுத்துக்களுக்கு இணையான ஆங்கில மெய்யெழுத்துக்களின் தமிழ் உச்சரிப்பின்படி வார்த்தைகள் கூறி விளக்கப்பட்டுள்ளது.

வடமொழி எழுத்து உச்சரிப்புகளான ஃப், ஹ், ஷ், ஸ், க்ஸ், ஜ், ஶ்ரீ ஆகியவற்றிற்கு வார்த்தைகள் கூறி விளக்கப்பட்டுள்ளது.

கூடுதல் ஆங்கில உச்சரிப்புகள் *TU* (ச, சு), *DU* (ஜ, ஜு), *TI* (ஷ, ஷி), *GNA* (ஞ, ஞா), *SURE* (ஷர்), *AH* (யா, ஆ) ஆகியவற்றிற்கு உச்சரிப்புகளுடன் வார்த்தைகள் கூறி விளக்கப்பட்டுள்ளது.

ஆங்கில வார்த்தையின் கடைசியில் முடியும் ஸன், ஷன்கள் உச்சரிப்புக்கு வார்த்தைகள் கூறி விளக்கப்பட்டுள்ளது.

இதுவரை கூறியுள்ள உச்சரிப்புகள் அனைத்தையும் நன்கு தெரிந்து கொண்டால் அனைத்து ஆங்கில வார்த்தைகளையும் தவறில்லாமல் படிக்கலாம். ஆங்கிலத்தை குருட்டு மனப்பாடம் செய்ய வேண்டிய அவசியமில்லை. இக்கற்பித்தல் முறையில் ஆங்கிலத்தை மாணவர்கள் ஆர்வமுடன் புரிந்து படிப்பார்கள்.

மாணவர்கள் ஆர்வமுடன் படிப்பதால் இடைநிற்றல் குறையும். தமிழ்நாடே கல்வியில் முதல் மாநிலமாகத் திகழும்.

ஆங்கில மெய்யெழுத்துக்கள் (consonants) மற்றும் கூடுதல் ஆங்கில மெய்யெழுத்துக்கள் (Additional Consonants) ஆங்கில உயிரெழுத்துக்கள் (Vowels) மற்றும் கூடுதல் ஆங்கில உயிர்எழுத்துக்களுடன் (Additional Vowels) சேர்ந்து உண்டாகும் தமிழ் உயிர்மெய்யெழுத்துக்கள் உச்சரிப்பு அட்டவணை

B – ப் A – அ,ஆ,எ ,ஏ	B – ப் E – இ, ஈ,எ,ஏ, அ	B – ப் I –ஐ, இ, ஈ	B – ப் O – ஒ, ஓ, அ, ஆ	B – ப் U – உ, ஊ, அ	B – ப் y – ஐ, இ	B – ப் AE – இ. ஈ, எ, ஏ	B – ப் Au – அ, ஆ	B – ப் Ai – ஐ.	B – ப் OA – ஓ	B – ப் EE – ஈ	B – ப் EA – ஈ, எ, ஏ	B – ப் OO – உ, ஊ	B – ப் OU – OW ஒள

B+A-BA ப்+அ- ப ப்+ஆ- பா ப்+எ- பெ ப்+ஏ- பே	B+E- BE ப்+இ -பி ப்+ஈ- பீ ப்+எ- பெ ப்+ஏ- பே ப்+அ -ப	B+I-BI ப்+ஐ -பை ப்+இ -பி ப்+ஈ- பீ	B+O- BO ப்+ஒ - பொ ப்+ஓ - போ ப்+ அ-ப ப்+ ஆ- பா	B+U- BU ப்+உ -பு ப்+ ஊ- பூ ப்+அ -ப	B+Y- BY ப்+ஐ -பை ப்+இ -பி	- -	B+AU -BAU ப்+ ஆ- பா	B+AI -BAI ப்+ ஐ- பை	B+O A- BOA ப்+ஓ - போ	B+E E- BEE ப்+ ஈ-பீ	B+EA -BEA ப்+ஈ -பீ ப்+ஏ -பே	B+OO -BOO ப்+உ -பு ப்+ஊ பூ	B+OU- BOU B+OW -BOW ப்+ ஔ- பௌ
C – க்	C – க்	C – க்	C – க்	C – க்	C – க்	C – க்	C – க்	C – க்	C – க்	C – க்	C – க்	C – க்	C – க்

C+A-CA க்+அ-க க்+ஆ-கா க்+எ-கெ க்+ஏ-கே	C+E-CE க்+எ-கெ	-	C+O-CO க்+ஒ-கொ க்+ஓ-கோ க்+அ-க க்+ஆ-கா	C+U-CU க்+உ-கு க்+ஊ-கூ க்+அ-க	- -	- -	C+AU-CAU க்+ஆ-கா	- -	C+OA-COA க்+ஓ-கோ	- -	-	C+OO-COO க்+உ-கு க்+ஊ-கூ	C+OU-COU C+OW-COW க்+ஔ-கௌ
C – ச், ஸ்	C – ச், ஸ்	C – ச், ஸ்	C – ச், ஸ்	C – ச், ஸ்	C – ச், ஸ்	C – ச், ஸ்	C – ச், ஸ்	C – ச், ஸ்	C – ச், ஸ்	C – ச், ஸ்	C – ச், ஸ்	C – ச், ஸ்	C – ச், ஸ்

-	C+E-CE ச்+இ-சி ஸ்+ஈ-ஸீ ச்+எ-செ ஸ்+அ-ஸ	C+I-CI ஸ்+ஐ-ஸை ஸ்+இ-ஸி ஸ்+ஈ-ஸீ	-	-	C+Y-CY ஸ்+ஐ-ஸை ஸ்+இ-ஸி	C+AE-CAE ஸ்+ஈ-ஸீ	-	-	-	-	C+EA-CEA ஸ்+ஈ-ஸீ	-	-
D – ட்	D – ட்	D – ட்	D – ட்	D – ட்	D – ட்	D – ட்	D – ட்	D – ட்	D – ட்	D – ட்	D – ட்	D – ட்	D – ட்
D+A-DA ட்+அ-ட	D+E-DE	D+I-DI	D+O-DO ட்+ஒ-டொ	D+U-DU ட்+உ-டு	D+Y-DY ட்+ஐ-டை	D+AE-DAE ட்+ஈ-டீ	D+AU-DAU	D+AI-DAI ட்+ஐ-டை	D+OA-DOA	D+EE-DEE ட்+ஈ-டீ	D+EA-DEA ட்+ஈ-டீ	D+OO-DOO ட்+ஊ-டூ	D+OU-DOU D+OW-DOW

ட்+ஆ- டா ட்+எ- டெ ட்+ஏ- டே	ட்+இ -டி ட்+ஈ- டீ ட்+எ- டெ ட்+ஏ- டே ட்+அ -ட	ட்+ஐ -டை ட்+இ -டி ட்+ஈ- டீ	ட்+ஓ - டோ ட்+ அ-ட ட்+ ஆ- டா	ட்+ ஊ-டூ ட்+அ -ட	ட்+இ -டி		ட்+ ஆ- டா		ட்+ஓ - டோ		ட்+எ -டெ		ட்+ ஔ- டௌ
D – த்	D – த்	D – த்	D – த்	D – த்	D – த்	D – த்	D – த்	D – த்	D – த்	D – த்	D – த்	D – த்	D – த்
D+A-DA த்+அ- த	D+E- DE	D+I- DI த் + இ – தி	D+O- DO த்+ஓ - தோ	D+U- DU த் + உ – து	D+Y- DY த் + இ – தி	-	-	-	-	D+E E- DEE த்+ ஈ-தீ	-	D+O O- DOO	-

த் + ஆ - தா	த்+ஏ- தே	த் + ஈ -தீ த்+ஐ -தை		த் + ஊ – தூ த் + அ – த								த் + ஊ – தூ	

F – ஃப் A – அ,ஆ, எ,ஏ	F – ஃப் E - இ,ஈ,எ, ஏ,அ	F – ஃப் I - ஐ,இ, ஈ	F – ஃப் O - ஒ,ஓ, அ,ஆ	F – ஃப் U - உ, ஊ, அ	F – ஃப் Y - ஐ,இ	F – ஃப் AE - இ,ஈ, எ,ஏ	F – ஃப் AU - அ, ஆ	F – ஃப் AI - ஐ	F – ஃப் OA - ஓ	F – ஃப் EE - ஈ	F – ஃப் EA - ஈ,எ, ஏ	F – ஃப் OO - உ, ஊ	F – ஃப் OU - OW ஔ
F+A- FA	F+E-FE	F+I- FI	F+O- FO	F+U- FU	F+Y- FY	F+AE- FAE	F+AU -FAU	F+AI -FAI	F+O A- FOA	F+EE -FEE	F+EA -FEA	F+OO -FOO	F+OU- FOU

ஃப்+ அ-ஃப ஃப்+ ஆ- ஃபா ஃப்+எ -ஃபெ ஃப்+ஏ -ஃபே	ஃப்+இ- ஃபி ஃப்+ஈ- ஃபீ ஃப்+எ- ஃபெ ஃப்+ஏ- ஃபே ஃ+அ- ஃப	ஃப்+ ஐ- ஃ பை ஃப்+ இ- ஃபி ஃப்+ ஈ- ஃபீ	ஃப்+ஓ - ஃபோ ஃப்+ அ-ஃப ஃப்+ ஆ- ஃபா	ஃப்+ உ- ஃபு ஃப்+ ஊ- ஃபூ ஃப்+ அ- ஃப	ஃப்+ ஐ- ஃ பை ஃப்+ இ- ஃபி	ஃப்+ ஈ-ஃபீ	ஃப்+ ஆ- ஃபா	ஃப்+ ஐ- ஃ பை	ஃப்+ ஓ- ஃ போ	ஃப்+ ஈ- ஃபீ	ஃப்+ ஈ- ஃபீ ஃப்+ எ- ஃ பெ	ஃப்+ உ- ஃபு ஃப்+ ஊ- ஃபூ	F+OW -FOW ஃப்+ ஔ- ஃ பௌ
G – க்	G - க்	G - க்	G - க்	G - க்	G - க்	G - க்	G - க்	G - க்	G - க்	G - க்	G - க்	G - க்	G - க்
G+A- GA	G+E-GE க்+இ- கி	G+I- GI	G+O- GO	G+U- GU க்+உ -கு	G+Y- GY க்+ ஐ- கை	-	G+A U- GAU	G+AI -GAI க்+ ஐ- கை	G+O A- GOA	G+E E- GEE க்+ ஈ-கீ	-	G+O O- GOO க்+உ -கு	G+OU -GOU G+OW -GOW

க்+அ-க க்+ஆ-கா க்+எ-கெ க்+ஏ-கே	க்+எ-கெ க்+ஏ-கே க்+அ-க	க்+இ-கி க்+ஈ-கீ	க்+ஒ-கொ க்+ஓ-கோ க்+அ-க க்+ஆ-கா	க்+ஊ-கூ க்+அ-க	க்+இ-கி		க்+ஆ-கா		க்+ஓ-கோ			க்+ஊ-கூ	க்+ஔ-கௌ
G - ஜ்	G - ஜ்	G - ஜ்	G - ஜ்	G - ஜ்	G - ஜ்	G - ஜ்	G - ஜ்	G - ஜ்	G - ஜ்	G - ஜ்	G - ஜ்	G - ஜ்	G - ஜ்
-	G+E-GE ஜ்+இ-ஜி	G+I-GI	-	-	G+Y-GY	-	-	-	-	G+E E-GEE	G+E A-GEA	-	-

GU+A-GUA க்+அ-கா	GU - க்	
GU+E-GUE	GU - க்	ஜ்+ஈ-ஜீ ஜ்+எ-ஜெ ஜ்+அ-ஜ
GU+I-GUI க்+ஐ-கை	GU - க்	ஜ்+ஐ-ஜை ஜ்+இ-ஜி ஜ்+ஈ-ஜீ
-		
-		
-		ஜ்+ஐ-ஜை ஜ்+இ-ஜி
-		
-		
-		
-		
-		ஜ்+ஈ-ஜீ
-		ஜ்+ஈ-ஜீ
-		
-		

	க்+எ- கெ க்+அ- க	க்+ இ- கி											

H – ஹ் A – அ,ஆ, எ,ஏ	H – ஹ் E – இ,ஈ,எ, ஏ,அ	H – ஹ் I – ஐ,இ, ஈ	H – ஹ் O – ஒ,ஓ, அ,ஆ	H – ஹ் U – உ, ஊ, அ	H – ஹ் Y – ஐ,இ	H – ஹ் AE – இ,ஈ, எ,ஏ	H – ஹ் AU – அ, ஆ	H – ஹ் AI - ஐ	H – ஹ் OA - ஓ	H – ஹ் EE - ஈ	H – ஹ் EA – ஈ,எ, ஏ	H – ஹ் OO – உ, ஊ	H – ஹ் OU, OW - ஔ

H+A- HA ஹ்+ அ-ஹ ஹ்+ ஆ- ஹா ஹ்+ஏ -ஹே	H+E-HE ஹ்+இ -ஹி ஹ்+ஈ- ஹீ ஹ்+எ- ஹெ ஹ்+ஏ- ஹே ஹ்+அ -ஹ	H+I- HI ஹ்+ ஐ- ஹை ஹ்+ இ- ஹி ஹ்+ ஈ- ஹீ	H+O- HO ஹ்+ஒ - ஹோ ஹ்+ அ-ஹ ஹ்+ ஆ- ஹா	H+U- HU ஹ்+ உ- ஹு ஹ்+ ஊ- ஹூ ஹ்+ அ- ஹ	H+Y- HY ஹ்+ ஐ- ஹை ஹ்+ இ- ஹி	H+AE -HAE ஹ்+ ஈ- ஹீ ஹ்+ எ- ஹெ	H+A U- HAU ஹ்+ ஆ- ஹா	H+AI -HAI ஹ்+ ஐ- ஹை	H+O A- HOA ஹ்+ ஓ- ஹோ	H+E E- HEE ஹ்+ ஈ- ஹீ	H+E A- HEA ஹ்+ ஈ- ஹீ ஹ்+ எ- ஹெ ஹ்+ ஏ- ஹே	H+O O- HOO ஹ்+ ஊ- ஹூ	H+OU -HOU H+OW -HOW ஹ்+ ஔ- ஹௌ
J - ஜ்	J - ஜ்	J - ஜ்	J - ஜ்	J - ஜ்	J - ஜ்	J - ஜ்	J - ஜ்	J - ஜ்	J - ஜ்	J - ஜ்	J - ஜ்	J - ஜ்	J - ஜ்

J+A-JA ஜ்+அ-ஜ ஜ்+ஆ-ஜா ஜ்+எ-ஜெ ஜ்+ஏ-ஜே	J+E-JE ஜ்+இ-ஜி ஜ்+ஈ-ஜீ ஜ்+எ-ஜெ ஜ்+ஏ-ஜே ஜ்+அ-ஜ	J+I-JI ஜ்+ஐ-ஜை ஜ்+இ-ஜி ஜ்+ஈ-ஜீ	J+O-JO ஜ்+ஒ-ஜோ ஜ்+அ-ஜ ஜ்+ஆ-ஜா	J+U-JU ஜ்+உ-ஜு ஜ்+ஊ-ஜூ ஜ்+அ-ஜ	-	-	J+AU-JAU ஜ்+ஆ-ஜா	J+AI-JAI ஜ்+ஐ-ஜை	-	J+EE-JEE ஜ்+ஈ-ஜீ	J+EA-JEA ஜ்+ஈ-ஜீ ஜ்+எ-ஜெ	-	J+OW-JOW ஜ்+ஔ-ஜௌ
K - க்	K - க்	K - க்	K - க்	K - க்	K - க்	K - க்	K - க்	K - க்	K - க்	K - க்	K - க்	K - க்	K - க்
K+A-KA	K+E-KE	K+I-KI	K+O-KO	K+U-KU	K+Y-KY	-	K+AU-KAU	K+AI-KAI	-	K+EE-KEE	-	K+OO-KOO	-

க்+அ- க க்+ஆ -கா க்+ஏ- கே	க்+இ- கி க்+ஈ-கீ க்+எ- கெ க்+ஏ- கே க்+அ- க	க்+ ஐ- கை க்+ இ- கி க்+ஈ -கீ	க்+ஒ- கொ க்+ஓ- கோ க்+ஆ- கா	க்+உ -கு க்+ ஊ- கூ க்+அ -க	க்+ ஐ- கை க்+ இ- கி		க்+ ஆ- கா	க்+ ஐ- கை		க்+ ஈ-கீ		க்+ ஊ- கூ	
L – ல் ழ் ள்	L – ல் ழ் ள்	L – ல் ழ் ள்	L – ல் ழ் ள்	L – ல் ழ் ள்	L – ல் ழ் ள்	L – ல் ழ் ள்	L – ல் ழ் ள்	L – ல் ழ் ள்	L – ல் ழ் ள்	L – ல் ழ்	L – ல் ழ்	L – ல் ழ் ள்	L – ல் ழ் ள்

										ள்	ள்		
L+A- LA ல்+அ -ல ல்+ஆ -லா ல்+எ- லெ ல்+ஏ- லே	L+E-LE ல்+இ- லி ல்+ஈ- லீ ல்+எ- லெ ல்+ஏ- லே ல்+அ- ல	L+I- LI ல்+ ஐ- லை ல்+ இ- லி ல்+ ஈ-லீ	L+O- LO ல்+ஒ- லொ ல்+ஓ- லோ ல்+அ- ல ல்+ஆ -லா	L+U- LU ல்+ உ-லு ல்+ ஊ- லூ ல்+ அ-ல	L+Y- LY ல்+ ஐ- லை ல்+ இ- லி	L+AE- LAE ல்+இ -லி ல்+ஈ- லீ	L+AU -LAU ல்+ ஆ- லா	L+AI -LAI ல்+ ஐ- லை	L+O A- LOA ல்+ ஓ- லோ	L+EE -LEE ல்+ ஈ-லீ	L+EA -LEA ல்+ ஈ-லீ ல்+ எ- லெ ல்+ ஏ- லே	L+OO -LOO ல்+ உ-லு ல்+ ஊ- லூ	L+OU- LOU L+OW -LOW ல்+ ஔ- லௌ

M - ம்	M - ம்	M - ம்	M - ம்	M - ம்	M - ம்	M - ம்	M - ம்	M - ம்	M - ம்	M - ம்	M - ம்	M - ம்	M - ம்
A – அ,ஆ, எ,ஏ	E – இ,ஈ,எ, ஏ,அ	I – ஐ,இ, ஈ	O – ஒ,ஓ, அ,ஆ	U – உ, ஊ, அ	Y – ஐ,இ	AE – இ,ஈ, எ,ஏ	AU – அ, ஆ	AI - ஐ	OA - ஓ	EE - ஈ	EA – ஈ,எ, ஏ	OO – உ, ஊ	OU, OW – ஔ
M+A-MA ம்+அ -ம	M+E-ME ம்+இ-மி	M+I-MI ம்+ஐ -மை	M+O-MO ம்+ஒ-மொ	M+U -MU ம்+ உ- மு	M+Y-MY ம்+ஐ -மை ம்+ இ-மி	M+AE-MAE ம்+ இ-மி	M+AU-MAU ம்+ ஆ- மா	M+AI -MAI ம்+ஐ -மை	M+OA-MOA ம்+ஓ - மோ	M+EE -MEE ம்+ஈ -மீ	M+EA-MEA ம்+ஈ -மீ	M+OO-MOO ம்+ ஊ- மூ	M+OU-MOU M+OW-MOW

ம்+ஆ -மா ம்+எ- மெ ம்+ஏ- மே	ம்+ஈ- மீ ம்+எ- மெ ம்+ஏ- மே ம்+அ- ம	ம்+ இ-மி ம்+ஈ -மீ	ம்+ஓ- மோ ம்+அ -ம ம்+ஆ -மா	ம்+ ஊ- மூ ம்+ அ-ம							ம்+எ -மெ		ம்+ ஔ- மௌ
N - ன், ண்,ந்	N - ன்,ண், ந்	N - ன், ண், ந்	N - ன்,ண் ,ந்	N - ன், ண், ந்	N - ன், ண், ந்	N - ன், ண், ந்	N - ன், ண், ந்	N - ன், ண், ந்	N - ன், ண், ந்	N - ன், ண், ந்	N - ன், ண், ந்	N - ன், ண், ந்	N - ன், ண், ந்
N+A- NA ந்+அ- ந	N+E- NE ந்+இ – நி	N+I- NI ந்+ஐ -நை	N+O- NO ந்+ஓ- நொ	N+U- NU	N+Y- NY ந்+ஐ -நை	N+AE -NAE	N+A U- NAU	N+AI -NAI	-	N+EE -NEE ந்+ஈ -நீ	N+EA -NEA ந்+ஈ -நீ	N+O O- NOO	N+O U- NOU

ந்+ஆ -நா ந்+எ- நெ ந்+ஏ- நே	ந்+ஈ-நீ ந்+எ- நெ ந்+ஏ- நே ந்+அ- ந	ன்+ இ- னி ன்+ ஈ-னீ	ந்+ஒ- நோ ந்+அ- ந ந்+ஆ -நா	ந்+உ - நு ந்+ ஊ- நூ ந்+அ -ந	ந்+இ -நி	ன்+ இ- னி ன்+ ஈ-னீ	ந்+ ஆ- நா	ன்+ ஐ- னை			ன்+ எ- னெ	ந்+ ஊ- நூ	N+O W- NOW ந்+ ஔ- நௌ
P - ப்	P - ப்	P - ப்	P - ப்	P - ப்	P - ப்	P - ப்	P - ப்	P - ப்	P - ப்	P - ப்	P - ப்	P - ப்	P - ப்
P+A- PA	P+E-PE ப்+இ- பி	P+I- PI	P+O- PO	P+U- PU	P+Y- PY	P+AE -PAE ப்+ஈ -பீ	P+AU -PAU	P+AI- PAI ப்+ஐ -பை	P+OA -POA	P+EE -PEE ப்+ஈ -பீ	P+EA -PEA ப்+ஈ -பீ	P+O O- POO	P+O U- POU

ப்+அ -ப ப்+ஆ -பா ப்+எ- பெ ப்+ஏ- பே	ப்+ஈ- பீ ப்+எ- பெ ப்+ஏ- பே ப்+அ- ப	ப்+ஐ -பை ப்+இ -பி ப்+ஈ -பீ	ப்+ஒ- பொ ப்+ஓ- போ ப்+அ- ப ப்+ஆ -பா	ப்+உ -பு ப்+ ஊ- பூ ப்+ அ-ப	ப்+ஐ -பை ப்+இ -பி		ப்+ ஆ- பா		ப்+ஓ - போ		ப்+எ -பெ ப்+ஏ -பே	ப்+ உ-பு ப்+ ஊ- பூ	P+PO W- POW ப்+ ஔ- பௌ
QU – க் QU+A -QUA க்+அ -க க்+ஆ -கா	QU – க் QU+E- QUE க்+இ- கி க்+ஈ- கீ	QU – க் QU+I -QUI க்+ஐ -கை	QU – க் QU+O -QUO க்+ஒ- கொ	QU – க் -	QU – க் QU+ Y- QUY க்+இ -கி	QU – க் -	QU – க் -	QU – க் -	QU – க் -	QU – க் QU+E E- QUEE க்+ஈ -கீ	QU – க் QU+E A- QUEA க்+ஈ -கீ	QU – க் -	QU – க் QU+ U- QUU க்+ யூ- க்யூ

க்+எ- கெ க்+ஏ- கே	க்+எ – கெ	க்+இ -கி க்+ஈ -கீ	க்+ஒ- கோ க்+ஆ -கா										

R – ர்,ற் A – அ,ஆ,எ ,ஏ	R – ர்,ற் E – இ,ஈ,எ,ஏ ,அ	R – ர்,ற் I – ஐ, இ, ஈ	R – ர்,ற் O – ஒ,ஓ,அ, ஆ	R – ர்,ற் U – உ, ஊ, அ	R – ர்,ற் Y – ஐ, இ	R – ர், ற் AE – இ, ஈ, எ, ஏ	R – ர், ற் AU – அ, ஆ	R – ர், ற் AI - ஐ	R – ர், ற் OA - ஓ	R – ர், ற் EE - ஈ	R – ர், ற் EA – ஈ,எ, ஏ	R – ர், ற் OO – உ, ஊ	R – ர், ற் OU, OW - ஔ

R+A-RA ர்+அ-ர ர்+ஆ- ரா ர்+எ- ரெ ர்+ஏ- ரே	R+E-RE ர்+இ-ரி ர்+ஈ-ரீ ர்+எ-ரெ ர்+ஏ-ரே ர்+அ-ர	R+I- RI ர்+ஐ -ரை ர்+ இ- ரி ர்+ஈ -ரீ	R+O-RO ர்+ஒ- ரொ ர்+ஓ- ரோ ர்+அ-ர ர்+ஆ- ரா	R+U- RU ர்+உ -ரு ர்+ ஊ- ரூ ர்+அ -ர	R+Y- RY ர்+ ஐ- ரை ர்+ இ- ரி	R+A E- RAE ர்+ ஈ-ரீ ர்+ ஏ+ரே	R+A U- RAU ர்+ ஆ- ரா	R+AI -RAI ர்+ ஐ- ரை	R+O A- ROA ர்+ஓ - ரோ	R+E E- REE ர்+ ஈ-ரீ	R+E A- REA ர்+ஈ -ரீ ர்+எ -ரெ ர்+ஏ -ரே	R+O O- ROO ர்+ ஊ- ரூ	R+OU -ROU R+OW -ROW ர்+ ஔ- ரௌ
S – ஸ், ச்	S – ஸ், ச்	S – ஸ், ச்	S – ஸ், ச்	S – ஸ், ச்	S – ஸ், ச்	S – ஸ், ச்	S – ஸ், ச்	S – ஸ், ச்	S – ஸ், ச்	S – ஸ், ச்	S – ஸ், ச்	S – ஸ், ச்	S – ஸ், ச்
S+A-SA ச்+அ- ச	S+E-SE ச்+இ-சி ச்+ஈ-சீ	S+I- SI	S+O-SO ச்+ஒ- சொ	S+U- SU ச்+உ -சு	S+Y- SY	-	S+A U- SAU	S+AI -SAI	S+O A- SOA	S+E E- SEE	S+E A- SEA	S+O O- SOO	S+OU- SOU S+OW -SOW

ச்+ஆ-சா ச்+எ-செ ச்+ஏ-சே	T - ட்	T+A-TA ட்+அ-ட ட்+ஆ-டா
ச்+எ-செ ச்+ஏ-சே ச்+அ-ச	T - ட்	T+E-TE ட்+இ-டி ட்+ஈ-டீ ட்+எ-டெ
ச்+ஐ-சை ச்+இ-சி ச்+ஈ-சீ	T - ட்	T+TI ட்+ஐ-டை
ச்+ஓ-சோ ச்+அ-ச ச்+ஆ-சா	T - ட்	T+O-TO ட்+ஒ-டொ ட்+ஓ-டோ
ச்+ஊ-சூ ச்+அ-ச	T - ட்	T+U-TU ட்+உ-டு
ச்+ஐ-சை ச்+இ-சி	T - ட்	T+Y-TY ட்+ஐ-டை
	T - ட்	T+A E- TAE ட்+ஏ-டே
ச்+அ-ச ச்+ஆ-சா	T - ட்	T+AU-TAU ட்+ஆ-டா
ச்+ஐ-சை	T - ட்	T+AI-TAI ட்+ஐ-டை
ச்+ஓ-சோ	T - ட்	T+O A- TOA ட்+ஓ-டோ
ச்+ஈ-சீ	T - ட்	T+E E- TEE ட்+ஈ-டீ
ச்+ஈ-சீ	T - ட்	T+E A- TEA ட்+ஈ-டீ
ச்+ஊ-சூ	T - ட்	T+O O- TOO ட்+உ-டு
ச்+ஔ-சௌ	T - ட்	T+OU-TOU T+OW-TOW

ட்+எ-டெ ட்+ஏ-டே	T - த்	T+A-TA த்+அ-த த்+ஆ-தா
ட்+ஏ-டே ட்+அ-ட	T - த்	T+E-TE த்+எ-தெ த்+ஏ-தே
ட்+இ-டி ட்+ஈ-டீ	T - த்	T+I-TI த்+இ-தி
ட்+அ-ட ட்+ஆ-டா	T - த்	-
ட்+ஊ-டூ ட்+அ-ட	T - த்	T+U-TU த்+உ-து த்+ஊ-தூ
ட்+இ-டி	T - த்	-
	T - த்	-
	T - த்	-
	T - த்	-
	T - த்	-
	T - த்	T+E E-TEE த்+ஈ-தீ
	T - த்	-
ட்+ஊ-டூ	T - த்	-
ட்+ஔ-டௌ	T - த்	-

V – வ் A – அ,ஆ, எ,ஏ	V – வ் E – இ,ஈ, எ,ஏ	V – வ் I – ஐ,இ, ஈ	V – வ் O – ஒ,ஓ, அ,ஆ	V – வ் U – உ,ஊ ,அ	V – வ் Y – ஐ,இ	V – வ் AE – இ,ஈ, எ,ஏ	V – வ் AU – அ, ஆ	V – வ் AI - ஐ	V – வ் OA - ஓ	V – வ் EE - ஈ	V – வ் EA – ஈ,எ, ஏ	V – வ் OO – உ, ஊ	V – வ் OU, OW - ஔ
V+A-VA வ்+அ-வ வ்+ஆ-வா வ்+எ-வெ வ்+ஏ-வே	V+E-VE வ்+இ-வி வ்+ஈ-வீ வ்+எ-வெ வ்+ஏ-வே	V+I-VI வ்+ஐ-வை வ்+இ-வி வ்+ஈ-வீ	V+O-VO வ்+ஒ-வொ வ்+ஓ-வோ வ்+அ-வ வ்+ஆ-வா	V+U-VU வ்+உ-வு வ்+ஊ-வூ வ்+அ-வ	V+Y-VY வ்+ஐ-வை வ் + இ - வீ	-	V+AU-VAU வ்+ஆ-வா	V+AI-VAI வ்+ஐ-வை	-	V+EE-VEE வ்+ஈ-வீ	-	V+OO-VOO வ்+ஊ-வூ	V+OU-VOU V+OW-VOW வ்+ஔ-வௌ

	வ்+அ -வ												
W - வ்	W - வ்	W - வ்	W - வ்	W - வ்	W - வ்	W - வ்	W - வ்	W - வ்	W - வ்	W - வ்	W - வ்	W - வ்	W - வ்
W+A- WA வ்+அ- வ வ்+ஆ -வா வ்+எ- வெ வ்+ஏ- வே	W+E- WE வ்+இ -வி வ்+ஈ- வீ வ்+எ- வெ வ்+ஏ- வே	W+I- WI வ்+ஐ -வை வ்+இ -வி வ்+ஈ- வீ	W+O- WO வ்+ஒ- வொ வ்+ஓ- வோ வ்+அ- வ வ்+ஆ -வா	W+U- WU வ்+ ஊ- வூ	W+Y- WY வ்+ஐ -வை வ்+இ -வி	-	W+A U- WAU வ்+ ஆ- வா	-	W+O A- WOA வ்+ ஓ- வோ	W+E E- WEE வ்+ ஈ-வீ	W+E A- WEA வ்+ ஈ-வீ வ்+ எ- வெ வ்+ ஏ- வே	-	W+O U- WOU W+O W- WOW வ்+ ஔ- வௌ

	வ்+அ -வ												
X - க்ஸ்ஸ்	X - க்ஸ்ஸ்	X - க்ஸ்ஸ்	X – க்ஸ்ஸ்	X – க்ஸ்ஸ்	X - க்ஸ்ஸ்	X - க்ஸ்ஸ்	X - க்ஸ்ஸ்	X - க்ஸ்ஸ்	X - க்ஸ்ஸ்	X - க்ஸ்ஸ்	X - க்ஸ்ஸ்	X - க்ஸ்ஸ்	X - க்ஸ்ஸ்
X+A-XA க்ஸ்+அ-க்ஸ க்ஸ்+ஆ-ஸா க்ஸ்+ஏ-க்ஸே	X+E-XE க்ஸ்+இ-ஸி க்ஸ்+ஈ-க்ஸீ ஸ்+எ-ஸெ	X+I-XI க்ஸ்+இ-க்ஸி க்ஸ்+ஈ-க்ஸீ	X+O-XO ஸ்+ஓ-ஸோ க்ஸ்+ஆ-க்ஸா	-	X+Y-XY ஸ்+ஐ-ஸை க்ஸ்+இ-க்ஸி	-	-	-	-	-	-	-	-

	க்ஸ்+ அ- க்ஸ												
Y - ய்	Y - ய்	Y - ய்	Y - ய்	Y - ய்	Y - ய்	Y - ய்	Y - ய்	Y - ய்	Y - ய்	Y - ய்	Y - ய்	Y - ய்	Y - ய்
Y+A- YA ய்+அ- ய ய்+ஆ -யா ய்+ஏ- யே	Y+E- YE ய்+இ -யி ய்+ஈ- யீ ய்+எ- யெ ய்+ஏ- யே ய்+அ -ய	Y+I-YI ய்+இ -யி ய்+ஈ- யீ	-	Y+U- YU ய்+உ -யு ய்+ ஊ- யூ ய்+அ -ய	-	-	-	-	-	Y+EE -YEE ய்+ ஈ-யீ	Y+EA -YEA ய்+ ஈ-யீ ய்+ ஏ- யே	Y+O O- YOO ய்+ ஊ- யூ	Y+O W- YOW ய்+ ஔ- யௌ

Z – ஸ்,ஷ்,ஜ் A – அ,ஆ,எ,ஏ	Z+A-ZA ஜ்+அ-ஜ ஸ்+ஆ-ஸா ஸ்+எ-ஸெ
Z – ஸ்,ஷ்,ஜ் E – இ,ஈ,எ,ஏ,அ	Z+E-ZE ஸ்+இ-ஸி ஸ்+ஈ-ஸீ ஸ்+எ-ஸெ ஸ்+அ-ஸ
Z – ஸ்,ஷ்,ஜ் I – ஐ,இ,ஈ	Z+I-ZI ஜ்+ஐ-ஜை ஜ்+இ-ஜி ஸ்+ஈ-ஸீ
Z – ஸ்,ஷ்,ஜ் O – ஒ,ஓ,அ,ஆ	Z+O-ZO ஸ்+ஒ-ஸொ ஸ்+ஓ-ஸோ ஸ்+அ-ஸ
Z – ஸ்,ஷ்,ஜ் U – உ,ஊ,அ	Z+U-ZU ஜ்+ஊ-ஜூ ஸ்+அ-ஸ
Z – ஸ்,ஷ்,ஜ் Y – ஐ,இ	Z+Y-ZY ஸ்+ஐ-ஸை ஸ்+இ-ஸி
Z – ஸ்,ஷ்,ஜ் AE – இ,ஈ,எ,ஏ	-
Z – ஸ்,ஷ்,ஜ் AU – அ,ஆ	-
Z – ஸ்,ஷ்,ஜ் AI - ஐ	-
Z – ஸ்,ஷ்,ஜ் OA - ஓ	-
Z – ஸ்,ஷ்,ஜ் EE - ஈ	-
Z – ஸ்,ஷ்,ஜ் EA – ஈ,எ,ஏ	-
Z – ஸ்,ஷ்,ஜ் OO – உ,ஊ	Z+OO-ZOO ஸ்+ஊ-ஸூ
Z – ஸ்,ஷ்,ஜ் OU, OW - ஔ	-

ஸ்+ஏ -ஸே	CH - ச்	CH+A- CHA ச்+அ- ச ச்+ஆ -சா ச்+எ- செ ச்+ஏ- சே
	CH - ச்	CH+E- CHE ச்+இ- சி ச்+எ- செ ச்+ஏ- சே ச்+அ- ச
	CH - ச்	CH+I -CHI ச்+ஐ -சை ச்+இ -சி ச்+ஈ -சீ
ஸ்+ ஆ- ஸா	CH - ச்	CH+O- CHO ச்+ஒ- சொ ச்+ஓ- சோ ச்+ஆ- சா
	CH - ச்	CH+ U- CHU ச்+உ -சு ச்+ ஊ- சூ ச்+ அ-ச
	CH - ச்	CH+Y -CHY ச்+இ -சி
	CH - ச்	-
	CH - ச்	CH+ AU- CHA U ச்+ ஆ- சா
	CH - ச்	CH+ AI- CHAI ச்+ஐ -சை
	CH - ச்	-
	CH - ச்	CH+E E- CHEE ச்+ஈ -சீ
	CH - ச்	CH+E A- CHEA ச்+ஈ -சீ
	CH - ச்	CH+ OO- CHO O ச்+ ஊ- சூ
	CH - ச்	CH+ OU- CHO U CH+ OW- CHO W ச்+ ஔ- சௌ

CH+A-CHA க்+அ-க க்+ஆ-கா க்+எ-கெ க்+ஏ-கே	CH+E-CHE க்+இ-கி க்+ஈ-கீ க்+எ-கெ க்+அ-க	CH+I-CHI க்+ஐ-கை க்+இ-கி	CH+O-CHO க்+ஒ-கொ க்+ஓ-கோ க்+அ-க க்+ஆ-கா	CH+U-CHU க்+அ-க	CH+Y-CHY க்+இ-கி	CH+AE-CHAE க்+இ-கி க்+ஏ-கே	-	-	-	-	-	CH+OO-CHOO க்+ஊ-கூ	-

DH – த்	DH – த்	DH – த்	DH – த்	DH – த்	DH – த்	DH – த்	DH – த்	DH – த்	DH – த்	DH – த்	DH – த்	DH – த்	DH – த்
DH+A DHA - த் + அ - த *த் + ஆ - தா*		*DH+I - த் + இ - தி*	*DH+O - த் + ஒ - தோ*	*DH+U - THU* *த் + ஊ - தூ*						*DH+EE - DHEE* *த் + ஈ - தீ*			*DH+OW - DHEE* *த் + ஔ - தௌ*

A – அ,ஆ, எ,ஏ	E – இ,ஈ,எ, ஏ,அ	I – ஐ,இ, ஈ	O – ஒ,ஓ, அ,ஆ	U – உ,ஊ ,அ	Y – ஐ,இ	AE – இ,ஈ, எ,ஏ	AU – அ, ஆ	AI - ஐ	OA - ஓ	EE - ஈ	EA – ஈ,எ, ஏ	OO – உ, ஊ	OU, OW - ஔ
DH+A-DHA த்+அ-த த்+ஆ-தா	-	DH+I-DHI த்+இ-தி	D+HO-DHO த்+ஓ-தோ	-	-	-	-	-	-	DH+EE-DHEE த்+ஈ-தீ	-	-	DH+OU-DHOU̇ DH+OW-DHOW த்+ஔ-தௌ
TH –த்	TH -த்	TH - த்	TH -த்	TH -த்	TH - த்	TH -த்	TH - த்	TH - த்	TH - த்	TH - த்	TH - த்	TH -த்	TH -த்
TH+A-THA	TH+E-THE	TH+I-THI	TH+O-THO	TH+U-THU	TH+Y-THY	-	TH+AU-	TH+AI-THAI	-	TH+EE-THEE	-	TH+OO-THOO	TH+OU-THOU

த்+அ- த த்+ஆ -தா த்+எ- தெ த்+ஏ- தே	PH - ஃப்	PH+A- PHA
த்+இ- தி த்+ஈ-தீ த்+எ- தெ த்+ஏ- தே த்+அ- த	PH - ஃப்	PH+E- PHE
த்+ஐ -தை த்+ இ- தி த்+ஈ -தீ	PH - ஃப்	PH+I -PHI
த்+ஒ- தொ த்+ஓ- தோ த்+அ- த த்+ஆ- தா	PH - ஃப்	PH+O- PHO
த்+உ -து த்+ ஊ- தூ த்+அ -த	PH - ஃப்	PH+U -PHU
த்+ஐ -தை த்+ இ- தி	PH - ஃப்	PH+Y -PHY
	PH - ஃப்	PH+A E- PHAE
THA U த்+ ஆ- தா	PH - ஃப்	-
த்+ ஐ- தை	PH - ஃப்	-
	PH - ஃப்	-
த்+ ஈ-தீ	PH - ஃப்	-
	PH - ஃப்	PH+ EA-
த்+ ஊ- தூ	PH - ஃப்	PH+O O- PHOO
த்+ ஔ- தௌ	PH - ஃப்	-

ஃப்+ அ-ஃப ஃப்+ ஆ- ஃபா ஃப்+ஏ -ஃபே	ஃப்+இ- ஃபி ஃப்+ஈ- ஃபீ ஃப்+எ- ஃபெ ஃப்+அ - ஃப	ஃப்+ ஐ- ஃ பை ஃப்+ இ- ஃபி ஃப்+ ஈ- ஃபீ	ஃப்+ஒ - ஃபொ ஃப்+ஓ - ஃபோ ஃப்+ அ-ஃப ஃப்+ ஆ- ஃபா	ஃப்+ அ- ஃப	ஃப்+ இ- ஃபி ஃப்+ ஐ- ஃ பை	ஃப்+ ஏ- ஃபே					PHE A ஃப்+ எ- ஃ பெ	ஃப்+ ஊ- ஃபூ	
SH - ஷ்	SH - ஷ்	SH - ஷ்	SH - ஷ்	SH - ஷ்	SH - ஷ்	SH - ஷ்	SH - ஷ்	SH - ஷ்	SH - ஷ்	SH - ஷ்	SH - ஷ்	SH - ஷ்	SH - ஷ்
SH+A- SHA	SH+E- SHE	SH+I -SHI	SH+O- SHO	SH+U -SHU	SH+Y -SHY	-	-	SH+ AI- SHAI	SH+ OA-	SH+ EE- SHEE	SH+ EA- SHEA	SH+0 0- SHOO	SH+O U- SHOU

ஷ்+அ -ஷ ஷ்+ ஆ- ஷா ஷ்+ஏ -ஷே	ஷ்+இ- ஷி ஷ்+ஈ- ஷீ ஷ்+எ- ஷெ ஷ்+ஏ- ஷே ஷ்+அ- ஷ	ஷ்+ ஐ- ஷை ஷ்+ இ- ஷி ஷ்+ ஈ- ஷீ	ஷ்+ஓ -ஷோ ஷ்+அ -ஷ ஷ்+ ஆ- ஷா	ஷ்+ உ- ஷு ஷ்+ அ- ஷ	ஷ்+ ஐ- ஷை ஷ்+ இ- ஷி			ஷ்+ ஐ- ஷை	SHO A ஷ்+ ஓ- ஷோ	ஷ்+ ஈ- ஷீ	ஷ்+ ஈ- ஷீ	ஷ்+ ஊ- ஷூ	SH+O W- SHOW ஷ்+ ஔ- ஷௌ

BH -ப்	BH -ப்	BH - ப்	BH -ப்	BH -ப்	-	-	-	-	-	-	--	-	-
BH+A-BHA ப்+அ-ப ப்+ஆ-பா	BH+E-BHE ப்+எ-பெ	BH+I -BHI ப்+ஈ -பீ	-	BH+I-BHU ப்+உ -பு ப்+ ஊ- பூ	-	-	-	-	-	-	-	-	-

இங்கு அட்டவணையில் கூறப்பட்டுள்ள உச்சரிப்புகள் அனைத்திற்கும் ஆங்கில வார்த்தைகள் கூறி விளக்கப்பட்டுள்ளது.

B – (ப்) என்ற ஆங்கில மெய்யெழுத்து ஆங்கில உயிரெழுத்துக்கள் மற்றும் கூடுதல் ஆங்கில உயிரெழுத்துக்களுடன் சேர்ந்து உண்டாகும் உச்சரிப்பு வார்த்தைகள் விளக்கம்.

B – ப் – A – அ, ஆ, எ, ஏ

B + A – BA ப் + அ – ப	B + A – BA ப் + ஆ – பா
Baboon பபூன் வாலில்லாக்குரங்கு	*Babbler* பாப்லர் பிதற்றுபவர்
Balloon பலூன் வாயு அடைத்த பலூன்	*Barrister* பாரிஸ்டர் வக்கீல்
Bania பனிய வியாபாரி	*Barricade* பாரிகேட் தற்காலிக வேலி
Bazaar பஜார் கடைத்தெரு	*Barrow* பாரொ தள்ளுவண்டி
Battalion பட்டாலியன் பட்டாளம்	*Bark* பார்க் குரைத்தல்
Abacus அபகஸ் கணக்கு மணிச் சட்டம்	*Bath* பாத் குளித்தல்
Husband ஹஸ்பண்ட் கணவன்	*Bawl* பால் சத்தமிடு
Akbar அக்பர் அரசன்	*Barley* பார்லி வால்கோதுமை
Abba அப்ப அப்பா	*Balcony* பால்கனி மாடி முன்பாகம்
Embassy எம்பஸி தூதரகம்	*Bastard* பாஸ்டர்ட் வேசி மகன்

B + A – BA ப் + எ – பெ	B + A – BA ப் + ஏ – பே
Bangalore (பெங்களூர்) கர்நாடகா நகரம் *Bail* பெய்ல் சிறையில் வை	*Basic* பேஸிக் அடிப்படை *Basement* பேஸ்மெண்ட் கட்டிட அடித்தளம் *Bachelor* பேசெலர் திருமணமாகாதவன் *Back* பேக் பின்புறம் *Baby* பேபி சிறு குழந்தை *Bail* பேய்ல் ஜாமீன் *Bank* பேங்க் வங்கி *Bakery* பேக்கரி ரொட்டி தயாரித்தல் *Bathe* பேத் குளித்தல் *Bay* பேய் புன்னை மரம்

B – ப் – E – இ, ஈ, எ, ஏ, அ

B + E – BE ப் + இ – பி	B + E – BE ப் + ஈ – பீ	B + E – BE ப் + எ – பெ
Believe பிலீவ் நம்பிக்கை Belong பிலாங் சொந்தமாயிரு Rabbet ராபிட் காடி Because பிகாஸ் ஏனெனில் Behold பிஹோல்ட் கவனி Begun பிகன் ஆரம்பி Beard பியர்ட் தாடி Betrothal பிட்ரோதல் நிச்சயதார்த்தம் Behaviour பிஹேவ்யர் ஒழுக்கம் Belie பிலை பொய்யாக்கு	Belial பீல்யல் சைத்தான் Besom பீஸம் துடைப்பம் Obes ஓபீஸ் கொழுத்த Verbena வர்பீன பல நிறப்பூக்கள் உள்ள செடி Being பீயிங் இருக்கும் பொருள் Betelnut பீட்ல்நட் பாக்கு Diabetes டையபீடீஸ் நீரிழிவு நோய் Betacam பீடாகாம் வீடியோ கேமராவில் ஒரு வகை Beta பீட கிரேக்க மொழி இரண்டாம் எழுத்து Be பீ இரு	Bent பென்ட் வளைந்த Beriberi பெரி பெரி ஒரு வியாதி Benison பெனிஸன் ஆசி Beck பெக் மலையருவி Belle பெல் அழகி Bench பென்ச் நீண்ட பலகை Bellow பெலோ கூச்சலிடு Bed பெட் மெத்தை Beggar பெக்கர் பிச்சைக்காரன் Beneficial பெனிஃபிஷல் அனுகூலமான

B + E – BE **ப் + ஏ – பே**	**B + E – BE** **ப் + அ – ப**
Begum பேகம் மாதரசி *Betenoire* பேட்ன்உஆ அச்சமூட்டும் நபர் *Bey* பேய் துருக்கி ஆளுநர் *Obey* ஒபேய் கீழ்ப்படி	*November* நவம்பர் ஆங்கில மாதம் *Chamber* சேம்பர் ஆலோசனை மண்டபம் *Number* நம்பர் எண் *Robber* ராப்பர் திருடன் *Gibber* ஜிப்பர் பிதற்றல் *Barber* பார்பர் முடி வெட்டுபவர் *Verberate* வர்பரெட் அடி *Rubber* ரப்பர் துடைப்பான் *Cucumber* கூகம்பர் வெள்ளரிக்காய் *December* டிஸெம்பர் ஆங்கில மாதம்

B _ ப் – I – ஐ, இ, ஈ

B + I – BI ப் + ஐ – பை	B + I – BI ப் + இ – பி	B + I – BI ப் + ஈ – பீ
Biology பையாலஜி உயிரியல் *Bible* பைப்ள் கிறிஸ்தவ வேதம் *Bison* பைஸன் காட்டெருமை *Turbine* டர்பைன் தண்ணீர், நீராவி சக்கரம் *Bicycle* பைசைக்ள் சைக்கிள் வண்டி *Abide* அபைட் உறுதியாக நில் *Mobile* மொபைல் நகரக்கூடிய *Bio* பையோ உயிருள்ள பொருள்கள் *Bite* பைட் கடி *Binocular* பைனாகுலர் இருகண் தூர தரிசினி	*Abigail* அபிகேல் தாதி *Bitter* பிட்டர் கசப்பான *Bismillah* பிஸ்மில்லா அல்லாவின் பெயரால் *Bikini* பிகினி பெண்கள் நீச்சல் உடை *Jubilee* ஜூபிலி 50 ஆண்டு விழா *Ebinesar* எபினேசர் பெயர் *Bigamy* பிகமி இருதாரம் *Billion* பில்லியன் இலட்சம் கோடி *Ambition* ஆம்பிஷன் உயரிய நோக்கம் *Bishop* பிஷப் பாதிரியார்	*Rabies* ரேபீஸ் நாய்க்கடி வியாதி *Binet – simon test* பீனே ஸீமா டெஸ்ட் குழந்தைகள் நுண்ணறிவை அளத்தல் *Habitual* ஹபீசுஅல் வழக்கமான

B – ப் – O – ஒ, ஓ, அ, ஆ

B + O – BO ப் + ஒ – பொ	B + O – BO ப் + ஓ – போ	B + O – BO ப் + அ – ப	B + O – BO ப் + ஆ – பா
Bonanza பொனான்ஸா எதிர்பாராத செல்வம் *Tombola* டாம்பொல லாட்டரி *Bonsai* பொன்ஸை செயற்கையாக் கப்பட்ட குட்டை செடி, மரம்	*Limbo* லிம்போ சிறைச்சாலை *Elbow* எல்போ முழங்கை *Jumbo* ஜம்போ பெரிய நபர் *Bonus* போனஸ் இனாம் *Bone* போன் எலும்பு *Bore* போர் துளையிடு *Both* போத் இரண்டு *Bode* போட் ஜோசியம் கூறு *Botel* போடெல் கப்பல் உணவு விடுதி *Bony* போனி எலும்பு போல்	*Above* அபவ் தலைக்கு மேல் *Carbon* கார்பன் நிலக்கரி *Turbot* டர்பட் திருக்கை மீன் *Gibbon* ஜிப்பன் வாலில்லா குரங்கு *Jamboree* ஜாம்பரீ களியாட்டம் *Elaboration* இலாபரேஷன் விவரித்தல் *Ribbon* ரிப்பன் நாடா *Bonanza* பனான்ஸா எதிர்பாராத செல்வம் *Symbol* ஸிம்பல் அடையாளம் *Labor* லேபர் தொழிலாளி	*Abolition* அபாலிஷன் அழித்தல் *Born* பார்ன் பிறந்த *Bonsai* பான்ஸை செயற்கை குட்டை செடி, மரம் *Boiler* பாய்லர் கொதிகலன் *Bottom* பாட்டம் அடிப்பாகம் *Botany* பாடனி தாவர நூல் *Boxer* பாக்ஸர் குத்துச்சண்டைக்காரர் *Boycott* பாய்காட் பகிஷ்காரம் *Border* பார்டர் எல்லை *Boss* பாஸ் தலைவன்

B – ப்　　　U – உ, ஊ, அ

B + U – BU ப் + உ – பு	B + U – BU ப் + ஊ – பூ	B + U – BU ப் + அ – ப
Bush புஷ் புதர் *Bulletin* புல்லெடின் செய்தித்தாள் *Ambulance* ஆம்புலன்ஸ் நோயாளி வாகனம் *Butchery* புட்செரி கொலை *Buddhism* புத்திஸம் புத்த மதம் *Bulbul* புல் புல் பாடும் பறவை *Bullock* புல்லக் காளைமாடு *Babu* பாபு பிரபு, ஐயா *Burucelee* ப்ரூஸ்லீ கராத்தே வீரர் *Boombukar* பூம்புகார் நகரம்	*Butan* பூடான் நாடு *Contribution* கான்ட்ரிபூஷன் சந்தா தொகை *Burette* ப்யூஅரெட் கண்ணாடி குழல் *Bureau* ப்யூரோ பீரோ *Bugle* ப்யூக்ல் ஊதும் இசைக்கருவி *Bureaucracy* ப்யூராக்ரஸி அதிகார வர்க்கம் *Kabuki* கபூகீ ஜப்பானிய நாடகக் கலை *Bumbukar* பூம்புகார் நகரம் *Ambur* ஆம்பூர் வேலூர் *Perambur* பெரம்பூர் சென்னை	*Burma* பர்மா நாடு *Burden* பர்டன் சுமை *Burial* பரியல் பிணம் புதைத்தல் *Butter* பட்டர் வெண்ணெய் *Buttock* பட்டக் புட்டம் *Buzzer* பஸ்ஸர் ஒலி உண்டாக்கும் கருவி *Bunch* பன்ச் கொத்து *Butler* பட்லர் வேலையாள் *Bubble* பப்ள் நீர்க்குமிழி *Album* ஆல்பம் புகைப்படம்

B – ப் – Y – ஐ, இ

B + Y – BY ப் + ஐ – பை	B + Y – BY ப் + இ – பி
Goby கோபை அலட்சியமாக விடுதல் *Lullaby* லல்லபை தாலாட்டு பாட்டு *Nearby* நியர்பை அருகில் *By-law* பை லா சட்ட திட்டங்கள் *Bypath* பை பாத் பக்க வழி *Bye-bye* பை பை போய் வருகிறேன் *Bye* பை தனித்துள்ள *By the by* பை த பை தற்செயலாக *By pass* பை பாஸ் வேறு பாதை *Byte* பைட் கண்ணின் திறன் அளவு	*Chubby* சப்பி கொழுத்த *Tabby* டாபி வரிப்பூனை *Looby* லூபி முட்டாள் *Booby* பூபி மடையன் *Hubby* ஹப்பி கணவன் *Baby* பேபி குழந்தை *Toby* டோபி கூஜா *Flabby* ஃப்லாபி உறுதியில்லாத *Gaby* காபி முட்டாள் *Abyss* அபிஸ் நரகம்

B – ப் AU – ஆ	**B – ப் AI – ஐ**	**B – ப் – OA – ஓ**
B + AU – BAU **ப் + ஆ – பா**	**B + AI – BAI** **ப் + ஐ – பை**	**B + OA – BOA** **ப் + ஓ – போ**
Baud பாட் செய்தி அனுப்பும் வேக அலகு *Bauk* பாக் உழப்படாத நிலப்பகுதி *Bauxite* பாக்ஸைட் அலுமினிய தாதுப்பொருள் *Debauch* டிபாச் இழிவான நடத்தை *Debauchee* டிபாஷீ விபச்சாரன் *Debauchery* டிபாஷரி தீயொழுக்கம்	*Mumbai* மும்பை மகாராஷ்டிரம் *Pumbai* பம்பை கேரளா *Kirubai* கிருபை இரக்கம் *Kombai* கோம்பை ஊர் – தேனி *Baikara* பைகாரா மதுரை	*Boatman* போட்மேன் படகோட்டி *Board* போர்ட் மரப்பலகை *Boar* போர் ஆண் காட்டுப்பன்றி *Boarder* போர்டர் விடுதியில் சாப்பிடுபவர் *Boast* போஸ்ட் டம்பப்பேச்சு *Boat* போட் படகு *Boat house* போட் ஹௌஸ் படகு வீடு

B – ப் – EE – ஈ **B – ப் OO – உ, ஊ**

B + EE – BEE ப் + ஈ – பீ	B + OO – BOO ப் + உ – பு	B + OO – BOO ப் + ஊ – பூ
Bee பீ தேனீ *Beech* பீச் புங்கமரம் *Beehive* பீஹைவ் தேன்கூடு *Beet* பீட் பீட்ரூட் *Beestings* பீஸ்டிங்ஸ் சீம்பால் *Beeswax* பீஸ்வாக்ஸ் தேன்மெழுகு *Beeman* பீமன் பெயர் *Beermedu* பீர்மேடு கேரளா *Beer* பீர் மதுபானம் *Beef* பீஃப் மாட்டிறைச்சி	*Book* புக் புத்தகம் *Baboo* பாபு ஐயா, பெருமகன் *Book case* புக்கேஸ் புத்தக அலமாரி *Bookkeeper* புக்கீப்பர் கணக்கர் *Bookman* புக்மேன் அறிவாளி *Book stall* புக் ஸ்டால் புத்தகக்கடை *Book seller* புக் செல்லர் புத்தக வியாபாரி *Booklet* புக்லிட் சிறுநூல் *Bookworm* புக்வார்ம் புத்தகத்தை தின்னும் பூச்சி *Book learning* புக் லேர்னிங் புத்தகப்படிப்பு	*Boost* பூஸ்ட் அதிகரிப்பு *Bamboo* பாம்பூ மூங்கில் *Bamboozle* பாம்பூஸ்ல் ஏமாற்று *Baboon* பபூன் வாலில்லாக் குரங்கு *Booze* பூஸ் அதிகமாகக் குடி *Booth* பூத் தற்காலிக பந்தல் *Boot* பூட் பூட்ஸ் *Boom* பூம் பெருமுழக்கம் *Booby* பூபி மடையன் *Freebooter* ஃப்ரீ பூடர் கொள்ளைக்காரன்

B – ப் – EA – ஈ, எ, ஏ

B + EA – BEA ப் + ஈ – பீ	B + EA – BEA ப் + எ – பெ	B + EA – BEA ப் + ஏ – பே
Bean பீன் அவரைக்காய்	–	*Bear* பேர் தூக்கு
Beach பீச் கடற்கரை		*Bearer* பேரர் சுமப்பவன்
Beast பீஸ்ட் முரடன்		*Bearing* பேரிங் நடத்தை
Beacon பீகன் கலங்கரைவிளக்கம்		*Bearish* பேரிஷ் முரட்டுத்தனமான
Bead பீட் பாசிமணி		*Bug bear* பக் பேர் வீண் பயம்
Bead house பீட்ஹௌஸ் தருமசத்திரம்		
Beading பீடிங் உடையில் பாசிமணி அலங்காரம்		
Beadle பீட்ல் விளம்பரம் செய்பவன்		
Beam பீம் உத்திரம்		
Beak பீக் பறவையின் அலகு		

B – ப் – OU, OW – ஔ

B +OU – BOU ப் + ஔ – பௌ	B + OW – BOW ப் + ஔ – பௌ
Bouncer பௌன்சர் காவல் அதிகாரி *Bound* பௌன்ட் எல்லை *About* அபௌட் சுற்றிலும் வெளியே *Bounty* பௌன்டி தாராளம் *Bout* பௌட் பந்தி *Debouch* டிபௌச் பள்ளத்தாக்கிலிருந்து சமவெளியில் பிரவேசி *Bough* பௌ மரக்கிளை	*Bow* பௌ கப்பல் முன்பாகம் *Bowel* பௌல் இரக்கம் *Bower* பௌஅர் அந்தப்புரம் *Bowback* பௌபேக் கூன் முதுகு

C – “க்” உச்சரிப்பின்படி ஆங்கில உயிர் எழுத்துக்கள் A, O, U, AU, OA, OO உடன் சேர்ந்து க, கா, கெ, கொ, கோ, கு, கூ, கௌ உச்சரிப்பில் வார்த்தைகள் வரும். E உடன் சேர்ந்து 3 வார்த்தைகள் “கெ” உச்சரிப்பில் வரும்.

C – க் – A – அ, ஆ, எ, ஏ

C + A – CA க் + அ – க	C + A – CA க் + ஆ – கா	C + A – CA க் +எ – கெ	C + A – CA க் + ஏ – கே
Casino கஸீனொ கேளிக்கை கூடம் *Cacophony* ககாஃபனி கர்ணகடூரம் *Cajolery* கஜோலரி இச்சகப்பேச்சு *Calorie* கலோரி வெப்பமானி *Calamity* கல்ஆமிடி விபத்து *Medical* மெடிகல் மருத்துவம் *Canal* கனால் செயற்கை கால்வாய் *Cadet* கடெட் இராணுவம் *Areca* அரீக பாக்குமரம் *Eucalyptus* யூகலிப்டஸ் நீலகிரித்தைலம்	*Calmly* காம்லி அமைதியாக *Call* கால் அழை *Calf* காஃப் கன்றுக்குட்டி *Calendar* காலண்டர் நாட்காட்டி *Calculator* கால்குலேட்டர் கணக்கிடும் இயந்திரம் *Calcium* கால்சியம் சுண்ணாம்பு *Cardamom* கார்டமம் ஏலக்காய் *Carpet* கார்பெட் தரைவிரிப்பு *Carpenter* கார்பென்டர் தச்சன் *Cartoon* கார்டூன் கேலிச்சித்திரம்	*Capacity* கெபாசிடி கொள்ளளவு *Capacitate* கெபாஸிடேட் சட்டப்படி அதிகாரம் *Caparison* கெபாரிஸன் குதிரை, யானை விசேஷ ஆடை *Cairo* கெய்ரோ எகிப்து தலைநகர் *Cathartic* கெதார்டிக் பேதிமருந்து *Catharsis* கெதார்ஸிஸ் குடலை சுத்தம் செய்தல்	*Cage* கேஜ் கூண்டு *Cake* கேக் ரொட்டி *Camera* கேமரா புகைப்படம் எடுக்கும் கருவி *Cambric* கேம்ப்ரிக் மெல்லிய வெள்ளைத் துணி *Came* கேம் வா *Escape* எஸ்கேப் தப்பித்துக் கொள் *Application* அப்ளிகேஷன் மனு *Care* கேர் எச்சரிக்கை *Cane* கேன் பிரம்பு *Caste* கேஸ்ட் ஜாதி

C – க் – O – ஒ, ஓ, அ, ஆ

C + O – CO க் + ஒ – கொ	C + O – CO க் + ஓ – கோ
Cocoon கொகூன் பட்டுப்பூச்சிக் கூடு *Coercion* கொஎர்ஷன் பலாத்காரம் *Corona* கொரோனா கொரோனா தொற்றுநோய் *Colombo* கொழும்பு இலங்கை *Cosecant* கொஸீகன்ட் சைன் விகிதத்தின் தலைகீழி *Columbia* கொலம்பியா நாடு *Zincograph* ஸிங்கொக்ராஃப் சித்திரதுத்தநாகத்தகடு *Cosine* கொஸைன் கிடக்கை	*Cold* கோல்ட் குளிர்ச்சி *Cobra* கோப்ரா நல்லபாம்பு *Coimbatore* கோயம்படூர் கோவை மாவட்டம் *Cone* கோன் கூம்பு *Cony* கோனி முயல் *Portico* போர்டிகோ முன்தாழ்வாரம் *Coma* கோம மயக்கம் *Co education* கோ எஜூகேஷன் இருபாலர் கல்வி நிலையம் *Co eval* கோ ஈவல் சமவயது *Copeck* கோபெக் ரஷ்ய நாணயம்

C + O – CO க் + அ – க	C + O – CO க் + ஆ – கா
Collector கலெக்டர் மாவட்ட ஆட்சித்தலைவர் *Conductor* கண்டக்டர் நடத்துனர் *Company* கம்பெனி கூட்டாளி *Second* செகண்ட் இரண்டாவது *Complete* கம்ப்ளீட் முழுமையான *Correct* கரெக்ட் சரிப்படுத்து *Concern* கன்ஸேர்ன் வியாபார ஸ்தாபனம் *Connection* கனெக்ஷன் இணைப்பு *Consumer* கன்ஸூமர் நுகர்வோன் *Collection* கலெக்ஷன் சேகரித்தல்	*Colony* காலனி குடியிருப்பு *College* காலேஜ் கல்லூரி *Concept* கான்செப்ட் எண்ணம் *Concrete* காங்க்ரீட் சிமெண்ட் கலவை *Constable* கான்ஸ்டப்ள் காவலர் *Corban* கார்பன் காணிக்கை *Copy* காபி நகல் *Congress* காங்க்ரஸ் தேசிய காங்கிரஸ் *Compound* காம்பௌண்ட் சுற்றுச்சுவர் *Competition* காம்பிடீஷன் போட்டி

C – க் – E – எ C–க் – U – உ, ஊ, அ

C + E – CE க்+எ–கெ	C+U– CU க்+உ –கு	C+U–CU க்+ஊ–கூ	C+U– CU க் +அ– க
Celt கெல்ட் கல் கோடாரி *Scepsis* ஸ்கெப்ஸிஸ் சந்தேகம் *Sceptical* ஸ்கெப்டிகல் சந்தேகமுள்ள	*Curriculam* கரிகுலம் பாடத்திட்டம் *Cumulate* க்யுமுலேட் குவி *Cupel* க்யுபெல் சுத்த தங்கம் சோதித்தல் *Curio* க்யுரியோ அதிசயப் பொருள் *Curious* க்யுரியஸ் புதுமையான *Curable* க்யுரப்ல் திருத்தக்கூடிய *Cuckoo* குகூ குயில் *Cushion* குஷன் மெத்தை *Particular* பர்டிகுலர் விவரம் *Cushy* குஷி சந்தோசம்	*Cumulative* க்யூமுலடிவ் திரளாகச் சேர்ந்த *Cuneiform* க்யூனிஃபார்ம் ஆப்பு போன்ற *Cupid* க்யூபிட் அழகன் *Cure* க்யூர் குணமடைதல் *Curiously* க்யூரியஸ்லி அதிசயமாக *Cuibono* கூயிபானோ யாருடைய ஆதாயத்திற்காக *Cuimalo* கூயிம் ஆலோ யாரைத் துன்புறுத்தும் *Cul-de-sac* கூல் ட ஸாக் முட்டுச் சந்து *Cue* (க்யூ) குறிப்பு *Cucumber* க்யூகம்பர் வெள்ளரிக்காய்	*Custody* கஸ்டடி பாதுகாப்பு *Curry* கறி கறி சமை *Curriculum* கரிகுலம் பாடத்திட்டம் *Currency* கரன்ஸி ரூபாய் நோட்டு *Current* (கரென்ட்) மின்னோட்டம் *Curl* கர்ல் மயிர்ச்சுருள் *Custard apple* கஸ்டர்ட் ஆப்பிள் சீதாப்பழம் *Cus Cus* கஸ்கஸ் வெட்டிவேர் *Cunning* கன்னிங் தந்திரமுள்ள *Cultivation* கல்டிவேஷன் பயிர்த்தொழில்

C – க் – AU – ஆ	**C – க் – OA – ஓ**
C + AU – CAU **க் + ஆ – கா**	**C + OA – COA** **க் + ஓ – கோ**
Caught காட் பிடித்தல் *Caution* காஷன் எச்சரிக்கை *Cauliflower* காலிஃப்லௌஅர் சமையல் பூ *Decaudate* டிகாடேட் வாலை வெட்டு *Caustic* காஸ்டிக் எரிகாரம் *Causal* காஸல் காரணமாக அமையும் *Caulk* காக் பீப்பாய் ஓட்டைகளை அடை *Cause* காஸ் காரணம் *Cauldron* கால்ட்ரன் கொப்பரை *Caucus* காகஸ் சட்டசபை செயற்குழு	*Coal* கோல் நிலக்கரி *Coat* கோட் மேல்சட்டை *Coach* கோச் கற்பிப்போன் *Coast* கோஸ்ட் கடற்கரை *Coating* (கோடிங்) மேற்பூச்சு *Coax* கோக்ஸ் இனிமையாகப் பேசு *Coarse* கோர்ஸ் சுரசுரப்பான *Coast line* கோஸ்ட் லைன் கடற்கரை எல்லைக்கோடு *Coagulant* கோகுலன்ட் உறைய வைக்கும் பொருள் *Coaltar* கோல்டார் ஒருவகைத்தார்

C – க் – OO – உ, ஊ **C – க் – OU, OW ஔ**

C + OO – COO	C + OO – COO	C + OU – COU	C + OW – COW
க் +உ – கு	க் + ஊ – கூ	க் + ஔ – கௌ	க் + ஔ – கௌ
Cook குக் சமையல் *Cooker* குக்கர் சமையல் பாத்திரம் *Cookie* குக்கீ ரொட்டி *Cookery* குக்கரி சமையல் முறை	*Cool* கூல் குளிர்ச்சி *Cooly* கூலி கூலி ஆள் *Coonoor* கூனூர் குன்னூர் (நீலகிரி) *Coomb* கூம் மலைப் பள்ளத்தாக்கு *Coop* கூப் மீன்பிடிக் கூடை *Coot* கூட் மடையன் *Coom* கூம் அடுப்பில் படிந்துள்ள கரி *Coo* கூ புறாவைப் போல் சத்தமிடு *Cooler* கூலர் குளிர்மின்சாதனம் *Cooper* கூபர் பீப்பாய் செய்	*Counter* கௌன்டர் பணம் செலுத்துமிடம் *Account* அக்கௌண்ட் கணக்கிடுதல் *Couch* கௌச் மஞ்சம் *Council* கௌன்சில் ஆலோசனை சபை *County* கௌன்டி மாவட்டம் *Viscount* வைகௌன்ட் பிரபு பட்டம் *Scout* ஸ்கௌட் ஒற்றன் *Scoundrel* ஸ்கௌன்ட்ரெல் போக்கிரி *Scour* ஸ்கௌ அர் அசுத்தத்தை நீக்கு	*Cow* கௌ பசு *Coward* கௌஎர்ட் கோழை *Cowboy* கௌ பாய் மாடு மேய்ப்பவன் *Cower* கௌஅர் பயத்தில் ஒடுங்கு *Cowl* கௌல் சந்நியாசி தலையணை *Cowpox* கௌபாக்ஸ கோமாரி நோய் *Cowrie* கௌரி சோழி

C – ச், ஸ் உச்சரிப்பின்படி ஆங்கில உயிர் எழுத்துக்கள் E, Y, I, EA, AE ஆகியவற்றுடன் சேர்ந்து சி, சீ, செ, ச, ஸி, ஸீ, ஸை ஆகிய உச்சரிப்புகளில் வார்த்தைகள் வரும்

C – ச், ஸ் – E – இ, ஈ, எ, ஏ, அ

C + E – CE ச் + இ – சி ஸ் + இ – ஸி	C + E– CE ஸ் + ஈ – ஸீ ச் + ஈ – சீ
Cement சிமெண்ட் சிமிட்டி *Vice* வைஸி பதிலாக *Ceramic* ஸிராமிக் மண்பாண்டம் *Cereal* ஸியரியல் தானியங்கள் *Celebrity* ஸிலெப்ரிடி புகழ்பெற்றவர் *Celerity* ஸிலெரிடி சுறுசுறுப்பு *Ceramist* ஸிராமிஸ்ட் மண்பாண்டம் செய்பவர்	*Cede* ஸீட் ஒப்புக்கொள் *Ceiling* சீலிங் மச்சு *Conceit* கன்ஸீட் தற்பெருமை *Receive* ரிசீவ் பெற்றுக்கொள் *Conceive* கன்சீவ் கருத்தரித்தல் *Precede* ப்ரீஸீட் முன்னால் இரு *Concede* கன்ஸீட் ஒப்புக்கொள் *Celiac* ஸீலியாக் வயிற்றுக்கோளாறு *Cedar* ஸீடர் தேவதாரு போன்ற மரம் *Facetious* (ஃபஸீஸஸ்) நகைப்பூட்டும்

C + E – CE ஸ் + எ – ஸெ ச் + எ – செ	C + E – CE ஸ்+அ – ஸ ச் + அ – ச
Central சென்ட்ரல் மையமான *Cent* சென்ட்(இட அளவு) *Celsious* செல்சியஸ் வெப்பநிலை அளவு *Center* சென்டர் மையம் *Century* சென்சுரி நூறு *Concept* கான்செப்ட் எண்ணம் *Cell* ஸெல் சிறைச்சாலை அறை *Celebration* ஸெலிப்ரேஷன் கொண்டாட்டம் *Censor* சென்ஸார் தகாதவற்றை நீக்குதல் *Ceremony* ஸெரிமனி சடங்கு	*Dancer* டான்ஸர் நடனம் ஆடுபவர் *Saucer* சாஸர் கோப்பை வைக்கும் தட்டு *Cancer* கேன்சர் புற்றுநோய் *Producer* ப்ரொடூசர் தயாரிப்பாளர் *Advicer* அட்வைசர் அறிவுரை கூறுபவர் *Officer* ஆபீஸர் அதிகாரி *Cancel* கேன்சல் நீக்கு *Spicer* ஸ்பைஸர் வாசனை திரவியம் *Bouncer* பௌன்சர் உயரே எழும்பும் பந்து வீச்சு *Romoncer* ரொமான்ஸர் கற்பனை கதை எழுதுபவர்

C + E – CE

ஸ் + ஏ – ஸே

Finance (ஃபியான்ஸே)
நிச்சயிக்கப்பட்ட கணவன்
Concern (கன்ஸேர்ன்)
வியாபார ஸ்தாபனம்
Concertina
(கன்ஸேர்டீன)
அறுகோண
இசைவாத்தியம்

C – ச், ஸ் I – ஐ, இ, ஈ

C+I – CI ச் + I – சை ஸ் + ஐ – ஸை	C+I – CI ச் + இ – சி ஸ் + இ – ஸி	C+I – CI ச் + ஈ – சீ ஸ் + ஈ – ஸீ
Cite ஸைட் மேற்கோள்காட்டு *Loci* லோஸை இருப்பிடம் *Cider* ஸைடர் ஆப்பிள் பழ மதுபானம் *Cipher* ஸைஃபர் பூஜ்யம் *Criticize* க்ரிடிஸைஸ் விமர்சனம் செய் *Decide* டிஸைட் நிச்சயி *Suicide* ஸூஸைட் தற்கொலை *Uxoricide* அக்ஸாரிஸைட் மனைவியை கொலை செய்தல் *Docile* டோஸைல் சாந்தமான *Domicile* டாமிஸைல் வாழுமிடம்	*Cinema* சினிமா சினிமா படம் *Civil* சிவில் சமூகம் *Citizen* சிட்டிஸன் நகரவாசி *Cigarette* சிகரெட் சிகரெட் *Cincture* ஸிங்க்சர் சுற்றுவார் *Cinchona* ஸிங்கோன கொய்னா மருந்து *Vaccine* வாக்ஸின் அம்மைப்பால் *Cinque* ஸிங்க் தாயக்கட்டையில் 5 *City* சிட்டி நகரம் *Accident* ஆக்ஸிடென்ட் விபத்து	*Precis* ப்ரேஸீ சுருக்கம் *Vaccine* வாக்ஸீன் அம்மைப்பால்

C – ச், ஸ் Y – ஐ, இ

C+Y – C Y **ச் + ஐ– சை** **ஸ் + ஐ – ஸை**	**C+Y – C Y** **ச் + இ – சி** **ஸ் + இ – ஸி**
Cynosure ஸைனஸூர் மனங்கவரும் மனிதர் *Cytology* ஸைடாலஜி செல்கள் பற்றிய அறிவு *Cypress* ஸைப்ரெஸ் ஊசி இலை மரம் *Cycle* சைக்ள் மிதிவண்டி *Cyberphobia* ஸைபர்ஃபோபியா இயந்திரங்கள் பற்றிய அச்சம் *Cyclopaedia* ஸைக்லபீடிய கலைக் களஞ்சியம் *Cyclone* ஸைக்லோன் புயல்காற்று *Cyanide* ஸையனைட் கொடிய விஷம் *Cypher* ஸைஃபர் பூஜ்யம் *Cyclopean* ஸைக்லபீயன் மிகப்பெரிய	*Cylinder* சிலிண்டர் உருளை *Cynical* ஸினிகல் குற்றம் கண்டுபிடிக்கிற *Cyst* ஸிஸ்ட் பை *Cylon* சிலோன் இலங்கை *Cymbal* ஸிம்பல் ஜாலரா *Agency* ஏஜென்ஸி வியாபார காரியாலயம் *Pharmacy* ஃபார்மஸி மருந்துக் கடை *Vacancy* வேகன்ஸி காலியான நிலை *Prophecy* ப்ராஃபிஸி தீர்க்கதரிசனம் *Emergency* எமர்ஜென்ஸி அவசரநிலை

C – ச், ஸ் – AE – ஈ **C – ச், ஸ் EA – ஈ**

C + AE – CAE **ஸ் + ஈ – ஸீ** **ச் + ஈ – சீ**	**C + EA– CEA** **ச் + ஈ – சீ** **ஸ் + ஈ – ஸீ**
Caesar *ஸீஸர்* *ஜூலியஸ் ஸீஸர்*	*Conceal* *கன்ஸீல்* *இரகசியமாக வை* *Cease* *ஸீஸ்* *முடிவடை* *Unceasing* *அன்ஸீஸிங்* *நிற்காத* *Decease* *டிஸீஸ்* *இறப்பு*

C + EE – CEE

ஸ் + ஈ – ஸீ

Fiancee

(ஃபியான்ஸீ) நிச்சயிக்கப்பட்ட மனைவி

D – (ட்) என்ற ஆங்கில மெய்யெழுத்து ஆங்கில உயிரெழுத்துக்கள் மற்றும் கூடுதல் ஆங்கில உயிர் எழுத்துக்களுடன் சேர்ந்து உண்டாகும் வார்த்தைகள் விளக்கம்

D – ட் – A – அ, ஆ, எ, ஏ

D + A – DA ட் + அ – ட	D + A – DA ட் + ஆ – டா
Datura டட்யூர ஊமத்தங்காய் *Dacoit* டகாய்ட் கூட்டு கொள்ளைக்காரன் *Cardamom* கார்டமம் ஏலக்காய் *Pedagogy* பெடகாகி கற்பிக்கும் கலை *Pedal* பெடல் சைக்கிள் பெடல் *Pedantry* பெடன்ட்ரி ஏட்டறிவு *Adamant* அடமெண்ட் பிடிவாதம் *Fundamental* ஃபன்டமென்டல் அடிப்படையான *Medal* மெடல் பதக்கம் *Pedant* (பெடன்ட்) கல்விச்செருக்கு	*Dancer* டான்ஸர் நாட்டியம் ஆடுபவர் *Dazzle* டாஸ்ல் பிரகாசம் *Dash* டாஸ் தீவிரமாகத்தாக்கு *Damn* டாம் குற்றம் கூறு *Daw* டா சாம்பல் நிற காக்கை *Dandruff* டான்ட்ரஃப் பொடுகு *Daft* டாஃப்ட் புத்தியில்லாத *Dawn* டான் தோன்று *Dart* டார்ட் சிறிய ஈட்டி *Dark* டார்க் இருட்டு

D + A – DA ட் + எ – டெ	D + A – DA ட் + ஏ – டே
Daily டெய்லி தினந்தோறும் *Dainty* டெய்ன்டி சுவையான *Ordain* ஆர்டெய்ன் அதிகாரமளி *Concordance* கங்கார்டென்ஸ் பொருத்தம் *Pendant* பென்டென்ட் தொங்கட்டான் *Daintily* டெய்ன்டிலி ருசியுள்ள	*Date* டேட் தேதி *Dane* டேன் டென்மார்க் நாட்டவர் *Dam* டேம் அணை *Dais* டேஇஸ் மேடை *Dairy* டேய்அரி பால்பண்ணை *Daisy* டேய்ஸி செவ்வந்திப்பூ *Damage* டேமேஜ் சேதம் *Danger* டேன்ஜர் ஆபத்து *Daredevil* டேர்டெவில் அசகாயசூரன் *David* டேவிட் பெயர்

D – ட்　　E – இ, ஈ, எ, ஏ, அ

D+E–DE **ட்+இ–டி**	**D+E–DE** **ட்+ஈ–டீ**	**D+E–DE** **ட்+எ–டெ**
Pedestal பெடிஸ்டல் பீடம் *Detect* டிடெக்ட் துப்பறி *Demand* டிமாண்ட் தேவை *Demean* டிமீன் தாழ்த்து *Demobilization* டிமொபிலைஸேஷன் படைக்குறைப்பு *Devotee* டிவோடீ பக்தன் *Device* டிவைஸ் உபாயம் *Depression* டிப்ரெஷன் மனஅழுத்தம் *Detergent* (டிடர்ஜென்ட்) அழுக்கு நீக்கம் *Degree* டிக்ரீ தரம்	*Deviate* டீவியேட் வழிதவறு *Devalue* டீவேல்யூ மதிப்பைக் குறை *Deport* டீபோர்ட் கொண்டு போ *Deodorant* டீஓடரன்ட் துர்நாற்றம் நீக்கும் *Demos* டீமாஸ் அடிமட்ட நிலை மக்கள் *Deluxe* டீலக்ஸ் அருமையான பண்பு அழகு *Chaldean* கால்டீயன் கால்டியா தேச பழங்குடிகள் *Decent* டீஸெண்ட் மரியாதை *Demonetize* டீமனிடைஸ் செல்லாததாக்கு *Denotation* டீநொடேஷன் குறியீடு	*Decoration* டெகரேஷன் அலங்கரித்தல் *Designation* டெஸிக்னேஷன் உத்தியோகம் *Deputation* டெப்புடேஷன் பதில் ஆள் *Deputy* டெபுடி பிரதிநிதி *Depot* டெபோ கிடங்கு *Dengue* டெங்கு காய்ச்சல் *Depth* டெப்த் ஆழம் *Desolation* டெஸலேஷன் தனிமை *Detonator* டெடனேடர் கண்டுபிடிக்கும் கருவி *Detriment* டெட்ரிமென்ட் நஷ்டம்

D+E–DE ட்+ஏ–டே	D+E–DE ட்+அ–ட
Detour டேடூர் சுற்றுவழி *Detenu* டேடனூ காவலில் வைக்கப்பட்டுள்ளவன் *Debut* டேபூ அரங்கேற்றம் *Decor* டேகர் நல்ல தோற்றம் *Modernization* மாடேர்னைஸேஷன் தற்கால கருத்துக்கு ஏற்ப புதுப்பித்தல்	*Thunder* தண்டர் இடிமுழக்கம் *Murder* மர்டர் கொலை *Welder* வெல்டர் இணைப்பவர் *Powder* பௌடர் பொடி *Cylinder* சிலிண்டர் உருளை *Leader* லீடர் தலைவன் *Finder* ஃபைன்டர் கண்டுபிடித்தவர் *Cider* ஸைடர் ஆப்பிள் பழ மதுபானம் *Grinder* க்ரைண்டர் மாவரைக்கும் இயந்திரம் *Calender* காலெண்டர் பளபளப்பு

D – ட் I – ஐ, இ, ஈ

D+I–DI ட்+ஐ–டை	D+I–DI ட்+இ–டி	D+I–DI ட்+ஈ–டீ
Diamond டையமண்ட் வைரம் *Diabetes* டையபீடீஸ் நீரிழிவு நோய் *Digest* டைஜெஸ்ட் ஜீரணம் *Dialogue* டையலாக் உரையாடல் *Diversion* டைவர்ஷன் தற்காலிகப் பாதை *Dialysis* டையாலிஸிஸ் சிறுநீர் சுத்தப்படுத்தும் கருவி *Diarchy* டைஆர்கி இரட்டை ஆட்சி *Dinosaur* டைனோஸர் ஒரு பெரிய பிராணி *Diana* டையானா ரோமனிய தேவதை *Crocodile* க்ராகடைல் முதலை	*Dinner* டின்னர் பகல் உணவு *Difficult* டிஃபிகல்ட் கஷ்டமான *Disturb* டிஸ்டர்ப் தொந்தரவு *Divorce* டிவார்ஸ் விவகரத்து *Kabbadi* கபடி குழு விளையாட்டு *Dimple* டிம்ப்ல் கன்னத்தில் குழிவு *Digital* டிஜிடல் விரல் சம்பந்தமான *Dignity* டிக்னிடி கௌரவம் *Discipline* டிஸிப்லின் ஒழுக்கம் *Dispensary* டிஸ்பென்ஸரி மருத்துவச் சாலை	*Sardine* சார்டீன் நவரத்தினங்களில் ஒன்று *Diesel* டீசல் எரிபொருள் *Medieval* மெடீவல் மத்திய காலத்திய *Dinar* டீனார் பாரசீக நாட்டு நாணயம்

D – ட் O – ஒ, ஓ, அ, ஆ

D+O– DO ட்+ஒ–டொ	D+O– DO ட்+ஓ–டோ
Donation டொனேஷன் நன்கொடை *Domestic* டொமஸ்டிக் வீட்டில் வளர்க்கப்படும் விலங்கு *Domain* டொமெய்ன் இராஜ்ஜியம் *Eldorado* எல்டராடொ செல்வம் கொழிக்கும் நாடு *Shadow* ஷேடொ நிழல் *Credo* (க்ரீடொ) சமயக்கொள்கை *Dodo* டோடொ வாத்தைப்போன்ற பறவை	*Donor* டோனர் நன்கொடை அளிப்பவர் *Don't* டோன்ட் செய்யத்தகாதவை *Dose* டோஸ் மருந்தின் அளவு *Docile* டோஸைல் சாந்தமான *Dope* டோப் மயக்கமருந்து *Dotal* டோடல் வரதட்சணை *Dodo* டோடொ வாத்தைப்போன்ற பறவை *Doze* டோஸ் சிறு தூக்கம் *Dole* டோல் பிச்சை *Dolt* டோல்ட் முட்டாள்

D+O– DO ட்+அ–ட	D+O– DO ட்+ஆ–டா
Done டன் செய்து முடித்த Dominion டமினியன் அரசாட்சி Does டஸ் செய் Doth டத் செய் Dozen டஜன் பன்னிரண்டு Dove டவ் புறா Dovetail டவ்டேய்ல் பொருந்தும்படி இணை Freedom ஃப்ரீடம் சுதந்திரம் Sodomy ஸாடமி ஆண்கள் புணர்ச்சி Pseudonym ஸ்யூடநிம் புனைப்பெயர்	Dollar டாலர் அமெரிக்க நாணயம் Dolphin டால்ஃபின் கடல்மீன் Pedology பெடாலஜி மண்வளம் பற்றிய அறிவியல் Domino டாமினோ தளர்த்தியான மேலங்கி Donkey டாங்கி கழுதை Doll டால் பொம்மை Doctor டாக்டர் மருத்துவர் Document டாகுமென்ட் ஆவணம் Doggy டாக்கி நாய்போன்ற Domination டாமினேஷன் அதிகாரம்

D–ட் U– உ, ஊ, அ

D+U–DU	D+U–DU	D+U–DU
ட்+உ–டு	ட்+ஊ–டூ	ட்+அ–ட
Duration டுரேஷன் நீடிக்கும் காலம் *Duality* டுயாலிடி இரண்டு *Durable* டுரப்ல் திடமான *Tamil nadu* தமிழ்நாடு தமிழகம் *Kodumudi* கொடுமுடி ஈரோடு *Kodungaiyur* கொடுங்கையூர் சென்னை *Tendulkar* டெண்டுல்கர் கிரிக்கெட் வீரர் *Kathmandu* காத்மண்டு நேபாள தலைநகர் *Batlagundu* பட்லகுண்டு வத்தலகுண்டு *Adudurai* ஆடுதுறை தஞ்சாவூர்	*Duty* டூடி வேலை *Duplicate* டூப்ளிகேட் நகல் *Duet* டூயெட் இருவர் பாடும் பாட்டு *Duke* டூக் சீமான் *Duly* டூலி சரிவர *Dune* டூன் சமுத்திர மணல்மேடு *Duplicity* டூப்ளிசிட்டி ஏமாற்றுதல் *Dual* டூஅல் இரட்டையான *Superduber* சூப்பர்டூபர் மிகமிக உயர்ந்த *Hindu* ஹிந்டூ ஹிந்து மதம்	*Dutch* டட்ச் டச்சு நாட்டவர் *Dung* டங் சாணம் *Dumb* டம் ஊமை *Dummy* (டம்மி) ஒன்றுக்கும் உதவாத *Dungeon* டன்ஜன் சிறை *Duster* டஸ்டர் துடைக்கும் துணி *Dudgeon* டட்ஜன் கோபம் *Duchy* டசி ஜமீன் *Adult* அடல்ட் வயதுவந்த மனிதன் *Dustbin* டஸ்ட்பின் குப்பைத்தொட்டி

D–ட் Y–ஐ, இ

D+Y–DY ட்+ஐ–டை	D+Y–DY ட்+இ–டி
Dyke (Dike) டைக் அணை *Dyad* டைஅட் இரண்டு *Dynamo* டைனமோ மின் இயந்திரம் *Dying* டையிங் இறந்துகொண்டிருக்கிற *Dye* டை சாயம் *Dynamite* டைனமைட் அபாயகரமான வெடி *Dyana* டையானா பெயர் *Sensodyne* ஸென்ஸோடைன் பற்பசை *Dynamic* டைனமிக் சக்திவாய்ந்த *Dynasty* டைனஸ்டி அரசவம்சம்	*Dysuria* டிஸூரிய மூத்திர அடைப்பு *Dysentery* டிஸென்ட்ரி சீதபேதி *Lady* லேடி பெண் *Body* பாடி உடல் *Subsidy* சப்ஸைடி மானியம் *Dynasty* டினாஸ்டி அரசவம்சம் *Gaudy* காடி ஆடம்பரமான *Cloudy* க்லௌடி மந்தாரமான *Orthopaedy* ஆர்தோபீடி தவறான சிகிச்சையை சரி செய்தல் *Comedy* காமெடி சிரிப்பு

D–ட் AE–ஈ　　D–ட் AU–ஆ　　D–ட் AI–ஐ　　D–ட் OA–ஓ

D+AE–DAE ட்+ஈ–டீ	D+AU–DAU ட்+ஆ–டா	D+AI–DAI ட்+ஐ–டை	D+OA–DOA ட்+ஓ–டோ
Daemon (Demon) டீமன் பேய்	*Daunt* டான்ட் பயமுறுத்து *Dauphin* டாஃபின் பிரான்ஸ் இளவரசர் *Dauntless* டான்ட்லிஸ் பயப்படாத *Daughter* டாடர் மகள் *Daub* டாப் கரடுமுரடாகப் பூசு *Daughter-in-law* டாடர் ன் லா மருமகள்	*Karamadai* காரமடை கோவை மாவட்டம் *Kadaiyanallur* கடையநல்லூர் தென்காசி *Kodaikkanal* கொடைக்கானல் சுற்றுலாத்தலம் *Vadai* வடை பலகாரம் *Kochadai* கோச்சடை மதுரை	*Doat* டோட் அளவுக்கு மேல் நேசி

D–ட் Y–ஜ, இ

D–ட் EE–ஈ	D–ட் EA–ஈ,எ,ஏ		
D+EE–DEE ட்+ஈ–டீ	**D+EA–DEA** ட்+ஈ–டீ	**D+EA–DEA** ட்+எ–டெ	**D + E A – DEA** ட்+ஏ–டே
Deep டீப் ஆழமான *Deem* டீம் கருது *Deed* டீட் செயல்	*Dean* டீன் துறை தலைவர் *Deal* டீல் கள்ளிப்பலகை *Dealer* டீலர் வியாபாரி *Deacon* டீகன் மாதாகோவில் அதிகாரி *Dealings* டீலிங்ஸ் கொடுக்கல் வாங்கல் *Ordeal* ஆர்டீல் கடும் சோதனை	*Dead* டெட் இறந்த *Deaf* டெஃப் செவிடு *Death* டெத் இறப்பு *Dearth* டெர்த் பஞ்சம் *Death warrant* டெத் வாரண்ட் மரண தண்டனை உத்தரவு *Death bed* டெத் பெட் மரணப் படுக்கை	–

D–ட் OO–உ, ஊ		D–ட் OU, OW–ஔ	
D+OO–DOO **ட்+உ–டு**	**D+OO–DOO** **ட்+ஊ–டூ**	**D+OU–DOU** **ட்+ஔ–டௌ**	**D+OW–DOW** **ட்+ஔ–டௌ**
Do *(டு)* செய் *Exception* *Door* *(டோர்)* கதவு	*Doom* டூம் தண்டனை *Doodle* டூட்ல் அப்பாவி *Hindoo* ஹிந்டூ இந்து மதம் *Shadoof* ஷாடூஃப் ஒருவகை ஏற்றம் *Foredoom* ஃபோர்டூம் கண்டனம் செய் *Doomsday* டூம்ஸ் டேய் பாவச்செயல் கடவுள் விசாரணை நாள்	*Doubt* *(டௌட்)* சந்தேகம் *Doughty* *(டௌடி)* தைரியமான	*Dowry* டௌரி வரதட்சணை *Down* டௌன் கீழே *Dowse* டௌஸ் பூமிக்கடியில் நீர் கண்டுபிடித்தல் *Endow* என்டௌ ஆஸ்தி எழுதி வை *Dowdy* டௌடி விகாரமான ஆடை அணிந்த *Downy* டௌனி இறகு போன்ற *Dowser* டௌசர் பூமிக்கடியில் நீர் கண்டுபிடிப்பவர் *Dowager* *(டௌ அகர்)* சீமானின் விதவை *Down Pour* *(டௌன்போர்)* பலத்த மழை *Down stair* *(டௌன்ஸ்டார்)* கீழ்தளம்

D–(த்) என்ற ஆங்கில மெய்யெழுத்து ஒரு சில ஆங்கில உயிரெழுத்துக்களுடன் சேரும்போது த, தா, தி, தீ, து, தூ, தே, தை, தோ உச்சரிப்புகளில் வார்த்தைகள் உண்டாகும்

D–த்–A–அ, ஆ

D+A–DA த்+அ–த	D+A–DA த்+ஆ–தா	D+E–DE த்+ஏ–தே
Dalailama தலைலாம திபெத் நாட்டுத் தலைவர் *Veranda* வெராண்த தாழ்வாரம் *Khaddar* கதர் கதர்த்துணி *Rig veda* ரிக் வேத ரிக் வேதம் *Pandal* பந்தல் கொட்டகை	*Dal* தால் பருப்பு *Adam* ஆதாம் உலகின் முதல் மனிதன் *Ramadan* ரமதான் முஸ்லீம் ஆண்டு மாதம் *Adar* ஆதார் கார்டு *Vedas* வேதாஸ் நான்கு வேதங்கள் *Subadar* சுபதார் ராணுவ அதிகாரி *Zamindar* ஜமீன்தார் *Jahirdar* ஜாஹீர்தார் மானியக்காரர் *Maidan* மைதான் விளையாட்டு மைதானம் *Vedanta* வேதாந்த வேத தத்துவம்	*Devathanpatty* தேவதானப்பட்டி தேனி மாவட்டம் *Swadeshi* ஸ்வதேஷி சுதேசி இயக்கம் *Devikulam* தேவிகுளம் கேரளா *Devarsolai Estate* தேவர்சோலை எஸ்டேட் ஊட்டி *Denkanikottai* தேன்கனிகோட்டை கிருஷ்ணகிரி மாவட்டம் *Devika* தேவிகா பெயர் *Devakottai* தேவகோட்டை சிவகங்கை மாவட்டம் *Devipattinam* தேவிபட்டிணம் இராமநாதபுரம் *Devadoss* தேவதாஸ் பெயர் *Desika Vinayakam Pillai* தேசிக விநாயகம் பிள்ளை கவிமணி

D–த் I –ஐ, இ, ஈ

D+I–DI **த்+ஐ–தை**	**D+I–DI** **த்+இ–தி**	**D+I–DI** **த்+ஈ–தீ**
Diwan தைவான் நாடு	*Dinamalar* தினமலர் செய்தித்தாள் *Kadi* காதி முஸ்லீம் நாடுகளில் நியாதிபதி *Hindi* ஹிந்தி மொழி *Ugadi* உகாதி பண்டிகை *Dindigul* திண்டுக்கல் மாவட்டம் *Vedic* வேதிக் வேதங்கள் தொடர்பான *India* இந்தியா தாய்நாடு *Dinakaran* தினகரன் பெயர் *Aditya* ஆதித்யா பெயர் *Khadi* காதி கதர்	*Dipavali* தீபாவளி பண்டிகை ——— **D + Y – DY** **த் + இ – தி** *Brandy* பிராந்தி மதுபானம்

D–த் U–உ, ஊ, அ

D+U–DU த்+உ–து	D+U–DU த்+ஊ–தூ	D+U–DU த்+அ–த
Urdu உருது மொழி *Hindu* ஹிந்து இந்து மதம் *Madurai* மதுரை மதுரை மாவட்டம் *Puducherry* புதுச்சேரி பாண்டிச்சேரி *Dubai* துபாய் அரபு நாடு *Adudurai* ஆடுதுறை தஞ்சாவூர் *Pudukkottai* புதுக்கோட்டை மாவட்டம் *Virudunagar* விருதுநகர் மாவட்டம் *Madukkarai* மதுக்கரை கோயம்புத்தூர் *Mudukuladur* முதுகுளத்தூர் இராமநாதபுரம்	*Hinduism* ஹிந்துயிஸம் இந்து மதம் *Hindur* இந்தூர் நகரம் *Thiruchendur* திருச்செந்தூர் தூத்துக்குடி *Mudukuladur* முதுகுளத்தூர் இராமநாதபுரம் *Vedasandur* வேடசந்தூர் திண்டுக்கல் *Kuniamudur* குனியமுத்தூர் கோயம்புத்தூர் *Koladur* கொளத்தூர் சென்னை *Sriperumpudur* ஸ்ரீபெரும்புதூர் காஞ்சிபுரம் மாவட்டம் *Thondamudur* தொண்டாமுத்தூர் கோவை *Thozhudur* தொழுதூர் நகரம், விழுப்புரம்	*Durbar* தர்பார் அரசசபை

D–த் O–ஓ	**D–த் EE–ஈ**
D+O–DO **த்+ஓ–தோ**	**D+EE–DEE** **த்+ஈ–தீ**
Indonesia இந்தோனேசியா நாடு **D – த் OO – ஊ** **D + OO – DOO** **த் + ஊ – தூ** *Doordharshan* *(தூர்தர்ஷன்)* தொலைக்காட்சி *Tandoori (தந்தூரி)* மண் அடுப்பு சமையல் *Hindoo* *(ஹிந்தூ)* இந்துமதம்	*Deepavali* தீபாவளி பண்டிகை *Deepam* தீபம் விளக்கு *Deepa* தீபா பெயர் *Deeran Chinnamalai* தீரன் சின்னமலை பெயர் *Deepika* தீபிகா பெயர் *Azarudeen* அஸாருதீன் பெயர்

F–(ஃப்) என்ற ஆங்கில மெய்யெழுத்து ஆங்கில உயிர் எழுத்துக்கள் மற்றும் கூடுதல் ஆங்கில உயிர் எழுத்துக்களுடன் சேர்ந்து உண்டாகும் வார்த்தைகள் விளக்கம்

F–ஃப் – A– அ, ஆ, எ, ஏ

F+A–FA ஃப்+அ–ஃப	F+A–FA ஃப்+ஆ–ஃபா	F+A–FA ஃப்+எ–ஃபெ	F+A–FA ஃப்+ஏ–ஃபே
Façade ஃபஸாட் கட்டிட முன் தோற்றம்	*Fact* ஃபாக்ட் உண்மை	*Faithful* ஃபெய்த்ஃபுல் உண்மையான	*Fable* ஃபேபல் கட்டுக்கதை
Fakir ஃபகீர் ஏழைப் பக்கிரி	*Factory* ஃபாக்டரி தொழிற்சாலை	*Fatality* ஃபெடாலிடி துர்மரணம்	*Face* ஃபேஸ் முகம்
Fanatical ஃபனாடிகல் மூட அபிமானி	*Faculty* ஃபாகல்டி திறமை	*Familiarity* ஃபெமிலியாரிடி நெருங்கிய பழக்கம்	*Fair* ஃபேயர் அழகான
Familiar ஃபமிலியர் நன்றாகத் தெரிந்த	*Father* ஃபாதர் அப்பா	*Facilitate* ஃபெஸிலிடேட் உதவு	*Fake* ஃபேக் போலிப்பொருள்
Fatigue ஃபடீக் களைப்படையச் செய்	*Fall* ஃபால் விழு	*Facility* ஃபெஸிலிடி சௌகரியம்	*Fare* ஃபேர் வண்டிக்கூலி
Fallacious ஃபலேஷஸ் தவறான வழி காட்டும்	*Falchion* ஃபால்ஷன் குத்துவாள்	*Fail* ஃபெய்ல் தோல்வி	*Family* ஃபேமிலி குடும்பம்
Fantastic ஃபன்டாஸ்டிக் விநோதமான	*Faraway* ஃபாரவேய் வெகுதூரம்		*Famous* ஃபேமஸ் புகழ்பெற்ற
Facetious ஃபஸீஷஸ் நகைப்பூட்டும்	*False* ஃபால்ஸ் பொய்யான		*Fate* ஃபேட் மரணம்
	Fast ஃபாஸ்ட் பட்டினி கிட		*Favourite* ஃபேவரிட் மிகப்பிரியமான
	Fashion ஃபாஷன் நவ நாகரீகம்		*Fade* ஃபேட் ஒளி குறைந்து போதல்

F–ஃப் – E– இ, ஈ, எ, எ, ஏ, அ

F+E–FE ஃப்+இ–ஃபி	F+E–FE ஃப்+ஈ–ஃபீ	F+E–FE ஃப்+எ–ஃபெ
Fear ஃபியர் பயம் *Felicity* ஃபிலிசிட்டி ஆனந்தம் *Felonious* ஃபிலோனியஸ் அயோக்கியத்தனம் *Buffet* பஃபிட் விருந்தினர் தாங்களே உணவு எடுத்தல்	*Fealty* ஃபீயல்டி விசுவாசம் *Fecal* ஃபீகல் மலம் கலந்துள்ள *Feline* ஃபீலைன் பூனைகள் பற்றிய *Female* ஃபீமேள் பெண் *Feral* ஃபீரல் கொடிய *Fetus* ஃபீடஸ் கர்ப்பத்தில் உள்ள சிசு *Fever* ஃபீவர் காய்ச்சல் *Fetish* ஃபீடிஸ் சடப்பொருள் *Femur* ஃபீமர் தொடை எலும்பு *Fecund* ஃபீகன்ட் வளமான	*February* ஃபெப்ருஅரி ஆங்கில மாதம் *Federation* ஃபெடரேஷன் இணைத்தல் *Fence* ஃபென்ஸ் வேலி *Feminine* ஃபெமினைன் பெண்மைக்குரிய *Fellow* ஃபெலோ நண்பன் *Fertilize* ஃபெர்டிலைஸ் செழிப்பாக்கு *Festival* ஃபெஸ்டிவல் திருவிழா *Festoon* ஃபெஸ்டூன் பூமாலை *Felon* ஃபெலன் குற்றவாளி *Fecund* ஃபெகன்ட் வளமான

F+E–FE ஃப்+ஏ–ஃபே	F+E–FE ஃப்+அ–ஃப
Feign ஃபேய்ன் பாசாங்கு செய் *Fete* ஃபேய்ட் பண்டிகை *Fertile* ஃபேர்டைல் செழிப்புள்ள *Ferment* ஃபேர்மென்ட் புளிக்கச்செய்தல் *Feint* ஃபேய்ன்ட் பாசாங்கு *Fertilization* ஃபேர்டிலைஸேஷன் கரு வளரச்செய்தல் *Fervour* ஃபேர்வர் ஆர்வம் *Fervid* ஃபேர்விட் இதமான *Fervent* ஃபேர்வென்ட் ஆர்வமுள்ள	*Wafer* வேஃபர் இனிப்பு ரொட்டி *Offer* ஆஃபர் கொடு *Differ* டிஃபர் முரண்பாடு *Prefer* ப்ரிஃபர் தேர்ந்தெடு *Preference* ப்ரிஃபரன்ஸ் முன்னுரிமை *Suffer* ஸஃபர் துன்பப்படு *Confer* கன்ஃபர் சம்பாஷி *Duffer* டஃபர் உதவாக்கரை *Lucifer* லூஸிஃபர் சைத்தான் *Sufferable* ஸஃபரப்ல் சகிக்கக்கூடிய

F–ஃப் – I– ஐ, இ, ஈ

F+I–FI ஃப்+ஐ–ஃபை	F+I–FI ஃப்+இ–ஃபி	F+I–FI ஃப்+ஈ–ஃபீ
Fibre ஃபைபர் நார்க்கண்ணாடி	*Fiancee* ஃபியான்ஸீ நிச்சயிக்கப்பட்ட மனைவி	*Field* ஃபீல்ட் வயல்
Fight ஃபைட் சண்டை	*Figment* ஃபிக்மென்ட் கட்டுக்கதை	*Fiend* ஃபீன்ட் பிசாசு
File ஃபைல் கோப்பு	*Figure* ஃபிகர் உருவம்	*Officer* ஆஃபீசர் அதிகாரி
Final ஃபைனல் இறுதியான	*Filigree* ஃபிலிக்ரீ சரிகை	*Fiendish* ஃபீன்டிஷ் கொடுமையான
Fire ஃபையர் நெருப்பு	*Fill* ஃபில் நிரப்பு	*Field-Marshal* ஃபீல்ட் மார்ஷல் படைத்தலைவர்
Finery ஃபைனரி அலங்காரம்	*Film* ஃபில்ம் சினிமா படச்சுருள்	*Field work* ஃபீல்ட் வொர்க் அலுவலகத்திற்கு வெளியே செய்யப்படும் களப்பணி
Fine ஃபைன் அபராதம்	*Filter* ஃபில்டர் வடிகட்டி	
Finance ஃபைனான்ஸ் பணவிஷயம்	*Finance* ஃபினான்ஸ் பண விஷயம்	
Find ஃபைன்ட் கண்டுபிடி	*Finger* ஃபிங்கர் கைவிரல்	
Five ஃபைவ் ஐந்து	*Finish* ஃபினிஷ் பூர்த்தி செய்	

F–ஃப் – O– ஒ, ஓ, அ, ஆ

F+O–FO ஃப்+ஒ–ஃபொ	F+O–FO ஃப்+ஓ–ஃபோ	F+O–FO ஃப்+அ–ஃப	F+O–FO ஃப்+ஆ–ஃபா
–	*Folk* ஃபோக் மக்கள் *Fold* ஃபோல்ட் மடங்கு *Force* ஃபோர்ஸ் வலிமை *Forecast* ஃபோர்காஸ்ட் வானிலை முன்னறிவிப்பு *Foreman* ஃபோர்மேன் மேஸ்திரி *Forgery* ஃபோர்ஜெரி போலி *Forum* ஃபோரம் நீதிமன்றம் *Foreshore* ஃபோர்ஷோர் கடற்கரை *Fort* ஃபோர்ட் கோட்டை *Focus* ஃபோகஸ் குவியச் செய்	*Forlorn* ஃபர்லான் கைவிடப்பட்ட *Forsooth* ஃபர்சூத் உண்மையில் *Forgive* ஃபர்கிவ் மன்னித்துவிடு *Forget* ஃபர்கெட் மறந்துபோ *Forsake* ஃபர்ஸேக் நிராகரி *Forgettable* ஃபர்கெடப்ல் மறக்கக்கூடிய *Effort* எஃபர்ட் முயற்சி *Forever* ஃபரெவர் எப்பொழுதும் *Forbid* ஃபர்பிட் நீக்கு *Forfeit* ஃபர்ஃபீட் பறிமுதல் செய்	*Follow* ஃபாலோ பின்பற்று *Fop* ஃபாப் ஆடம்பரக்காரன் *Forest* ஃபாரஸ்ட் வனம் *Forward* ஃபார்வர்ட் முன்னால் உள்ள *Forty* ஃபார்டி நாற்பது *Formality* ஃபார்மாலிடி சம்பிரதாயம் *Formula* ஃபார்முல சூத்திரம் *Formation* ஃபார்மேஷன் அமைப்பு *Former* ஃபார்மர் முந்திய *Fortune* ஃபார்ட்யூன் அதிர்ஷ்டம்

F–ஃப் – U– உ, ஊ, அ

F+U–FU ஃப்+உ–ஃபு	F+U–FU ஃப்+ஊ–ஃபூ	F+U–FU ஃப்+அ–ஃப
Full ஃபுல் நிறைந்த *Careful* கேர்ஃபுல் ஜாக்கிரதையான *House full* ஹௌஸ்ஃபுல் இடமில்லை *Beautiful* ப்யூடிஃபுல் அழகான *Fulfil* ஃபுல்ஃபில் நிறைவேற்று *Useful* யூஸ்ஃபுல் உபயோகமுள்ள *Kungfu* குங்ஃபு சீன கராத்தே *Furore* ஃப்யுராரி பரபரப்பு *Fearful* ஃபியர்ஃபுல் பயங்கரமான *Fretful* ஃப்ரெட்ஃபுல் சிணுங்குகின்ற	*Future* ஃப்யூசர் எதிர்காலம் *Fuel* ஃப்யூஎல் எரிபொருள் *Fuse* ஃப்யூஸ் உருக்கு *Fusion* ஃப்யூஷன் உருக்குதல் *Fury* ஃப்யூரி கோபம் *Furious* ஃப்யூரியஸ் மூர்க்கமான *Effusion* எஃப்யூஷன் பொழிதல் *Funeral* ஃப்யூனரெல் ஈமச்சடங்கு *Fume* ஃப்யூம் புகை, ஆவி *Futile* ஃப்யூடைல் பயனற்ற	*Furlong* ஃபர்லாங் தூரம் *Further* ஃபர்தர் இன்னும் *Funny* ஃபன்னி புதுமையான *Function* ஃபங்ஷன் சடங்கு *Fundamental* ஃபன்டமென்டல் அடிப்படையான *Fungus* (ஃபங்கஸ்) காளான் *Furnisher* ஃபர்னிஷர் மேஜை நாற்காலி *Fund* ஃபன்ட் மூலதனம் *Fun* ஃபன் வேடிக்கை *Fuzzy* ஃபஸி மங்கலான

F–ஃப் – Y– ஐ, இ

F+Y–FY ஃப்+ஐ–ஃபை	F+Y–FY ஃப்+இ–ஃபி
Qualify க்உஆலிஂஃபை தகுதி பெறுதல் *Clarify* க்லாரிஂஃபை தெளிவாக்கு *Certify* ஸர்டிஂஃபை உண்மை என உறுதி கூறல் *Purify* ப்யுரிஂஃபை தூய்மைப்படுத்து *Justify* ஜஸ்டிஂஃபை சரியென்று நிரூபி *Modify* மாடிஂஃபை சிறிது மாற்று *Beautify* ப்யூடிஂஃபை அழகுபடுத்து *Satisfy* ஸாடிஸ்ஂஃபை திருப்தியாக்கு *Aerify* ஈரஂஃபை காற்றினால் நிரப்பு *Dignify* டிக்னிஂஃபை பெருமைப்படுத்து	*Beefy* பீஂஃபி மாட்டிறைச்சி *Turfy* டர்ஂஃபி புல்தரை *Jiffy* ஜிஂஃபி நொடிப்பொழுது *Reefy* ரீஂஃபி பாறைகள் நிறைந்த *Toffy* டாஂஃபி மிட்டாய்

F ஃப்–AE–ஈ	F ஃப்–AU–ஆ	F ஃப்–AI–ஐ	F ஃப்–OA–ஓ
F+AE–FAE **ஃப்+ஈ–ஃபீ**	**F+AU–FAU** **ஃப்+ஆ–ஃபா**	**F+AI–FAI** **ஃப்+ஐ–ஃபை**	**F+OA–FOA** **ஃப்+ஓ–ஃபோ**
Faecal ஃபீகல் மலம் கலந்துள்ள *Faeces* ஃபீஸீஸ் மலம்	*Faucet* ஃபாஸிட் வடிகுழாய் *Fault* ஃபால்ட் தப்பிதம் *Fauna* ஃபான ஒரு நாட்டின் மிருக வகை	*Faience* ஃபைஆன்ஸ் பீங்கான் பாத்திரம்	*Foam* ஃபோம் நுரை *Foal* ஃபோல் குதிரை குட்டி *Foamy* ஃபோமி நுரைபோன்ற

Fஃப்–EE–ஈ	Fஃப்–EA–ஈ,எ	
F+EE–FEE ஃப்+ஈ–ஃபீ	F+EA–FEA ஃப்+ஈ–ஃபீ	F+EA–FEA ஃப்+எ–ஃபெ
Fee ஃபீ கட்டணம் *Feel* ஃபீல் உணர் *Feed* ஃபீட் உணவு அளி *Feedback* ஃபீட்பேக் மதிப்புரை *Feet* ஃபீட் கால் *Feeble* ஃபீப்ல் பலவீனமான *Feebly* ஃபீப்லி மங்கலாக	*Feat* ஃபீட் வீரச்செயல் *Feast* ஃபீஸ்ட் விருந்து *Feature* ஃபீசர் விசேச அம்சம்	*Feather* ஃபெதர் பறவை இறகு

Fஃப் OO–உ, ஊ		Fஃப் OU, OW – ஔ	
F+OO–FOO ஃப்+உ–ஃபு	F+OO–FOO ஃப்+ஊ–பூ	F+OU–FOU ஃப்+ஔ–ஃபௌ	F+OW–FOW ஃப்+ஔ–ஃபௌ
Foot ஃபுட் பாதம் *Footwear* ஃபுட்வேர் பாதரட்சை *Football* ஃபுட்பால் கால்பந்து	*Food* ஃபூட் உணவு *Fool* ஃபூல் முட்டாள் *Buffoon* பஃபூன் கோமாளி	*Found* ஃபௌன்ட் ஸ்தாபி *Foul* ஃபௌல் ஆபாசமான *Fountain* ஃபௌன்டின் நீரூற்று	*Fowl* ஃபௌல் கோழி *Fowler* ஃபௌலர் பறவை வேட்டைக்காரர் *Guinea fowl* கினி ஃபௌல் சீமைக்கோழி

G– (க்) என்ற ஆங்கில மெய்யெழுத்து ஆங்கில உயிர் எழுத்துக்கள் மற்றும் கூடுதல் ஆங்கில உயிர் எழுத்துக்களுடன் சேர்ந்து உண்டாகும் வார்த்தைகள் விளக்கம்

G–க் – A–அ, ஆ, எ, ஏ

G+A–GA க்+அ–க	G+A–GA க்+ஆ–கா	G+A–GA க்+எ–கெ	G+A–GA க்+ஏ–கே
Gadi கடி சிங்காதனம் *Negative* நெகடிவ் எதிர்மறை *Organize* ஆர்கனைஸ் ஏற்பாடு செய் *Nagaland* நாகலாந்த் மாநிலம் *Yuga* யுக ஒரு யுகம் *Portugal* போர்சுகல் ஐரோப்பிய நாடு *Garrotte* கராட் கழுத்தை நெறி *Galore* கலார் ஏராளம் *Galoshes* கலாஷஸ் ரப்பர் காலணி *Gayal* கயல் காட்டெருது	*Gallon* காலன் முகத்தலளவை *Garbe* கார்ப் ஆடை *Garment* கார்மென்ட் துணிமணிகள் *Garnish* கார்னிஷ் அலங்காரம் செய் *Garlic* கார்லிக் பூண்டு *Gallery* காலரி நீண்ட தாழ்வாரம் *Regard* ரிகார்ட் மதிப்பு *Gangman* காங்மேன் ரயில் பாதை தொழிலாளி *Bengali* பெங்காலி வங்கமொழி *Megalaya* மேகாலயா மாநிலம்	*Against* அகென்ஸ்ட் எதிராக *Vulgate* வல்கெட் பைபிள் *Regain* ரிகெய்ன் மறுபடிபெறு *Gazette* கெஜட் அரசு உத்தரவு *Again* அகென் மறுபடியும் *Gain* கெய்ன் லாபம்	*Game* கேம் விளையாட்டு *Gale* கேல் புயல் *Gage* கேஜ் பந்தயம் *Gate* கேட் வழி *Gay* கேய் உல்லாசமான *Luggage* லக்கேஜ் மூட்டை முடிச்சுகள் *Nightingale* நைடிங்கேல் இரவில் பாடும் குருவி *Gaikwar* கேய்க்வார் மகாராஷ்டிர அரசன் *Gape* கேப் வாயை அகலத்திற *Gave* கேவ் கொடு

G–க் – E – இ, ஈ, எ, ஏ, அ

G+E–GE க்+இ–கி	G+E–GE க்+ஈ–கீ	G+E–GE க்+எ–கெ	G+E–GE க்+ஏ–கே	G+E–GE க்+அ–க
Gear கியர் பல் சக்கரம் *Hegemony* ஹிகிமனி உயர்ந்த நிலை	–	*Gecko* கெகோ வெப்ப பிரதேச பல்லி வகை *Get* கெட் பெற்றுக்கொள் *Getup* கெட் அப் உடை, அணி *Getatable* கெட்அட்அப்ல் அடையக்கூடிய *Ghetto* ஹெடொ தனியிடம் *Gestapo* கெஸ்டாபொ ஜெர்மன் போலீஸ்	*Geisha* கேய்ஷ ஜப்பானிய நடனமாது	*Anger* ஆங்கர் கோபம் *Lager* லாகர் மதுபானம் *Linger* லிங்கர் தாமதப்படுத்து *Tiger* டைகர் புலி *Singer* சிங்கர் பாடுபவர் *Finger* ஃபிங்கர் கைவிரல் *Hanger* ஹேங்கர் தொங்குதாங்கி *Dowager* டௌஅகர் சீமானின் விதவை *Malinger* மலிங்கர் பாசாங்கு செய்

G–க் I– ஐ, இ, ஈ

G+I–GI	**G+I–GI**	**G+I–GI**
க்+ஐ–கை	**க்+இ–கி**	**க்+ஈ–கீ**
–	*Gift* கிஃப்ட் பரிசு *Gibbon* கிப்பன் வாலில்லாக்குரங்கு *Gig* கிக் இலேசான வண்டி *Gilt* கில்ட் பொன் பூச்சு *Gill* கில் செவுள் *Give* கிவ் கொடு *Giggle* கிக்ல் கேலிச் சிரிப்பு *Giddy* (கிடி) மயக்கமுறச் செய் *Gimlet* கிம்லிட் ஆக்கர் *Corgi* கார்கி சிறிய நாய்	*Bhagavad Gita* பகவத் கீதா பகவத் கீதை

G–க் – O –ஒ, ஓ, அ, ஆ

G+O–GO க்+ஒ–கொ	G+O–GO க்+ஓ–கோ	G+O–GO க்+அ–க	G+O–GO க்+ஆ–கா
Serpigo ஸெர்பைகொ சொறி *Virgo* வெர்கொ கன்னி ராசி	*Goa* கோவா மாநிலம் *Goby* கோபை அலட்சியமாக விடுதல் *Gold* கோல்ட் தங்கம் *Go off* கோ ஆஃப் புறப்படும் நேரம் *Gobinath* கோபிநாத் பெயர் *Gory* கோரி ரத்தத்தால் பூசப்பட்ட *Archipelago* ஆர்கிபெலகோ தீவுக்கூட்டம் *Flamingo* ஃப்லமிங்கோ நீர்நாரை *Gore* கோர் இரத்தபெருக்கு	*Gorilla* கரில மனிதக் குரங்கு *Goloshes* கலாஷஸ் ரப்பர் காலணி *Governor* கவர்னர் ஆளுநர் *Government* கவர்ன்மென்ட் அரசாங்கம் *Governess* (கவர்னிஸ்) ஆசிரியை *Paragon* பாரகன் மிகச் சிறந்தது *Jargon* ஜார்கன் பிதற்றல் *Egotist* எகடிஸ்ட் அகந்தையுடையவன் *Ergonomics* எர்கனாமிக்ஸ் உழைப்புக்கேற்ற இணக்கம்	*Gordian Knot* கார்டியன் நாட் அவிழ்க்க முடியாத முடிச்சு *Gosling* ஹாஸ்லிங் வாத்துக்குஞ்சு *Gospel* காஸ்பெல் கடவுள் வாக்கு *Goblin* காப்லின் பேய் *Gobbler* காப்லர் ஆண் வான்கோழி *Gone* கான் சென்று போன *Logomachy* லகாமகி கருத்து வேறுபாடு *God* காட் கடவுள் *Got* காட் தயார் செய்யப்பட்ட *Gossipy* காஸிபி வீண்பேச்சு பேசும்

G–க் U– உ, ஊ, அ

G+U–GU க்+உ–கு	G+U–GU க்+ஊ–கூ	G+U–GU க்+அ–க
Guava குஆவ கொய்யாப்பழம் *Gujarat* குஜராத் மாநிலம் *Telugu* தெலுகு தெலுங்கு மொழி *Gurudwara* குருத்வார சீக்கியர் கோயில் *Regular* ரெகுலர் காலந்தவறாத *Argument* ஆர்குமென்ட் வாக்குவாதம் *Guru* குரு ஆசான் *Anguish* ஆங்குவிஷ் துன்பம் *Angular* ஆங்குலர் மெலிந்த *Singular* சிங்குலர் ஒருமை	*Gubernation* கூபர்னேஷன் ஆட்சி *Gurnard* கூர்னர்ட் உப்பு நீர் மீன் வகை *Gurkha* கூர்க நேபாள தேசத்தவர் *Langur* லங்கூர் நீண்டவால் குரங்கு	*Gun* கன் துப்பாக்கி *August* ஆகஸ்ட் ஆங்கில மாதம் *Augustine* அகஸ்டின் பெயர் *Gum* கம் கோந்து *Guzzle* கஸ்ல் பேராசையோடு உண் *Gulf* கல்ஃப் வளைகுடா *Begum* பேகம் மாதரசி *Gulp* கல்ப் அவசரமாக விழுங்கு *Gurgle* கர்க்ல் கலகலவென்ற ஓசை *Gudgeon* கட்ஜென் ஒருவகை சிறிய மீன்

G–க் Y– ஐ, இ

G+Y–GY க்+ஐ–கை	G+Y–GY க்+இ–கி
Gyve கைவ் விலங்கு *Gynaecology* கைனிகாலஜி மகளிர் வைத்தியம்	*Doggy* டாக்கி நாய்போன்ற *Corgy* கார்கி சிறிய நாய் *Zymurgy* ஸைமர்கி சாராயம் காய்ச்சுவது *Pedagogy* பெடகாகி கற்பிக்கும் கலை

G–க் AU–ஆ	G–க் AI–ஐ
G+AU–GAU க்+ஆ–கா	G+AI–GAI க்+இ–கை
Gaudy காடி ஆடம்பரமான *Gaunt* காண்ட் ஒல்லியான *Gauntlet* காண்ட்லிட் கையுறை *Gauze* காஸ் சல்லடைத்துணி	*Vaigai* வைகை ஆறு *Pothigai* பொதிகை மலை *Kodungaiyur* கொடுங்கையூர் சென்னை *Valangaiman* வலங்கைமான் திருவாரூர் *Sivagangai* சிவகங்கை மாவட்டம் *Vengai* வேங்கை புலி *Thangaiah* தங்கையா பெயர்

G–க் OA–ஓ	**G–க், EE–ஈ**
G+OA–GOA **க்+ஓ–கோ**	**G+EE–GEE** **க்+ஈ–கீ**
Goal கோல் குறிக்கோள் *Goat* கோட் வெள்ளாடு *Goad* கோட் தார்க்குச்சி *Goatee* கோடீ தாடி *Goat heard* கோட்ஹேர்ட் வெள்ளாட்டிடையன் *Goating* கோடிங் வெள்ளாட்டுக்குட்டி	*Geese* கீஸ் வாத்துகள் *Geetha* கீதா பெயர் *Sangeetha* சங்கீதா பெயர்

G–க் OO–உ, ஊ	
G+OO–GOO க்+ உ–கு	G+OO–GOO க்+ஊ–கூ
Good குட் நல்ல *Goods* குட்ஸ் பொருட்கள் *Goodbye* குட்பை போய்வருகிறேன்	*Goose* கூஸ் வாத்து *Goon* கூன் முட்டாள் *Goof* கூஃப் முட்டாள் *Lagoon* லகூன் ஆழமில்லாத ஏரி *Mongoose* மங்கூஸ் கீரி *Goo* கூ ஒட்டும்பொருள் *Gooseberry* கூஸ்பெரி நெல்லிக்காய் *Googly* கூக்லி கிரிக்கெட் பந்துவீச்சு

G–க் OU, OW–உ, ஊ	
G+OU–GOU க்+ஔ–கௌ	G+OW–GOW க்+ஔ–கௌ
Gouge கௌஜ் குழிவு உளி *Gout* கௌட் கால்விரல் *Gounder* கௌண்டர் இனம் *Goundampalayam* கௌண்டம்பாளையம் ஊர் *Goundamani* கௌண்டமணி பெயர்	*Gown* கௌன் மகளிர் மேலாடை *Gowtham* கௌதம் பெயர் *Gowri* கௌரி பெயர் *Gowmariyamman* கௌமாரியம்மன் கோயில் *Gowsalya* கௌசல்யா பெயர் *Gowndampalayam* கௌண்டம்பாளையம் ஊர் *Gowndamani* கௌண்டமணி பெயர்

G–(ஜ்) என்ற ஆங்கில மெய்யெழுத்து E, I, Y ஆகிய மூன்று உயிர் எழுத்துக்களுடன் சேர்ந்து வார்த்தைகள் உண்டாகும். மற்ற ஆங்கில உயிர் எழுத்துக்களுடன் சேர்ந்து வார்த்தைகள் உண்டாகாது.

G+E–GE ஜ்+இ–ஜி	G+E– GE ஜ்+ஈ–ஜீ
Geology ஜியாலஜி பூமி பற்றிய ஆராய்ச்சி *Geography* ஜியாக்ரஃபி பூகோளசாஸ்திரம் *Geometry* ஜியாமெட்ரி வடிவ கணிதம் *Geodesy* ஜியாடெஸி உலகைப் பற்றிய கணக்கியல் *Vegetarian* வெஜிடேரியன் காய்கறி உணவு *Vegetable* வெஜிடப்ள் காய்கறி *Vegetation* வெஜிடேஷன் தாவர வகை *Vegetate* வெஜிடேட் முளை *Algebra* அல்ஜிப்ர கணிதம்	*Genealogy* ஜீனிஆலஜி பரம்பரை *Gene* ஜீன் மரபுப்பண்பு *Genet* ஜீனிட் மாமிசபட்சிணி *Genius* ஜீனியஸ் மேதை *Genie (Jinnee)* ஜீனி வேதாளம் *Genial* ஜீனியல் அன்புள்ள *Genus* ஜீனஸ் வகை *Congenial* கன்ஜீனியல் இணக்கமான *Congener* கான்ஜீனர் ஒரே இனம் *Nigeria* நைஜீரியா நாடு

G+E–GE **ஜ்+எ–ஜெ**	**G+E–GE** **ஜ்+ஏ–ஜே**	**G+E–GE** **ஜ்+அ–ஜ**
Gemini	–	*Manager*
ஜெமினி		மேனேஜர்
மிதுன ராசி		நிர்வாகி
General		*Ginger*
ஜெனரல்		ஜின்ஜர்
பொதுவான		இஞ்சி
Gender		*Villager*
ஜென்டர்		வில்லேஜர்
ஆண், பெண் பால்		கிராமவாசி
Genesis		*Passenger*
ஜெனிஸிஸ்		பாஸிஞ்ஜர்
தொடக்கம்		பிரயாணி
Agenda		*Messenger*
அஜெண்டா		மெஸிஞ்ஜர்
நிகழ்ச்சி நிரல்		செய்தி எடுத்துச்
Generation		செல்பவர்
ஜெனரேஷன்		*Verger*
சந்ததி		வெர்ஜர்
Germany		மாதா கோவில்
ஜெர்மனி		அதிகாரி
நாடு		*Danger*
Gentle		டேன்ஜர்
ஜென்ட்ல்		ஆபத்து
மரியாதையுள்ள		*Ranger*
Gestapo		ரேன்ஜர்
ஜெஸ்டாபோ		காட்டு இலாகா
ஜெர்மன் ரகசிய		அதிகாரி
போலீஸ்		*Charger*
Gem		சார்ஜர்
ஜெம்		மின்சாரம்
ரத்தினம்		சேமித்து வைத்தல்
		Sponger
		ஸ்பான்ஜர்
		பிறரை அண்டி
		வாழ்பவர்

G–ஜ்   I – ஐ, இ, ஈ

G+I–GI ஜ்+ஐ–ஜை	G+I–GI ஜ்+இ–ஜி	G+I–GI ஜ்+ஈ–ஜீ
Gibe ஜைப் கேலியாகப் பேசு *Giant* ஜைஅன்ட் அரக்கன் *Gigantic* ஜைஜான்டிக் பிரம்மாண்டமான *Regina* ரிஜைன ஆட்சி புரியும் ராணி *Apologize* அபாலஜைஸ் மன்னிப்புக் கேள் *Agile* அஜைல் சுறுசுறுப்பான *Angina* ஆன்ஜைன மார்பு வலி	*Gin* ஜின் மதுபானம் *Giraffe* ஜிராஃப் ஒட்டகச்சிவிங்கி *Gipsy* ஜிப்ஸி நாடோடிக் கூட்டத்தில் ஒருவன் *Geologist* ஜியாலஜிஸ்ட் புவியியல் ஆராய்ச்சியாளர் *Regiment* ரெஜிமென்ட் படைப்பிரிவு *Original* ஒரிஜினல் அசல் *Ginger* ஜின்ஜர் இஞ்சி *Gingili* ஜின்ஜிலி எள் *Gimcrack* ஜிம்க்ராக் பகட்டான நகைகள் *Magic* மேஜிக் மந்திரம்	*Hygiene* ஹைஜீன் சுகாதார சாஸ்திரம் *Hygienic* ஹைஜீனிக் ஆரோக்கிய சம்பந்தமான *Nigiria* நைஜீரியா நாடு

G–ஜ் Y – ஐ, இ

G+Y– GY **ஜ்+ஐ–ஜை**	**G+Y–GY** **ஜ்+இ–ஜி**
Gyrate	*Gypsum*
ஜைரேட்	ஜிப்ஸம்
சுழலு	சிலாசத்து
Gynarchy	*Gymkhana*
ஜைனார்கி	ஜிம்கான
பெண்ணரசு	விளையாட்டு மைதானம்
Gynephobia	*Gynephobia*
ஜைனேஃபோபியா	ஜினேஃபோபிஅ
மகளிர் பற்றிய அச்ச	மகளிர் பற்றிய அச்சம்
உணர்வு	*Energy*
Gyromancy	எனெர்ஜி
ஜைரொமான்ஸி	சக்தி
வருவதுணர்தல்	*Technology*
Gyroscope	டெக்னாலஜி
ஜைராஸ்கோப்	இயந்திரவியல்
சுழல்வதை காணும் கருவி	*Biology*
Gyrostatics	பைஆலஜி
ஜைரோஸ்டாடிக்ஸ்	உயிரியல்
சுழலும் இயக்க விதி	*Neurology*
	நியுஅராலஜி
G+EE–GEE	நரம்புகள் சம்பந்தமான
ஜ்+ஈ–ஜீ	*Astrology*
Congee	அஸ்ட்ராலஜி
(காண்ஜீ)	சோதிடம்
அரிசிக்கஞ்சி	*Psychology*
	ஸைகாலஜி
G+EA+GEA	உளநூல்
ஜ்+ஈ-ஜீ	*Aetiology*
Congeal	ஈடியாலஜி
கன்ஜீல்	நோய்கள் பற்றிய ஆராய்ச்சி
திடப்பொருளாகமாற்று	

GU–(க்) என்ற கூடுதல் ஆங்கில மெய்யெழுத்து A, E, I ஆகிய மூன்று உயிர் எழுத்துக்களுடன் சேர்ந்து வார்த்தைகள் உண்டாகும். மற்ற ஆங்கில உயிர் எழுத்துக்களுடன் 'GU' சேர்ந்து வார்த்தைகள் உண்டாகாது.

GU–க் A–ஆ **GU–க் E – எ, அ**

GU+A–GUA **க்+ஆ–கா**	**GU+E–GUE** **க்+எ–கெ**	**GU+E–GUE** **க்+அ–க**
Guarantee காரண்டீ உத்தரவாதம் *Guard* கார்ட் காவலர் *Guardedly* கார்டிட்லி எச்சரிக்கையாக *Guardian* கார்டியன் பாதுகாவலர்	*Guess* கெஸ் அனுமானி *Guest* கெஸ்ட் விருந்தாளி	*Guenon* கனான் ஆப்பிரிக்க குரங்கு *Guerrilla* கரில மறைந்து தாக்குதல்

GU–க் **I– ஐ, இ, ஈ**

GU+I–GUI **க்+ஐ–கை**	**GU+I–GUI** **க்+இ–கி**
Guidance கைடன்ஸ் வழிகாட்டுதல் *Guide* கைட் வழிகாட்டுபவர் *Guided missile* கைடிட் மிஸைல் ஏவுகணை *Guile* கைல் வஞ்சனை *Guise* கைஸ் வெளிவேஷம் *Disguise* டிஸ்கைஸ் மாறுவேஷம்	*Guilt* கில்ட் பிழை *Guild* கில்ட் சங்கம் *Guinea* கினி ஆங்கில பொன் நாணயம் *Guinea corn* கினி கார்ன் சோளம் *Guinea fowl* கினி ஃபௌல் சீமைக்கோழி *Guinea pig* கினி பிக் சீமைப் பெருச்சாளி *Guinea worm* கினி வார்ம் ஆனைக்கால் நோய் பூச்சி *Guitar* கிடார் வீணை போன்ற இசைக்கருவி *Penguin* பெங்குஇன் கடற்பறவை

H –(ஹ்) என்ற ஆங்கில மெய்யெழுத்து ஆங்கில உயிர் எழுத்துக்கள் மற்றும் கூடுதல் ஆங்கில உயிர் எழுத்துக்களுடன் சேரும்போது உண்டாகும் வார்த்தைகள் விளக்கம்

H–ஹ்–A–அ, ஆ, எ, ஏ

H+A–HA ஹ்+அ–ஹ	H+A–HA ஹ்+ஆ–ஹா	H+A–HA ஹ்+எ–ஹெ	H+A–HA ஹ்+ஏ–ஹே
Hallo ஹலோ அழைத்தல் *Habitual* ஹபீசுஅல் வழக்கமான *Harijan* ஹரிஜன் ஆதிதிராவிடர் *Havildar* ஹவில்தார் இராணுவ அதிகாரி *Hajj* ஹஜ் மெக்கா யாத்திரை *Halal* ஹலால் இஸ்லாமிய முறைப்படி கொல்லப்படும் இறைச்சி *Hallelujah* ஹல்லேலுயா தேவனுக்கு மகிமை *Inhalation* இன்ஹலேஷன் உட்சுவாசம் *Halloo* ஹலூ நாய்களை ஏவு *Shakul Hameed* சாகுல் ஹமீத் முஸ்லிம் பெயர்	*Harbour* ஹார்பர் துறைமுகம் *Harvest* ஹார்வெஸ்ட் அறுவடை *Habit* ஹாபிட் பழக்கம் *Hajji* ஹாஜி ஹஜ் புனித பயணம் சென்று வந்தவர் *Hallmark* ஹால்மார்க் அசல் தரம் *Harmonium* ஹார்மோனியம் இசைக்கருவி *Hatric* ஹாட்ரிக் மும்முறை வெற்றி *Maharaja* மஹாராஜா இந்திய மன்னர் *Mahatma* மஹாத்மா ஆத்ம சக்தியுள்ளவர் *Mahabharata* மஹாபாரத இதிகாசம்	–	*Behaviour* பிஹேவ்யர் ஒழுக்கம் *Hanger* ஹேங்கர் தொங்குதாங்கி *Happy* ஹேப்பி சந்தோஷம் *Hay* ஹேய் வைக்கோல் *Halo* ஹேலோ ஒளிவட்டம் *Hair* ஹேர் மயிர் *Hand* ஹேண்ட் கை *Haste* ஹேஸ்ட் வேகம் *Hat* ஹேட் தொப்பி *Hare* ஹேர் பெரிய முயல்

H–ஹ் – E– இ, ஈ, எ, ஏ, அ

H+E–HE ஹ்+இ–ஹி	H+E–HE ஹ்+ஈ–ஹீ	H+E–HE ஹ்+எ–ஹெ
Hear ஹியர் காதால் கேள்	*Hebrew* ஹீப்ரு யூதர் மொழி	*Help* ஹெல்ப் உதவி
Hegira ஹிஜிர முகம்மதிய சகாப்தம்	*Helium* ஹீலியம் சூரியனில் உள்ள ஜட வாயு	*Heifer* ஹெய்ஃபர் ஈனாத இளம்பசு
Here ஹியர் இங்கு	*Heroine* ஹீரோயின் கதாநாயகி	*Hemorrhage* ஹெமரிஜ் இரத்தப் பெருக்கு
Hereby ஹியர்பை மிக அருகில்	*Helix* ஹீலிக்ஸ் சுருள்	*Hell* ஹெல் நரகம்
Heredity ஹிரெடிடி வம்ச பாரம்பரியம்	*Heliotherapy* ஹீலியதெரபி சூரிய ஒளியில் நோய் குணப்படுத்துதல்	*Helmet* ஹெல்மெட் தலைக்கவசம்
Hereinafter ஹியர்இன்ஆஃப்டர் இனிமேல்	*He* ஹீ அவன்	*Helicopter* ஹெலிகாப்டர் சிறிய விமானம்
Hereto ஹியர்டு இதற்கு	*Adhesion* அட் ஹீஷன் ஒட்டும் பண்பு	*Hectare* ஹெக்டேர் பரப்பளவு அளவு
He ஹி அவன்	*Aphelion* ஆப் ஹீலியன் கோளின் பாதையில் சூரியனிடமிருந்து ஒரு புள்ளி	*Hello* ஹெலோ அழைத்தல்
Hearing ஹியரிங் கோர்ட் விசாரணை	*Hegemony* ஹீஜெமனி உயர்ந்த நிலை	*Hen* ஹென் பெட்டைக்கோழி
Hearsay ஹியர்ஸே வதந்தி	*Hedonism* ஹீடனிஸம் இன்பப் பிரியர்	*Herbal* ஹெர்பல் மூலிகைக் கலந்த

H+E–HE **ஹ்+ஏ–ஹே**	**H+E–HE** **ஹ்+அ–ஹ**
Heir ஹேய்ர் வாரிசு *Hey* ஹேய் ஆச்சரியக்குறி *Heyday* ஹேய்டேய் சுபிட்சமான காலம் *Heirloom* ஹேய்ர்லூம் குலதனம் *Heinous* ஹேய்னஸ் மிகக்கொடிய *Heirapparent* ஹேய்ர்அபாரன்ட் அடுத்த வாரிசு *Hemamalini* ஹேமமாலினி பெயர் *Maheswari* மஹேஸ்வரி பெயர் *Mahendra* மஹேந்த்ரா கார் கம்பெனி	*Herself* ஹர்ஸெல்ஃப் அவளே *Her* ஹர் அவளுடைய

H–ஹ் – I – ஐ, இ, ஈ

H+I–HI ஹ்+ஐ–ஹை	H+I–HI ஹ்+இ–ஹி	H+I–HI ஹ்+ஈ–ஹீ
Hike ஹைக் உயர்வு *Hide* ஹைட் மிருகத்தின் தோல் *High* ஹை உயரமான *Hijack* ஹைஜாக் விமான கடத்தல் *Hind* ஹைன்ட் பெண் மான் *Hidrosis* ஹைட்ரோஸிஸ் வியர்த்தல் *Hire* ஹையர் வாடகை *Hive* ஹைவ் கூட்டமிக்க இடம் *Hiatus* ஹையேடஸ் பிளவு *Hibernation* ஹைபர்னேஷன் சோம்பிக்கிடத்தல்	*Hindu* ஹிந்து இந்து மதம் *Himalayas* ஹிமாலயாஸ் இமயமலைத்தொடர் *History* ஹிஸ்டரி வரலாறு *Hindustan* ஹிந்துஸ்தான் இந்தியா *Hill* ஹில் குன்று *Hippopotamus* ஹிபபாடமஸ் நீர்யானை *Hindi* ஹிந்தி இந்திமொழி *Hitler* ஹிட்லர் ஜெர்மன் சர்வாதிகாரி *Inhibit* இன்ஹிபிட் அடக்கு *Hilarity* ஹிலாரிடி சந்தோஷம்	*Jahir* ஜாஹீர் மானியம் *Jahirdar* ஜாஹீர்தார் மானியக்காரர்

H–ஹ் – O – ஒ, ஓ, அ, ஆ

H+O–HO ஹ்+ஒ–ஹொ	H+O–HO ஹ்+ஓ–ஹோ	H+O–HO ஹ்+அ–ஹ	H+O–HO ஹ்+ஆ–ஹா
–	*Hotel* ஹோட்டல் விடுதி *Home* ஹோம் வீடு *Homeopathy* ஹோமியோபதி வைத்யமுறை *Holy* ஹோலி பரிசுத்தமான *Hold* ஹோல்ட் பிடித்துக்கொள் *Hole* ஹோல் துவாரம் *Holi* ஹோலி ஹோலி பண்டிகை *Hope* ஹோப் நம்பிக்கை *Hostess* ஹோஸ்டிஸ் இல்லத்தரசி *Hose* ஹோஸ் ரப்பர் குழாய்	*Horology* ஹராலஜி கால அளவை நூல் *Horizon* ஹரைஸன் தொடுவானம் *Horizontal* ஹரிஸாண்டல் படுக்கையான *Honeymoon* ஹனிமூன் தேனிலவு *Honeyeater* ஹனிஈடர் தேன்குருவி *Honeysuckle* ஹனிஸக்ல் ஒருவகைப் பூங்கொடி *Honeybee* ஹனிபீ தேனீ	*Hospital* ஹாஸ்பிடல் ஆஸ்பத்திரி *Holiday* ஹாலிடே விடுமுறை *Hostel* ஹாஸ்டல் தங்கும் விடுதி *Horn* ஹார்ன் கொம்பு *Horrible* ஹாரிப்ல் பயங்கரமான *Hormone* ஹார்மோன் உடம்பில் சுரப்பது *Horse* ஹார்ஸ் குதிரை *Horticulture* ஹார்டிகல்சர் தோட்டக்கலை *Hot* ஹாட் உஷ்ணம் *Honest* ஹானிஸ்ட் நேர்மையான

H–ஹ் – U – உ, ஊ, அ

H+U–HU ஹ்+உ–ஹு	H+U–HU ஹ்+ஊ–ஹூ	H+U–HU ஹ்+அ–ஹ
Husain	*Hyundai*	*Humble*
ஹுசைன்	ஹூண்டாய்	ஹம்ப்ல்
பெயர்	கார் கம்பெனி	அடக்கமுள்ள
Rahul	*Huge*	*Hundred*
ராஹுல்	ஹூஜ்	ஹன்ட்ரெட்
பெயர்	மிகப்பெரிய	நூறு
Humayun	*Hubris*	*Hubby*
ஹுமாயூன்	ஹூப்ரிஸ்	ஹப்பி
முகலாய	தீய பண்பு	கணவன்
அரசர்	*Hula Hula*	*Husband*
Hurrah	ஹூல ஹூல	ஹஸ்பன்ட்
ஹுரா	ஹவாய் தீவு	கணவன்
சந்தோஷ	நடனம்	*Hungry*
ஆரவாரம்	*Humility*	ஹங்ரி
Shahul	ஹூமிலிடி	பசி
Hameed	பணிவு	*Hunter*
ஷாஹுல்	*Hue*	ஹண்டர்
ஹமீத்	ஹூ	வேட்டைக்காரன்
முஸ்லீம்	நிறம்	*Hurry*
பெயர்	*Humus*	ஹரி
Huzza	ஹூமஸ்	மிக அவசரம்
ஹுஸா	தாவரமக்கு	*Humbug*
ஜே ஜே	*Humanity*	ஹம்பக்
கோஷம்	ஹூமானிடி	ஏமாற்றுதல்
	மனிதத் தன்மை	*Hurricane*
	Humour	ஹரிகேன்
	ஹூமர்	விளக்கு
	நகைச்சுவை	*Hug*
	Humane	ஹக்
	ஹூமேன்	கட்டித் தழுவு
	இரக்கமுள்ள	

H–ஹ் – Y – ஐ, இ

H+Y–HY ஹ்+ஐ–ஹை	H+Y–HY ஹ்+இ–ஹி
Hydropathy ஹைட்ராபதி நீரினால் நோய் குணப்படுத்துதல் *Hyphen* ஹைஃபன் () இடைக்குறி *Hydrabad* ஹைத்ராபாத் தெலுங்கானா மாநிலம் *Hybrid* ஹைப்ரிட் கலப்பு இனம் *Hydrogen* ஹைட்ரஜன் ஜலவாயு *Hygiene* ஹைஜீன் சுகாதார சாஸ்திரம் *Hydraulic* ஹைட்ராலிக் நீரியல் சாஸ்திரம் *Hyena* ஹையீன கழுதைப்புலி *Hymen* ஹைமென் கிரேக்க விவாக அதிதேவதை *Hydrophobia* ஹைட்ரஃபோபிஅ ெவறிநாய்க்கடி வியாதி	*Hymn* ஹிம் துதிப்பாட்டு *Hypnotism* ஹிப்னாடிஸம் வசீகர சாஸ்திரம் *Hypocrisy* ஹிபாக்ரிஸி கபட நாடகம் *Hysterectomy* ஹிஸ்டரெக்டமி கருப்பை அறுவை சிகிச்சை மூலம் அகற்றல் *Hysteria* ஹிஸ்டியரிஅ வலிப்பு நோய் *Hypocrite* ஹிபக்ரிட் வேஷதாரி *Hysterotomy* ஹிஸ்டராடமி கருப்பை அறுவை சிகிச்சை

H–ஹ் – AE – ஈ, எ

H+ AE – HAE **ஹ்+ஈ–ஹீ**	**H+ AE – HAE** **ஹ்+எ–ஹெ**
Haematemesis ஹீமடெமிஸிஸ் இரத்த வாந்தி *Haemoglobin* ஹீமக்ளோபின் இரத்த சிவப்பணுக்கள் *Haemophilia* ஹீமஃபீலிஅ இரத்தம் உறையாமல் தடுக்கும் பரம்பரை நோய் *Haemostatic* ஹீமஸ்டாடிக் இரத்தப்போக்கை நிறுத்தும் பொருள்	*Haemorrhage* ஹெமரிஜ் இரத்தப் பெருக்கு *Haemorrhoid* ஹெமராய்ட் மூலவியாதி

H–ஹ் AU–ஆ	H–ஹ்–AI–ஐ	H–ஹ் OA–ஓ	H–ஹ் EE–ஈ
H+AU–HAU ஹ்+ஆ–ஹா	H+AI–HAI ஹ்+ஐ–ஹை	H+OA–HOA ஹ்+ஓ–ஹோ	H+EE–HEE ஹ்+ஈ–ஹீ
Haughty ஹாடி கர்வம் கொண்ட *Haul* ஹால் இழுத்துப்போடு *Haunch* ஹான்ச் இடுப்பும் புட்டமும் *Haunt* ஹான்ட் வட்டமிடு *Haunted* ஹான்டிட் பேய்கள் நடமாடுகிற *Exhaust* இக்ஸ்ஹாஸ்ட் காலி செய் *Overhaul* ஓவர்ஹால் பழுதுபார் *Exhaustive* இக்ஸ்ஹாஸ்டிவ் பூரணமான	*Haiku* ஹைகூ ஜப்பானிய கவிதை	*Hoar* ஹோர் சாம்பல் நிறம் *Hoard* ஹோர்ட் பதுக்கப்பட்ட பொருள் *Hoarse* ஹோர்ஸ் கரகரப்பான குரல் *Hoary* ஹோரி தலை நரைத்த *Hoax* ஹோக்ஸ் மோசடி செய்	*Heel* ஹீல் குதிகால் *Heed* ஹீட் கவனி *Jaheer* ஜாஹீர் பெயர்

H–ஹ் – EA – ஈ, எ, ஏ

H+ EA – HEA **ஹ்+ஈ–ஹீ**	**H+ EA – HEA** **ஹ்+எ–ஹெ**	**H+ EA – HEA** **ஹ்+ஏ–ஹே**
Heal	*Health*	*Heard*
ஹீல்	ஹெல்த்	ஹேர்ட்
குணப்படுத்து	ஆரோக்கியம்	கேட்டல்
Heat	*Head*	*Hearse*
ஹீட்	ஹெட்	ஹேர்ஸ்
வெப்பம்	தலை	பிரேத வண்டி
Heap	*Heavy*	
ஹீப்	ஹெவி	
குவியல்	கனமான	
Heath	*Heaven*	
ஹீத்	ஹெவன்	
தரிசு நிலம்	விண்ணுலகம்	
Heave	*Heather*	
ஹீவ்	ஹெதர்	
தூக்கு	காட்டுப்புதர்	
Upheaval	*Behead*	
அப் ஹீவல்	பிஹெட்	
எழுச்சி	சிரச்சேதம்	
Heathen		
ஹீதென்		
புறச் சமயத்தான்		
Aheap		
அஹீப்		
குவியலாக		

H–ஹ் – OO – ஊ	H–ஹ்–OU, OW – ஔ	
H+ OO – HOO ஹ்+ஊ–ஹூ	H+ OU – HOU ஹ்+ஔ–ஹௌ	H+ OW – HOW ஹ்+ ஔ–ஹௌ
Hook ஹூக் தூண்டில் *Hoof* ஹூஃப் குளம்பு *Hoop* ஹூப் வளையம் *Childhood* சைல்ட்ஹூட் குழந்தைப் பருவம் *Manhood* மேன்ஹூட் ஆண்மை *Hooligan* ஹூலிகன் போக்கிரி *Hoodium* ஹூடியம் திருடன் *Hookworm* ஹூக்வார்ம் இரத்தம் உறிஞ்சும் புழு *Behoof* பிஹூஃப் அனுகூலம் *Hookah* ஹூகா புகைபிடிக்கும் சாதனம்	*House* ஹௌஸ் வீடு *Housewife* ஹௌஸ்வைஃப் வீட்டின் எஜமானி *Housemaid* ஹௌஸ்மெய்ட் வீட்டு வேலைக்காரி *Mahoud* மஹௌட் யானைப்பாகன்	*How* ஹௌ எப்படி *Howl* ஹௌல் ஊளையிடு *Howsoever* ஹௌஸோஎவர் எவ்விதத்திலும் *Howdah* ஹௌட யானைமேல் அம்பாரி *However* ஹௌஎவர் ஆயினும் *Howitzer* ஹௌஇட்ஸர் பீரங்கி

J–(ஜ்) என்ற ஆங்கில மெய்யெழுத்து ஆங்கில உயிர் எழுத்துக்கள் மற்றும் கூடுதல் ஆங்கில உயிர் எழுத்துக்களுடன் சேர்ந்து உண்டாகும் வார்த்தைகள் விளக்கம்

J–ஜ்–A–அ, ஆ, எ, ஏ

J+A– JA ஜ் +அ–ஜ	J+A– JA ஜ் +ஆ–ஜா
January ஜனுஅரி ஆங்கில மாதம் *Jamaica* ஜமைக்கா நாடு *Japan* ஜப்பான் நாடு *Jammu Kashmir* ஜம்மு காஷ்மீர் இந்தியா வடபகுதி *Gujarat* குஜராத் மாநிலம் *Rajasthan* ராஜஸ்தான் மாநிலம் *Jawahar* ஜவஹர் பெயர் *Jalakantapuram* ஜலகண்டபுரம் சேலம் மாவட்டம் *Jattishkar* ஜட்டீஷ்கர் மாநிலம் *Gumbenjamin* கம்பென்ஜமின் சாம்பிராணி	*Jackpot* ஜாக்பாட் மொத்த பரிசு *Jaheer* ஜாஹீர் பெயர் *Jam* ஜாம் பழக்கூழ் *Jasmine* ஜாஸ்மின் மல்லிகை *Brinjal* பிரின்ஜால் கத்தரிக்காய் *Jarkhant* ஜார்கண்ட் மாநிலம் *Jalianwalapak* ஜாலியன் வாலபாக் இந்தியர்களை படுகொலை செய்த இடம் *Valajapettai* வாலாஜாபேட்டை ஊர் *Jackulin* ஜாக்குலின் பெயர் *Jargon* ஜார்கன் பிதற்றல்

J+A– JA ஜ் +எ–ஜெ	J+A– JA A ஜ் +ஏ–ஜே
Jail ஜெய்ல் சிறை *Jain* ஜெய்ன் ஜைன மதம் *Jalopy* ஜெலாபி பழைய மோட்டார் வண்டி *Jaipur* ஜெய்பூர் ராஜஸ்தான் தலைநகர்	*Jade* ஜேட் இளைத்துப் போன குதிரை *Jay* ஜே அரட்டையடிப்பவர் *Jape* ஜேப் தமாஷ் *Jaywalker* ஜே வாகர் சாலை விதிகளை மீறுபவர் *Jacob* ஜேக்கப் பெயர் *James* ஜேம்ஸ் பெயர் *Subjacent* ஸப்ஜேஸெண்ட் கீழேயுள்ள

J–ஜ் – E – இ, ஈ, எ, ஏ, அ

J+E– JE ஜ் +இ–ஜி	J+E– JE ஜ் +ஈ–ஜீ	J+E– JE ஜ் +எ–ஜெ
Jejune ஜிஜுன் அற்பமான *Jeer* ஜியர் கேலி செய் *Jehad* ஜிஹாத் தன்னடக்கம் *Jehovah* ஜிஹோவ யூதர் கடவுளின் பெயர்	*Jesus* ஜீஸஸ் இயேசு கிறிஸ்து	*Jelly* ஜெலி பழச்சாறு *Jenny* ஜெனி பெயர் *Jemmy* ஜெமி கன்னக்கோல் *Jester* ஜெஸ்டர் விகடகவி *Jet* ஜெட் போர் விமானம் *Jersey* ஜெர்ஸி விளையாடுபவர் பனியன் *Jerk* ஜெர்க் உதறல் *Jericho* ஜெரிகோ பாலஸ்தீன நகரம் *Jessamine* ஜெஸமின் மல்லிகை *Jest* ஜெஸ்ட் விளையாட்டு

J+E– JE ஜ் +ஏ–ஜே	J+E– JE ஜ் +அ–ஜ
Jesudass ஜேசுதாஸ் பெயர் *Rajeswari* ராஜேஸ்வரி பெயர் *Rajesh* ராஜேஷ் பெயர்	*Kamarajer* காமராஜர் முன்னாள் முதலமைச்சர்

J – ஜ் – I – ஐ, இ, ஈ

J+I–JI ஜ்+ஐ–ஜை	J+I–JI ஜ்+இ–ஜி	J+I–JI ஜ்+ஈ–ஜீ
Jibe ஜைப் கேலியாகப் பேசு	*Jihad* ஜிஹாத் முகமதியர் போர் *Jibbah* ஜிப்பா ஆடை *Jingo* ஜிங்கோ தேசபக்தன் *Jingle* ஜிங்க்ல் கணீரென்ற ஒலி *Jilt* ஜில்ட் காதலியைக் கைவிடு *Nethaji* நேதாஜி சுதந்திர போராட்ட வீரர் *Moraji Desai* மொராஜி தேசாய் முன்னாள் பிரதமர் *Vinobaji* வினோபாஜி பூமிதான இயக்கம் *Gandhiji* காந்திஜி இந்தியாவின் தந்தை *Jifty* ஜிஃப்டி நொடிப்பொழுது	–

J – ஜ் – O – ஒ, ஓ, அ, ஆ

J +O–JO ஜ்+ஒ–ஜொ	J +O–JO ஜ்+ஓ–ஜோ	J +O–JO ஜ்+அ–ஜ	J +O–JO ஜ்+ஆ–ஜா
–	*Jovial* ஜோவியல் உல்லாசமான *Jove* ஜோவ் ரோமாபுரி தேவதை *Jolt* ஜோல்ட் குலுக்கு *Joke* ஜோக் தமாஷ் *Jordan* ஜோர்டான் நாடு *Jothpur* ஜோத்பூர் நகரம் *Cajole* கஜோல் குஷிப்படுத்து *Jolarpettai* ஜோலார்பேட்டை நகரம் *Jothika* ஜோதிகா பெயர் *Joshua* ஜோசுவா பெயர்	*Major* மேஜர் வயதுவந்த *Journal* ஜர்னல் குறிப்பு புத்தகம்	*Job* ஜாப் வேலை *Jockey* ஜாக்கி குதிரை சவாரி *Joint* ஜாய்ன்ட் இணை *Jocular* ஜாகுலர் உல்லாசமான *John Bull* ஜான்புல் அசல் ஆங்கிலேயன் *Joss* ஜாஸ் சீன தேவதை சிலை *Jot* ஜாட் அணு *Joy* ஜாய் சந்தோசம் *Joist* ஜாய்ஸ்ட் உத்திரம் *Jobber* ஜாப்பர் உத்தியோகத்தில் சுயநலவாதி

J – ஜ் – U – உ, ஊ, அ

J +U–JU ஜ்+உ –ஜு	J +U–JU ஜ்+ஊ–ஜூ	J +U–JU ஜ்+அ–ஜ
Prejudice ப்ரெஜுடிஸ் தப்பெண்ணம் *Bhiju Batnayak* பிஜு பட்நாயக் பெயர் *Raju* ராஜு பெயர் *Panju Arunachalam* பஞ்சு அருணாசலம் பெயர் *Coadjutor* கோஆட்ஜுடர் உதவி செய்பவர் *Tanjure* தாஞ்ஜுர் தஞ்சாவூர்	*June* ஜூன் ஆங்கில மாதம் *Juice* ஜூஸ் பழச்சாறு *Judicial* ஜூடிஷல் நீதி சம்பந்தமான *Jubilee* ஜூபிலி 50 ஆண்டு விழா *Jupiter* ஜூபிடர் வியாழன் கிரகம் *Junior* ஜூனியர் இளையவர் *Jury* ஜூரி நீதிமன்றக்குழு *Adjure* அட்ஜூர் இரந்து கேள் *Rejuvenate* ரிஜூவினேட் இளமையூட்டு *Judas* ஜூதஸ் இயேசுவைக் காட்டிக்கொடுத்த சீடர்	*Judge* ஜட்ஜ் நீதிபதி *Junction* ஜங்க்ஷன் சந்திக்குமிடம் *Jug* ஜக் ஜாடி *Jumbo* ஜம்போ மிகப் பெரிய *Jump* ஜம்ப் குதி *Junto* ஜன்டோ பிளவுபட்ட கட்சி *Junket* ஜங்கிட் இனிய தின்பண்டம் *Justice* ஜஸ்டிஸ் நீதி *Just* ஜஸ்ட் இப்பொழுதுதான் *Adjust* அட்ஜஸ்ட் இணக்கம்

J –ஜ்–AU– ஆ	J–ஜ் AI–ஐ	J–ஜ் EE – ஈ	J–ஜ் EA–எ, ஈ
J +AU–JAU ஜ்+ஆ–ஜா	J +AI–JAI ஜ்+ஐ–ஜை	J +EE–JEE ஜ்+ஈ–ஜீ	J +EA–JEA ஜ்+எ–ஜெ
Jaundice ஜான்டிஸ் மஞ்சள் காமாலை *Jaunty* ஜான்டி உல்லாசமான *Jaunt* ஜான்ட் மகிழ்ச்சி பயணம்	*Thanjai* தஞ்சை மாவட்டம்	*Jeep* ஜீப் மோட்டார் வண்டி *Conjee* கான்ஜீ தானியக் கஞ்சி *Hajee* ஹாஜீ மெக்கா சென்றுவந்தவர் *Rajeev Gandhi* ராஜீவ் காந்தி முன்னாள் பிரதமர் *Jeeva* ஜீவா பெயர் *Sanjeeva reddy* சஞ்சீவ ரெட்டி முன்னாள் ஜனாதிபதி *Navajeevan* நவஜீவன் பெயர் *Jeevajothi* ஜீவஜோதி பெயர்	*Jealous* ஜெலஸ் அக்கறையுள்ள

J+EA–JEA **ஜ்+ஈ– ஜீ**	**J–ஜ் OW– ஔ** **J+OW–JOW** **ஜ்+ஔ–ஜௌ**		
Jeans ஜீன்ஸ் முழுக்கால் சட்டை *Owrangajeap* ஔரங்கஜீப் முகலாய அரசர்	*Jowl* ஜௌல் கீழ்த்தாடை		

K–(க்) என்ற ஆங்கில மெய்யெழுத்து ஆங்கில உயிர் எழுத்துக்கள் மற்றும் கூடுதல் ஆங்கில உயிர் எழுத்துக்களுடன் சேர்ந்து உண்டாகும் வார்த்தைகள் விளக்கம்.

K–க் – A –அ, ஆ, எ, ஏ

K+A–KA க்+அ–க	K+A–KA க்+ஆ–கா	K+A–KA க்+எ–கெ	K+A–KA க்+ஏ–கே
Karate கராத்தே ஜப்பான் மல்யுத்தம் *Karma* கர்ம வினைப்பயன் *Kangaroo* கங்காரூ ஆஸ்திரேலிய விலங்கு *Kabuki* கபூகி ஜப்பானிய நாடகக் கலை *Kabaddi* கபடி விளையாட்டு *Kaleidoscope* கலைடஸ்கோப் ஒளியியல் கருவி *Kalaignar* கலைஞர் கருணாநிதி *Swastika* ஸ்வாஸ்திக அதிர்ஷ்ட சின்னம் *Vodka* வாட்க ரஷ்ய சாராயம் *Kanniyakumari* கன்னியாகுமரி மாவட்டம்	*Kadi* காடி முஸ்லீம் நாட்டு நியாயாதிபதி *Kalaazar* காலாஅஸார் கொடிய மலேரிய நோய் *Karnataka* கர்நாடகா மாநிலம் *Kashmir* காஷ்மீர் இந்திய வடபகுதி *Kava* காவ மிளகுச் செடி பானம் *Srilanka* ஸ்ரீலங்கா இலங்கை *Shikar* ஷிகார் வேட்டையாடுதல் *Kaama* காம தென் ஆப்பிரிக மான் *Kamikaze* காமிகாஸ் ஜப்பான் தற்கொலை விமானங்கள் *Kadbadi* காட்பாடி நகரம்	-	*Kapok* கேபாக் இலவம்பஞ்சு *Kaolin* கேயலின் வெள்ளைக் களிமண் *Embarkation* இம்பார்கேஷன் கப்பலில் சரக்கு ஏற்றுதல் *Skate* ஸ்கேட் பெரிய மீன் *Skating* ஸ்கேடிங் பனிச்சறுக்கு விளையாட்டு *Disembarkation* டிஸ்ஸெம்பார்கேஷன் ரயில், விமானத்திலிருந்து இறங்குதல்

Kக் – E–இ, ஈ,எ, ஏ, அ

K+E–KE ச்+இ–கி	K+E–KE க்+ஈ–கீ	K+E–KE க்+எ–கெ
Monkey மங்கி குரங்கு *Donkey* டாங்கி கழுதை	*Key* கீ சாவி *Keyhole* கீஹோல் சாவித்துவாரம் *Keyboard* கீபோர்ட் இசைக்கருவி	*Keg* கெக் சிறுபீப்பாய் *Kelp* கெல்ப் கடற்பாசி *Kemp* கெம்ப் ரோமம் *Kedge* கெட்ஜ் சிறுநங்கூரம் *Kennel* கெனெல் நாய்பட்டி *Ken* கென் அறிவு *Kerchief* கெர்சிஃப் கைக்குட்டை *Kerosene* கெரஸீன் மண்ணெண்ணெய் *Kettle* கெட்ல் தண்ணீர் பாத்திரம் *Sketch* ஸ்கெட்ச் தரைப்படம்

K+E–KE **க்+ஏ–கே**	**K+E–KE** **க்+அ–க**
Kerala கேரளா மாநிலம் *Kelampakkam* கேளம்பாக்கம் சென்னை *Kesav* கேசவ் பெயர் *Skein* ஸ்கேய்ன் நூற்கண்டு *Kesari* கேசரி பெயர் *Kesavarthini* கேசவர்த்தினி பெயர்	*Tinker* டிங்கர் உலோக வேலைக்காரன் *Tanker* டாங்கர் எண்ணெய்கப்பல் *Cooker* குக்கர் சமையல் பாத்திரம் *Broker* ப்ரோக்கர் தரகன் *Banker* பேங்கர் வட்டிதொழில் *Darken* டார்கன் இருட்டாக்கு *Spoken* ஸ்போக்கன் பேசுதல் *Worker* வொர்க்கர் தொழிலாளி *Tusker* டஸ்கர் ஆண் யானை *Token* டோக்கன் அடையாளம்

K–க் I–ஐ, இ, ஈ

K+I–KI **க்+ஐ–கை**	**K+I–KI** **க்+இ–கி**	**K+I–KI** **க்+ஈ–கீ**
Kind	*Kiss*	*Kiwi*
கைன்ட்	கிஸ்	கீவீ
வகை	முத்தம்	பறக்க முடியாத
Kine	*Kitchen*	பறவை
கைன்	கிட்சன்	*Ski*
பசுக்கள்	சமையலறை	ஸ்கீ
Kite	*Kidnap*	நீண்ட பலகை
கைட்	கிட்னாப்	*Vakil*
காற்றாடி	குழந்தை கடத்தல்	வக்கீல்
Kinetic	*Kitten*	வழக்கறிஞர்
கைனெடிக்	கிட்டன்	*Fakir*
இயக்கம் பற்றிய	பூனைக்குட்டி	ஃபகீர்
Kibe	*Skimmer*	ஏழைப்பக்கிரி
கைப்	ஸ்கிமர்	*Cookie*
குதிப்புண்	ஆடைஎடுப்போன்	குக்கீ
Kindly	*Suzuki*	ரொட்டி
கைன்ட்லி	ஸுஸுகி	*Bikini*
அன்புடன்	கம்பெனி	பிகீனி
	Skin	பெண்கள் நீச்சல்
	ஸ்கின்	உடை
	தோல்	*Kabuki*
	Skill	கபூகீ
	ஸ்கில்	ஜப்பானிய நாடகக்
	திறமை	கலை
	Kidney	*Talkie*
	கிட்னி	டாகீ
	சிறுநீரகம்	பேசும்படம்
	Pumpkin	*Hakim*
	பம்ப்கின்	ஹகீம்
	பூசணி	நாட்டு வைத்தியர்
		Kilpauk
		கீழ்பாக்கம்
		சென்னை

K–க் O–ஒ, ஓ, அ, ஆ

K+O–KO க்+ஒ–கொ	K+O–KO க்+ஓ–கோ	K+O–KO க்+அ–க	K+O–KO க்+ஆ–கா
Kochi கொச்சி கேரளம் *Koala* கொஆல ஆஸ்திரேலிய விலங்கு *Kodaikkanal* கொடைக்கானல் கோடைவாசஸ்தலம் *Kollam* கொல்லம் கேரளா *Kolkatta* கொல்கத்தா மேற்கு வங்கம் *Kodumudi* கொடுமுடி ஈரோடு *Kangai kondan* கங்கை கொண்டான் தஞ்சாவூர் *Kottivakkam* கொட்டிவாக்கம் சென்னை *Korattur* கொரட்டூர் சென்னை *Kongu* கொங்கு கொங்கு மண்டலம்	*Koel* கோயெல் குயில் *Kohinoor* கோஹினூர் கோஹினூர் வைரம் *Kohl* கோள் கண்மை *Kopeck* கோபெக் ரஷ்ய நாணயம் *Koto* கோடொ ஓர் இசைக்கருவி *Kotow* கோடௌ சீன பணிவுமுறை *Kovai* கோவை கோயம்புத்தூர் *Kottayam* கோட்டயம் கேரளா *Kosher* கோஷெர் யூத புலால் உணவு *Kodagiri* கோத்தகிரி ஊட்டி	–	*Kolkhoz* கால்காஸ் ரஷ்ய கூட்டுப்பண்ணை

K–க் U – உ, ஊ, அ

K+U–KU க்+உ–கு	K+U–KU க்+ஊ–கூ	K+U–KU க்+அ–க
Kungfu குங்ஃபு சீன கராத்தே *Kummidipoondi* கும்மிடிபூண்டி ஊர் *Kumuli* குமுளி கேரளா *Kuwait* குவைத் அரபு நாடு *Mannarkudi* மன்னார்குடி ஊர் *Kundrathur* குன்றத்தூர் சென்னை *Lalkudi* லால்குடி திருச்சி *Kulachal* குளச்சல் கன்னியாகுமரி *Kulithalai* குளித்தலை கரூர் மாவட்டம் *Kutralam* குற்றாலம் தென்காசி மாவட்டம்	*Kudos* கூதாஸ் புகழ் *Haiku* ஹைகூ ஜப்பானியக்கவிதை *Kuduvanchery* கூடுவாஞ்சேரி சென்னை *Kudankulam* கூடங்குளம் அணுமின் உற்பத்தி *Kudalnagar* கூடல் நகர் மதுரை *Kudakkovil* கூடக்கோவில் மதுரை	*Numskull* நம்ஸ்கல் மூடன் *Skulk* ஸ்கல்க் மறைந்து செல் *Skull (ஸ்கல்)* மண்டைஓடு

K–க் Y– ஐ, இ

K+Y–KY **க்+ஐ–கை**	**K+Y–KY** **க்+இ–கி**
Sky ஸ்கை ஆகாயம் *Skylark* ஸ்கைலார்க் வானம்பாடி *Skyline* ஸ்கைலைன் தொடுவானம்	*Silky* சில்கி பட்டுப்போன்ற *Whisky* விஸ்கி மதுபானம் *Milky* மில்கி பால்போன்ற *Shaky* ஷேகி நிலையற்ற *Poky* போகி அசுத்தமான *Autarky* ஆடார்கி தன்னிறைவு பொருளாதார முறை *Choky* சோகி சிறைச்சாலை *Risky* ரிஸ்கி அபாயகரமான *Bulky* பல்கி பருமன் *Lanky* லாங்கி நெட்டையான

K–க்–AU–ஆ	K–க்–AI–ஐ	K–க்–EE–ஈ	K–க்–OO–ஊ
K+–AU–KAU **க்+ஆ–கா**	**K+AI–KAI** **க்+ஐ–கை**	**K+EE–KEE** **க்+ஈ–கீ**	**K+OO–KOO** **க்+ஊ–கூ**
Kauvery காவேரி ஆறு *Kauverypattinam* காவேரிபட்டிணம் ஊர் *Kauverypakkam* காவேரிபாக்கம் விழுப்புரம் மாவட்டம்	*Kaiser* கைஸர் ஜெர்மனி சக்கரவர்த்தி *Kailash* கைலாஷ் குகை *Venkaiah* *Naidu* வெங்கையா நாயுடு முன்னாள் துணை ஜனாதிபதி *Thankaiah* தங்கையா பெயர் *Venkaiyan* வேங்கையன் பெயர்	*Keel* கீல் கப்பல் அடிக்கட்டை *Keen* கீன் கூர்மையான *Keep* கீப் நிறைவேற்று *Keepsake* கீப்ஸேக் ஞாபகர்த்த மலர் *Keeper* கீப்பர் காவற்காரன் *Vakeel* வக்கீல் வழக்கறிஞர் *Hakeem* ஹகீம் நாட்டு வைத்தியர் *Keeranur* கீரனூர் புதுக்கோட்டை மாவட்டம் *Keetchankuppam* கீச்சாங்குப்பம் நாகை மாவட்டம்	*Kooduvancherry* கூடுவாஞ்சேரி சென்னை *Koothiyarkundu* கூத்தியார்குண்டு மதுரை மாவட்டம் *Mukkoodal* முக்கூடல் திருநெல்வேலி *Koomapatty* கூமாப்பட்டி விருதுநகர் மாவட்டம்

L – (ல்,ழ்,ள்) ஆங்கில மெய்யெழுத்து ஆங்கில உயிர் எழுத்துக்கள் மற்றும் கூடுதல் ஆங்கில உயிர் எழுத்துக்களுடன் சேர்ந்து உண்டாகும் வார்த்தைகள் விளக்கம்.

L–ல்,ழ்,ள் A–அ,ஆ,எ,ஏ

LA–LA **ல்+அ–ல** **ழ்+அ–ழ** **ள்+அ–ள**	*L+A-LA* **ல்+ஆ–லா** **ழ்+ஆ–ழா** **ள்+ஆ–ளா**
Laborartory லபாரடரி ஆய்வுக்கூடம் *Laconic* லகானிக் சுருக்கமாக விளக்கக்கூடிய *Lacuna* லக்யூன இடைவெளி *Lagoon* லகூன் லத்தின் மொழி *Latin* லதின் மொழி *Lathi* லத்தி குறுந்தடி *Allappuzha* ஆலப்புழா கேரளா *Latrine* லட்ரீன் கழிவறை *Lament* லமென்ட் வருந்து *Palakkadu* பாலக்காடு கேரளா	*Large* லார்ஜ் பெரிய *Lawyer* லாயர் வழக்கறிஞர் *Larva* லார்வ புழுவடிவப்பூச்சி *Lavender* லாவண்டர் மலர் *Flash* ஃப்ளாஷ் மின்னல் *Lamb* லாம்ப் செம்மறி ஆட்டுக்குட்டி *Plan* ப்ளான் திட்டம் *Class* க்ளாஸ் வகுப்பு *Glamour* க்ளாமர் வசீகரம் *Elastic* இலாஸ்டிக் நீண்டு சுருங்கும் கயிறு

L+A–LA ல்+எ–லெ ழ்+எ–ழெ ள்+எ–ளெ	L+A–LA ல்+ஏ–லே ழ்+ஏ–ழே ள+ஏ–ளே
Chocolate சாக்லெட் மிட்டாய் *Insolance* இன்ஸலென்ஸ் கர்வம்	*Labour* லேபர் தொழிலாளி *Label* லேபெல் முத்திரை *Lathe* லேத் கடைசல் இயந்திரம் *Lady* லேடி பெண் *Late* லேட் தாமதம் *Laser* லேஸர் ஒளிக்கதிர் *Matriculation* மெட்ரிகுலேஷன் கல்லூரியில் சேரத் தகுதி *Escalator* எஸ்கலேடர் சுழல் படிக்கட்டு *Lake* லேக் ஏரி *Laden* லேட்ன் சுமையேற்றப்பட்ட

L–ல்,ழ்,ள் E– இ,ஈ,எ,ஏ.அ

L+E–LE ல்+இ–லி ழ்+இ–ழி ள்+இ–ளி	L+E–LE ல்+ஈ–லீ ழ்+ஈ–ழீ ள்+ஈ–ளீ	L+E–LE ல்+எ–லெ ழ்+எ–ழெ ள்+எ–ளெ
Chameleon கமீலியன் பச்சோந்தி *Petroleum* பெட்ரோலியம் எரிபொருள் *Television* டெலிவிஷன் தொலைக்காட்சி *Elephant* எலிஃபன்ட் யானை *Elementary* எலிமென்டரி ஆரம்ப *Skeleten* ஸ்கேலிடன் மனித எலும்புக்கூடு *Elevation* எலிவேஷன் முன்தோற்றம் *Elegant* எலிகன்ட் அழகான *Legitimacy* லிஜிடிமஸி சட்டபூர்வம் *Elegy* எலிஜி துக்கப்பாட்டு	*Legion* லீஜன் பெரும்சேனை *Legal* லீகல் சட்டபூர்வமான *Lenient* லீனியென்ட் கருணையுள்ள *Lethal* லீதல் உயிருக்கு ஆபத்து *Lever* லீவர் நெம்புகோல் *Complete* கம்ப்ளீட் முழுமையான *Ulema* யுலீம முஸ்லீம் மதத் தலைவர் *Plenum* ப்ளீனம் நிறைந்த இடம் *Naphthalene* நாப்தலீன் அந்துருண்டை *Leo* லீயோ சிம்மராசி	*Letter* லெட்டர் எழுத்து *Leg* லெக் கால் *Leisure* லெஸர் ஓய்வுநேரம் *Lemon* லெமன் எலுமிச்சை *Lesbian* லெஸ்பியன் பெண்கள் ஒரு பால் சேர்க்கை *Levy* லெவி வரிவிதி *Eleven* இலெவன் பதினொன்று *Less* லெஸ் குறைவான *Legend* லெஜென்ட் மகான் *Lecture* லெக்சர் பிரசங்கம்

L+E–LE ல்+ஏ–லே ழ்+ஏ–ழே ள்+ஏ–ளே	L+E–LE ல்+அ–ல ழ்+அ–ழ ள்+அ–ள
Lebensraum லேபென்ஸ்ரௌம் தேசத்தின் முக்கிய பகுதி	*Coupler* கப்ளர் இணைக்கும் சாதனம் *Muffler* மஃபளர் கழுத்துப்போர்வை *Cooler* கூலர் குளிர்ச்சியூட்டும் மின்சாதனம் *Bowler* போலர் பந்து எறிபவர் *Chandler* சாண்ட்லர் வியாபாரி *Tolerance* டாலரென்ஸ் பொறுமை *Tumbler* டம்பளர் குடிக்கும் கிளாஸ் *Cobbler* காப்ளர் செருப்பு தைப்பவர் *Angler* ஆங்க்லர் செம்படவர் *Accelerator* ஆக்ஸேலரேடர் விரைவு படுத்தும் பொருள்

L–ல், ழ், ள் – I–ஐ,இ,ஈ

L+I–LI ல்+ஐ–லை ழ்+ஐ–ழை ள்+ஐ–ளை	L+I–LI ல்+இ–லி ழ்+.–ழி ள்+இ–ளி	L+I–LI ல்+ஈ–லீ ழ்+ஈ–ழீ ள்+ஈ–ளீ
License லைசென்ஸ் அனுமதிகொடு	*Liquid* லிக்உஇட் திரவம்	*Lineal* லீனியல் நேர்வாரிசு
Library லைப்ரரி நூல் நிலையம்	*Listen* லிஸ்ன் கவனி	*Naphthaline* நாஃப்தலீன் அந்துருண்டை
Saliva ஸலைவா உமிழ்நீர்	*Literacy* லிடரஸி எழுத்தறிவு	*Linear* லீனியர் கோடுகள் சம்பந்தமான
Utilize யூடிலைஸ் பயன்படுத்து	*Liver* லிவர் கல்லீரல்	*Linege* லீனிஜ் பரம்பரை
Reliance ரிலையன்ஸ் நம்பிக்கை	*Literature* லிடரசர் இலக்கியம்	*Liege* லீஜ் எஜமானர்
Lighthouse லைட்ஹௌஸ் கலங்கரை விளக்கம்	*Lignite* லிக்னைட் நிலக்கரி	*Lien* லீன் ஆஸ்தி உரிமை
Lion லையன் சிங்கம்	*Limitation* லிமிடேஷன் வரையறை	*Relieve* ரிலீவ் விடுவித்தல்
Life லைஃப் வாழ்க்கை	*Lily* லிலி அழகிய மலர்	*Vaseline* வாஸிலீன் பெட்ரோலிய களிம்பு
Lineman லைன்மேன் மின்விசை பணியாளர்	*Lift* லிஃப்ட் மேலே தூக்கு	*Believe* பிலீவ் நம்பு
Lively லைவ்லி உல்லாசமான	*Lintel* லின்டெல் ஜன்னல்	*Oblique* ஆப்லீக் சாய்வான

L–ல்,ழ், ள் – O ஒ,ஓ,அ,ஆ

L+O–LO **ல்+ஒ–லொ** **ழ்+ஒ–ழொ** **ள்+ஒ–ளொ**	L+O–LO **ல்+ஓ–லோ** **ழ்+ஓ–ழோ** **ள்+ஓ–ளோ**
Location லொகேஷன் இருப்பிடம் *Locality* லொகாலிடி இருப்பிடம் *Loquacious* லொக்உஏஷஸ் வாயாடி *Sallow* ஸாலொ நோய்வாய்ப்பட்ட *Solomon* சாலொமோன் ராஜா *Shallow* ஷாலொ ஆழமில்லாத *Locate* லொகேட் ஸ்தாபி *Halo* ஹேலொ பரிவட்டம் *Buffalo* பஃபலொ எருமை *Silo* ஸைலொ காற்றுப்புகாத அறை	*Local* லோகல் உள்ளூர் *Lone* லோன் தனிமையான *Logo* லோகோ அடையாளச் சின்னம் *Lotus* லோடஸ் தாமரை *Lotion* லோஷன் மருந்து திரவம் *Slow* ஸ்லோ மெதுவாக *Locust* லோகஸ்ட் வெட்டுக்கிளி *Slogan* ஸ்லோகன் சிறிய வாக்கியம் *Low* லோ தாழ்ந்த *Piccolo* பிகலோ புல்லாங்குழல்

L+O–LO ல்+அ–ல ழ்+அ–ழ ள்+அ–ள	L+O–LO ல்+ஆ–லா ழ்+ஆ–ழா ள்+ஆ–ளா
London லண்டன் இங்கிலாந்து தலைநகர் *Love* லவ் அன்பு *Loyola* லயோலா பெயர் *Stolon* ஸ்டோலன் தண்டு *Logomachy* லகாமகி கருத்துவேறுபாடு *Dolorus* டாலரஸ் துயரமுள்ள *Envelop* என்வெலப் உறையிடு *Sloven* ஸ்லவன் சுத்தமற்றவன் *Lover* லவர் காதலி *Lombard Street* லம்பார்ட் ஸ்ட்ரீட் லண்டன் மாநகர வங்கித்தெரு	*Lorry* லாரி மோட்டார் வண்டி *Lodge* லாட்ஜ் தங்கும் விடுதி *Loss* லாஸ் நஷ்டம் *Locker* லாக்கர் பாதுகாப்பு அலமாரி *Logic* லாஜிக் தர்க்கசாஸ்திரம் *Long* லாங் நீளம் *Lottery* லாட்டரி பரிசு சீட்டு *Employment* எம்ப்ளாய்மெண்ட் வேலை *Lord* லார்ட் கடவுள் *Plot* ப்ளாட் மனை

L–ல், ழ், ள் U – உ, ஊ, அ

L+U–LU **ல்+உ–லு** **ழ்+உ–ழு** **ள்+உ–ளு**	**L+U–LU** **ல்+ஊ–லூ** **ழ்+ஊ–ழூ** **ள்+ஊ–ளூ**	**L+U–LU** **ல்+அ–ல** **ழ்+அ–ழ** **ள்+அ–ள**
Lungi லுங்கி வேஷ்டி *Telugu* தெலுகு மொழி *Nalumavadi* நாலுமாவடி தூத்துக்குடி மாவட்டம் *Kazhugumalai* கழுகு மலை தூத்துக்குடி மாவட்டம் *Ezhumalai* எழுமலை மதுரை மாவட்டம் *Thiruvalluvar* திருவள்ளுவர் தமிழ் புலவர் *Thirukazhukundram* திருக்கழுக்குன்றம் ஊர், செங்கல்பட்டு *Taluk* டாலுக் தாலுகா *Telungana* தெலுங்கானா மாநிலம்	*Lubrication* லூப்ரிகேஷன் கிரீஸ் அல்லது எண்ணெய் *Lucent* லூஸென்ட் பிரகாசமான *Lucifer* லூஸிஃபர் பிசாசு *Lucid* லூஸிட் தெளிவான *Lunar* லூனர் சந்திரன் சம்பந்தமான *Zulu* ஜூலூ தென்னாப்பிரிக்க பழங்குடி *Pongalur* பொங்கலூர் ஈரோடு மாவட்டம் *Luminous* லூமினஸ் பிரகாசிக்கும் *Refluent* ரெஃப்ளூஎன்ட் திரும்பி ஓடும் *Effluent* எஃப்ளூஎன்ட் தீமை விளைவிக்கும் திரவம்	*Luck* லக் அதிர்ஷடம் *Lung* லங் நுரையீரல் *Lunch* லன்ச் சிற்றுண்டி *Lushy* லஷி போதையிலுள்ள *Luxury* லக்ஷரி சுகவாழ்வு *Reflux* ரிஃப்ளக்ஸ் திரும்பி ஓடும் *Blunder* ப்ளன்டர் மடத்தனமான தவறு *Luscious* லஷஸ் இனிப்பான *Lucknow* லக்னோ உத்தரப்பிரதேசம் *Clutch* க்ளட்ச் உறுதியான பிடிப்பு

L – ல், ழ், ள் – Y– ஐ, இ

L+Y–LY ல்+ஐ–லை ழ்+ஐ–ழை ள்+ஐ–ளை	L+Y–LY ல்+இ–லி ழ்+இ–ழி ள்+இ–ளி
Lying லையிங் பொய் சொல்லுகிற *Supply* சப்ளை விநியோகம் *Lyceum* லைஸீயம் கலாசாலை *Lysol* லைஸால் கிருமிநாசினி *Lyre* லையர் யாழ் போன்ற இசைக்கருவி *Lyre Bird* லையர் பேர்ட் யாழ்ப் பறவை *Analyse* அனலைஸ் பகுதிளாகப் பிரித்தல் *July* ஜூலை ஆங்கிலமாதம் *Fly* ஃப்ளை பறத்தல் *Plywood* ப்ளைஉட் ஒட்டுப்பலகை	*Lynch* லின்ஷ் அடித்துக்கொல் *Lymph* லிம்ஃப் அம்மைப்பால் தடுப்பு மருந்து *Lyric* லிரிக் பாடல் *Early* ஏர்லி சீக்கிரம் *Lily* லிலி மலர் *Dialysis* டையலிஸிஸ் இரத்தம் சுத்தப்படுத்துதல் *Analysis* அனலிஸிஸ் ஒரு பொருளை பிரித்து ஆராய்தல் *Ably* ஏப்ளி திறமையுடன் *Assembly* அசெம்ப்ளி சபை *Eucalyptus* யூகலிப்டஸ் நீலகிரித் தைலம்

L– ல், ழ, ள்

AE–இ, ஈ	AU–ஆ
L+AE–LAE **ல்+இ–லி**	**L+AU–LAU** **ல்+ஆ–லா** **ழ்+ஆ– ழா** **ள்+ஆ–ளா**
Palaeography பாலியாக்ரஃபி கல்வெட்டு ஆராய்ச்சி ——— **L+AE–LAE** **ல்+ஈ–லீ** *Chelae* *(கீலீ)* நண்டு, தேள் கால்கள்	*Laugh* ஸாஃப் சிரிப்பு *Laundry* லாண்ட்ரி சலவைச் சாலை *Launch* லான்ச் தள்ளு *Laurel* லாரெல் புன்னைமரம் *Laud* லாட் பெருமையாகப் பேசு *Laureate* லாரியட் பிரசித்தி பெற்றவர் *Glaucoma* க்ளாகோம ஒரு கண்நோய் *Applause* அப்லாஸ் கைத்தட்டல் *Flaunt* ஃப்லான்ட் கர்வப்படு *Clause* க்லாஸ் வாக்கியத்தின் உட்பிரிவு

L– ல், ழ, ள்

AI–ஐ	OA–ஓ
L+AI–LAI **ல்+ஐ–லை** **ழ்+ஐ–ழை** **ள்+ஐ–ளை**	**L+OA–LOA** **ல்+ஓ–லோ** **ழ்+ஓ–ழோ** **ள்+ஓ–ளோ**
Nellai நெல்லை திருநெல்வேலி *Mullai* முல்லை பூ *Dalailama* தலைலாம திபெத் ஆன்மீக தலைவர் *Mudumalai* முதுமலை வனவிலங்கு சரணாலயம் *Kalaignar* கலைஞர் கருணாநிதி *Kalaiyarkovil* காளையார்கோவில் ஊர், சிவகங்கை *Thisaiyanvilai* திசையன்விளை ஊர் திருநெல்வேலி *Thiruvannamalai* திருவண்ணாமலை மாவட்டம் *Kalaignanam* கலைஞானம் பெயர் *Melmalaiyanur* மேல்மலையனூர் விழுப்புரம் மாவட்டம்	*Load* லோட் பாரம் *Loan* லோன் கடன் *Cloak* க்ளோக் தளர்தியான மேலங்கி *Loaves* லோவ்ஸ் ரொட்டித்துண்டுகள் *Loath* லோத் இஷ்டமில்லாத *Loam* லோம் மண்சோறு *Loathe* லோத் வெறுப்பு *Loaf* லோஃப் சோம்பித்திரிதல் *Float* ஃப்லோட் மிதக்கவிடு *Loach* லோச் சுத்த நீரில் வாழும் மீன்

L– ல்,ழ,ள் EE – ஈ L–ல்–ழ்,ள் EA – ஈ, எ, ஏ

L+EE–LEE ல்+ஈ–லீ ழ்+ஈ–ழீ ள்+ஈ–ளீ	L+EA–LEA ல்+ஈ–லீ ழ்+ஈ–ழீ ள்+ஈ–ளீ
Lee லீ மறைவுப் பிரதேசம் *Leech* லீச் இரத்தம் உறிஞ்சும் அட்டை *Leeway* லீவேய் தாமதம் *Lees* லீஸ் வண்டல் *Leeward* லீவர்ட் காற்றடிக்கும் பக்கத்திற்கு எதிராக *Sleep* ஸ்லீப் தூக்கம் *Flee* ஃப்லீ விரைவாய் ஓடு *Spleen* ஸ்ப்லீன் மண்ணீரல் *Sleeve* ஸ்லீவ் அங்கியின்கை *Sleet* ஸ்லீட் ஆலங்கட்டி மழை	*Release* ரிலீஸ் வெளியிடு *Lease* லீஸ் குத்தகை *Please* ப்ளீஸ் தயவுசெய்து *Clean* க்ளீன் சுத்தம் *Pleat* ப்ளீட் கொசுவம் *Pleader* ப்ளீடர் வழக்கறிஞர் *Lead* லீட் தலைமை *Lean* லீன் ஒல்லி *Leaf* லீஃப் இலை *Leave* லீவ் விடுமுறை

L+EA–LEA ல்+எ–லெ ழ்+எ–ழெ ள்+எ–ளெ	L+EA–LEA ல்+ஈ–லே ழ்+ஈ–ழே ள்+ஈ–ளே
Leather லெதர் தோல் *Leathery* லெதரி தோல் போன்ற *Pleasant* ப்ளெஸெண்ட் இன்பகரமான *Pleasure* ப்லெஷர் சந்தோசம் *Lead* லெட் ஈயம் *Leaven* லெவ்என் புளிக்கவை	*Learn* லேர்ன் கற்றுக்கொள் *Learner* லேர்னர் கற்றுக்கொள்பவர் *Learnt* லேர்ன்ட் கற்றுக்கொள் *Learning* லேர்னிங் கல்வி அறிவு

L– ல்,ழ,ள்

L+OO–LOO **ல்+உ–லு** **ழ்+உ–ழு** **ள்+உ–ளு**	**L+OO–LOO** **ல்+ஊ–லூ** **ழ்+ஊ–ழூ** **ள்+ஊ–ளூ**	**L+OU–LOU** **ல்+ஔ–லௌ** **ழ்+ஔ–ழௌ** **ள்+ஔ–ளௌ**	**L+OW–LOW** **ல்+ஔ–லௌ** **ழ்+ஔ–ழௌ** **ள்+ஔ–ளௌ**
Look லுக் பார் ——— *Exception* *Blood* ப்ளட் இரத்தம் *Floor* ஃப்லோர் தரை *Flood* ஃப்லட் வெள்ளம்	*Loose* லூஸ் தளர்ச்சியான *Loom* லூம் நெசவு தறி *Loop* லூப் கயிற்று சுருக்கு *Loon* லூன் முட்டாள் *Looby* லூபி முட்டாள் *Balloon* பலூன் வாயு அடைத்த பலூன் *Saloon* சலூன் முடித்திருத்தும் நிலையம் *Heirloom* ஹேயர்லூம் குலதனம் *Handloom* ஹேன்ட்லூம் கைத்தறி *Aloof* அலூஃப் சிறிது தூரத்தில்	*Loud* லௌட் உரத்த சத்தம் *Louse* லௌஸ் பேன் *Lout* லௌட் அற்பன் *Lounge* லௌன்ஜ் ஓய்வு அறை *Lounger* லௌன்ஜர் சோம்பிபொழுது போக்குபவர் *Aloud* அலௌட் கேட்கும்படி *Blouse* ப்ளௌஸ் ரவிக்கை *Cloud* க்ளௌட் மேகம் *Flour* ஃப்லௌஅர் மாவு அரை *Slough* ஸ்லௌ சேற்று நிலம்	*Allow* அலௌ அனுமதி *Flower* ஃப்லௌஅர் மலர் *Allowable* அலௌஅப்ல் அனுமதிக்கத்தக்க *Allowance* அலௌஅன்ஸ் சம்பளம்

M(ம்) என்ற ஆங்கில மெய்யெழுத்து, ஆங்கில உயிர் எழுத்துக்கள் மற்றும் கூடுதல் ஆங்கில உயிர் எழுத்துக்களுடன் சேர்ந்து உண்டாகும் வார்த்தைகள் விளக்கம்.

M–ம்–A– அ, ஆ, எ, ஏ

M+A–MA **ம்+அ–ம**	**M+A–MA** **ம்+ஆ–மா**
Maroon மரூன் பழுத்த சிவப்பு நிறம் *Macaw* மகா வண்ணக்கிளி *Madonna* மடான மேரி மாதா *Mahout* மஹௌட் யானைப்பாகன் *Majolica* மஜாலிக இத்தாலி மண்பாண்டம் *Mahayana* மஹாயான புத்தமத பிரிவு *Mahogany* மஹாகனி உறுதியான மரம் *Malaria* மலேரிய மலேரிய ஜுரம் *Malinger* மலிங்கர் பாசாங்கு செய் *Manna* மன்னா இஸ்ரேல் மக்களுக்கு ஆண்டவர் கொடுத்த உணவு	*Magistrate* மாஜிஸ்ட்ரேட் நீதிபதி *Malt* மால்ட் முளைகட்டிய தானியம் *Mallee* மாலி தோட்டக்காரன் *Malpractice* மால்ப்ராக்டிஸ் கெட்ட நடத்தை *Maltose* மால்டோஸ் இனிப்புப்பொருள் *March* மார்ச் ஆங்கில மாதம் *Margin* மார்ஜின் ஓரம் *Market* மார்க்கெட் கடைத்தெரு *Marshal* மார்ஷல் படைத்தளபதி *Marvel* மார்வெல் ஆச்சரியம்

M+A–MA **ம்+எ–மெ**	**M+A–MA** **ம்+ஏ–மே**
machine	*Matron*
மெஷீன்	மேட்ரன்
இயந்திரம்	இல்லத்தலைவி
Majority	*Made*
மெஜாரிடி	மேட்
பெரும்பான்மை	தயாரிப்பு
Majestic	*Major*
மெஜெஸ்டிக்	மேஜர்
ஆடம்பரமான	வயதுக்கு வந்த
Maintain	*Maize*
மெய்ன்டெய்ன்	மேய்ஸ்
பராமரித்தல்	சோளம்
Main	*Mayor*
மெய்ன்	மேயர்
முக்கியமான	மாநகராட்சி தலைவர்
Matriculation	*Maiden*
மெட்ரிகுலேஷன்	மேய்டன்
கல்லூரியில் சேரும் தகுதி	திருமணமா
Many	காதவர்கள்
மெனி	*Female*
ப்ல	ஃபீமேள்
Material	பெண்
மெடியரியல்	*Mania*
சாமான்	மேனிய
Maturity	ஆர்வம்
மெசூரிடி	*Mare*
முதிர்ச்சி	மேர்
Maternity	பெண்குதிரை
மெடர்ணிடி	*Mason*
தாய்மை	மேஸன்
	கொத்தனார்

M– ம் E– இ,ஈ,எ,ஏ,அ

M+E–ME **ம்+இ–மி**	**M+E–ME** **ம்+ஈ–மீ**	**M+E–ME** **ம்+எ–மெ**
Mechanic மிகானிக் இயந்திர வல்லுனர்	*Median* மீடியன் மத்தியில் அமைந்த	*Medal* மெடல் பதக்கம்
Melodious மிலோடியஸ் காதுக்கினிய	*Megrim* மீக்ரிம் ஒற்றைத்தலைவலி	*Meditation* மெடிடேஷன் தியானம்
Menagerie மினாஜரி மிருகக்காட்சிசாலை	*Menial* மீனியல் வேலையாள்	*Medicine* மெடிஸின் மருந்து
Merely மியர்லி சும்மா	*Meta* மீட திருப்பம்	*Memory* மெமரி ஞாபகசக்தி
Meseems மிஸீம்ஸ் எனக்கு தோன்றுகிறது	*Metage* மீடிஜ் சுங்கவரி	*Member* மெம்பர் உறுப்பினர்
Metallic மிடாலிக் உலோகத்தாலான	*Mete* மீட் எல்லைக்கல்	*Melt* மெல்ட் உருக்கு
Methinks மிதிங்க்ஸ் எனக்குத் தோன்றுகிறது	*Meteorological* மீடியரலாஜிகல் வானிலை ஆராய்ச்சி	*Method* மெதட் வகை
Metropolis மிட்ராபலிஸ் தலைநகர்	*Meter* மீட்டர் அளவு கருவி	*Memo* மெமோ ஞாபகக்குறிப்பு
Acme ஆக்மி உயர்ந்த நிலை	*Chameleon* கமீலியன் பச்சோந்தி	*Mental* மென்டல் மனதிற்குரிய
Meticulous மிடிக்யுலஸ் சர்வஜாக்கிரதை	*Amenity* அமீனிடி வசீகரத்தன்மை	*Mercy* மெர்ஸி இரக்கம்

M+E–ME ம்+ஏ–மே	M+E–ME ம்+அ–ம
Melange மேலான்ஜ் குழப்பம்	*Farmer* ஃபார்மர் விவசாயி
Mesdames மேய்டாம் சீமாட்டி	*Former* ஃபார்மர் முன்னாள்
Chowmein சௌமேய்ன் சீனநூடூல்ஸ்	*Customer* கஷ்டமர் வாடிக்யையாளர்
Melur மேலூர் மதுரை	*Summer* சம்மர் கோடைக்காலம்
Mettur மேட்டூர் அணை	*Swimmer* ஸ்விம்மர் நீந்துபவர்
Beermedu பீர்மேடு கேரளா	*Skimmer* ஸ்கிம்மர் ஆடைஎடுப்போன்
Megadatu மேகதாது கர்நாடகா	*Steamer* ஸ்டீமர் நீராவிக்கப்பல்
Megalaya மேகாலயா மாநிலம்	*Enamel* எனாமல் ஒருவகை பூச்சு
Medavakkam மேடவாக்கம் சென்னை	*Semen* ஸீமன் ஆண்விந்து
Uthiramerur உத்திரமேரூர் ஊர்	*Camera* கேமரா புகைப்படக்கருவி

M–ம் I–, ஐ, இ, ஈ

M+I–MI **ம்+ஐ–மை**	**M+I–MI** **ம்+இ–மி**	**M+I–MI** **ம்+ஈ–மீ**
Minute	*Minute*	*Mien*
மைன்யூட்	மினிட்	மீன்
மிகச்சிறிய	நிமிடம்	நடத்தை
Mine	*Mimicry*	*Zamindar*
மைன்	மிமிக்ரி	ஜமீன்தார்
சுரங்கம்	மற்றவர்களைப்	ஒரு பகுதி
Migration	போல் பேசுதல்	ஆட்சியாளர்
மைக்ரேஷன்	*Million*	*Chemise*
குடியேற்றம்	மில்லியன்	ஷமீஸ்
Microscope	பத்து இலட்சம்	மாதர் உட்சட்டை
மைக்ரோஸ்கோப்	*Mineral*	*Marine*
பூதக்கண்ணாடி	மினரல்	மரீன்
Milestone	தாதுப்பொருள்	கடல் சம்பந்தமான
மைல்ஸ்டோன்.	*Midnight*	*Emir*
மைல் கல்	மிட்நைட்	இமீர்
Mire	நடுஇரவு	முஸ்லீம் தலைவர்
மையர்	*Millennium*	*Kashmir*
சகதி	மிலெனியம்	காஷ்மீர்
Mind	ஆயிரம் ஆண்டுகள்	இந்திய வடபகுதி
மைன்ட்	*Military*	*Stymie*
அறிவு	மிலிடரி	ஸ்டைமீ
Miserliness	இராணுவம்	சலிப்பு உண்டாக்கு
மைஸர்ளினிஸ்	*Minimum*	
கருமித்தனம்	மினிமம்	
Minority	குறைந்தபட்சம்	
மைனாரிடி	*Minority*	
சிறுபான்மை	மினாரிடி	
Mild	சிறுபான்மை	
மைல்ட்	*Shamiana*	
தீவிரமில்லாத	ஷாமியான	
	கூடாரம்	

M–ம் – O – ஒ, ஓ, அ, ஆ

M+O–MO ம்+ஒ–மொ	M+O–MO ம்+ஓ–மோ
Molestation மொலெஸ்டேஷன் தொந்திரவு *Mobile* மொபைல் நகரக்கூடிய *Demobilization* டிமொபிலைஸேஷன் படைக்குறைப்பு *Mohammed* மொஹமத் நபிநாயகம் *Mohammedan* மொஹாமெதன் முஹம்மதியன் *Mosaic* மொஸைக் தரையில் பதித்தல் *Mosampic* மொஸாம்பிக் நாடு *Moraji Desai* மொராஜி தேசாய் முன்னாள் பிரதமர் *Modakkurichi* மொடக்குறிச்சி ஊர் *Moped* மொபெட் இருசக்கரவண்டி	*Motivation* மோடிவேஷன் இயங்கும் சக்தி அளி *Smoke* ஸ்மோக் புகைபிடித்தல் *Mole* மோல் மச்சம் *Mohur* மோஹர் பழங்கால இந்திய நாணயம் *Motel* மோடல் சாலையோர உணவு விடுதி *Remote* ரிமோட் தூரத்திலுள்ள *Testimonial* டெஸ்டிமோனியல் நடத்தை நற்சாட்சி *Promotion* ப்ரமோஷன் உயர்வு *Ammonia* அம்மோனிய நவச்சார வாயு *Mocha* மோகெ உயர்ந்த வகை காபி

M+O–MO ம்+அ–ம	M+O–MO ம்+ஆ–மா
Monday மண்டேய் திங்கட்கிழமை *Money* மணி பணம் *Monkey* மங்கி குரங்கு *Monkish* மங்கிஷ் துறவி போன்ற *Monopoly* மனாபலி பிரத்யேக உரிமை *Mongoose* மங்கூஸ் கீரி *Mother* மதர் அம்மா *Mosquito* மஸ்கீடோ கொசு *Demonetization* டீமனிடைஸேஷன் ரூபாய் செல்லாததாக்கு *Morose* மரோஸ் சிடுசிடுப்பான	*Model* மாடெல் மாதிரி *Modern* மாடேர்ன் புதுமாதிரி *Morning* மார்னிங் காலை *Mortuary* மார்சுஅரி பிணம் வைக்கும் அறை *Modify* மாடிஃபை சிறிது மாற்று *Modulation* மாடுலேஷன் குரல் ஏற்ற இறக்கம் *Mongoose* மாங்கூஸ் கீரி *Monitor* மானிடர் மாணவர் தலைவன் *Montessori* மாண்டிஸாரி செயல்வழி கல்விமுறை *Moral* மாரல் நீதிபோதனை

M–ம் – U – உ, ஊ, அ

M+U–MU **ம்+உ–மு**	**M+U–MU** **ம்+ஊ–மூ**	**M+U–MU** **ம்+அ–ம**
Municipality	*Munar*	*Mutton*
முனிசிபாலிடி	மூணார்	மட்டன்
நகராட்சி	கேரளா	இறைச்சி
Munshi	*Musical*	*Mushroom*
முன்ஷி	மூஸிகல்	மஷ்ரூம்
மொழி ஆசிரியர்	இசை	காளான்
Mullah	*Mucilage*	*Muscle*
முல்லா	மூஸிலிஜ்	மஸ்ல்
முஸ்லீம் மத அறிவு	கோந்து	தசை
Munition	*Mulish*	*Murder*
முனிஷன்	மூலிஸ்	மர்டர்
யுத்த ஆயுதங்கள்	பிடிவாதமான	கொலை
Mutation	*Mutual*	*Much*
முடேஷன்	மூசுஅல்	மச்
மாறுதல்	பரஸ்பரம்	மிகுதியான
Formula	*Mutineer*	*Multi*
ஃபார்முலா	மூடினியர்	மல்டி
சூத்திரம்	கலகக்காரன்	அநேக
Jammu Kashmir	*Mule*	*Muslin*
ஜம்முகாஷ்மீர்	மூல்	மஸ்லின்
இந்திய வடபகுதி	கோவேறு	மெல்லிய துணி
Mumbai	கழுதை	*Mufti*
மும்பை	*Mucus*	மஃப்டி
மகாராஷ்டிர மாநிலம்	மூகஸ்	சாதாரண உடை
Muslim	சளி	*Muffler*
முஸ்லிம்	*Mute*	மஃப்ளர்
மதம்	மூட்	கழுத்து பட்டை
Munificence	ஊமையான	*Mustard*
முனிஃபிஸென்ஸ்		மஸ்டர்ட்
உதாரண குணம்		கடுகு

M–ம் – Y – ஐ, இ

M+Y–MY **ம்+ஐ–மை**	**M+Y–MY** **ம்+இ–மி**
My மை என்னுடைய *Myopia* மையோபிய கிட்டப்பார்வை *Myology* மையாலஜி தசைகள் பற்றிய அறிவுப்பகுதி *Myope* மையோப் கிட்டப்பார்வை உள்ளவர் *Myself* மைசெல்ஃப் எனக்கே *Mysore* மைசூர் கர்நாடகா *Mylapore* மைலாப்பூர் சென்னை *Poliomyelitis* போலியோமையலிடிஸ் முடக்குவாத வைரஸ் *Palmyra* பால்மைர பனைமரம்	*Mythology* மிதாலஜி புராணங்கள் *Academy* அகடெமி உயர்கல்வி மையம் *Enemy* எனிமி எதிரி *Mystery* மிஸ்டெரி பரம இரகசியம் *Astronomy* அஸ்ட்ரானமி வான சாஸ்திரம் *Bigamy* பிகமி இருதாரம் *Rummy* ரம்மி சீட்டு விளையாட்டு *Autonomy* அடானமி தன்னாட்சி *Mystify* மிஸ்டிஃபை திகைப்பூட்டு *Myanmar* மியான்மர் நாடு

M–ம் AE– இ, ஈ	M–ம் AU–ஆ	M–ம் AI–ஐ	M–ம் OA–ஓ
M+AE–MAE ம்+இ–மி	M+AU–MAU ம்+ஆ–மா	M+AI–MAI ம்+ஐ–மை	M+OA–MOA ம்+ஓ–மோ
Thermae தெர்மி உஷ்ண நீரூற்று *Chimaera* கிமியர பயங்கர ஜந்து	*Maul* மால் கிழித்தெறி *Maund* மான்ட் இந்திய எடை *Mausoleum* மாஸலீயம் அழகான கல்லறை	*Maidan* மைதான் விளையாட்டு மைதானம் *Maidha* மைதா மாவு *Magimai* மகிமை இரக்கம் *Unmai* உண்மை சத்தியம் *Jamaica* ஜமைக்கா நாடு	*Moan* மோன் புலம்பல் *Moat* மோட் அகழி *Moanful* மோன்ஃபுல் பரிதாபமாக புலம்பும்
M+AE–MAE ம்+ஈ–மீ			
Primaeval ப்ரைமீவ்ல் ஆதியான			

M– ம் EE–ஈ	M–ம் EA–ஈ, எ	
M+EE–MEE **ம்+ஈ–மீ**	**M+EA–MEA** **ம்+ஈ–மீ**	**M+EA–MEA** **ம்+எ–மெ**
Meet மீட் சந்திப்பு	*Meaning* மீனிங் பொருள்	*Measurement* மெஷர்மென்ட் அளத்தல்
Meek மீக் சாதுவான	*Meat* மீட் இறைச்சி	*Meant* மென்ட் நடுநிலை
Meera மீரா பெயர்	*Means* மீன்ஸ் வரும்படி	*Meadow* மெடோ புல்வெளி
Meenampakkam மீனம்பாக்கம் சென்னை விமான நிலையம்	*Meanly* மீன்லி கஞ்சத்தனமாக	
Meerat மீரட் நகரம்	*Meal* மீல் சாப்பாடு	
Meenakshi மீனாட்சி பெயர்	*Mealy* மீலி மாவு படிந்த	
Meed மீட் ஊதியம்	*Mean* மீன் நடுநிலை	
Meensur மீஞ்சூர் சென்னை	*Mead* மீட் புல்வெளி	
	Meagre மீகர் குறைவான	

M–ம் – OO–ஊ	M–ம் – OU, OW – ஔ	
M+OO–MOO **ம்+ஊ–மூ**	**M+OU–MOU** **ம்+ஔ–மௌ**	**M+OU–MOW** **ம்+ஔ–மௌ**
Moon	*Mouth*	*Chandramowli*
மூன்	மௌத்	சந்திரமௌலி
நிலா	வாய்	பெயர்
Mood	*Amount*	*Mowriyar*
மூட்	அமௌன்ட்	மௌரியர்
மனோநிலை	தொகை	அரசவம்சம்
Moor	*Mouse*	
மூர்	மௌஸ்	
தரிசுநிலம்	சுண்டெலி	
Simoom	*Mount*	
ஸிமூம்	மௌன்ட்	
பாலைவனக்	சிறு குன்று	
காற்று	*Mountain*	
Moot	மௌன்டின்	
மூட்	குன்று	
வாதிக்கக்கூடிய	*Moulivakkam*	
Honeymoon	மௌலிவாக்கம்	
ஹனிமூன்	சென்னை	
தேனிலவு	*Paramount*	
Moollah	பாரமௌன்ட்	
மூல	அதிமுக்கியமான	
முஸ்லீம் மதநூல்	*Seamouse*	
கற்றவர்	ஸீமௌஸ்	
Moolvi	கடற்புழு	
மூல்வி	*Mouth organ*	
முஸ்லிம்களில்	மௌத் ஆர்கன்	
கற்றறிந்தவர்	வாயினால்	
Mooring	இசைக்கும் கருவி	
மூரிங்		
நங்கூரம்		
பாய்ச்சுதல்		

N – (ன், ண், ந்) என்ற ஆங்கில மெய்யெழுத்து ஆங்கில உயிர் எழுத்துக்கள் மற்றும் கூடுதல் உயிர் எழுத்துக்களுடன் சேர்ந்து உண்டாகும் வார்த்தைகள் விளக்கம்

N–ன், ண், ந் – A – அ, ஆ, எ, ஏ

N+A–NA **ன்+அ–ன** **ண்+அ–ண** **ந்+அ–ந**	**N+A–NA** **ன்+ஆ–னா** **ண்+ஆ–ணா** **ந்+ஆ–நா**
Namaste நமஸ்தே நமஸ்காரம் *Nawab* நவாப் இந்திய அரசர் *Natation* நடேஷன் நீந்துதல் *Consonance* கான்ஸனன்ஸ் ஒற்றுமை *Personal* பெர்ஸனல் தனிப்பட்ட *Journalist* ஜர்னலிஸ்ட் பத்திரிகை நிருபர் *Zenana* ஸினான அந்தப்புறம் *Ornament* ஆர்னமெண்ட் ஆபரணம் *Dynasty* டைனஸ்டி அரசவம்சம் *Manali* மணலி சென்னை	*Naphthalene* நாஃப்தலீன் அந்துருண்டை *Nasty* நாஸ்டி அசிங்கமான *Nazism* நாஸிஸம் நாஸிக்கட்சி *Ethnarch* எத்நார்க் ஜனாதிபதி *Gymnastics* ஜிம்னாஸ்டிக்ஸ் உடற்பயிற்சி *Tamilnadu* தமிழ்நாடு மாநிலம் *Zenana* ஸினான அந்தப்புரம் *Telungana* தெலுங்கானா மாநிலம் *Karnataka* கர்நாடகா மாநிலம் *Manali* மணாலி இமாச்சல் பிரதேசம்

N+A–NA **ன்+எ–னெ** **ண்+எ–ணெ** **ந்+எ–நெ**	**N+A–NA** **ன்+எ–னே** **ண்+ எ –ணே** **ந்+ எ – நே**
Nail நெய்ல் நகம் *Consonant* கான்ஸனென்ட் மெய்யெழுத்துக்கள் *Sustenance* ஸஸ்டினென்ஸ் ஆகாரம் *Appurtenance* அபர்டினென்ஸ் அனுபந்தம்	*Name* நேம் பெயர் *Natal* நேடல் பிரசவ சம்பந்தமான *National* நேஷனல் தேசிய *Native* நேடிவ் பூர்வீகம் *Natural* நேசுரல் இயற்கையான *Chlorinate* க்ளோரினேட் குளோரின் *Terminate* டெர்மினேட் முடிவடை *Naturopathy* நேசுராபதி இயற்கை வைத்தியம் *Navy* நேவி கடற்படை *Naked* நேகிட் உடையில்லாத

N – ன், ண், ந் – E – இ, ஈ, எ, ஏ, அ

N+E–NE **ன்+இ–னி** **ண்+இ–ணி** **ந்+ இ –நி**	**N+E–NE** **ன்+ஈ–னீ** **ண்+ ஈ –ணீ** **ந்+ ஈ –நீ**	**N+E–NE** **ன்+எ–னெ** **ண்+எ–ணெ** **ந்+எ–நெ**
Near நியர் அருகில் *Necessity* நிஸெஸிடி தேவை *Newyark* நியூயார்க் அமெரிக்கா *Acne* ஆக்னி பரு *Genet* ஜீனிட் மாமிசபட்சிணி *Benefit* பெனிஃபிட் நன்மை *Cinema* சினிமா படக்காட்சி *Amnesty* ஆம்னிஸ்டி விடுதலை *Enema* எனிமா பேதி மருந்து *Negotiation* நிகோஷியேஷன் பேரம்	*Negress* நீக்ரெஸ் நீக்ரோ பெண் *Negro* நீக்ரோ நீக்ரோ இனம் *Neodymium* நீயடிமியம் உலோக மூலப்பொருள் *Negus* நீகஸ் ஒருவகை மதுபானம் *Neon* நீயான் பல்பில் உள்ள வாயு *Amnesia* அம்னீஸிய ஞாபக மறதி *Venetian* வினீஷன் வெனிஸ் நகரவாசி *Neolithic* நீயோலிதிக் பிற்காலம் *Neoprene* நீயப்ரீன் செயற்கை ரப்பர்	*Necklace* நெக்லஸ் கழுத்தில் அணியும் ஆரம் *Negative* நெகடிவ் எதிர்மறை *Nest* நெஸ்ட் பறவை கூடு *Next* நெக்ஸ்ட் அடுத்த *Never* நெவர் ஒருபோதும் இல்லை *Nephology* நெஃபாலஜி மேகங்கள் பற்றிய ஆய்வு *Neptune* நெப்ட்யூன் கிரகம் *Nephew* நெஃப்யு மருமகன் *Nerve* நெர்வ் நரம்பு *Neyveli* நெய்வேலி நிலக்கரி சுரங்கம்

N+E–NE ன்+ ஏ–னே ண்+ ஏ –ணே ந்+ ஏ – நே	N+E–NE ன்+அ–ன ண்+அ–ண ந்+அ–ந
Neigh நேய் குதிரையின் கணைப்பு *Neighbour* நேய்பர் பக்கத்து வீட்டுக்காரர் *Thane* தானே மகாராஷ்டிரா *Pune* பூனே நகரம் *Nepal* நேபாளம் நாடு *Gynephobia* ஜைனேஃபோபியா மகளிர் பற்றிய அச்சம் *Neplusultra* நேப்லஸ்அல்ட்ரா உச்சநிலை *Nanguneri* நாங்குநேரி ஊர் *Ponneri* பொன்னேரி ஊர் *Nesaraj* நேசராஜ் பெயர்	*Corner* கார்னர் மூலை *Learner* லேர்னர் கற்றுக்கொள்பவர் *Partner* பார்ட்னர் கூட்டாளி *Governer* கவர்னர் ஆளுநர் *Owner* ஓனர் சொந்தக்காரர் *Thinner* தின்னர் ஒரு திரவம் *Miner* மைனர் சுரங்கத்தில் வேலை செய்பவர் *Convener* கன்வீனர் கூட்டம் கூட்டுபவர் *Colonel* கர்னல் படைத்தளபதி *Cleaner* க்ளீனர் சுத்தம் செய்பவர்

N– ன், ண், ந் – I– ஐ, இ, ஈ

N+I–NI ன்+ஐ–னை ண்+ஐ–ணை ந்+ஐ–நை	N+I–NI ன்+இ–னி ண்+இ–ணி ந்+ இ –நி	N+I–NI ன்+ஈ–னீ ண்+ ஈ –ணீ ந்+ ஈ –நீ
Nitrate நைட்ரேட் நைட்ரேட் உப்பு *Nitrogen* நைட்ரஜன் ஜட வாயு *Nice* நைஸ் நேர்த்தியான *Organization* ஆர்கனைஸேஷன் ஒழுங்குபடுத்துதல் *Knife* நைஃப் கத்தி *Nine* நைன் ஒன்பது *Nightingale* நைட்டிங்கேல் பாடும் பறவை *Nitre* நைடர் வெடி உப்பு *Nigh* நை அருகில் *Nigiria* நைஜீரியா நாடு	*Nimbus* நிம்பஸ் கருமேகம் *Nirvana* நிர்வாண நிர்வாணம் *Nippon* நிப்பான் ஜப்பான் சேதம் *Nil* நில் இல்லை *Nickname* நிக்நேம் நிந்தைப் பெயர் *Nifty* நிஃப்டி துர்நாற்றம் *Nicotine* நிகடீன் புகையிலை விஷப்பொருள் *Theni* தேனி மாவட்டம் *Genius* ஜீனியஸ் பேரறிவாளன் *Gemini* ஜெமினி மிதுனராசி	*Manipulate* மனீபுலேட் திறமையாகக் கையாளு *Quinine* க்உஇனீன் கொயினா மருந்து

N – ன், ண், ந் – O – ஒ, ஓ, அ, ஆ

N+O–NO ன்+ஒ–னொ ண்+ஒ–ணொ ந்+ஒ–நொ	N+O–NO ன்+ஓ–னோ ண்+ஓ–ணோ ந்+ஓ–நோ	N+O–NO ன்+அ–ன ண்+அ–ண ந்+அ–ந	N+O–NO ன்+ஆ–னா ண்+ஆ–ணா ந்+ஆ–நா
Nobility	*Notice*	*None*	*Non*
நொபிலிடி	நோட்டிஸ்	நன்	நான்
பெருந்தன்மை	விளம்பரம்	ஒருவருமில்லை	எதிர்மறை
Notation	*Nobody*	*Menopause*	*Normal*
நொடேஷன்	நோபடி	மெனபாஸ்	நார்மல்
குறியீடு	ஒருவருமில்லை	மாதவிடாய்	சாதாரண
Novennial	*Noble*	நிறுத்தம்	*Nomination*
நொவெனியல்	நோப்ல்	*Novennial*	நாமினேஷன்
ஒன்பது	உயர்ந்த	நவெனியல்	நியமித்தல்
ஆண்டுகளுக்கு	*Notable*	ஒன்பது	*Noisy*
ஒருமுறை	நோடப்ல்	ஆண்டுகளுக்கு	நாய்ஸி
Volcano	முக்கியஸ்தர்	ஒருமுறை	சப்தம் நிறைந்த
வால்கேனொ	*Volpino*	*November*	*Anoint*
எரிமலை	வால்பினோ	நவெம்பர்	அனாயின்ட்
Zecchino	நரித்தோற்றமுள்ள	ஆங்கில மாதம்	அபிஷேகம்
ஸெகினொ	நாய்	*Enough*	*Anonymous*
இத்தாலி	*Ignore*	இனஃப்	அனானிமஸ்
பொற்காசு	இக்னோர்	போதுமான	அநாமதேய
Casino	புறக்கணி	*Panophobia*	*North*
கஸீனொ	*Notify*	பானஃபோபிய	நார்த்
சிறு குடிசை	நோடிஃபை	காரணம்	வடக்கு
Noyda	விளம்பரப்படுத்து	இல்லாத	*Novel*
நொய்டா	*Enoble*	பேரச்சம்	நாவல்
உத்திரபிரதேசம்	இனோப்ல்	*Innocent*	கற்பனை கதை
Denotation	பெருமை	இனஸென்ட்	*Nozzle*
டிநொடேஷன்	*Notion*	களங்கமில்லாத	நாஸ்ல்
குறியீடு	நோஷன்	*Ignorance*	மூக்குக்குழாய்
Nomadic	கருத்து	இக்னரன்ஸ்	*Nostril*
நொமாடிக்	*Nose*	அறிவின்மை	நாஸ்டரில்
நாடோடியான	நோஸ்	*Phenomenon*	நாசித்துவாரம்
Notorious	மூக்கு	ஃபினாமினன்	
நொடாரியஸ்		உணரக்கூடிய	
கெட்ட		*Innovate*	
பெயரெடுத்த		இனவேட்	
		மாறுதலை	
		உண்டாக்கு	

N– ன், ண், ந் – U – உ, ஊ, அ

N+U–NU ன்+உ–னு ண்+உ–ணு ந்+உ–நு	N+U–NU ன்+ஊ–னூ ண்+ஊ–ணூ ந்+ஊ–நூ	N+U–NU ன்+அ–ன ண்+அ–ண ந்+அ–ந
Manufacture மெனுஃபாக்சர் உற்பத்திசெய்தல் *Annual* அனுஅல் ஆண்டு *Annular* ஆனுலர் மோதிரம் போன்ற *Banumathi* பானுமதி பெயர் *Nungampakkam* நுங்கம்பாக்கம் சென்னை *Seenu* சீனு பெயர் *Anugraham* அனுக்ரஹம் கடவுள் அருள் *Anu* அனு பெயர் *Venugopal* வேணுகோபால் பெயர் *Menu* மெனு உணவு வகைகள்	*Nuisance* ந்யூஸன்ஸ் தொந்தரவு *Numeral* ந்யூமரல் எண்குறி *Nutrition* ந்யூட்ரிஷன் உணவுச்சத்து *Detenu* டேடனூ காவலில் வைக்கப்பட்டுள்ளவன் *Annur* அன்னூர் ஊர் - கோவை *Nutant* ந்யூடன்ட் தொங்கும் *Kunnur* குன்னூர் ஊட்டி *Melmalaiyanur* மேல்மலையனூர் விழுப்புரம் மாவட்டம் *Bodinayakkanur* போடிநாயக்கனூர் தேனி மாவட்டம் *Mannavanur* மன்னவனூர் கொடைக்கானல்	*Number* நம்பர் எண் *Nuptial* நப்ஷல் திருமணம் சம்பந்தமான *Nun* நன் சந்நியாசினி *Nurse* நர்ஸ் செவிலியர் *Venus* வீனஸ் வெள்ளி கிரகம் *Nuncio* நன்ஷியோ போப்பாண்டவர் பிரதிநிதி *Tetanus* டெடனஸ் வாய் திறக்கமுடியாத வியாதி *Nullify* நல்லிஃபை ரத்துசெய் *Nurture* நர்சர் பராமரித்தல் *Terminus* டெர்மினஸ் ரயில்பாதை கடைசி நிலையம்

N– ன், ண், ந் – Y – ஐ, இ

N+Y–NY ன்+ஐ–னை ண்+ஐ–ணை ந்+ஐ–நை	N+Y–NY ன்+இ–னி ண்+இ–ணி ந்+ இ –நி
Nylon நைலான் செயற்கை பட்டு *Deny* டினை அளிக்க மறு	*Company* கம்பெனி வியாபார ஸ்தாபனம் *Many* மெனி பல *Sunny* ஸன்னி பிரகாசமான *Germany* ஜெர்மனி ஐரோப்பிய நாடு *Nymph* நிம்ஃப் வன, நதி தேவதை *Funny* ஃபன்னி வேடிக்கையான *Hegemony* ஹீகிமனி மேலாதிக்க நிலை *Cermony* ஸெர்மனி சடங்கு *Synonym* ஸினானிம் பொருள் *Nyctalopia* நிக்டலோபிய மாலைக்கண் நோய்

N – ன், ண், ந் – AE – இ, ஈ **AU – ஆ**

N+AE–NAE **ன்+இ–னி** **ண்+இ–ணி** **ந்+ இ –நி**	**N+AE–NAE** **ன்+ஈ–னீ** **ண்+ ஈ –ணீ** **ந்+ ஈ –நீ**	**N+AU–NAU** **ன்+ஆ–னா** **ண்+ஆ–ணா** **ந்+ஆ–நா**
Anaesthesia ஆனிஸ்தீஸிய மயக்க நிலை *Gynaecology* கைனிகாலஜி மகளிர் மருத்துவம் *Anaesthetic* ஆனிஸ்தெடிக் மயக்க மருந்து *Anaesthesis* ஆனிஸ்தீஸிஸ் மயக்கநிலை	*Anaemia* அனீமிய இரத்த சோகை *Anaesthetize* அனீஸ்தெடைஸ் மயக்க மருந்து கொடு	*Naughty* நாடி அடங்காப்பிடாரி *Naught* நாட் சூனியம் *Nausea* நாஸிய அசௌக்கியம் *Nautch* நாட்ச் நடனம் *Inauguration* இனாகுரேஷன் ஆரம்பித்து வை *Aeronautics* ஏரோநாடிக்ஸ் விமான ஆராய்ச்சி *Renauld* ரெனால்ட் கார் கம்பெனி *Oceanaut* ஓஷனாட் கடலுக்கடியில் ஆராய்ச்சியாளர் *Astronaut* அஸ்ட்ரநாட் விண்வெளிப்பயணி *Juggernaut* ஜக்கர்நாட் கனரக வாகனம்

N – ன், ண், ந் AI – ஐ	N–ன், ண், ந் EE – ஈ	N–ன், ண், ந் EA – ஈ, எ	
N+AI–NAI **ன்+ஐ–னை** **ண்+ஐ–ணை** **ந்+ஐ–நை**	**N+EE–NEE** **ன்+ஈ–னீ** **ண்+ ஈ –ணீ** **ந்+ ஈ –நீ**	**N+EA–NEA** **ன்+ஈ–னீ** **ண்+ ஈ –ணீ** **ந்+ ஈ –நீ**	**N+EA–NEA** **ன்+எ–னெ** **ண்+எ–ணெ** **ந்+எ–நெ**
Chennai சென்னை தமிழ்நாடு தலைநகர் *Naïve* நையீவ் கபடமற்ற *Naivety* நையீவிடி மிக்க எளிமை *Anaiyur* ஆனையூர் மதுரை *Anaimalai* ஆனைமலை பொள்ளாச்சி எஸ்டேட் *Punnainallur* புண்ணைநல்லூர் ஊர், தென்காசி *Annai* அன்னை அம்மா *Mannai* மன்னை மன்னார்குடி *Ponnaiah* பொன்னையா பெயர் *Pallikaranai* பள்ளிக்கரணை சென்னை	*Need* நீட் தேவை *Needle* நீட்ல் ஊசி *Neem* நீம் வேம்பு *Assignee* அஸைனீ சட்டபூர்வ பிரதிநிதி *Donee* டோனீ நன்கொடை பெறுபவர் *Knee* நீ முழங்கால் *Matinee* மேடினீ பகல் காட்சி *Ranee* ராணீ அரசி *Abandonee* அபான்டனீ சலுகை பெற்றவர் *Pawnee* பானீ அடகு பிடிப்பவர்	*Neat* நீட் சுத்தம் *Neap* நீப் தாழ்ந்த *Neatly* நீட்லி ஒழுங்காக *Anneal* அனீல் இரும்பை காய்ச்சி கடினமாக்கு *Beneath* பினீத் கீழே	*Unearth* அனெர்த் தோண்டி எடு *Unearthly* அனெர்த்லி விபரீதமான

N–ன், ண், ந் OO– ஊ	N– ன், ண், ந் OU, OW –ஔ	
N+OO–NOO ன்+ஊ–னூ ண்+ஊ–ணூ ந்+ஊ–நூ	N+OU–NOU ன்+ஔ–னௌ ண்+ ஔ –ணௌ ந்+ ஔ –நௌ	N+OW–NOW ன்+ ஔ – னௌ ண்+ ஔ – ணௌ ந்+ ஔ – நௌ
Noor Mohammed நூர் மொஹம்மத் முஸ்லீம் பெயர் *Forenoon* ஃபோர்நூன் நடுப்பகல் *Noodle* நூட்ல் முட்டாள் *Noose* நூஸ் சுருக்கு *Kohinoor* கோஹினூர் கோஹினூர் வைரம் *Nook* நூக் மூலை *Kutchanoor* குச்சனூர் தேனி மாவட்டம் *Coonoor* கூனூர் (ஊட்டி) குன்னூர்	*Noun* நௌன் பெயர்ச்சொல் *Announce* அனௌன்ஸ் அறிவிப்பு *Pronoun* ப்ரநௌன் பிரதிபெயர் *Knout* நௌட் சாட்டை *Pronounce* ப்ரநௌன்ஸ் உச்சரி *Pronounced* ப்ரநௌன்ஸ்ட் தீர்மானமான *Pronouncement* ப்ரநௌன்ஸ்மென்ட் பிரகடனம்	*Now* நௌ இப்பொழுது *Now a days* நௌ அ டேய்ஸ் இப்பொழுதெல்லாம் *Nowsad* நௌஸாத் முஸ்லீம் பெயர்

P– (ப்) என்ற ஆங்கில மெய்யெழுத்து ஆங்கில உயிர் எழுத்துக்கள் மற்றும் கூடுதல் ஆங்கில உயிர் எழுத்துக்களுடன் சேர்ந்து உண்டாகும் வார்த்தைகள் விளக்கம்.

P–ப்– A – அ, ஆ, எ, ஏ

P+A–PA ப்+அ–ப	P+A–PA ப்+ஆ–பா
Panchayat பஞ்சாயத் கிராமசபை *Pandal* பந்தல் பந்தல் *Pandit* பண்டிட் வித்துவான் *Parade* பரேட் இராணுவ அணி வகுப்பு *Parole* பரோல் கைதி உத்தரவாதம் *Particular* பர்டிகுலர் தகவல் *Separation* ஸெபரேஷன் தனித்திருத்தல் *Palatial* பலேஷல் அரண்மனை போன்ற *Papa* பபா அப்பா *Panama* பனாமா பனாமா கால்வாய்	*Pachyderm* பாகிடெர்ம் தடித்த தோல் பிராணிகள் *Parliament* பார்லியமெண்ட் பாராளுமன்றம் *Pantaloon* பாண்டலூன் கால்சட்டை *Party* பார்டி விருந்து *Parachute* பாரசூட் மேலேயிருந்து இறங்குவதற்கான குடை *Partiality* பார்ஷியாலிடி பாரபட்சம் *Passibility* பாஸிபிலிடி உணர்ச்சிப்பெருக்கு *Pastor* பாஸ்டர் மதபோதகர் *Parlour* பார்லர் அளவளாவும் ஓர் அறை *Pawnshop* பான்ஷாப் அடகுக்கடை

P+A–PA ப்+எ–பெ	P+A–PA ப்+ஏ–பே
Pain பெய்ன் வலி	*Palace* பேலஸ் அரண்மனை
Pail பெய்ல் வாளி	*Pair* பேய்ர் இரட்டை
Paid பெய்ட் பணப்பட்டுவாடா	*Pagan* பேகன் கிறிஸ்தவன்
Paint பெய்ண்ட் வர்ணம்	*Paper* பேப்பர் காகிதம்
Parental பெரன்டல் பெற்றோர் சம்பந்தமான	*Page* பேஜ் பக்கம்
Paternal பெடர்னல் தகப்பன் வழிவந்த	*Patient* பேஷன்ட் நோயாளி
Pathetic பெதெடிக் இரக்கமூட்டும்	*Patriot* பேட்ரியட் தேச பக்தன்
Patrol பெட்ரோல் காவல் ரோந்து	*Payee* பேயீ பணம் வாங்கிக் கொள்பவன்
Prepaid ப்ரீபெய்ட் முன்னதாக பணம் செலுத்தப்பட்ட	*Compare* கம்பேர் ஒப்பிடு
Company கம்பெனி வியாபார ஸ்தாபனம்	*Participation* பார்டிஸிபேஷன் பங்கெடுத்துக் கொள்ளுதல்

P –ப் – E – இ, ஈ, எ, ஏ, அ

P+E–PE ப்+இ–பி	P+E–PE ப்+ஈ–பீ	P+E–PE ப்+எ–பெ
Peculiar பிக்கூலியர் புதுமையான *Peculium* பிகூலியம் அனுமதிக்கப்பட்ட சொத்து *Pecunious* பிகூனியஸ் பணம் படைத்த *Period* பியரியட் கால அளவு *Peon* பியூன் வேலைக்காரன் *Appearance* அப்பியரன்ஸ் தோற்றம் *Compedence* காம்பிடென்ஸ் திறமை *Competition* காம்பிடீஷன் போட்டி *Pecuniary* பிக்யூனியரி பணம் சம்பந்தமான	*Penal* பீனல் தண்டனைக்குரிய *Penial* பீனியல் ஆண்குறி *People* பீப்ல் மக்கள் *Peter* பீட்டர் பெயர் *Cyclopedia* ஸைக்லபீடிஅ கலைக்களஞ்சியம் *Trapezium* ட்ரபீஸியம் விஷமம் *Expedient* எக்ஸ்பீடியென்ட் தகுந்த *Pekoe* பீகொ முதல் தர தேயிலை *Velocipede* விலாஸிபீட் சைக்கிள் வண்டி	*Petroleum* பெட்ரோலியம் எரிபொருள் *Permanent* பெர்மனென்ட் நிலையான *Permission* பெர்மிஷன் அனுமதி *Performance* பெர்ஃபார்மன்ஸ் நடனம் *Penalty* பெனால்டி அபராதம் *Penicillin* பெனிஸிலின் ஊசி மருந்து *Pedigree* பெடிக்ரீ வம்சாவளி *Pension* பென்ஷன் ஓய்வூதியம் *Compel* கம்பெல் கட்டாயம் *Appendix* அப்பெண்டிக்ஸ் குடல்வால்

P+E–PE **ப்+ஏ–பே**	**P+E–PE** **ப்+அ–ப**
Perur பேரூர் நகரம்	*Pepper* பெப்பர் மிளகு
Kaviperarasu கவிப்பேரரசு பாடல் இயற்றுபவர்	*Chopper* சாப்பர் வெட்டுபவர்
Vepperi வேப்பேரி சென்னை	*Pauper* பாபர் ஏழை
Pericham lake பேரிச்சம் லேக் கொடைக்கானல் ஏரி	*Sleeper* ஸ்லீப்பர் தூங்குபவர்
Azhwarpettai ஆழ்வார்பேட்டை சென்னை	*Stopper* ஸ்டாப்பர் அடைப்பான்
Chrompet க்ரோம்பேட் சென்னை	*Sharper* ஷார்பர் மோசக்காரன்
Peraiyur பேரையூர் மதுரை மாவட்டம்	*Chapel* சாபல் கிறிஸ்தவர் கோவில்
Ulundurpettai உளுந்தூர்பேட்டை நகரம்	*Cheapen* சீபன் விலை குறைவு
Udumalaipettai உடுமலைப்பேட்டை திருப்பூர் மாவட்டம்	*Temper* டெம்பர் மன நிலை
Kannammapettai கண்ணம்மா பேட்டை சென்னை	*Property* ப்ராபர்டி சொத்து

P–ப் – I – ஐ, இ, ஈ

P+I–PI ப்+ஐ–பை	P+I–PI ப்+இ–பி	P+I–PI ப்+ஈ–பீ
Piety பையடி தெய்வபக்தி *Pilot* பைலட் விமானி *Spider* ஸ்பைடர் சிலந்தி *Spinal* ஸ்பைனல் தண்டுவடம் *Piper* பைபர் குழல் ஊதுவோன் *Piracy* பைரஸி கடற்கொள்ளை *Piles* பைல்ஸ் மூல வியாதி *Aspire* அஸ்பையர் விரும்பு *Spice* ஸ்பைஸ் வாசனை திரவியம் *Spiral* ஸ்பைரல் சுருள் போன்ற	*Piano* பியானோ இசைக்கருவி *Pillar* பில்லர் தூண் *Pipit* பிபிட் சிறு பறவை *Pulpit* புல்பிட் மதகுரு நின்று பிரசங்கம் செய்யும் மேடை *Spirit* ஸ்பிரிட் ஆத்மா *Spiritual* ஸ்பிரிசுஅல் பரிசுத்தமான *Episode* எபிஸோட் நிகழ்ச்சி *Spinner* ஸ்பின்னர் நூல் நூற்பவர் *Pickle* பிக்ள் ஊறுகாய் *Pillow* பில்லோ தலையணை	*Pibroch* பீப்ராக் பைக் குழாய் இசை *Topi (Topee)* டொபீ தொப்பி *Piece* பீஸ் ஒரு பகுதி *Piecegoods* பீஸ்குட்ஸ் ஜவுளி *Pigeon* பீஜின் (பீஜைன்) புறா *Piecen* பீஸ்ன் உடைந்த பாகங்களை இணை *Pique* பீக் விரோதம் *Pipal* பீபல் அரசமரம் *Apiece* அபீஸ் தனித்தனியே

P – ப் – O–ஒ, ஓ, அ, ஆ

P+O–PO ப்+ஒ–பொ	P+O–PO ப்+ஓ–போ
Polite பொலைட் நாகரிகமான *Political* பொலிடிகல் அரசியல் *Gestapo* ஜெஸ்டாபொ ஜெர்மன் ரகசிய போலீஸ் *Potassium* பொட்டாஸியம் பொட்டாஷ் உப்பு *Potential* பொடென்ஷல் மறைந்துள்ள *Position* பொஸிஷன் அந்தஸ்து *Pongal* பொங்கல் தைப்பொங்கல் *Pollution* பொல்லுஷன் அசுத்தமாக்குதல் *Potash* பொட்டாஷ் பொட்டாஷ் உப்பு *Poyyamozhi* பொய்யாமொழி பெயர்	*Polio* போலியோ முடக்குவாதம் *Police* போலீஸ் காவலர் *Poem* போயிம் செய்யுள் *Portable* போர்டப்ல் எடுத்துச் செல்லக்கூடிய *Portico* போர்டிகோ முன் தாழ்வாரம் *Post-mortem* போஸ்ட் மார்டெம் பிரேதப் பரிசோதனை *Tempo* டெம்போ விரைவு *Porter* போர்டர் சுமை தூக்குபவர் *Postpone* போஸ்ட்போன் ஒத்திப்போடு *Interpol* இன்டர்போல் பன்னாட்டு குற்றப்புலனாய்வு

P+O–PO **ப்+அ–ப**	**P+O–PO** **ப்+ஆ–பா**
Purpose பர்பஸ் நோக்கம் *Possession* பஸெஷன் உரிமை *Coporation* கார்பரேஷன் மாநகராட்சி *Pomology* பமாலஜி பழத்தோட்டக்கலை *Temporary* டெம்பரரி தற்காலிகம் *Sponge* ஸ்பன்ஜ் கடற்பஞ்சு *Apoplexy* ஆபப்ளெக்ஸி புலன்களைத் தாக்குதல் *Pomiferous* பமிஃபெரஸ் பழங்கள் உற்பத்தி செய்யும் *Temporize* டெம்பரைஸ் காலந்தாழ்த்து *Temporal* டெம்பரல் இம்மைக்குரிய	*Population* பாபுலேஷன் மக்கள் தொகை *Policy* பாலிஸி கொள்கை *Politician* பாலிடிஷன் அரசியல்வாதி *Possible* பாஸிப்ல் சாத்தியமான *Popcorn* பாப்கார்ன் நெல், சோளபொரி *Polytechnic* பாலிடெக்னிக் தொழில் நுணுக்கக்கல்வி *Pomegranate* பாமிக்ரானிட் மாதுளம்பழம் *Polygamy* பாலிகமி பலதார மணம் *Pox* பாக்ஸ் அம்மை *Poplin* பாப்லின் பட்டுப்போன்ற துணி

P–ப் – U – உ, ஊ, அ

P+U–PU ப்+உ–பு	P+U–PU ப்+ஊ–பூ	P+U–PU ப்+அ–ப
Push புஷ் தள்ளு *Pudding* புடிங் ஆவியில் வேகவைத்த ஆகாரம் *Pullover* புலோவர் போர்வை *Put* புட் வை *Pussy* புஸி பூனை *Deputy* டெபுடி பிரதிநிதி *Pulpit* புல்பிட் போதகர் பிரசங்கம் செய்யும் மேடை *Pullet* புல்லிட் இளம் பெட்டைக் கோழி *Puducherry* புதுச்சேரி பாண்டிச்சேரி *Lilliput* லில்லிபுட் மிகச்சிறியவர் வாழ்ந்த தேசம்	*Puerile* ப்யூஅரைல் சிறுபிள்ளைத்தனமான *Pugh* பூ சீ, போ *Puja* பூஜா வழிபாடு *Pupil* ப்யூபில் மாணவர்கள் *Pure* ப்யூர் சுத்தமான *Puma* ப்யூம அமெரிக்க காட்டுப் பூனை *Purnachandran* பூர்ணசந்திரன் பெயர் *Perampur* பெரம்பூர் சென்னை *Ampur* ஆம்பூர் திருப்பத்தூர் மாவட்டம் *Puvizhi* பூவிழி பெயர்	*Purdah* பர்தா படுதா *Puncture* பங்சர் பொத்தல் *Pukkah* பக்கா முதல் தரம் *Pump* பம்ப் தண்ணீர் இறைக்கும் எந்திரம் *Publicity* பப்ளிசிட்டி விளம்பரம் *Pumpkin* பம்ப்கின் பூசணி *Purchase* பர்சேஸ் வாங்குதல் *Peepul* பீபல் அரசமரம் *Pulse* பல்ஸ் நாடித்துடிப்பு *Puppy* பப்பி பாலியல் கவர்ச்சி

P – ப் – Y – ஐ, இ

P+Y–PY ப்+ஐ–பை	P+Y–PY ப்+இ–பி
Python பைதன் மலைப்பாம்பு *Spy* ஸ்பை ஒற்றன் *Pyorrhoea* பையரீய சீழ் உண்டாகும் பல் வியாதி *Pyre* பையர் பிணம் எரிக்கும் அறை *Pyromania* பைரமேனிய பொருள்களை எரித்தல் *Pyrotechnic* பையரோடெக்னிக் வாணவேடிக்கை *Espy* எஸ்பை பார் *Occupy* ஆக்யுபை ஆக்கிரமிப்பு	*Pygmy* பிக்மி சித்திரக்குள்ளன் *Pyx* பிக்ஸ் கோவில் பிரசாத பெட்டி *Pyramid* பிரமிட் எகிப்திய அரசர் சமாதி *Pyjamas* பிஜாமாஸ் தளர்த்தியான உடை *Jalopy* ஜெலாபி பழைய மோட்டார் வண்டி *Therapy* தெரபி வியாதி குணப்படுத்தும் முறை *Pulpy* பல்பி கூழ் போன்ற *Puppy* பப்பி பாலியல் கவர்ச்சி *Copy* காபி நகல் *Gossipy* காஸிபி வீண் பேச்சு பேசும்

P–ப் – AE– ஈ	P–ப் – AU– ஆ
P+AE–PAE ப்+ஈ–பீ	P+AU–PAU ப்+ஆ–பா
Paediatrics பீடியாட்ரிக்ஸ் குழந்தை வைத்தியம் *Anapaest* ஆனபீஸ்ட் அசையழுத்தம் *Encyclopaedia* என்ஸைக்லபீடிஅ கலைக் களஞ்சியம் *Orthopaedy* ஆர்தோபீடி அங்கங்களை சரி செய்யும் சிகிச்சை முறை	*Pauper* பாபர் பரம ஏழை *Menopause* மெனபாஸ் மாதவிடாய் நிறுத்தம் *Paucity* பாசிட்டி பற்றாக்குறை *Tarpaulin* டார்பாலின் தார்ச்சீலை *Paunch* பான்ஷ் வயிறு *Pause* பாஸ் நிறுத்து *Paul* பால் பெயர்

P–ப் – AI– ஐ	P–ப் – OA– ஓ
P+AI–PAI ப்+ஐ–பை	P+OA–POA ப்+ஓ–போ
Paisa பைசா இந்திய நாணயம் *Paiyanur* பையனூர் ஊர் *Nerkuppai* நெற்குப்பை ஊர் *Solomonpappaiah* சாலமன் பாப்பையா பட்டிமன்ற நடுவர் *Padappai* படப்பை சென்னை	*Poach* போச் முட்டையை வேகவை *Poacher* போசர் திருட்டுத்தனமாக நுழைபவர்

P–ப் – EE – ஈ	P– ப்– EA – ஈ, எ, ஏ		
P+EE–PEE ப்+ஈ–பீ	P+EA–PEA ப்+ஈ–பீ	P+EA–PEA ப்+எ–பெ	P+EA–PEA ப்+ஏ–பே
Rupee ருபீ ரூபாய் *Topee* டொபீ தொப்பி *Peep* பீப் எட்டிப்பார் *Peepul* பீபல் அரசமரம் *Speed* ஸ்பீட் வேகம் *Peevish* பீவிஷ் சிடுசிடுப்பான *Peephole* பீப்ஹோல் எட்டிப்பார்க்க உதவும் துவாரம் *Speech* ஸ்பீச் பேசுதல் *Wampee* வாம்பீ சைனா திராட்சை *Tepee (Teepee)* டீபீ செவ்விந்தியர் கூடாரம்	*Peace* பீஸ் அமைதி *Peach* பீச் பீச் பழம் *Peanut* பீநட் மணிலா கொட்டை *Peacock* பீகாக் ஆண்மயில் *Repeat* ரிபீட் மறுபடி சொல் *Speak* ஸ்பீக் பேசுதல் *Peak* பீக் சிகரம் *Appease* அப்பீஸ் சமாதானப்படுத்து *Peat* பீட் தாவரமட்கு *Peart* பீர்ட் உற்சாகமுள்ள	*Peasant* பெஸன்ட் உழவன்	*Pearl* பேர்ள் முத்து

P–ப்–OO – உ, ஊ	
P+OO–POO **ப்+உ–பு**	**P+OO–POO** **ப்+ஊ–பூ**
Poor புஅர் ஏழ்மையான *Poorbox* புஅர்பாக்ஸ் நிதிபெறும் உண்டியல் *Poorhouse* புஅர் ஹௌஸ் ஏழைகள் விடுதி	*Pooja* பூஜா வழிபாடு *Pool* பூல் குளம் *Poondi* பூண்டி ஏரி சென்னை *Pooh pooh* பூ பூ பரிகாசம் செய் *Poonamallee* பூந்தமல்லி சென்னை *Spoon* ஸ்பூன் கரண்டி *Harpoon* ஹர்பூன் மீன் பிடிக்கும் ஈட்டி *Poombukar* பூம்புகார் ஊர் *Shampoo* ஷாம்பூ தலைமயிர் சுத்தம் செய்தல் *Spook* ஸ்பூக் பிசாசு

P– ப் – OU, OW – ஔ	
P–OU–POU ப்+ஔ–பௌ	P+OW–POW ப்+ஔ–பௌ
Pouch பௌச் சிறுபை *Pounce* பௌன்ஸ் தாவு *Pound* பௌன்ட் பவுண்டு எடை *Pout* பௌட் அதிருப்தியில் *Poundage* பௌன்டிஜ் கால்நடைகளுக்கு விதிக்கப்படும் அபராதம் *Spouse* ஸ்பௌஸ் கணவன், மனைவி *Spout* ஸ்பௌட் குவளையின் மூக்கு *Espouse* இஸ்பௌஸ் மணம்புரி *Pounraj* பௌன்ராஜ் பெயர் *Compound* காம்பௌன்ட் சுற்றுச்சுவர்	*Power* பௌஅர் பலம் *Powder* பௌடர் தூள் *Powerful* பௌஅர்ஃபுல் அதிகாரமுள்ள *Powerless* பௌஅர்லிஸ் அதிகாரமில்லாத

Q, QU – (க்) என்ற ஆங்கில மெய்யெழுத்துக்கள் ஆங்கில உயிரெழுத்துக்கள் மற்றும் கூடுதல் ஆங்கில உயிர் எழுத்துக்களுடன் சேர்ந்து உண்டாகும் வார்த்தைகள் விளக்கம்

Q, QU – க் – A – அ, எ, ஏ

QU+A–QUA க்+அ–க	QU+A–QUA க்+ஆ–கா
Qatar கத்தார் அரபுநாடு	*Quality* க்உஆலிடி தன்மை
Aqua அக்உஅ தண்ணீர்	*Qualify* க்உஆஂஃபை தகுதி
Antiquary ஆன்டிக்உஅரி பழைய சரித்திரங்களைஆராய்பவன்	*Quarry* க்உஆரி கற்சுரங்கம்
Squar ஸ்க்உஅர் சதுரம்	*Quarter* க்உஆர்டர் கால் பாகம்
Squar root ஸ்க்உஅர்ரூட் வர்க்க மூலம்	*Quarrel* க்உஆரெல் சண்டை
Piquant பிகன்ட் விறுவிறுப்பான	*Squad* ஸ்க்உஆட் குழு
Piquantly பிகன்ட்லி மகிழ்ச்சியூட்டும்	*Quack* க்உஆக் வாத்துகளின் சத்தம்
	Sequacity ஸிக்உஆசிட்டி அடிமைக் கருத்து
	Quarantine க்உஆரன்டீன் தொற்றுநோய் பரவாமல் தடுத்தல்
	Quantity க்உஆன்டிடி அளவு

QU+A–QUA க்+எ–கெ	QU+A–QUA க்+ஏ–கே
Quaint க்உஎய்ன்ட் புதுமையான *Acquaint* அக்உஎய்ன்ட் தெரிவி	*Quail* க்உஏய்ல் பயப்படு *Quaver* க்உஏவிர் நடுங்கு *Equation* இக்உஏஷன் சமமாக்குதல் *Quake* க்உஏக் அதிர்ச்சி *Antiquarian* ஆன்டிக்உஏரியன் பழமையான *Antiquated* ஆண்டிக்உஏடிட் வழக்கத்தில் இல்லாத *Sinequanon* ஸைனிக்உஏநான் நிபந்தனை *Aquarius* அக்உஏரியஸ் கும்ப ராசி *Aquarium* அக்உஏரியம் மீன் செயற்கையாக வளர்த்தல் *Equator* இக்உஏடர் நில நடுக்கோடு

QU–க் – E– இ, ஈ, எ, ஏ, அ

QU+E–QUE **க்+இ–கி**	**QU+E–QUE** **க்+ஈ–கீ**	**QU+E–QUE** **க்+எ–கெ**
Banquet பாங்க்உஇட் பெரிய விருந்து *Query* க்உஇயரி கேள்வி *Racquet* ராகிட் பந்தடிக்கும் மட்டை *Aqueous* ஏக்உஇயஸ் நீர் நிறைந்த *Aquiline* ஆக்உஇலைன் கழுகின் அலகு போல் வளைந்த	*Aqueduct* அக்உஈடக்ட் வாய்க்கால்	*Tourniquet* டூர்னிகெட் இரத்தப் பெருக்கை தடுக்கும் கட்டு *Quell* க்உஎல் அடக்கு *Quest* கெஸ்ட் ஆராய்ச்சி *Request* ரிக்உஎஸ்ட் வேண்டுகோள் *Acquest* ஆக்உஎஸ்ட் சுய சம்பாத்திய ஆஸ்தி *Inquest* இன்க்உஎஸ்ட் விசாரணை *Sequel* ஸீக்உஎல் முடிவு *Sequence* ஸீக்உஎன்ஸ் கிரமம் *Sequester* ஸிக்உஎஸ்டர் தனித்துப் போ *Bequest* பிக்உஎஸ்ட் பரம்பரை குணம்

QU+E–QUE **க்+ஏ–கே**	QU+E–QUE **க்+அ–க**
Bouquet பூகேய் பூச்செண்டு	*Conquer* காங்கர் வெற்றி *Conqueror* காங்கரர் வெற்றிவீரன் *Conquerable* காங்கரப்ல் வெற்றிகொள்ளத்தக்க

QU–க் – I – ஐ, இ, ஈ

QU+I–QUI க்+ஐ–கை	QU+I–QUI க்+இ–கி	QU+I–QUI க்+ஈ–கீ
Quina க்உஐன சின்கோனா மரப்பட்டை *Quinary* க்உஐனரி ஐந்து கொண்ட *Quire* க்உஐயர் 24தாள் *Require* ரிக்உஐயர் தேவைப்படு *Requite* ரிக்உஐட் திருப்பிக்கொடு *Equine* இக்உஐன் குதிரை *Acquire* அக்உஐயர் சம்பாதி *Quiet* க்உஐஎட் அமைதி *Quite* க்உஐட் முழுவதும் *Inquiry* இன்க்உஐரி விசாரணை	*Quintel* க்உஇண்டால் *100* கிலோ எடை *Quit* க்உஇட் காலி செய் *Quick* க்உஇக் வேகமான *Quilt* க்உஇல்ட் சிறு மெல்லிய மெத்தை *Acquiesce* அக்உஇஎஸ் பூரணமாக ஒத்துக்கொள் *Antiquity* ஆட்டீக்உஇடி பழங்கால பழக்கவழக்கங்கள் *Equinox* ஈக்உஇனாக்ஸ் சமராத்திரி நாள் *Equipment* இக்உஇப்மென்ட் உபகரணங்கள் *Sequin* ஸெகின் இத்தாலிய பொற்காசு *Quiz* க்உஇஸ் புதிர்	*Quivive* கீவிவ் ஜாக்கிரதையாக *Mosquito* மஸ்கீடோ கொசு

QU–க் – O – ஒ, ஓ, அ, ஆ

QU+O–QUO **க்+ஒ–கொ**	QU+O–QUO **க்+ஓ–கோ**	QU+O–QUO **க்+அ–க**	QU+O–QUO **க்+ஆ–கா**
Quotation க்உஒடேஷன் விலை கூறல்	*Quota* க்உஓடா பங்கு *Quoth* க்உஓத் சொன்னான் *Quoram* க்உஓரம் குறைந்தபட்ச நபர்கள் *Quote* க்உஓட் எடுத்தெழுது *Quotient* க்உஓஷென்ட் ஈவு *Quowarranto* க்உஓவாரன்டோ சட்டத்தின் மூலம் பதவி வகித்தல்	*Liquor* லிகர் மதுபானம்	*Quoin* காயின் ஆப்பு *Quoit* காய்ட் முளையில் போடப்படும் வளையம்

QU–க் Y–இ	QU–க் EE–ஈ	QU–க் EA–ஈ	QU–க் U–ஊ
QU+Y–QUY க்+இ–கி	QU+EE–QUEE க்+ஈ–கீ	QU+EA–QUEA க்+ஈ–கீ	QU+U–QUU க்+யூ–க்யூ
Soliloquy ஸலிலக்உஇ தனக்குத்தானே பேசிக்கொள்ளுதல் *Colloquy* காலக்உஇ சம்பாஷணை	*Queen* க்உஈன் அரசி *Marquee* மார்கீ பெரிய கூடாரம்	*Quean* க்உஈன் மரியாதை இல்லாத பெண் *Squeal* ஸ்க்உஈல் கீச்செனக் கத்து *Bequeath* பிக்வீத் மரண சாசனம் மூலம் ஆஸ்தியை எழுதுதல்	*Queue* க்யூ வரிசை

R–(ர், ற்) என்ற ஆங்கில மெய்யெழுத்து ஆங்கில உயிர் எழுத்துக்கள் மற்றும் கூடுதல் ஆங்கில உயிர் எழுத்துக்களுடன் சேர்ந்து உண்டாகும் வார்த்தைகள் விளக்கம்

R–ர், ற் – A – அ, ஆ, எ, ஏ

R+A–RA ர்+அ–ர ற்+அ–ற	R+A–RA ர்+ஆ–ரா ற்+ஆ–றா	R+A–RA ர்+எ–ரெ ற்+எ–றெ	R+A–RA ர்+ஏ–ரே ற்+ஏ–றே
Ramzan ரம்ஜான் முஸ்லிம் பண்டிகை *Liberal* லிபரல் தாராளமான *Rangoli* ரங்கோலி பண்டிகை *Rapidity* ரபிடிடி வேகம் *Moral* மாரல் நீதி *Ratton* ரட்டான் பிரம்பு நாற்காலி *Aranthangi* அறந்தாங்கி ஊர் *Kundrathur* குன்றத்தூர் சென்னை *Cheran* சேரன் அரசன் *Rapacious* ரபேஷஸ் பேராசையுள்ள	*Kutralam* குற்றாலம் அருவி *Practice* ப்ராக்டிஸ் பயிற்சி *Rascal* ராஸ்கல் அயோக்கியன் *Bra* ப்ரா மகளிர் மார்பு கச்சு *Canara* கனரா பேங்க் *Graduate* க்ராஜுஏட் பட்டதாரி *Draft* ட்ராஃப்ட் உண்டியல் *Grammar* க்ராம்மர் இலக்கணம் *France* ஃப்ரான்ஸ் ஐரோப்பிய நாடு *Natrampalli* நாட்றாம்பள்ளி ஊர்	*Rain* ரெய்ன் மழை *Grain* க்ரெய்ன் தானியம் *Rail* ரெய்ல் தண்டவாளம் *Raid* ரெய்ட் சோதனை *Raise* ரெய்ஸ் உயர்த்து *Brain* ப்ரெய்ன் மூளை *Funeral* ஃப்யூனரெல் ஈமச்சடங்கு *Terrace* டெரெஸ் மேல் தளம் *Tolerance* டாலரென்ஸ் பொறுமை *Appraise* அப்ரெய்ஸ் மதிப்பீடு	*Prayer* ப்ரேயர் பிரார்த்தனை *Duration* டூரேஷன் நீடிக்கும் காலம் *Radar* ரேடார் பறக்கும் விமானம் பற்றி அறிய உதவும் கருவி *Radiator* ரேடியேடர் மோட்டார் குளிர்ச்சி செய்யும் கருவி *Radii* ரேடிஐ ஆரங்கள் *Rape* ரேப் கற்பழித்தல் *Ratio* ரேஷியோ விகிதம் *Grace* க்ரேஸ் கருணை *Rare* ரேர் அபூர்வமான *Rayon* ரேயான் செயற்கைப்பட்டு

R–ர், ற் – E – இ, ஈ, எ, ஏ, அ

R+E–RE ர்+இ–ரி ற்+இ–றி	R+E–RE ர்+ஈ–ரீ ற்+ஈ–றீ	R+E–RE ர்+எ–ரெ ற்+எ–றெ
Religion ரிலிஜன் மதம்	*Refund* ரீஃபன்ட் திருப்பிக்கொடு	*Register* ரெஜிஸ்டர் ஜாபிதா
Regard ரிகார்ட் மரியாதை	*Premium* ப்ரீமியம் இன்சூரன்ஸ் கட்டணம்	*Recognize* ரெகக்னைஸ் தெரிந்துகொள்
Reduce ரிட்யூஸ் குறை	*Supreme* சுப்ரீம் மிக உயர்ந்த	*Reclamation* ரெக்ளமேஷன் சீரமைப்பு
Receive ரிசீவ் பெற்றுக்கொள்	*Regency* ரீஜென்ஸி பிரதிநிதி ஆட்சி	*Residency* ரெஸிடென்ஸி இருப்பிடம்
Reception ரிஸெப்ஷன் வரவேற்பு	*Regional* ரீஜனல் பிரதேசம்	*Reverend* ரெவெரெண்ட் கிறிஸ்தவ பாதிரியார்
Relation ரிலேஷன் உறவினர்	*Premier* ப்ரீமியர் முக்கியமான	*Revenue* ரெவென்யூ வருமானம்
Retire ரிடையர் பணிஓய்வு	*Adrenal* அட்ரீனல் அட்ரீனல் சுரப்பி	*French* ஃப்ரென்ச் பிரான்ஸ் நாட்டினர்
Reflexion ரிஃப்ளெக்ஷன் பிரதிபலித்தல்	*Recent* ரீஸென்ட் நவீன	*Recreation* ரெக்ரியேஷன் பொழுதுபோக்கு
Review ரிவ்யூ மதிப்புரை	*Concrete* காங்க்ரீட் சிமிட்டிக் கலவை	*Recommend* ரெகமெண்ட் சிபாரிசு
Receipt ரிஸீட் ரசீது	*Recess* ரீஸெஸ் இடைவேளை	*Referee* ரெஃபரீ நடுவர்

R+E–RE ர்+ஏ–ரே ற்+ஏ–றே	R+E–RE ர்+அ–ர ற்+அ–ற
Rein ரேய்ன் லகான் *Reynard* ரேனார்ட் குள்ளநரி *Grey* க்ரே சாம்பல் நிறம் *Precis* ப்ரேஸீ சுருக்கம் *Renuka* ரேணுகா பெயர் *Revathi* ரேவதி பெயர் *Reka* ரேகா பெயர் *Reshma* ரேஷ்மா பெயர் *Renikunda* ரேணிகுண்டா ஆந்திரா *Reinless* ரேய்ன்லிஸ் கட்டுபாடற்ற	*Sufferer* ஸஃபரர் வருந்துபவர் *Bearer* பேரர் சுமப்பவன் *Wearer* வியரர் ஆடைஅணிபவர் *Talebearer* டேல்பாரர் கோள்சொல்லுபவர் *Treasurer* ட்ரெஷரர் பொக்கிஷதாரர் *Theorem* தியரம் சூத்திரம் *Children* சில்ட்ரன் குழந்தைகள் *Preference* ப்ரெஃபரன்ஸ் முன்னுரிமை *Advalorem* ஆட்வெலாரம் வீடு, பொருள் மதிப்பீடு *Apparel* அபாரல் ஆடை

R–ர், ற் – I – ஐ, இ, ஈ

R+I–RI ர்+ஐ–ரை ற்+ஐ–றை	R+I–RI ர்+இ–ரி ற்+இ–றி	R+I–RI ர்+ஈ–ரீ ற்+ஈ–றீ
Rifle	*Arignar*	*Latrine*
ரைஃப்ல்	அறிஞர்	லட்ரீன்
துப்பாக்கி	அண்ணாதுரை	கக்கூஸ்
Prize	*Brinjal*	*Priesthood*
ப்ரைஸ்	ப்ரின்ஜால்	ப்ரீஸ்ட்ஹூட்
பரிசு	கத்தரிக்காய்	மதகுரு பதவி
Private	*Prison*	*Currier*
ப்ரைவேட்	ப்ரிஸன்	கரீயர்
தனியார்	சிறை	பதனிட்ட
Privacy	*Principal*	தோலை
ப்ரைவஸி	ப்ரின்ஸிபல்	அழகுபடுத்துபவர்
இரகசியம்	கல்லூரி முதல்வர்	*Hurried*
Triumph	*Prince*	ஹரீட்
ட்ரையம்ஃப்	ப்ரின்ஸ்	அவசரத்தில்
மாபெரும் வெற்றி	இளவரசர்	செய்யப்பட்ட
Riding	*Kurinji*	*Zariba*
ரைடிங்	குறிஞ்சி	ஸரீப
சவாரி செய்தல்	நிலம்	சூடான் நாட்டு
Friday	*Rivet*	குடியிருப்பு
ஃப்ரைடே	ரிவிட்	கிராமம்
வெள்ளிக்கிழமை	கடை ஆணி	*Attrition*
Primary	*Strict*	அட்ரீஷன்
ப்ரைமரி	ஸ்ட்ரிக்ட்	தேய்வு
ஆரம்ப	கண்டிப்பு	*Patrician*
Driver	*Aravakurichi*	பட்ரீஷன்
ட்ரைவர்	அரவக்குறிச்சி	ரோமானிய பிரபு
கார் ஓட்டுனர்	நகரம், கரூர்	*Pericham lake*
Prime Minister	மாவட்டம்	பேரீச்சம் லேக்
ப்ரைம் மினிஸ்டர்	*Musiri*	கொடைக்கானல்
பிரதம மந்திரி	முசிறி	ஏரி
	திருச்சி	*Aries*
	மாவட்டம்	ஏரீஸ்
		மேஷராசி
		Brief
		ப்ரீஃப்
		சட்டக்குறிப்பு

R–ர், ற் – O – ஒ, ஓ, அ, ஆ

R+O–RO **ர்+ஒ–ரொ** **ற்+ஒ–றொ**	**R+O–RO** **ர்+ஓ–ரோ** **ற்+ஓ–றோ**
Romance ரொமான்ஸ் காதல் விஷயம் *Rotation* ரொடேஷன் சுழற்சி *Romantic* ரொமான்டிக் விசித்திரமான *Borrow* பாரொ கடன் வாங்கு *Harrow* ஹாரொ பரம்புச் சட்டம் *Gyromancy* ஜைரொமான்ஸி வருவதுணர்தல் *Xero* ஸியரொ உலர்ந்த *Arrow* ஆரொ அம்பு *Producer* ப்ரொட்யுஸர் தயாரிப்பாளர் *Proceed* ப்ரொஸீட் தொடர்ந்து செய்	*Romance* ரோமான்ஸ் மொழி *Betrothal* பிட்ரோதல் நிச்சயதார்த்தம் *Rotary* ரோட்டரி சங்கம் *Roster* ரோஸ்டர் ஏற்பாடு *Crow* க்ரோ காகம் *Tiro (Tyro)* டைரோ கற்றுக்குட்டி *Roll* ரோல் ஜாபிதா *Trophy* ட்ரோஃபி வெற்றிச்சின்னம் *Stroke* ஸ்ட்ரோக் ஒரு தாக்கு *Broker* ப்ரோகர் தரகன்

R+O–RO **ர்+அ–ர** **ற்+அ–ற**	**R+O–RO** **ர்+ஆ–ரா** **ற்+ஆ–றா**
Emperor எம்பரர் பேரரசன் *Brother* ப்ரதர் சகோதரன் *Provide* ப்ரவைட் கொடு *Procedure* ப்ரஸீஜர் செயல்முறை *Probation* ப்ரபேஷன் பயிற்சி காலம் *Tropology* ட்ரபாலஜி சொற்களை பொருளணியாக உபயோகித்தல் *Rosarium* ரஸேரியம் ரோஜாவனம் *Proceedings* ப்ரஸீடிங்ஸ் உத்தரவு *Compromise* காம்பரமைஸ் சமாதானம் *Improvise* இம்ப்ரவைஸ் அவையில் பேசு	*Rock* ராக் கற்பாறை *Robber* ராப்பர் திருடன் *Rocket* ராக்கெட் விண்வெளிகலம் *Rotten* ராடன் அழுகிய *Royal* ராயல் ராஜரீகமான *Royalty* ராயல்டி உரிமைப் பங்கு *Promise* ப்ராமிஸ் சத்தியம் *Problem* ப்ராப்ளம் பிரச்னை *Groceries* க்ராஸரிஸ் பலசரக்கு *Brothel* ப்ராதல் வேசித்தனம்

R–ர், ற் – U – உ, ஊ, அ

R+U–RU ர்+உ–ரு ற்+உ–று	R+U–RU ர்+ஊ–ரூ ர்+ஊ–றூ	R+U–RU ர்+அ–ர ற்+அ–ற
Rupee	*Rural*	*Russia*
ருபீ	ரூரல்	ரஷ்யா
இந்திய ரூபாய்	நாட்டுப்புறம்	ரஷ்ய நாடு
Instrument	*Ruth*	*Rusk*
இன்ஸ்ட்ருமென்ட்	ரூத்	ரஸ்க்
உபகரணம்	இரக்கம்	ரொட்டித்துண்டு
Tiruchi	*Imprudence*	*Runnel*
திருச்சி	இம்ப்ரூடென்ஸ்	ரன்னெல்
மாவட்டம்	அவசரபுத்தி	சிற்றோடை
Rumenia	*Rubidium*	*Rum*
ருமேனியா	ரூபிடியம்	ரம்
நாடு	உலோகமூலம்	மதுபானம்
Tirupur	*Ruby*	*Corruption*
திருப்பூர்	ரூபி	கரப்ஷன்
தொழில் நகரம்	சிவப்புக்கல்	லஞ்சம்
Thirunallaru	*Ruler*	*Rupture*
திருநள்ளாறு	ரூலர்	ரப்சர்
ஊர்	ஆள்பவர்	சண்டை
Kayatharu	*Rumour*	*Ruction*
கயத்தாறு	ரூமர்	ரக்ஷன்
கட்டபொம்மன்	வதந்தி	குழப்பம்
தூக்கிலிடப்பட்டஇடம்	*Rubican*	*Brush*
Thiruvalluvar	ரூபிகன்	ப்ரஷ்
திருவள்ளுவர்	இத்தாலி நதி	புருசு
தமிழ் புலவர்	*Rubicund*	*Trumpet*
Azhiyaru	ரூபிகன்ட்	ட்ரம்பிட்
ஆழியாறு	சிவந்த	எக்காளம்
அணை	*Truth*	*Trustee*
Grumose	ட்ரூத்	ட்ரஸ்டீ
க்ருமோஸ்	உண்மை	தர்மகர்த்தா
உறைந்த		

R–ர், ற் – Y – ஐ, இ

R+Y–RY **ர்+ஐ–ரை** **ற்+ஐ–றை**	**R+Y–RY** **ர்+இ–ரி** **ற்+இ–றி**
Ryot ரையட் உழவன் *Ryotwary* ரையட்வாரி உழுபவருக்கு நிலம் சொந்தம் *Rye* ரை கம்பு போன்ற தானியம் *Cry* க்ரை அழுகை *Dry* ட்ரை உலர்ந்த *Try* ட்ரை முயற்சி செய் *Fry* ஃப்ரை எண்ணெயில் பொரி *Cryogen* க்ரையஜென் உறைகலவை *Spry* ஸ்ப்ரை சுறுசுறுப்பான *Tryst* ட்ரைஸ்ட் பலர் சந்திக்கும் முன்னேற்பாடு	*Treasury* ட்ரெஷரி கஜானா *Crystal* க்ரிஸ்டல் பளிங்கு *Crypt* க்ரிப்ட் நிலவறை *Country* கன்ட்ரி தேசம் *Puducherry* புதுச்சேரி பாண்டிச்சேரி *Entry* என்ட்ரி நுழைவு வாயில் *Dowry* டௌரி வரதட்சணை *Secretary* செக்ரடரி செயலாளர் *Chemistry* கெமிஸ்ட்ரி இரசாயனம் *Tryst* ட்ரிஸ்ட் பலர் சந்திக்கும் முன்னேற்பாடு

R–ர், ற் AE–ஈ, ஏ		R–ர், ற் AU–ஆ
R+AE–RAE ர்+ஈ–ரீ ற்+ஈ–றீ	R+AE–RAE ர்+ஏ–ரே ற்+ஏ–றே	R+AU–RAU ர்+ஆ–ரா ற்+ஆ–றா
Uraemia யுரீமிஅ இரத்தத்தில் சிறுநீர் கலத்தல்	*Israel* இஸ்ரேல் நாடு	*Hydraulic* ஹைட்ராலிக் நீர் சக்தி சம்பந்தமான *Maraud* மராட் சூறையாடு *Raucous* ராகஸ் கரகரப்பான குரல் *Fraud* ஃப்ராட் வஞ்சனை *Marauder* மராடர் கொள்ளைக்காரன்

R–ர், ற் AI –ஐ	R–ர், ற் OA–ஓ	R–ர், ற் EE –ஈ
R+AI–RAI **ர்+ஐ–ரை** **ற்+ஐ–றை**	**R+OA–ROA** **ர்+ஓ–ரோ** **ற்+ஈ–றோ**	**R+EE–REE** **ர்+ஈ–ரீ** **ற்+ஈ–றீ**
Madurai	*Road*	*Referee*
மதுரை	ரோட்	ரெஃபரீ
மாவட்டம்	சாலை	நடுவர்
Maraimalai Nagar	*Approach*	*Reel*
மறைமலைநகர்	அப்ரோச்	ரீல்
சென்னை	அணுகி கேள்	நூல் சுற்றும்
Thuraiyur	*Roach*	சக்கரம்
துறையூர்	ரோச்	*Green*
திருச்சி மாவட்டம்	ஆறில் உள்ள	க்ரீன்
Manapparai	சிறுமீன்	பச்சை
மணப்பாறை	*Roast*	*Street*
திருச்சி மாவட்டம்	ரோஸ்ட்	ஸ்ட்ரீட்
Poomparai	பொரியல்	தெரு
பூம்பாறை	*Roar*	*Tree*
கேரளா	ரோர்	ட்ரீ
Perundurai	கர்ஜனை செய்	மரம்
பெருந்துறை	*Throat*	*Pedigree*
ஈரோடு மாவட்டம்	த்ரோட்	பெடிக்ரீ
Iraiyanbu	தொண்டை	வம்சாவளி
இறையன்பு	*Broach*	*Freeze*
பெயர்	ப்ரோச்	ஃப்ரீஸ்
Karaikudi	துளையிடும்	உறைந்து
காரைக்குடி	கருவி	போதல்
சிவகங்கை	*Groat*	*Creep*
மாவட்டம்	க்ரோட்	க்ரீப்
Peraiyur	பழைய ஆங்கில	சப்தமின்றி
பேரையூர்	நாணயம்	நகர்தல்
மதுரை மாவட்டம்	*Groan*	*Screen*
Duraimurugan	க்ரோன்	ஸ்க்ரீன்
துரைமுருகன்	வலியால் முனகு	திரை
பெயர்	*Uproar*	*Spree*
	அப்ரோர்	ஸ்ப்ரீ
	கூக்குரல்	மதுவிருந்து

R –ர், ற் – EA –ஈ, எ, ஏ

R+EA–REA ர்+ஈ–ரீ ற்+ஈ–றீ	R+EA–REA ர்+எ–ரெ ற்+எ–றெ	R+EA–REA ர்+ஏ–ரே ற்+ஏ–றே
Reason ரீஸன் காரணம் *Crease* க்ரீஸ் மடிப்புக்கோடு *Reading* ரீடிங் வாசித்தல் *Cream* க்ரீம் முகப்பூச்சு *Dream* ட்ரீம் கனவு *Reach* ரீச் அடைதல் *Decrease* டிக்ரீஸ் குறை *Treat* ட்ரீட் விருந்தளி *Grease* க்ரீஸ் எண்ணெய் பசை *Preach* ப்ரீச் மதப் பிரசங்கம்	*Ready* ரெடி தயார் *Threaten* த்ரெடன் பயமுறுத்தல் *Spread* ஸ்ப்ரெட் பரவுதல் *Breath* ப்ரெத் மூச்சு *Bread* ப்ரெட் ரொட்டி *Thread* த்ரெட் நூல் *Treasury* ட்ரெஷரி கருவூலம் *Breastbone* ப்ரெஸ்ட்போன் மார்பெலும்பு *Breadth* ப்ரெட்த் அகலம் *Abreast* அப்ரெஸ்ட் பின்தங்காது	*Great* க்ரேட் உயர்ந்த *Greatly* க்ரேட்லி பெரும்பாலும் *Break* ப்ரேக் தடங்கல் *Breakdown* ப்ரேக்டௌன் ஓடும்போது வண்டி நிற்றல் *Breaker* ப்ரேக்கர் உடைப்பவர் *Breakneck* ப்ரேக்நெக் அபாயகரமான *Break up* ப்ரேக் அப் அழிவு *Break-in* ப்ரேக்-இன் குறுக்கீடு *Breakage* ப்ரேகெஜ் உடைதல் *Breakfast* ப்ரேக்ஃபாஸ்ட் காலை உணவு

R –ர், ற் OO –ஊ	**R – ர், ற் – OU, OW – ஔ**	
R+OO–ROO **ர்+ஊ–ரூ** **ற்+ஊ–றூ**	**R+OU–ROU** **ர்+ஔ–ரௌ** **ற்+ஔ–றௌ**	**R+OW–ROW** **ர்+ஔ–ரௌ** **ற்+ஔ–றௌ**
Roof ரூஃப் கூரை *Room* ரூம் அறை *Rooster* ரூஸ்டர் சேவல் *Maroon* மரூன் பழுத்த சிவப்பு நிறம் *Groom* க்ரூம் பணியாள் *Troop* ட்ரூப் இராணுவப்படை *Broom* ப்ரூம் துடைப்பம் *Groove* க்ரூவ் உழவுகால் *Root* ரூட் வேர் *Brook* ப்ரூக் அருவி	*Round* ரௌண்ட் வட்டம் *Ground* க்ரௌண்ட் மைதானம் *Proud* ப்ரௌட் கர்வமுள்ள *Rout* ரௌட் தோல்வி *Surround* ஸரௌண்ட் சுற்றிலும் *Sprout* ஸ்ப்ரௌட் மொட்டு *Rouse* ரௌஸ் எழுந்திரு *Rousant* ரௌஸான்ட் பறக்கத் தயாராக உள்ள *Roulette* ரௌலெட் ஒரு சூதாட்டம் *Trousers* ட்ரௌசர்ஸ் முழுக்கால் சட்டை	*Rowdy* ரௌடி போக்கிரி *Trowel* ட்ரௌஎல் கொத்தனார் கொல்லறு *Brownie* ப்ரௌனி வீட்டு வேலைகளில் உதவும் தேவதை *Brow* ப்ரௌ புருவம் *Brown* ப்ரௌன் பழுப்பு நிறம் *Browse* ப்ரௌஸ் இளந்தளிர்கள் *Crown* க்ரௌன் க்ரீடம் *Crowd* க்ரௌட் கூட்டம் *Prowess* ப்ரௌஇஸ் தைரியம் *Drowse* ட்ரௌஸ் தூங்கி விழு

S – ஸ், ச் –என்ற ஆங்கில மெய்யெழுத்து ஆங்கில உயிர் எழுத்துக்கள் மற்றும் கூடுதல் ஆங்கில உயிர் எழுத்துக்களுடன் சேர்ந்து உண்டாகும் வார்த்தைகள் விளக்கம்.

S –ஸ்,ச் – A –அ, ஆ, எ, ஏ

S+A–SA ஸ்+அ–ஸ ச்+அ–ச	S+A–SA ஸ்+ஆ–ஸா ச்+ஆ–சா	S+A–SA ஸ்+எ–ஸெ ச்+எ–செ	S+A–SA ஸ்+ஏ–ஸே ச்+ஏ–சே
Salaam சலாம் வணக்கம் *Saloon* சலூன் முடிதிருத்தும் கடை *Samritan* சமாரிடன் சமேரிய நாட்டு குடிமகன் *Samskrit* சம்ஸ்க்ரிட் சமஸ்கிருதம் *Salute* சலூட் வணங்கு *Sahara* சஹாரா பாலைவனம் *Espousal* இஸ்பௌஸல் திருமணம் *Satyagraha* சத்யாக்ரஹ சத்யாகிரகம் *Salacious* ஸலேஷஸ் இச்சையுள்ள *Jerusalem* ஜெருசலேம் இஸ்ரேல் நாடு	*Salary* ஸாலரி ஊதியம் *Sanction* ஸாங்ஷன் அனுமதி *Sallow* ஸாலொ நோய்வாய்ப்பட்ட *Assam* அஸ்ஸாம் மாநிலம் *Sample* சாம்ப்ல் மாதிரி *Sadhu* சாதூ முனிவர் *Sandal* ஸான்டல் சந்தனம் *Saturday* ஸாடர்டேய் சனிக்கிழமை *Satellite* சாடெலைட் உபகிரகம் *Sanitary* சானிடரி ஆரோக்கியமான	*Saint* ஸெய்ன்ட் முனிவர் *Sail* ஸெய்ல் கப்பல் *Said* ஸெட் சொல் *Saith* ஸெய்த் சொல்கிறார் *Sailor* ஸெய்லர் மாலுமி *Sailer* ஸெய்லர் விரித்த மரக்கலம்	*Save* ஸேவ் சேமிப்பு *Safe* ஸேஃப் பாதுகாப்பு *Sad* ஸேட் வருத்தம் *Essay* எஸ்ஸேய் கட்டுரை *Saviour* ஸேவ்யர் காப்பாற்றுபவர் *Sadist* ஸேடிஸ்ட் கொடுமை செய்பவன் *Sale* ஸேல் விற்பனை *Sane* ஸேன் அறிவுள்ள *Sago* ஸேகோ ஜவ்வரிசி *Sage* ஸேஜ் ஞானி

S –ஸ், ச் – E –இ, ஈ, எ, ஏ, அ

S+E–SE ஸ்+இ–ஸி ச்+இ–சி	S+E–SE ஸ்+ஈ–ஸீ ச்+ஈ–சீ	S+E–SE ஸ்+எ–ஸெ ச்+எ–செ
Secede ஸிஸீட் விலகு *Secrete* ஸிக்ரெட் மறைத்தல் *Secure* ஸிக்யுர் பத்திரமான *Sedate* ஸிடேட் நிதானமான *Severe* ஸிவியர் கண்டிப்பான *Setaceous* ஸிடேஷஸ் முன் மயிர் அடர்ந்த *Serum* ஸியரம் நிணநீர் *Sequacity* ஸிக்உஆஸிடி அடிமைக் கருத்து *Sear* ஸியர் பொசுக்கு *Nausea* நாஸிய அசௌக்கியம்	*Secret* ஸீக்ரிட் ரகசியம் *Seizure* ஸீஸர் பிடித்தல் *Semen* ஸீமன் ஆண் விந்து *Senior* சீனியர் மூத்தவர் *Seniority* சீனியாரிடி வயது அனுபவம் *Sepoy* ஸீபாய் இந்திய போர் வீரன் *Sepia* ஸீபிய பழுப்பு வண்ணம் *Serious* சீரியஸ் ஆபத்தான *Sequel* ஸீக்உஎல் முடிவு *Seize* ஸீஸ் பறிமுதல் செய்	*Second* செகன்ட் இரண்டாவது *Section* செக்ஷன் பிரிவு *Security* செக்யூரிடி பாதுகாப்பு *Self* ஸெல்ஃப் சுயநலம் *Sellotape* ஸெலடேப் பிளாஸ்டிக் நாடா *Semicolon* ஸெமிகோலன் (;) அரைப்புள்ளி *Seminar* ஸெமினார் ஆராய்ச்சி மாநாடு *Sense* ஸென்ஸ் அறிவு *Separation* ஸெபரேஷன் தனித்திருத்தல் *Sermon* ஸெர்மன் நீதிபோதனை

S+E–SE ஸ்+ஏ–ஸே ச்+ஏ–சே	S+E–SE ஸ்+அ–ஸ ச்+அ–ச
Seignior ஸேய்னியர் பிரபு *Seine* ஸேய்ன் மீன்பிடி வலை *Sethupet* சேத்துப்பட்டு சென்னை *Sethiyathope* சேத்தியாதோப்பு சென்னை *Senthamangalam* சேந்தமங்கலம் திருவாரூர் மாவட்டம் *Sethu* சேது பெயர் *Servarayanmalai* சேர்வராயன் மலை மலைப்பிரதேசம் *Sethur* சேத்தூர் தென்காசி மாவட்டம் *Seance* ஸேயன்ஸ் சபை *Sewag* சேவாக் கிரிக்கெட் வீரர்	*Appraiser* அப்ரெய்ஸர் நகை மதிப்பீட்டாளர் *Diesel* டீசல் எரிபொருள் *Nursery* நர்சரி செடிகள் வளர்க்குமிடம் *Reserve* ரிசர்வ் ஒதுக்கி வை *Teaser* டீஸர் கோபமூட்டுபவர் *Chisel* சிஸல் உளி *Eraser* இரேஸர் அழிப்பான் *Serpent* ஸர்பென்ட் இனிமையாகப் பேசி கெடுப்பவர் *Serpentine* ஸர்பென்டைன் பாம்பு போன்ற *Adviser* அட்வைஸர் அறிவுரை கூறுபவர்

S –ஸ், ச் – I –ஐ, இ, ஈ

S+I – SI **ஸ்+ஐ–ஸை** **ச்+ஐ–சை**	S+I – SI **ஸ்+இ–ஸி** **ச்+இ–சி**	S+I – SI **ஸ்+ஈ–ஸீ** **ச்+ஈ–சீ**
Sice (Syce) ஸைஸ் குதிரைக்காரன் *Side* ஸைட் பக்கம் *Sign* ஸைன் கையெழுத்து *Silence* ஸைலென்ஸ் அமைதி *Siren (syren)* ஸையரென் சங்கு *Size* ஸைஸ் அளவு *Sire* ஸையர் தகப்பன் *Siphon (syphon)* ஸைஃபன் வடிகுழாய் *Sinus* ஸைனஸ் சீழ் நிரம்பிய குழி *Silo* ஸைலொ காற்றுப்புகாத அறை	*Sick* சிக் நோயாளி *Signal* சிக்னல் அடையாளம் *Signature* ஸிக்னசர் கையொப்பம் *Silver* சில்வர் வெள்ளி *Silvan (sylvan)* ஸில்வன் மரங்கள் அடர்ந்த *Silly* ஸில்லி முட்டாள்தனமான *Simple* சிம்ப்ல் சாதாரண *Sister* சிஸ்டர் சகோதரி *Singular* சிங்குலர் ஒருமை *Singhalese* சிங்கலீஸ் சிங்களர் இலங்கை	*Signor* ஸீன்யார் இத்தாலியில் ஐயா *Sikh* ஸீக் சீக்கியர் *Siege* ஸீஜ் முற்றுகை *Physique* ஃபிஸீக் உடல் அமைப்பு *Casino* கஸீனொ கேளிக்கை கூடம் *Binet-Simon Test* பீனே-ஸீமா டெஸ்ட் குழந்தைகள் நுண்ணறிவு உளவியற் சோதனை *Sirkali* சீர்காழி மயிலாடுதுறை மாவட்டம்

S – ஸ், ச் – O –ஒ, ஓ, அ, ஆ

S+O – SO ஸ்+ஒ–ஸொ ச்+ஒ–சொ	S+O – SO ஸ்+ஓ–ஸோ ச்+ஓ–சோ
Sobriety ஸொப்ரையிடி நிதானம் *Society* ஸொஸைடி சமூகம் *So-so* ஸோஸொ சுமாராக *Disobey* டிஸொபேய் கீழ்ப்படியாத *Isobar* ஐஸொபார் சம அழுத்தக்கோடு *Curioso* கரியோஸொ விநோதப் பொருள் சேகரிப்பவன் *Sorites* ஸொரைடீஸ் தர்க்க முறை *Solicitor* ஸொலிஸிடர் சட்ட ஆலோசகர் *Solution* ஸொலுஷன் பிரச்சனைக்குத் தீர்வு *Sornam* சொர்ணம் பெயர்	*Sofa* சோஃபா மெத்தை ஆசனம் *Soldier* ஸோல்ஜர் ராணுவ வீரன் *Solar* சோலார் சூரியன் *Soda* சோடா சோடா பானம் *Social* ஸோஷல் சமூக சம்பந்தமான *Solo* ஸோலொ தனித்து செய்யப்பட்ட *Soviet* ஸோவியட் ரஷ்யா *Solely* ஸோல்லி தனிமையாக *Sober* ஸோபர் நிதானமான *Association* அஸோஸியேஷன் சங்கம்

S+O – SO ஸ்+அ–ஸ ச்+அ–ச	S+O – SO ஸ்+ஆ–ஸா ச்+ஆ–சா
Solarium ஸலேரியம் மருத்துவமனை சூரிய ஒளி விழும் அறை *Solution* ஸலூஷன் கரைசல் *Soliloquy* ஸலிலக்உஇ தனக்குத்தானே பேசிக்கொள்ளுதல் *Solidify* ஸலிடிஃபை உறைந்து போ *Solicit* ஸலிஸிட் பிரார்த்தி *Something* ஸம்திங் ஏதேனும் ஒன்று *Son-in-Law* ஸன் இன் லா மருமகன் *Mason* மேஸன் கொத்தனார் *Reason* ரீஸன் காரணம் *Sonorous* ஸனாரஸ் கணீரென ஒலிக்கும	*Solomon* சாலமன் அரசன் *Soft* ஸாஃப்ட் மிருதுவான *Solve* ஸால்வ் பிரச்சனையைத் தீர் *Somber* ஸாம்பர் மங்கலான *Sorrow* ஸாரொ வருத்தம் *Sovereign* ஸாவ்ரீன் அரசர் *Sorry* ஸாரி வருந்துகிற *Soppy* ஸாப்பி மழைமிக்க *Solid* ஸாலிட் திடப்பொருள் *Sonorous* ஸானரஸ் கணீரென ஒலிக்கும்

S –ஸ், ச் – U – உ, ஊ, அ

S+U– SU ஸ்+உ–ஸு ச்+உ–சு	S+U– SU ஸ்+ஊ–ஸூ ச்+ஊ–சூ	S+U– SU ஸ்+அ–ஸ ச்+அ–ச
Supreme சுப்ரீம் மிக உயர்ந்த *Sultan* சுல்தான் முஸ்லிம் அரசர் *Usual* யூஸுஅல் வழக்கமான *Insulin* இன்சுலின் கணையத்தில் சுரக்கும் ஹார்மோன் *Sura* சுரா சுரா பானம் *Sure* ஷ்யுர் நிச்சயமாக *Sugar* சுகர் சர்க்கரை *Superior* சுபிரியர் மேலான அதிகாரி *Suzuki* ஸுஸுகி டிவிஎஸ் கம்பெனி *Casual* காஸுஅல் தற்சயெலான	*Tussure* டஸூர் பட்டுப்பூச்சி *Superb* சூப்பர்ப் சிறப்பான *Suicide* ஸூஸைட் தற்கொலை *Supervisor* சூப்பர்வைசர் மேற்பார்வையாளர் *Sutram* சூத்ரம் சூத்திரம் *Ensure* இன்ஸூர் உத்தரவாதமளி *Assurance* அஸூரன்ஸ் உறுதிமொழி *Suitcase* சூட்கேஸ் சிறிய பெட்டி *Insurance* இன்சூரன்ஸ் நஷ்ட ஈடு *Suitor* ஸூடர் மனுதாரன்	*Surprise* ஸர்ப்ரைஸ் திடீரென *Suffering* ஸஃபரிங் வேதனை *Support* சப்போர்ட் உதவி செய் *Sufficient* ஸஃபிஸெண்ட் போதுமான *Substitute* ஸப்ஸ்டிட்யூட் பதிலி *Supply* சப்ளை விநியோகம் *Success* ஸக்ஸெஸ் வெற்றி *Submit* ஸப்மிட் ஒப்படைத்தல் *Summer* சம்மர் கோடைக்காலம் *Suti* ஸதி உடன்கட்டை ஏறுதல்

S –ஸ், ச் – Y –ஐ, இ

S+Y–SY **ஸ்+ஐ–ஸை** **ச்+ஐ–சை**	**S+Y–SY** **ஸ்+இ–ஸி** **ச்+இ–சி**
Syce ஸைஸ் குதிரைக்காரன் *Syphon (siphon)* ஸைஃபன் வடிகுழாய் *Psychology* ஸைகாலஜி மனோதத்துவம் *Psychical* ஸைகிகல் மனோதத்துவ *Psyche* ஸைகி ஆன்மா *Psychiatrist* ஸைகியாட்ரிஸ்ட் மனோதத்துவ டாக்டர் *Sycee* ஸைஸீ வெள்ளிக்கட்டி *Psychic* ஸைகிக் அமானுஷ்ய சக்தி *Syren* ஸையரென் சங்கொலி *Sypher* ஸைஃபர் பலகைகளை இணைத்தல்	*Syllabus* ஸிலபஸ் பாடத்திட்டம் *Symbol* ஸிம்பல் அடையாளம் *Sympathy* ஸிம்பதி அனுதாபம் *Symptom* ஸிம்ப்டம் அடையாளம் *Symphony* ஸிம்ஃபனி சுருதி இசை *Syndicate* சிண்டிகேட் பிரதிநிதிகள் சபை *System* சிஸ்டம் ஒழுங்கு *Syringe* ஸிரின்ஜ் ஊசி மருந்து செலுத்தும் குழாய் *Syrup* ஸிரப் இனிப்பு கரைசல் *Synonymous* ஸினானிமஸ் அதே பொருளுள்ள

S – ஸ், ச் AU – அ, ஆ		S – ஸ், ச் AI– ஐ
S+AU–SAU **ஸ்+அ–ஸ** **ச்+அ–ச**	**S+AU–SAU** **ஸ்+ஆ–ஸா** **ச்+ஆ–சா**	**S+AI –SAI** **ஸ்+ஐ–ஸை** **ச்+ஐ–சை**
Dinosaur டைனோஸர் ஊர்ந்து செல்லும் பெரிய ஜந்து AU-கூடுதல் ஆங்கில உயிரெழுத்து S என்ற ஆங்கில மெய்யெழுத்துடன் சேர்ந்து Dinosaur (டைனோஸர்) என்ற ஒரு வார்த்தை மட்டும் வரும். AU மற்ற ஆங்கில மெய்யெழுத்துகளுடன் சேர்ந்து அ உச்சரிப்பு வார்த்தைகள் உண்டாகாது.	*Sauce* ஸாஸ் குழம்பு *Saucer* ஸாஸர் கோப்பை வைக்கும் தட்டு *Saurian* ஸாரியன் பல்லி போன்ற *Saucebox* ஸாஸ் பாக்ஸ் அதிகப் பிரசங்கி *Saunter* ஸான்டர் பொழுதுபோக்கு *Sausage* ஸாஸிஜ் இறைச்சி தின்பண்டம் *Saucy* ஸாஸி மரியாதையில்லாத *Assault* அஸால்ட் தாக்கு *Thesaurus* திஸாரஸ் கலைக்களஞ்சியம் *Somersault* ஸமர்ஸால்ட் குட்டிகரணம்	*Mosaic* மொஸைக் வீட்டில் பதிக்கும் கல் *Bonsai* பான்ஸை செயற்கையாக குட்டையான மரம் *Husain* ஹுஸைன் முஸ்லிம் பெயர் *Saidapet* சைதாப்பேட்டை சென்னை *Purasaivakam* புரசைவாக்கம் சென்னை *Thisaiyanvilai* திசையன்விளை கன்னியாகுமரி மாவட்டம் *Dosai* தோசை உணவு

S – ஸ், ச் OA – ஓ	S – ஸ், ச் EE – ஈ
S+OA–SOA **ஸ்+ஓ–ஸோ** **ச்+ஓ–சோ**	**S+EE–SEE** **ஸ்+ஈ–ஸீ** **ச்+ஈ–சீ**
Soap சோப் சோப்பு *Soapnut* சோப்நட் சீயக்காய் *Soapy* சோபி சோப்பின் தன்மை *Soar* ஸோர் உயரமாகப் பற *Soap bubble* சோப் பப்ல் சோப்பு நுரை *Soak* ஸோக் ஈரமாக்கு	*Seed* ஸீட் விதை *Seesaw* ஸீஸா ஏற்ற இறக்க விளையாட்டு *Oversee* ஓவர்ஸீ மேற்பார்வையாளர் *Licensee* லைசென்ஸீ அனுமதி பெற்றவர் *Seethe* ஸீத் கொதி *Pharisee* ஃபாரிஸீ யூத வகுப்பினர் *Seem* ஸீம் காணப்படு *Seep* ஸீப் கசிதல் *Addressee* அட்ரெஸீ விலாசதாரர் *Beseem* பிஸீம் தகுதியாயிரு

S –ஸ், ச் EA –ஈ	S –ஸ், ச் OO –ஊ
S+EA– SEA ஸ்+ஈ–ஸீ ச்+ஈ–சீ	S+OO–SOO ஸ்+ஊ–ஸூ ச்+ஊ–சூ
Sea ஸீ கடல் *Seal* ஸீல் முத்திரை *Season* ஸீஸன் காலம் *Seat* ஸீட் உட்காரும் இடம் *Seashore* ஸீஷோர் கடற்கரை *Seaurchin* ஸீஅர்ச்சின் முள் உள்ள கடற்பிராணி *Seaweed* ஸீவீட் கடற்பாசி *Searover* ஸீரோவர் கடற்கொள்ளைக்காரன் *Disease* டிஸீஸ் வியாதி *Seam* ஸீம் தையல் தழும்பு	*Soon* ஸூன் வேகமாக *Sooth* ஸூத் உண்மை *Soothe* ஸூத் தணிவி *Soothing* ஸூதிங் ஆறுதல் செய்யும் *Soothsayer* ஸூத்ஸேயர் குறிசொல்வோன் *Soot* ஸூட் புகைக்கரி *Monsoon* மன்ஸூன் பருவமழை *Forsooth* ஃபர்ஸூத் உண்மையில்

S– ஸ், ச் OU, OW –ஔ	
S+OU–SOU **ஸ்+ஔ–ஸௌ** **ச்+ஔ–சௌ**	**S+OW–SOW** **ஸ்+ஔ–ஸௌ** **ச்+ஔ–சௌ**
South சௌத் தெற்கு *Sound* சௌண்ட் சப்தம் *Soucar* சௌகார் வட்டிக்கு பணம் கொடுப்பவர் *Souse* ஸௌஸ் தண்ணீரில் நனை *Sough* ஸௌ முணுமுணுப்பு *Sour* சௌஅர் புளிப்பு	*Sow* ஸௌ பெண் பன்றி *Sowdambika* சௌடாம்பிகா பெயர் *Sowkar* சௌகார் வட்டிக்கு பணம் கொடுப்பவர் *Sowkar Janaki* சௌகார் ஜானகி பெயர் *Sowmia* சௌமியா பெயர் *Sowkarpettai* சௌகார்பேட்டை சென்னை

T – (த்) என்ற ஆங்கில மெய்யெழுத்து ஆங்கில உயிர் எழுத்துக்கள் மற்றும் கூடுதல் ஆங்கில உயிர் எழுத்துக்களுடன் சேர்ந்து உண்டாகும் வார்த்தைகள் விளக்கம்

T–த் A–அ, ஆ	
T+A–TA **த்+அ–த**	**T+A–TA** **த்+ஆ–தா**
Tamil தமிழ் மொழி *Tantra* தன்த்ர தந்திரம் *Tamasha* தமாஷா தமாஷ் *Tabla* தப்லா தபேலா இசைக்கருவி *Vedanta* வேதாந்த வேத தத்துவம் *Tandoori* தந்தூரி மண் அடுப்பில் சமைக்கப்பட்ட *Kotagiri* கோத்தகிரி நீலகிரி *Tandaiyarpet* தண்டையார்பேட்டை சென்னை *Mahabharata* மஹாபாரத மஹாபாரதம்	*Bhagavad Gita* பகவத் கீதா பகவத் கீதை *Tantric* தான்த்ரிக் தந்திர சாஸ்திரம் *Tajmahal* தாஜ்மஹால் நினைவுச் சின்னம் *Afkhanistan* ஆப்கானிஸ்தான் முஸ்லிம் நாடு *Sultan* சுல்தான் முஸ்லிம் அரசர் *Hindustan* ஹிந்துஸ்தான் இந்தியா *Kazakhastan* கஜகஸ்தான் நாடு *Tambaram* தாம்பரம் சென்னை *Tamiraparani* தாமிரபரணி ஆறு *Tahsildar* தாசில்தார் வட்டாட்சியர்

T–த் E –எ, ஏ	
T+E–TE **த்+எ–தெ**	**T+E–TE** **த்+ஏ–தே**
Telugu தெலுகு மொழி *Telungana* தெலுங்கானா மாநிலம்	*Namaste* நமஸ்தே வணக்கம் *Karate* கராத்தே ஜப்பான் மல்யுத்தம் *Tenampet* தேனாம்பேட்டை சென்னை

T–த் I–இ	T–த் U – உ, ஊ		T –த் – EE –ஈ
T+I–TI த்+இ–தி	T+U–TU த்+உ–து	T+U–TU த்+ஊ–தூ	T+EE–TEE த்+ஈ–தீ
Sati ஸதி உடன்கட்டை ஏறுதல் *Maruti* மாருதி பெயர் *Swastika* ஸ்வாஸ்திக அதிர்ஷ்ட சின்னம் *Tirupur* திருப்பூர் தொழில் நகரம் *Tiruchi* திருச்சி மாவட்டம் *Tirunelveli* திருநெல்வேலி மாவட்டம் *Tirupatur* திருப்பத்தூர் மாவட்டம் *Tirupathi* திருப்பதி ஆந்திரா *Vedantic* வேதாந்திக் வேத தத்துவம் *Latin* லதின் லத்தீன் மொழி	*Tulsi* துள்சி துளசி *Megadatu* மேகதாது கர்நாடகா	*Stupa* ஸ்தூப நினைவுச்சின்னம் *Tirupatur* திருப்பத்தூர் மாவட்டம் *Tundra* தூந்த்ர தூந்திரப் பிரதேசம்	*Suttee* ஸதீ உடன்கட்டை ஏறுதல்

T – (ட்) என்ற ஆங்கில மெய்யெழுத்து ஆங்கில உயிர் எழுத்துக்கள் மற்றும் கூடுதல் ஆங்கில உயிர் எழுத்துக்களுடன் சேர்ந்து உண்டாகும் வார்த்தைகள் விளக்கம்.

T – ட் – A –அ, ஆ, எ, ஏ

T+A–TA ட்+அ–ட	T+A–TA ட்+ஆ–டா	T+A–TA ட்+எ–டெ	T+A–TA ட்+ஏ–டே
Tattoo	*Talcum*	*Tail*	*Taste*
டடூ	டால்கம்	டெய்ல்	டேஸ்ட்
பச்சை குத்துதல்	முகப்பவுடர்	வால்	சுவை
Titan	*Taluk*	*Tailor*	*Table*
டைடன்	டாலுக்	டெய்லர்	டேப்ள்
ராக்ஷஸன்	தாலுகா	தையற்காரர்	மேஜை
போன்றவன்	*Tana*	*Taint*	*Tale teller*
Instant	டானா	டெய்ன்ட்	டேல் டெல்லர்
இன்ஸ்டன்ட்	போலீஸ்	அழுக்கு	கோள்
உடனடி	நிலையம்	*Detail*	சொல்லுபவர்
Iota	*Tart*	டீடெய்ல்	*Taking*
ஐயோட	டார்ட்	விபரம்	டேகிங்
அணு	விபச்சாரி	*Important*	எடுத்தல்
Tartar	*Task*	இம்பார்டென்ட்	*Tape*
டார்டர்	டாஸ்க்	முக்கியமான	டேப்
பற்காரை	இட்ட வேலை	*Detain*	நாடா
Total	*Tarpaulin*	டிடெய்ன்	*Tare*
டோடல்	டார்பாலின்	நிறுத்து	டேர்
மொத்தம்	முரட்டுத்துணி	*Stabilizer*	களை
Tachometer	*Ta ta*	ஸ்டெபிலைஸர்	*Talus*
டகாமீட்டர்	டா டா	சீரான மின்சாரம்	டேலஸ்
வேகத்தை	போய்	வழங்கும் கருவி	கணுக்கால்
அளக்கும் கருவி	வருகிறேன்	*Sustain*	எலும்பு
Tetanus	*Taxi*	ஸஸ்டெய்ன்	*Natation*
டெடனஸ்	டாக்ஸி	தாங்கு	நடேஷன்
வாய் திறக்க	வாடகை	*Mountain*	நீந்துதல்
முடியாத வியாதி	மோட்டார்	மௌன்டெய்ன்	*Estate*
Portable	*Target*	மலை	எஸ்டேட்
போர்டப்ள்	டார்கிட்	*Fountain*	பண்ணை
தூக்கிச்	இலக்கு	ஃபௌன்டெய்ன்	*Meditation*
செல்லக்கூடிய	*Tar*	நீரூற்று	மெடிடேஷன்
Tachygraphy	டார்		தியானம்
டகிக்ரஃபி	மாலுமி		
சுருக்கெழுத்து			
முறை			

T –ட் – E – இ, ஈ, எ, ஏ, அ

T+E–TE ட்+இ–டி	T+E–TE ட்+ஈ–டீ	T+E–TE ட்+எ–டெ
Tear டியர் கண்ணீர் *Tenesmus* டினெஸ்மஸ் மலம் வெளிவராத வேதனை *Exparte* எக்ஸ்பார்டி ஒரு தலைப்பட்சம் *Interior* இன்டியரியர் உள்ளடங்கிய *Integrate* இன்டிக்ரேட் ஒன்று சேர் *Montessori* மான்டிஸாரி கல்விமுறை *Ante* ஆன்டி முன்னதாக *Steering* ஸ்டியரிங் வண்டி ஓட்டும் சாதனம் *Temerity* டிமெரிடி அஜாக்கிரதை *Teargas* டியர்காஸ் கண்ணீர் புகை	*Tenet* டீனிட் அபிப்ராயம் *Tepee* டீபீ செவ்விந்தியர் கூடாரம் *Tedium* டீடியம் சோர்வு *Tedious* டீடியஸ் வெறுப்பூட்டுகிற *Artesian* ஆர்டீஷன் கிணறு *Diabetes* டையபீடீஸ் நீரிழிவு நோய் *Sorites* ஸொரைடீஸ் உண்மையை விளக்குதல்	*Technic* டெக்னிக் திறமை *Television* டெலிவிஷன் தொலைக்காட்சி *Temple* டெம்ப்ள் கோயில் *Tennis* டென்னிஸ் பந்தாட்டம் *Term* டெர்ம் கால அளவு *Termination* டெர்மினேஷன் முடிவு *Terrorist* டெரரிஸ்ட் பயங்கரவாதி *Testimony* டெஸ்டிமனி சாட்சி *Textile* டெக்ஸ்டைல் நெய்யக்கூடிய *Testtube* டெஸ்ட்ட்யூப் சோதனைக்குழாய்

T+E–TE **ட்+ஏ–டே**	**T+E–TE** **ட்+அ–ட**
Tete-a-tete டேய் டா டேய்ட் நேருக்கு நேர்	*Enter* என்டர் உள்ளே வா *Daughter* டாடர் மகள் *Character* கேரக்டர் ஒழுக்கம் *Master* மாஸ்டர் தலைவன் *Reporter* ரிப்போர்டர் நிருபர் *Writer* ரைட்டர் எழுத்தாளர் *Winter* வின்டர் மழைக்காலம் *Better* பெட்டர் ஒன்றைவிட நல்ல *Venter* வெண்டர் வயிறு *Painter* பெய்ண்டர் வர்ணம் தீட்டுவோன்

T–ட் – I –ஐ, இ, ஈ

T+I–TI ட்+ஐ–டை	T+I–TI ட்+இ–டி	T+I–TI ட்+ஈ–டீ
Tight டைட் இறுக்கமான *Stipend* ஸ்டைபென்ட் ஊதியம் *Tigress* டைக்ரிஸ் பெண் புலி *Tire (tyre)* டையர் சக்கர டயர் *Title* டைட்ல் தலைப்பு *Titanic* டைடானிக் பிரம்மாண்டமான *Demonetize* டீமனிடைஸ் ரூபாய் செல்லாததாக்கு *Tiro (Tyro)* டையரோ புது மாணவன் *Tithe* டைத் தசமபாகம் *Tired* டையர்ட் சோர்வு	*Tissue paper* டிஷ்யூ பேப்பர் மெல்லிய காகிதம் *Tiptop* டிப்டாப் நேர்த்தியான *Tinplate* டின்ப்லேட் தகரத்தகடு *Tincture* டிங்சர் மருந்துக் கரைசல் *Tiffin* டிஃபின் சிற்றுண்டி *Mufti* மஃப்டி சாதாரண உடை *Stiff* ஸ்டிஃப் விறைப்பான *Timber* டிம்பர் மரம் *Utilize* யூடிலைஸ் பயன்படுத்து *Stick* ஸ்டிக் கைத்தடி	*Competition* காம்பிடீஷன் போட்டி *Fatigue* ஃபடீக் களைப்படையச் செய் *Concertina* கன்ஸேர்டீன அறுகோண இசை வாத்தியம் *Guillotine* கிலடீன் வைக்கோல் வெட்டும் இயந்திரம் *Nicotine* நிகடீன் புகையிலையில் உள்ள விஷம் *Antiquity* ஆன்டீக்உஇடி பழங்காலம் *Boutique* பூடீக் நாகரிகப் பொருள் விற்கும் கடை *Dhoti* தோடீ வேஷ்டி *Quarantine* க்உஆரன்டீன் தொற்று நோய் பரவாமல் தடுத்தல் *Routine* ருடீன் காரியக்கிரமம்

T – ட் – O – ஒ, ஓ, அ, ஆ

T+O–TO ட்+ஒ–டொ	T+O–TO ட்+ஓ–டோ
Topee (Topi) டொபீ தொப்பி *Toto* டோடொ முழுமை *Toyoto* டொயோட்டா கார் கம்பெனி *Tomato* டொமாடொ தக்காளி *Koto* கோடொ இசைக்கருவி *Potato* பொடேடொ உருளைக்கிழங்கு *Tobacco* டொபகோ புகையிலை *Grotto* க்ராடொ நந்தவன செயற்கைக்குகை *Intonation* இன்டொனேஷன் குரலில் ஏற்றத்தாழ்வு *Gusto* கஸ்டொ சுவை	*Toby* டோபி கூஜா *Toto* டோடொ முழுமை *Store* ஸ்டோர் கடை *Stone* ஸ்டோன் கல் *Story* ஸ்டோரி கதை *Total* டோடல் மொத்தம் *Topaz* டோபாஸ் கோமேதகம் *Tokyo* டோக்யோ ஜப்பான் தலைநகர் *Ditto* டிட்டோ மேற்படி குறியீடு *Tutorial* டுடோரியல் ஆசிரியர் பாடம் நடத்துமிடம்

T+O–TO ட்+அ–ட	T+O–TO ட்+ஆ–டா
Ton டன் *1000* கிலோ *Stomach* ஸ்டமக் வயிறு *Tongue* டங் நாக்கு *Victory* விக்டரி வெற்றி *Inspector* இன்ஸ்பெக்டர் ஆய்வாளர் *Factory* பாக்டரி தொழிற்சாலை *Collector* கலெக்டர் ஆட்சித்தலைவர் *Doctor* டாக்டர் மருத்துவர் *Optophone* ஆப்டஃபோன் குருடர்கள் படிக்கும் கருவி *Conductor* கண்டக்டர் நடத்துனர்	*Torture* டார்சர் சித்திரவதை *Tortoise* டார்டஸ் ஆமை *Toffee* டாஃபீ ஒரு மிட்டாய் *Tonsil* டான்ஸில் தொண்டையில் உள்ள நாளமில்லா சுரப்பிகள் *Tonsor* டான்ஸர் மொட்டை அடிப்பவர் *Stop* ஸ்டாப் நிறுத்து *Tonic* டானிக் மருந்து *Toilet* டாய்லெட் கழிப்பறை *Tomfool* டாம்ஃபூல் முட்டாள் *Tolerance* டாலரென்ஸ் பொறுமை

T – ட் – U – உ, ஊ, அ

T+U – TU ட்+உ–டு	T+U – TU ட்+ஊ–டூ	T+U – TU ட்+அ–ட
Tulsi டுல்சி துளசி *Tutorial* டுடோரியல் ஆசிரியர் பாடம் நடத்தும் இடம் *Tumultuous* ட்யுமல்ட்யுஅஸ் ஒழுங்கீனமான *Tuberculosis* ட்யுபர்க்யுலாஸிஸ் க்ஷயரோகம் *Stupid* ஸ்டுபிட் புத்தியில்லாத *Studio* ஸ்டுடியோ படம் எடுக்கும் அறை *Pattukkottai* பட்டுக்கோட்டை நகரம் *Nattukkottai* நாட்டுக்கோட்டை காரைக்குடி *Kattuppakkam* காட்டுப்பாக்கம் சென்னை *Kattumannarkovil* காட்டுமன்னார்கோவில் நகரம்	*Tune* ட்யூன் ராகம் *Tube* ட்யூப் குழாய் *Tuesday* ட்யூஸ்டேய் செவ்வாய்கிழமை *Tumour* ட்யூமர் வீக்கம் *Tutor* ட்யூடர் பாடம் கற்பிப்பவர் *Tuition* ட்யூஷன் கற்றுக்கொடுத்தல் *Tubercular* ட்யூபர்க்யுலர் க்ஷய சம்பந்தமான *Stumer* ஸ்ட்யூமர் கள்ள நாணயம் *Student* ஸ்டூடெண்ட் மாணவன் *Tunic* ட்யூனிக் சொக்காய்	*Turnip* டர்னிப் முள்ளங்கி *Tulchan* டல்ஷன் வைக்கோல் அடைத்த கன்றுக்குட்டி *Tumbler* டம்ப்ளர் குடிக்கும் டம்ளர் *Turmeric* டர்மெரிக் மஞ்சள் *Turbine* டர்பைன் நீராவியால் இயங்கும் சக்கரம் *Study* ஸ்டடி படிப்பு *Tusker* டஸ்கர் ஆண் யானை *Stump* ஸ்டம்ப் கிரிக்கெட்டில் உள்ள குச்சிகள் *Stunt* ஸ்டண்ட் சண்டை *Tunnel* டனெல் சுரங்கப்பாதை

T–ட்–Y–ஐ, இ

T+Y–TY ட்+ஐ–டை	T+Y–TY ட்+இ–டி
Tyre (Tire) டையர் சக்கரம் *Type* டைப் வகை *Tying* டையிங் கழுத்தணி *Typhoid* டைஃபாய்ட் டைபாய்ட் ஜுரம் *Tyke (Tike)* டைக் குறும்புக்கார குழந்தை *Typist* டைப்பிஸ்ட் தட்டெழுத்தர் *Style* ஸ்டைல் நவீனம் *Stymie* ஸ்டைமீ சலிப்பு உண்டாக்கு *Typhoon* டைஃபூன் சூறாவளி *Stye* ஸ்டை கண் கட்டி ஏற்படுதல்	*Empty* எம்டி காலியான *Nasty* நாஸ்டி அசிங்கமான *Dirty* டர்டி அழுக்கடைந்த *Trusty* ட்ரஸ்டி நம்பத்தகுந்த *Dignity* டிக்னிடி கௌரவம் *Typical* டிபிகல் உதாரணமான *University* யுனிவர்ஸிட்டி பல்கலைக்கழகம் *Clarity* க்லாரிடி தெளிவு *Nighty* நைட்டி இரவு உடை *Mighty* மைட்டி வல்லமையுள்ள

T–ட் AE–ஏ	T–ட் AU – ஆ	T–ட் AI–ஐ
T+AE–TAE ட்+ஏ–டே	T+AU–TAU ட்+ஆ–டா	T+AI–TAI ட்+ஐ–டை
Tael டேல் சீன வெள்ளி நாணயம்	*Taught* டாட் கற்பித்தல் *Taurus* டாரஸ் எருது *Taunt* டான்ட் சுடுசொல் *Restaurant* ரெஸ்டாரன்ட் சாப்பாட்டு விடுதி *Staunce* ஸ்டான்ஸ் தடுத்து நிறுத்து *Taurine* டாரைன் எருது போன்ற *Tauromachy* டாரோமகி மாட்டுச் சண்டை *Tautology* டாடாலஜி கூறியது கூறல்	*Taipan* டைபான் ஆஸ்திரேலிய விஷப்பாம்பு *Senkottai* செங்கோட்டை ஊர் *Pudukkottai* புதுக்கோட்டை மாவட்டம் *Malaikkottai* மலைக்கோட்டை திருச்சி *Pattukottai* பட்டுக்கோட்டை நகரம் *Nilakkottai* நிலக்கோட்டை திண்டுக்கல் மாவட்டம் *Palaiyankottai* பாளையங்கோட்டை திருநெல்வேலி மாவட்டம் *Kantharvakottai* கந்தர்வகோட்டை ஊர் *Devakottai* தேவகோட்டை சிவகங்கை *Kottaiyur* கோட்டையூர் விருதுநகர்

T–ட் OA–ஓ	T–ட் EE–ஈ
T+OA–TOA **ட்+ஓ–டோ**	**T+EE–TEE** **ட்+ஈ–டீ**
Toad டோட் தேரை *Toad stool* டோட் ஸ்டூல் நாய்க்குடை காளான் *Toady* டோடி காக்கை பிடிப்பவன் *Toast* டோஸ்ட் சுட்ட ரொட்டித்தொண்டு *Toaster* டோஸ்டர் ரொட்டி சுடுபவர் *Stoat* ஸ்டோட் கீரி போன்ற பிராணி	*Teens* டீன்ஸ் 13வயதுலிருந்து 19 வயது வரை *Guarantee* காரண்டீ உத்தரவாதம் *Warrantee* வாரண்டீ உத்தரவாதம் *Teetotal* டீடோடல் மதுவிலக்கு சம்பந்தமான *Steel* ஸ்டீல் இரும்பு *Absentee* ஆப்ஸெண்டீ வராதவர் *Trustee* ட்ரஸ்டீ தர்மகர்த்தா *Canteen* கேன்டீன் சிற்றுண்டிச்சாலை *Steep* ஸ்டீப் செங்குத்தான *Esteem* எஸ்டீம் மதிப்புத்தா

T–ட் EA–ஈ, எ, ஏ		
T+EA–TEA ட்+ஈ–டீ	T+EA–TEA ட்+எ–டெ	T+EA–TEA ட்+ஏ–டே
Teach டீச் பாடம் கற்பி *Teak* டீக் தேக்கு *Tease* டீஸ் கோபமூட்டு *Team* டீம் குழு *Steamer* ஸ்டீமர் நீராவிக் கப்பல் *Stealing* ஸ்டீலிங் திருட்டு *Steak* ஸ்டீக் இறைச்சித் துண்டு *Teat* டீட் ரப்பர் சூப்பான் *Tea* டீ தேநீர் *Teacher* டீச்சர் ஆசிரியர்	*Steady* ஸ்டெடி நிலையாக நிறுத்து *Stealthy* ஸ்டெல்தி வஞ்சகமான *Stead* ஸ்டெட் ஒருவருக்குப் பதிலாக *Steadfast* ஸ்டெட்ஃபாஸ்ட் தளராத *Stealth* ஸ்டெல்த் திருடுதல்	*Tear* டேர் கிழி

T–ட்– OO– உ, ஊ		T–ட் – OU, OW – ஔ	
T + O O – TOO ட்+உ–டு	T+OO– TOO ட்+ஊ–டூ	T+OU–TOU ட்+ஔ–டௌ	T+OW–TOW ட்+ஔ–டௌ
Took டுக் எடு *Stood* ஸ்டுட் நில் *Betook* பிடுக் முயற்சி செய்	*Tool* டூல் கருவி *Stool* ஸ்டூல் உட்காரும் ஸ்டூல் *Tattoo* டடூ பச்சை குத்திய அடையாளம் *Stooge* ஸ்டூஜ் அடிமை *Spittoon* ஸ்பிடூன் எச்சில் உமிழும் பாத்திரம் *Festoon* ஃபெஸ்டூன் பூமாலை *Cartoon* கார்டூன் கேலிச்சித்திரம் *Stoop* ஸ்டூப் கூன்	*Tousle* டௌஸ்ல் சிக்காக்கு *Tout* டௌட் தரகர் *Tousy* டௌஸி சிக்கலான *Astound* அஸ்டௌண்ட் பிரம்மிக்கச் செய் *Stout* ஸ்டௌட் கொழுத்த	*Tower* டௌஅர் கோபுரம் *Towel* டௌஅல் துடைக்கும் துணி *Towering* டௌஅரிங் கம்பீரமான *Township* டௌன்ஷிப் சுய தேவையை பூர்த்தி செய்யும் பகுதி *Kotow* கோடௌ பணிவைக் காட்டும் சீனர் முறை *Town* டௌன் நகரம் *Town hall* டௌன்ஹால் நகரமாளிகை *Townsman* டௌன்ஸ்மேன் நகரவசி *Townsfolk* டௌன்ஸ்ஃபோக் நகரமக்கள்

V – (வ்) என்ற ஆங்கில மெய்யெழுத்து ஆங்கில உயிர் எழுத்துக்கள் மற்றும் கூடுதல் ஆங்கில உயிர் எழுத்துக்களுடன் சேர்ந்து உண்டாகும் வார்த்தைகள் விளக்கம்.

V–வ் – A – அ, ஆ, எ, ஏ

V+A–VA வ்+அ–வ	V+A–VA வ்+ஆ–வா
Vanilla வனில பழ மரம் *Valerian* வலியரியன் மூலிகை மருந்து *Vakil (vakeel)* வக்கீல் வழக்கறிஞர் *Variola* வரையல பெரியம்மை *Saliva* ஸலைவ உமிழ்நீர் *Vasotomy* வஸாடமி விந்து குழல் வெட்டுதல் *Variolation* வரையலேஷன் அம்மை குத்துதல் *Carnival* கார்னிவல் களியாட்டம் *Arrival* அரைவல் வருகை *Festival* ஃபெஸ்டிவல் பண்டிகை	*Varnish* வார்னிஷ் மெருகுப்பூச்சு *Varsity* வார்சிட்டி பல்கலைக்கழகம் *Vaccine* வாக்ஸீன் அம்மைப்பால் *Vaseline* வாஸிலீன் வாஸ்லைன் பூசு மருந்து *Valve* வால்வ் வால்வு *Vacuum* வாக்யுஅம் வெற்றிடம் *Chevalier* செவாலியர் கௌரவப்பட்டம் *Advance* அட்வான்ஸ் முன்கூட்டியே *Valentine* வாலென்டைன் காதலன், காதலி

V+A–VA வ்+எ–வெ	V+A–VA வ்+ஏ–வே
Vacation வெகேஷன் காலி செய்தல்	*Vacant* வேகன்ட் காலியான
Vacuity வெக்யூயிடி சூனியம்	*Van* வேன் வண்டி
Vacate வெகேட் காலி செய்	*Varied* வேரிட் பலவகையான
Advalorem ஆட்வெலாரம் வீடு, பொருள் மதிப்பீடு	*Vaporize* வேபரைஸ் ஆவியாக்கு
Titivate டிடிவெட் சுறுசுறுப்பாக்கு	*Vale* வேல் பள்ளத்தாக்கு
Travail ட்ராவெய்ல் பிரசவ வேதனை	*Vagrancy* வேக்ரன்ஸி நாடோடி வாழ்க்கை
Variety வெரைடி பலவகை	*Variation* வேரிஏஷன் மாறுபாடு
	Vapour வேபர் வாயுநிலை
	Varying வேரீயிங் மாறுபடும்
	Valuation வேல்யுஏஷன் மதிப்பிடுதல்

V – வ் – E – இ, ஈ, எ, ஏ, அ

V+E–VE **வ்+இ–வி**	**V+E–VE** **வ்+ஈ–வீ**	**V+E–VE** **வ்+எ–வெ**
Velocity	*Venus*	*Vegetarian*
விலாசிடி	வீனஸ்	வெஜிடேரியன்
வேகம்	வெள்ளிக்கிரகம்	காய்கறி உணவு
Veneer	*Venose*	*Very good*
வினியர்	வீனோஸ்	வெரிகுட்
வெளிப்பூச்சு	பல முக்கிய	நல்ல
Venetian	நரம்புகள்	*Adventure*
வினீஷன்	*Venal*	அட்வென்சர்
வெனிஸ்	வீனல்	துணிகரச்செயல்
நகரவாசி	பணத்தாசை பிடித்த	*Ventilator*
Vedette	*Venial*	வெண்டிலேட்டர்
விடெட்	வீனியல்	காற்றோட்ட
காவல் செய்யும்	மன்னிக்கக்கூடிய	ஜன்னல்
குதிரை வீரன்	*Veto*	*Verify*
Rejuvenize	வீட்டோ	வெரிஃபை
ரிஜூவினைஸ்	ரத்து அதிகாரம்	உண்மை காண்க
மறுபடி	*Convener*	*Vermicelli*
இளமையூட்டு	கன்வீனர்	வெர்மிஸெலி
Vehicular	கூட்டம்	சேமியா
விஹிகுலர்	கூட்டுபவர்	*Vessel*
வாகனங்கள்	*Convenience*	வெஸெல்
Venereal	கன்வீனியென்ஸ்	பாத்திரம்
வினியரியல்	சௌகரியம்	*Verb*
கிரந்தி நோய்	*Vehemence*	வெர்ப்
Velocipede	வீஹ்யமென்ஸ்	வினைச்சொல்
விலாஸிபீட்	ஆர்வம்	*Velvet*
சைக்கிள் வண்டி	*Vehicle*	வெல்வெட்
Velutinous	வீஇக்ல்	பட்டுத்துணி
வில்யூடினஸ்	வாகனம்	*Investment*
வெல்வெட்டு		இன்வெஸ்ட்மென்ட்
		முதலீடு

V+E–VE **வ்+ஏ–வே**	**V+E–VE** **வ்+அ–வ**
Vedic வேதிக் வேதங்கள் *Vedas* வேதாஸ் நான்கு வேதங்கள் *Vedhanta* வேதாந்த வேத தத்துவம் *Verso* வேர்ஸோ தாளின் மறுபக்கம் *Inveigh* இன்வேய் கடுஞ்சொல்லால் தாக்கு *Surveyor* சர்வேயர் நிலம் அளப்பவர் *Veppery* வேப்பேரி சென்னை *Vedanthangal* வேடந்தாங்கல் பறவைகள் சரணாலயம் *Velacherry* வேளச்சேரி சென்னை *Vein* வேய்ன் சிரை	*Cover* கவர் உறை *Governor* கவர்னர் ஆளுநர் *Verbena* வர்பீன பூந்தோட்டம் *Revolver* ரிவால்வர் கைத்துப்பாக்கி *Clever* க்ளவர் புத்திசாலி *Silver* சில்வர் வெள்ளி *Driver* ட்ரைவர் கார் ஓட்டி *Novel* நாவல் கற்பனைக் கதை *Fever* ஃபீவர் காய்ச்சல் *Approver* அப்ரூவர் அரசு சாட்சி

V – வ் – I – ஐ, இ, ஈ

V+I–VI வ்+ஐ–வை	V+I–VI வ்+இ–வி	V+I–VI வ்+ஈ–வீ
Vibration	*Village*	*Video*
வைப்ரேஷன்	வில்லேஜ்	வீடியோ
அதிகமான	கிராமம்	படக்காட்சி
அதிர்வு	*Victoria*	*Vina*
Via	விக்டோரிய	வீண
வைய	சாரட்டு வண்டி	வீணை
வழியாக	*Villa*	*Quivive*
Viand	வில்லா	கீவீவ்
வையன்ட்	தனித்த வீடு	ஜாக்கிரதையாக
ஆகாரம்	*Visit*	*Vise*
Viceroy	விஸிட்	வீஸ்
வைஸ்ராய்	பார்வை	அயல்நாட்டு
ராஜப்பிரதிநிதி	*Victim*	அனுமதி சீட்டு
Woodvine	விக்டிம்	*Vive*
உட்வைன்	பலி	வீவ்
ஒருவகை	*Visual*	நீடூழி வாழ்க
திராட்சைக் கொடி	விஸூஅல்	*Viva*
Violin	பார்க்கக்கூடிய	வீவ
வையலின்	*Vizard*	வாழ்க
வயலின்	விஸார்ட்	வாழ்த்தொலி
இசைக்கருவி	முகமூடி அணிந்த	*Peccavi*
Virus	*Vitamin*	பெக்கவீ
வைரஸ்	விட்டமின்	பாவத்தை
நோய்க்கிருமி	உயிர்ச்சத்து	ஒப்புக்கொள்ளுதல்
Vitamin	*Vigilance*	*Visa*
வைட்டமின்	விஜிலன்ஸ்	வீஸ
உயிர்ச்சத்து	காவல் காத்தல்	வெளிநாட்டு
Violent	*Division*	விஸா
வையலென்ட்	டிவிஷன்	*Mahavir Jeyanthi*
கொடுமையான	பகுதி	மஹாவீர் ஜெயந்தி
Viper		
வைப்பர்		
விரியன் பாம்பு		

V–வ் – O – ஒ, ஓ, அ, ஆ

V+O–VO வ்+ஒ–வொ	V+O–VO வ்+ஓ–வோ
Vociferate வொஸிஃபெரேட் கூச்சலிடு *Vocation* வொகேஷன் தொழில் *Voracious* வொரேஷஸ் பெரும் பசியுள்ள *Vocabulary* வொகபுலரி சொற்களின் அகராதி *Thiruvotriyur* திருவொற்றியூர் சென்னை *Zemstvo* ஸெம்ஸ்வொ ரஷ்ய சபை *Bravo* ப்ராவொ கூலிப்படை	*Vote* வோட் வாக்குரிமை *Vole* வோல் பெருச்சாளி இனம் *Voltage* வோல்டிஜ் மின் அளவு *Vogue* வோக் மரபு *Vocalize* வோகலைஸ் குரல் எழுப்பு *Votary* வோடரி பக்தன் *Revoke* ரிவோக் ரத்து செய் *Nolens – Volens* நோலென்ஸ் – வோலென்ஸ் இஷ்டமிருப்பினும் இல்லாவிடினும் *Volar* வோலர் உள்ளங்கை உள்ளங்கால் *Vocal* வோகல் மொழி சம்பந்தமான

V+O–VO வ்+அ–வ	V+O–VO வ்+ஆ–வா
Voluminous வல்யூமினஸ் மிகப்பெரிய *Voluptuary* வலப்ச்யுஅரி சிற்றின்பப் பிரியர் *Volution* வல்யூஷன் ஒரு முறுக்கு *Advocate* அட்வகேட் வழக்கறிஞர் *Invocation* இன்வகேஷன் பிரார்த்தனை *Ivory* ஐவரி யானைத்தந்தம் *Avocation* ஆவகேஷன் தொழில் *Devolution* டிவல்யூஷன் வாரிசுரிமை மாற்றம் *Revolution* ரிவல்யூஷன் புரட்சி *Provocation* ப்ராவகேஷன் கோபமூட்டும் விஷயம்	*Voice* வாய்ஸ் குரல் *Voluntary* வாலண்டரி தன்னிச்சையான *Volume* வால்யூம் ஒலியின் அளவு *Volcano* வால்கேனொ எரிமலை *Vomit* வாமிட் வாந்தி *Volplane* வால்ப்ளேன் விமானம் மெதுவாக இறங்கு *Voyage* வாயிஜ் கடற் பிரயாணம் *Voile* வாய்ல் வாய்ல் துணி *Vodka* வாட்க ரஷ்ய சாராயம் *Volpino* வால்பினோ நரி போன்ற நாய்

V–வ் – U –உ, ஊ, அ

V+U–VU **வ்+உ–வு**	**V+U–VU** **வ்+ஊ–வூ**	**V+U–VU** **வ்+அ–வ**
Kavunji கவுஞ்சி கொடைக்கானல் *Appavu* அப்பாவு பெயர்	*Thanjavur* தஞ்சாவூர் மாவட்டம் *Kovur* கோவூர் சென்னை *Mugavur* முகவூர் இராமநாதபுரம் *Ernavur* எர்ணாவூர் சென்னை *Thiruvathavur* திருவாதவூர் மதுரை மாவட்டம் *Siruthavur* சிறுதாவூர் சென்னை *Bravura* ப்ரவூர துணிகரச் செயல் *Peravurani* பேராவூரணி ஊர்	*Vulgar* வல்கர் அநாகரிக *Vulcanize* வல்கனைஸ் துண்டுகளை பற்ற வை *Vulture* வல்சர் கழுகு *Vulpine* வல்பைன் நரி போன்ற *Vulcan* வல்கன் ரோமானிய தேவதை *Avuncular* அவன்குலர் மாமனைப் போல் அன்புடைய *Vulnerary* வல்னெரரி காயங்கள் சம்பந்தமான *Vulnerable* வல்னரப்ல் மென்மையான *Vulgate* வல்கேட் பைபிள் *Vulcanite* வல்கனைட் கெட்டி ரப்பர்

V–வ் – Y – ஐ, இ

V+Y–VY **வ்+ஐ–வை**	**V+Y–VY** **வ்+இ–வி**
Vying வையிங் போராடு	*Navy* நேவி கப்பல் படை *Gravy* க்ரேவி இறைச்சி குழம்பு *Heavy* ஹெவி கனமான *Ivy* ஐவி படரும் பசுங்கொடி *Wavy* வேவி அலை போன்ற *Chevy* சிவி தொந்தரவு செய் *Bevy* பெவி பறவைக் கூட்டம் *Levy* லெவி வரி வசூல்

V–வ் – AU– ஆ	V– வ்– AI – ஐ	V – வ் – EE – ஈ
V+AU–VAU **வ்+ஆ–வா**	**V+AI–VAI** **வ்+ஐ–வை**	**V+EE–VEE** **வ்+ஈ–வீ**
Vault வால்ட் வளைவு மண்டபம் *Vaunt* வான்ட் தற்பெருமை *Vaultage* வால்டிஜ் வளைவு மண்டப இடம் *Vaudeville* வாடெவில் கதம்பக் கச்சேரி	*Vaigai* வைகை அணை *Kovai* கோவை கோயம்புத்தூர் *Pavai* பாவை பெயர் *Vairamuthu* வைரமுத்து பெயர் *Vaiyapuri* வையாபுரி பெயர் *Thiruvaiyaru* திருவையாறு ஊர் *Srivaikundam* ஸ்ரீவைகுண்டம் ஊர், தூத்துக்குடி *Mugavai* முகவை இராமநாதபுரம் *Puduvai* புதுவை பாண்டிச்சேரி *Owvaiyar* ஔவையார் பெண் புலவர்	*Veena* வீண வீணை *Veer* வீர் திரும்பு *Veerapandi* வீரபாண்டி ஊர் *Praveen* ப்ரவீன் பெயர் *Parveen Sultana* பர்வீன் சுல்தானா பெயர் *Naveen Batnayak* நவீன் பட்நாயக் ஒடிஸா முதல்வர் *Veeramamunivar* வீரமாமுனிவர் புலவர் *Veeramani* வீரமணி பெயர் *Veeman* வீமன் பெயர்

V – வ் – OO – ஊ	V – வ் – OU, OW – ஔ	
V+OO–VOO **வ்+ஊ–வூ**	**V+OU–VOU** **வ்+ஔ–வௌ**	**V+OW–VOW** **வ்+ஔ–வௌ**
Voodoo வூடு பில்லி சூன்யம் *Kovoor* கோவூர் சென்னை *Pavoorchatram* பாவூர் சத்திரம் தென்காசி மாவட்டம் *Pazhavoor* பழவூர் ஊர்	*Vouch* வௌச் உறுதிப்படுத்து *Voucher* வௌசர் உறுதிச் சீட்டு *Vouchsafe* வௌச்ஸேஃப் உறுதி கூறு *Avouch* அவௌச் உறுதி கூறு	*Vow* வௌ பிரமாணம் *Vowel* வௌஎல் உயிரெழுத்து *Avow* அவௌ ஒப்புக்கொள்

V + EA – VEA

வ் + ஈ – வீ

veal
வீல்
கன்றின் இறைச்சி

W – (வ்) என்ற ஆங்கில மெய்யெழுத்து ஆங்கில உயிர் எழுத்துக்கள் மற்றும் கூடுதல் ஆங்கில உயிர் எழுத்துக்களுடன் சேர்ந்து உண்டாகும வார்த்தைகள் விளக்கம்.

W – வ் – A – அ, ஆ, எ, ஏ

W+A–WA **வ்+அ–வ**	**W+A–WA** **வ்+ஆ–வா**
Swadeshi ஸ்வத்ஏஷி சுதேசி இயக்கம்	*Swab* ஸ்வாப் துடைப்பான்
Forward ஃபார்வர்ட் முன்னோக்கி	*Swaddle* ஸ்வாட்ல் கட்டுக்கட்டு
Leeward லீவர்ட் மறைவான பக்கத்தில்	*Walnut* வால்நட் அக்ரோட்டு மரம்
Swaraj ஸ்வராஜ் சுயாட்சி	*Warning* வார்னிங் எச்சரிக்கை
Easwaran ஈஸ்வரன் பெயர்	*Warrior* வாரியர் போர்வீரன்
Stalward ஸ்டால்வர்ட் பலமுள்ள	*Swallow* ஸ்வாலோ தூக்கணாங்குருவி
Agastheeswaram அகஸ்தீஸ்வரம் கன்னியாகுமரி	*Walrus* வால்ரஸ் நீர்நாய்
Rameshwaram ராமேஸ்வரம் இராமநாதபுரம்	*Swastika* ஸ்வாஸ்திக நாஸிக் கட்சியின் சின்னம்
Jawaharlal Nehru ஜவஹர்லால் நேரு முன்னாள் பிரதமர்	*Swamp* ஸ்வாம்ப் சேற்று நிலம்
Swarnamuki ஸ்வர்ணமுகி பெயர்	*Swan* ஸ்வான் அன்னப் பறவை

W+A–WA **வ்+எ–வெ**	**W+A–WA** **வ்+ஏ–வே**
Wait வெய்ட் காத்திரு *Waiver* வெய்வர் உரிமையை விட்டுக் கொடுத்தல் *Waist belt* வெய்ஸ்ட் பெல்ட் ஒட்டியானம் *Waistcloth* வெய்ஸ்ட் க்ளாத் இடுப்பில் உள்ள சிறிய உடை *Await* அவெய்ட் காத்திரு *Waistline* வெய்ஸ்ட்லைன் இடுப்பில் உள்ள கற்பனைக் கோடு	*Swain* ஸ்வேய்ன் உழவன் *Sway* ஸ்வேய் அதிகாரம் *Swale* ஸ்வேல் நிழலான இடம் *Swathe* ஸ்வேத் கட்டு கட்டும் துணி *Awareness* அவேர்னிஸ் அறிவுடை நிலை *Wage* வேஜ் கூலி *Wake* வேக் தூங்காதிருத்தல் *Waste* வேஸ்ட் பயன்படுத்தப்படாத *Ware* வேர் இரும்புச் சாமான் *Wave* வேவ் அலை

W – வ் – E – இ, ஈ, எ, ஏ, அ

W+E–WE வ்+இ–வி	W+E–WE வ்+ஈ–வீ	W+E–WE வ்+எ–வெ
Weird வியர்ட் தலைவிதி *Wear* வியர் ஆடை அணிதல் *Weary* வியரி சோர்ந்த	*We* வீ நாம், நாங்கள் *We'd* வீட் நிகழும் தன்மை	*Swell* ஸ்வெல் வீங்குதல் *Swept* ஸ்வெப்ட் துடைப்பத்தால் பெருக்கு *Welcome* வெல்கம் நல்வரவு *Wedding* வெட்டிங் திருமணம் *Wednesday* வென்ஸ்டேய் புதன்கிழமை *Weight* வெய்ட் எடை *Welfare* வெல்ஃபேர் நன்மை *Wench* வென்ஷ் நாட்டுப்புறப் பெண் *West* வெஸ்ட் மேற்கு *Wet* வெட் ஈரமான

W+E–WE **வ்+ஏ–வே**	**W+E–WE** **வ்+அ–வ**
Weigh வேய் எடை போடுதல் *Weigh bridge* வேய் ப்ரிட்ஜ் எடை போடும் மேடை *Zimbabwe* ஜிம்பாவே நாடு	*Thunder Shower* தண்டர் ஷவர் இடி மின்னல் மழை

W – வ் – I – ஐ, இ, ஈ

W+I–WI **வ்+ஐ–வை**	**W+I–WI** **வ்+இ–வி**	**W+I–WI** **வ்+ஈ–வீ**
Wife வைஃப் மனைவி	*Widow* விடோ விதவை	*Wield* வீல்ட் அடக்கியாளு
Widely வைட்லி விசாலமாக	*Window* விண்டோ ஜன்னல்	*Wieldy* வீல்டி உபயோகிக்கக்கூடிய
Wild animal வைல்ட் அனிமல் காட்டு விலங்கு	*Swift* ஸ்விஃப்ட் வேகமான	*Kiwi* கீவீ பறக்க முடியாத பறவை
Wine வைன் மதுபானம்	*Willing* வில்லிங் இஷ்டமுள்ள	
Wind வைன்ட் சுற்றிப்போ	*Wimbledon* விம்ப்ள்டன் இங்கிலாந்திலுள்ள நகரம்	
Wisely வைஸ்லி புத்திசாலித்தனமான	*Swing* ஸ்விங் ஊஞ்சலாடு	
Wive வைவ் திருமணம் செய்	*Winter* விண்டர் மழைக்காலம்	
Wivern (wyvern) வைவர்ன் புராணக் கதையில் வரும் பயங்கர மிருகம்	*Swiss* ஸ்விஸ் சுவிட்சர்லாந்து	
Swipe ஸ்வைப் பலங்கொண்டு அடி	*Withdrawal* வித்ட்ராயல் வங்கியிலிருந்து பணம் எடுத்தல்	
Swine ஸ்வைன் பன்றி	*Witness* விட்நிஸ் சாட்சி	

W – வ் – O – ஒ, ஓ, அ, ஆ

W+O–WO வ்+ஒ– வொ	W+O–WO வ்+ஓ–வோ
Worry வொரி கஷ்டப்படுத்து *Work* வொர்க் வேலை *Worship* வொர்ஷிப் கடவுள் ஆராதனை *Worst* வொர்ஸ்ட் மோசம் *Worth* வொர்த் மதிப்பு *Wonder* வொண்டர் ஆச்சரியம்	*Woe* வோ துன்பம் *Wold* வோல்ட் வனம் *Woke* வோக் எழுந்திரு *Woeful* வோஃபுல் துக்கமான *Wove* வோவ் நெசவு *World* வோர்ல்ட் உலகம் *Sworn* ஸ்வோர்ன் உறுதிமொழி *Swollen* ஸ்வோலன் வீங்கிய

W+O–WO வ்+அ–வ	W+O–WO வ்+ஆ–வா
Wording வர்டிங் சொல்லமைப்பு *Wordless* வர்ட்லிஸ் பேசாத *Wordy* வர்டி வாய்மொழியான	*Wobble* வாப்ல் ஊசலாடு *Worm* வார்ம் புழு *Wot* வாட் அறிந்துகொள் *Swop (Swap)* ஸ்வாப் அடித்து வீழ்த்து *Swot* ஸ்வாட் கஷ்டப்பட்டு படி

W–வ் – U –உ, ஊ, அ

W+U–WU வ்+உ–வு	W+U–WU வ்+ஊ–வூ	W+U–WU வ்+அ–வ
-	*Wuhan* வூஹான் சீனாவில் கொரோனா தோன்றிய இடம்	-

W – வ் – Y – ஐ, இ **W + வ் – AU – ஆ**

W+Y–WY வ்+ஐ–வை	W+Y–WY வ்+இ–வி	W+AU–WAU வ்+ஆ–வா
Wynd உஜன்ட் சந்து	*Selwyn* செல்வின் பெயர்	*Waul (Wawl)* வால் பூனைபோல் கத்து

W – வ் – EA – ஈ, எ, ஏ

W+EA–WEA வ்+ஈ–வீ	W+EA–WEA வ்+எ–வெ	W+EA–WEA வ்+ஏ–வே
Weak வீக் மெலிந்த *Commonweal* காமன்வீல் பொதுநலம் *Weal* வீல் நலம் *Wean* வீன் தாய்ப்பால் மற *Weald* வீல்ட் சமவெளி *Weave* வீவ் நெசவு	*Weather* வெதர் காலநிலை *Weapon* வெபன் ஆயுதம் *Common wealth* (காமன்வெல்த்) குடியரசு நாடு *Wealthy* வெல்தி செல்வம் நிறைந்த *Sweat* ஸ்வெட் வியர்வை *Sweater* ஸ்வெடர் கம்பளிச் சட்டை	*Swear* ஸ்வேர் சத்தியம்

W – வ் – EE – ஈ	W – வ் – OA – ஓ
W+EE–WEE **வ்+ஈ–வீ**	**W+OA–WOA** **வ்+ஓ–வோ**
Week வீக் வாரம் *Sweet* ஸ்வீட் இனிப்பு *Sweeper* ஸ்வீப்பர் பெருக்குபவர் *Between* பிட்வீன் நடுவீல் *Ween* வீன் நம்பு *Tweet* ட்வீட் பறவையின் குரல் *Seaweed* ஸீவீட் கடற்பாசி *Weed* வீட் புல்பூண்டு *Weevil* வீவில் அந்துப்பூச்சி *Weep* வீப் அழு	*Woad* வோட் நீலச்சாயம்

W– வ் – OO – உ,ஊ		W – வ் – OU, OW – ஔ	
W+OO–WOO வ் + உ –வு	W+OO–WOO வ் + ஊ – வூ	W+OU–WOU வ்+ஔ–வெள	W+OW–WOW வ்+ஔ–வெள
–	–	*Wound* வெளன்ட் சுற்றிப்போ	*Wow* வெள வியப்பிடைச் சொல்

X – (க்ஸ்) என்ற ஆங்கில மெய்யெழுத்து ஆங்கில உயிர் எழுத்துக்கள் மற்றும் கூடுதல் ஆங்கில உயிர் எழுத்துக்களுடன் சேர்ந்து உண்டாகும் வார்த்தைகள் விளக்கம்

X – க்ஸ் A – அ, ஆ, எ, ஏ

X+A–XA க்ஸ்+அ–க்ஸ ஸ்+அ–ஸ	X+A–XA க்ஸ்+ஆ–க்ஸா ஸ்+ஆ–ஸா	X+A–XA க்ஸ்+எ–க்ஸெ ஸ்+எ–ஸெ	X+A–XA க்ஸ்+ஏ–க்ஸே ஸ்+ஏ–ஸே
Annexable அனெக்ஸப்ல் இணைக்கக் கூடிய	*Xanthippe* ஸான்திபி சாக்ரடீஸ் மனைவி *Xanthein* ஸான்தீயின் பூ மஞ்சள் நிறம் கரையக் கூடியது *Xanthin* ஸான்தின் பூ மஞ்சள் நிறம் கரையாத பாகம் *Xanthophyll* ஸான்தோஃபில் உதிரும் இலையில் உள்ள மஞ்சள் நிறம் *Xanthomelanous* ஸான்தொ மெலனஸ் கரிய கூந்தல் மஞ்சள் தோல்	–	*Xavier* ஷேவியர் பெயர் *Annexation* அனெக்ஸேஷன் இணைத்தல் *Vexatious* வெக்ஸேஷஸ் கோபமூட்டும் *Fixation* ஃபிக்ஸேஷன் நிர்ணயம் *Relaxation* ரிலாக்ஸேஷன் ஓய்வு

X – க்ஸ், ஸ், ஜ் – E – இ, ஈ, எ, ஏ, அ

X+E–XE க்ஸ்+இ–க்ஸி ஸ்+இ–ஸி	X+E–XE க்ஸ்+ஈ–க்ஸீ ஸ்+ஈ–ஸீ
Xerasia ஸிரேஸிஅ தலைமயிர் நோய் *Xero* ஸியரோ உலர்ந்த *Xenodochium* ஸினொடாகியம் விருந்தினர் உபசரிப்பு *Xeroderma* ஸியரோடெர்ம தோல்வியாதி *Xerostomia* ஸியரோஸ்டோமிய கொடிய நாவறட்சி *Xebec* ஸிபெக் ஒரு மரக்கலம்	*Xebec* ஸீபெக் ஒரு மரக்கலம் *Phyloxera* ஃபிலாக்ஸீர கொடிகளைத் தாக்கும் பூச்சி

X+E–XE க்ஸ்+எ–க்ஸெ ஸ்+எ–ஸெ	X+E–XE க்ஸ்+ஏ–க்ஸே ஸ்+ஏ–ஸே	X+E–XE க்ஸ்+அ–க்ஸ ஸ்+அ–ஸ
Xenial ஸெனியல் விருந்தினருக்குள்ள உறவு *Xenogamy* ஸெனோகமி அயல்மகரந்த சேர்க்கை *Xerography* ஸெராக்ரஃபி உலர்படி எடுக்கும் முறை *Xenon* ஸெனான் கனமான *Xenophobia* ஸெனொஃபோபிஅ அந்நிய நாட்டு வெறுப்பு *Xerox* ஜெராக்ஸ் நகல் எடுக்கும் கருவி *Flaxen* ஃப்லாக்ஸென் வெளிர் மஞ்சள் நிற தலைமயிர் *Xenomania* ஜெனொமேனிஅ அந்நிய நாட்டினரை புகழுதல்	–	*Boxer* பாக்ஸர் குத்துச்சண்டைக்காரர் *Sixer* ஸிக்ஸர் ஆறு *Mixer* மிக்ஸர் கலக்கும் சாதனம்

X –க்ஸ், ஸ் I – இ	X– க்ஸ், ஸ் Y – ஐ
X+I–XI க்ஸ்+இ–க்ஸி ஸ்+இ–ஸி	X+Y–XY க்ஸ்+ஐ–க்ஸை ஸ்+ஐ–ஸை
Xiphias ஸிஃபியஸ் ஒருவகை மீன் *Xiphoid* ஸிஃபாய்ட் நீண்ட கத்தி *Taxi* டாக்ஸி வாடகைகார் *Approximate* அப்ராக்ஸிமேட் ஏறக்குறைய *Auxin* ஆக்ஸின் தாவர வளர்ச்சி ஹார்மோன் *Auxiliary* ஆக்ஸிலியரி உதவியாயிருக்கிற *Axis* ஆக்ஸிஸ் அச்சு *Alexia* அலெக்ஸிய பார்வைக் குறைபாடு *Proximo* ப்ராக்ஸிமோ அடுத்த மாதத்திய *Boxing* பாக்ஸிங் குத்துச்சண்டை	*Xylo* ஸைலோ மர சம்பந்தமான *Xylem* ஸைலெம் கெட்டியான *Xylography* ஸைலாக்ரஃபி மரச் சித்திர வேலை *Xyloid* ஸைலாய்ட் மரம் போன்ற *Xylophone* ஸைலஃபோன் இசைக்கருவி *Xylonite* ஸைலனைட் நிழற்படத்தாள் *Xylophagan* ஸைலஃபாகன் மரம் தின்னும் பூச்சி

X–க்ஸ், ஸ் O –ஓ, ஒ, அ, ஆ	
X+O–XO **க்ஸ்+ஓ–க்ஸோ** **ஸ்+ஓ–ஸோ**	**X+O–XO** **க்ஸ்+ஆ–க்ஸா** **ஸ்+ஆ–ஸா**
Xoanan ஸோஅனான் மர விக்கிரகம்	*Uxorious* அக்ஸாரியஸ் மனைவியிடம் அதிக அன்பு *Uxoricide* அக்ஸாரிஸைட் மனைவியை கொலை செய்தல் *Uxorial* அக்ஸாரியல் மனைவி சம்பந்தமான

X – க்ஸ் I – ஈ	X –க்ஸ் Y –இ
X+I– XI **க்ஸ்+ஈ–க்ஸீ**	**X+Y–XY** **க்ஸ்+இ–க்ஸி** **ஸ்+இ–ஸி**
Rexine ரெக்ஸீன் செயற்கை பொருள்	*Xyster* ஸிஸ்டர் எலும்பு இரண சிகிச்சை கருவி *Xystus* ஸிஸ்டஸ் பூங்கா நடைபாதை *Proxy* ப்ராக்ஸி பிரதிநிதி *Apoplexy* ஆபப்ளெக்ஸி புலன்களைத் தாக்கும் நோய் *Oxygen* ஆக்ஸிஜென் பிராண வாயு

Y – (ய்) என்ற ஆங்கில மெய்யெழுத்து ஆங்கில உயிர் எழுத்துக்கள் மற்றும் கூடுதல் ஆங்கில உயிர்எழுத்துக்களுடன் சேர்ந்து உண்டாகும் வார்த்தைகள் விளக்கம்.

Y – ய் – A – அ, ஆ, எ, ஏ

Y+A–YA ய்+அ–ய	Y+A–YA ய்+ஆ–யா	Y+A–YA ய்+எ–யெ	Y+A–YA ய்+ஏ–யே
Panchayat பஞ்சாயத் கிராம நிர்வாக சபை *Payable* பேயப்ல் செலுத்த வேண்டிய *Loyal* லாயல் விசுவாசமுள்ள *Yama* யம எமன் *Yamaha* யமஹா கம்பெனி *Royal* ராயல் அரசர்க்குரிய *Royalty* ராயல்டி உரிமைப் பங்கு *Ayatollah* அயடால முஸ்லிம் ஷியா மதத் தலைவர் *Periyakulam* பெரியகுளம் தேனி மாவட்டம் *Uthayam* உதயம் தோன்றுதல்	*Yacht* யாட் உல்லாசப் படகு *Yacca* யாக மேற்கிந்தியத் தீவு மரம் *Yawn* யான் கொட்டாவி விடு *Yard* யார்ட் ஒரு கஜம் *Yahoo* யாஹூ மிருகத்தனமானவர் *Yak* யாக் எருமை *Yam* யாம் கருணைக் கிழங்கு *Yaffle* யாஃப்ல் மரங்கொத்தி பறவை *Yawl* யால் கூக்குரலிடு *Yawp* யாப் கொடூரமாகக் கத்து	–	*Yale lock* யேல் லாக் உருளைப் பூட்டு *Yager* யேகர் ஜெர்மனி வீரன்

Y – ய் O – ஒ, ஓ, அ, ஆ

Y+O–YO ய்+ஒ–யொ	Y+O–YO ய்+ஓ–யோ
Toyoto டொயொடோ கார் கம்பெனி	*Yoga* யோகா யோகப் பயிற்சி *Yogi* யோகி யோகப் பயிற்சி செய்பவர் *Yoke* யோக் நுகத்தடி *Yokel* யோக்ல் கிராமத்தான் *Yolk* யோக் முட்டை மஞ்சள் *Yogeswaran* யோகேஸ்வரன் பெயர் *Yogalakshmi* யோகலட்சுமி பெயர் *Tokyo* டோக்யோ ஜப்பான் தலைநகர் *Yorthan* யோர்தான் நதி *Loyola College* லயோலா கல்லூரி சென்னை

Y+O–YO **ய்+அ–ய**	**Y+O–YO** **ய்+ஆ–யா**
Surveyor	*Beyond*
சர்வேயர்	பியான்ட்
நிலம் அளப்பவர்	அப்புறம்
Canyon	*Yorker*
கான்யன்	யார்கர்
மலை ஆற்றோடை	கிரிக்கெட்டில் பந்தை
Crayon	அடிப்பவர் கையில் எறிதல்
க்ரேயன்	*Yoick*
சாக்கு குச்சி	யாயிக்
Purveyor	வேட்டை நாய்களை
பர்வேயர்	கூப்பிடுதல்
பலசரக்கு சாமான் அளிப்பவர்	*Yonder*
Conveyor	யான்டர்
கன்வேயர்	அங்குள்ள
வண்டி எடுத்துச் செல்லும்	*Newyork*
சாதனம்	நியூயார்க்
Mayor	அமெரிக்கா
மேயர்	*Rayon*
மாநகராட்சி தலைவர்	ரேயான்
	செயற்கை பட்டு

Y – ய் – U –உ, ஊ, அ

Y+U–YU ய்+உ–யு	Y+U–YU ய்+ஊ–யூ	Y+U–YU ய்+அ–ய
Yuga யுக ஒரு யுகம் *Yuke* யுக் சொறி *Yuvaraj* யுவராஜ் பெயர் *Ayurveda* ஆயுர்வேதா வைத்திய முறை *Yuvarani* யுவராணி பெயர் *Yuvan Sankar* யுவன் சங்கர் பெயர் *Piyush Chawla* பியுஷ் சாவ்லா பெயர்	*Yule* யூல் கிறிஸ்துமஸ் *Thuraiyur* துறையூர் திருச்சி மாவட்டம் *Guruvayur* குருவாயூர் கேரளா *Mayuri* மயூரி பெயர் *Peraiyur* பேரையூர் மதுரை மாவட்டம் *Seyyur* செய்யூர் ஊர் *Humayun* ஹுமாயூன் முஸ்லிம் அரசர் *Thiruvanmiyur* திருவான்மியூர் சென்னை *Valliyur* வள்ளியூர் ஊர் திருநெல்வேலி *Thiruvotriyur* திருவொற்றியூர் சென்னை	*Yucca* யக வெள்ளைப் பூச்செடி *Yuft* யஃப்ட் பதனிடப்பட்ட தோல்

Y – ய் – E – இ, , ஈ, எ, ஏ, அ

Y+E–YE **ய்+இ–யி**	**Y+E–YE** **ய்+ஈ–யீ**	**Y+E–YE** **ய்+எ–யெ**
Ye யி நீர், நீங்கள் *Year* இயர் ஆண்டு **Y+E–YE** **ய்+அ–ய** *player* ப்ளேயர் விளையாட்டு வீரர் *Prayer* ப்ரேயர் பிராத்தனை *Lawyer* லாயர் வழக்கறிஞர் *Layer* லேயர் அடுக்குபவர் *Destroyer* டிஸ்ட்ராயர் அழிப்பவர் *Sawyer* ஸாயர் வாள்காரன்	*Ye* யீ நீர், நீங்கள் **Y+E–YE** **ய்+ஏ–யே** *Yesudoss* யேசுதாஸ் பெயர்	*Yes* யெஸ் ஆம் *Yellow* யெல்லோ மஞ்சள் *Yegg* யெக் திருடன் *Yet* யெட் இன்னும் *Yen* யென் ஜப்பான் நாணயம் *Yelp* யெல்ப் நாயின் குரைப்பு *Yelk* யெல்க் முட்டை மஞ்சள் *Yesterday* யெஸ்டர்டேய் நேற்று *Yesman* யெஸ்மேன் தலையாட்டி *Yercum* யெர்கம் எருக்கச்செடி

Y – ய் – I –ஐ, இ, ஈ		Y – ய் EE – ஈ	Y – ய் OO –ஊ
Y+I–YI ய்+இ–யி	Y+I–YI ய்+ஈ–யீ	Y+EE–YEE ய்+ஈ–யீ	Y+OO–YOO ய்+ஊ–யூ
Shinmayi ஷின்மயி பெயர் *Vajbayi* வாஜ்பாயி முன்னாள் பிரதமர் *Mayiladudurai* மயிலாடுதுறை மாவட்டம் *Mayiladumparai* மயிலாடும்பாறை தேனி மாவட்டம் *Mayilsamy* மயில்சாமி பெயர்	*Yield* யீல்ட் மகசூல் *Yielding* யீல்டிங் வளையக் கூடிய	*Payee* பேயீ பணம் வாங்கிக் கொள்பவர் *Employee* எம்ப்ளாயீ வேலைக்காரன்	*Yoo - Hoo* யூ - ஹூ அழைக்கும் சப்தம்

Y – ய் EA – ஈ, ஏ		Y –ய் OW – ஔ
Y+EA–YEA ய்+ஈ–யீ	Y+EA–YEA ய்+ஏ–யே	Y+OW–YOW ய்+ஔ–யௌ
Yean யீன் குட்டி போடு *Yeast* யீஸ்ட் புளித்த மாவின் நுரை	*Yea* யே ஆம் *Yearning* யேர்னிங் அதிக விருப்பம்	*Yowl* யௌல் கூக்குரலிடு

Z – (ஸ், ஷ், ஜ்) என்ற ஆங்கில மெய்யெழுத்து ஆங்கில உயிர் எழுத்துக்கள் மற்றும் கூடுதல் ஆங்கில உயிர் எழுத்துக்களுடன் சேர்ந்து உண்டாகும் வார்த்தைகள் விளக்கம்.

Z – ஸ், ஷ், ஜ் – A – அ, ஆ, எ, ஏ

Z+A–ZA **ஸ்+அ–ஸ** **ஷ்+அ–ஷ** **ஜ்+அ–ஜ**	**Z+A–ZA** **ஸ்+ஆ–ஸா** **ஷ்+ஆ–ஷா** **ஜ்+ஆ–ஜா**
Stanza ஸ்டான்ஸ செய்யுளின் பகுதி *Zambo* ஜம்போ குரங்கினங்களில் ஒன்று *Sizable* ஸைஸப்ல் கணிசமான *Lizard* லிஸர்ட் பல்லி *Kazakhastan* கஜகஸ்தான் நாடு *Zamindar* ஜமின்தார் ஒரு பகுதி ஆட்சி *Seizable* ஸீஸப்ல் பறிமுதல் செய் *Wizard* விஸர்ட் மந்திரவாதி *Zariba* ஸரீப சூடான் நாட்டு குடியிருப்பு *Yazar arabath* யாஸர் அராபத் அரபு அரசர்	*Zaffre* ஸாஃபர் கோபால்ட் உலோக ஆக்ஸைடு *Zax (Sax)* ஸாக்ஸ் சிலேடு துளையிடும் கருவி *Zig Zag* ஜிக்ஜாக் வளைந்து செல்லும் வழி *Zanzibary* ஜான்ஸிபாரி ஜான்ஸிபார் தீவு *Bazaar* பஜார் கடைவீதி *Kalaazar* காலாஅஸார் மலேரிய நோய் *Zambia* ஜாம்பியா நாடு *Huzza* ஹூஸா ஜே,ஜே கோசம் *Razak* ரஜாக் முஸ்லீம் பெயர் *Azarudeen* அஸாருதீன் முஸ்லிம் பெயர்

Z+A–ZA **ஸ்+எ–ஸெ** **ஷ்+எ–ஷெ** **ஜ்+எ–ஜெ**	**Z+A–ZA** **ஸ்+ஏ–ஸே** **ஷ்+ஏ–ஷே** **ஜ்+ஏ–ஜே**
Vizard விஸெர்ட் முகமூடி அணிந்த	*Zany* ஸேனி நகைச்சுவை *Demonetization* டீமனிடைஸேஷன் ரூபாய் செல்லாது *Authorization* ஆதரைஸேஷன் அதிகாரம் கொடு *Organization* ஆர்கனைஸேஷன் உருவாக்குதல் *Zanysm* ஸேனிஸம் நகைச்சுவை *Materialization* மெடியரியலைஸேஷன் உருவாக்குதல் *Minimization* மினிமைஸேஷன் மீச்சிறுமாக்குதல் *Mobilization* மொபிலைஸேஷன் ஆயத்தம் செய்தல் *Modernization* மாடேர்னைஸேஷன் தற்கால கருத்துக்களுக்கு ஏற்ப புதுப்பித்தல் *Naturalization* நேசுரலைஸேஷன் இயற்கையோடு ஒன்றி வாழ்தல்

Z – ஸ், ஷ், ஜ் – E – இ, ஈ, எ, ஏ, அ

Z+E–ZE **ஸ்+இ–ஸி** **ஷ்+இ–ஷி** **ஜ்+இ–ஜி**	**Z+E–ZE** **ஸ்+ஈ–ஸீ** **ஷ்+ஈ–ஷீ** **ஜ்+ஈ–ஜீ**	**Z+E–ZE** **ஸ்+எ–ஸெ** **ஷ்+எ–ஷெ** **ஜ்+எ–ஜெ**
Zebeck ஸிபெக் ஒரு மரக்கலம் *Zenana* ஸினான அந்தப்புரம் *Zero* ஸியரொ பூஜ்யம்	*Zebra* ஸீப்ர வரிக்குதிரை *Zeine* ஸீஇன் ஆகாரச்சத்து *Zebu* ஸீப்யூ முதுகில் கொண்டை உள்ள எருது *Zeus* ஸீயூஸ் கிரேக்க தேவராஜன் *Zelanian* ஸீலேனியன் நியூசிலாந்தினுடைய	*Zenith* ஜெனித் உச்சம் *Zendavesta* ஸென்ட்அவெஸ்ட பார்ஸிகள் மத நூல் *Zest* ஸெஸ்ட் சுவை *Zen* ஜென் மஹாயானம் *Zemstvo* ஸெம்ஸ்வொ ரஷ்ய சபை *Zechstein* ஸெக்ஸ்டீன் சுண்ணாம்புக்கல் *Zechino* ஸெகினொ இத்தாலிய பொற்காசு *Zend* ஸென்ட் பாரசீக மொழி *Zephyr* ஸெஃபர் மேல் காற்று *Zedoary* ஸெடோஅரி கிழக்கிந்திய மூலிகை

Z+E–ZE **ஸ்+ஏ–ஸே** **ஷ்+ஏ–ஷே** **ஜ்+ஏ–ஜே**	**Z+E–ZE** **ஸ்+அ–ஸ** **ஷ்+அ–ஷ** **ஜ்+அ–ஜ**
–	*Zemindar* ஜமின்தார் ஒரு பகுதி ஆட்சி *Bulldozer* புல்டோஸர் தரை சமன் செய்யும் டிராக்டர் *Stabilizer* ஸ்டெபிலைஸர் மின்சாரத்தை ஒரே சீராக வழங்கும் கருவி *Netizen* நெடிஸன் இண்டர்நெட் பயன்படுத்துபவர் *Switzerland* ஸ்விட்ஸர்லாந்த் ஐரோப்பிய நாடு *Dozen* டஜன் பன்னிரண்டு *Zeriba* ஸரீப சூடான் நாட்டு குடியிருப்பு *Buzzer* பஸ்ஸர் அழைப்பு மணி *Sizer* ஸைஸர் படிக்கும் மாணவன் உதவிச் சம்பளம் *Blazer* ப்லேஸர் விளையாட்டு வீரர்கள் அணியும் கலர் சட்டை

Z – ஸ், ஷ், ஜ் I – ஐ, இ, ஈ

Z+I–ZI ஸ்+ஐ–ஸை ஷ்+ஐ–ஷை ஜ்+ஐ–ஜை	Z+I–ZI ஸ்+இ–ஸி ஷ்+இ–ஷி ஜ்+இ–ஜி	Z+I–ZI ஸ்+ஈ–ஸீ ஷ்+ஈ–ஷீ ஜ்+ஈ–ஜீ
Zion ஜைஅன் ஜெரூசலம் புனிதக் குன்று	*Brazier* ப்ரேஸியர் கன்னான் *Zingaro* ஜிங்கரொ நாடோடி இனம் *Zillah* ஜில்லா மாவட்டம் *Zig zag* ஜிக் ஸாக் வளைந்து செல்லும் வழி *Zipper* ஜிப்பர் ஜிப்பால் பிணை *Vizier* விஸியர் முஸ்லிம் தேசத்து அமைச்சர் *Zingel* ஜின்ஜெல் ஒருவகை மீன் *Zither* ஸிதர் சிதார் இசைக்கருவி *Glazier* க்ளேஸியர் ஜன்னல் கண்ணாடி பதிப்பவர் *Zimbawe* ஜிம்பாவே நாடு	*Vizir* விஸீர் முஸ்லீம் நாட்டு அமைச்சர்

Z – ஸ், ஷ், ஜ்   O – ஒ, ஓ, அ, ஆ

Z+O–ZO **ஸ்+ஒ–ஸொ** **ஷ்+ஒ–ஷொ** **ஜ்+ஒ–ஜொ**	**Z+O–ZO** **ஸ்+ஓ–ஸோ** **ஷ்+ஓ–ஷோ** **ஜ்+ஓ–ஜோ**
Zoanthrophy ஸொஆன்த்ரொஃபி பைத்தியம் பிடித்த நிலை **Z+EE–ZEE** **ஜ்+ஈ–ஜீ** *Chimpanzee* சிம்பன்ஜீ குரங்கு **Z+EA–ZEA** **ஜ்+எ–ஜெ** *Zealous* ஜெலஸ் ஆர்வமுள்ள *Zealot* ஜெலட் பித்தன்	*Zone* ஸோன் மண்டலம் *Ozone* ஓஸோன் பிராண வாயு *Zoetrope* ஸோஇட்ரொப் ஒளியியல் கருவி *Zoic* ஸோஇக் மிருகங்கள் சம்பந்தமான *Zodiac* ஸோடிஆக் இராசி மண்டலம் *Zonule* ஸோன்யூல் சிறு மண்டலம் *Zoroastrian* ஸோரோஸ்ட்ரியன் பார்ஸி மதத்தவர் *Mizoram* மிஸோரம் மாநிலம் *Zootamy* ஸோஆடமி மிருகங்களின் உடற்கூறு நூல் *Zoilean* ஸோயிலியன் வன்மையாக கண்டிக்கும் பழக்கம்

Z+O–ZO **ஸ்+அ–ஸ** **ஷ்+அ–ஷ** **ஜ்+அ–ஜ**	**Z+O–ZO** **ஸ்+ஆ–ஸா** **ஷ்+ஆ–ஷா** **ஜ்+ஆ–ஜா**
Vizor வைஸர் முகமூடி *Razor* ரேஸர் சவரக் கத்தி *Zodiacal* ஜடையகல் ராசி மண்டலம் *Horizon* ஹரைஸன் அடிவானம்	*Zollverein* ஜால்ஃபெரைன் ஒப்பந்தம் செய்துள்ள ஒன்றிய நாடுகள் *Amazon* அமேஸான் தென் அமெரிக்க பெரிய நதி *Benzoin* பென்ஸாய்ன் சாம்பிராணி *Horizontal* ஹரிஸான்டல் படுக்கையான

Z – ஸ், ஷ், ஜ் U –ஊ, அ	
Z+U–ZU **ஸ்+ஊ–ஸூ** **ஷ்+ஊ–ஷூ** **ஜ்+ஊ–ஜூ**	**Z+U–ZU** **ஸ்+அ–ஸ** **ஷ்+அ–ஷ** **ஸ்+அ–ஜ**
Zulu ஜூலூ தென்னாப்பிரிக்க இனம் *Zucchetto* ஜூகெடோ பாதிரியார் குல்லாய் *Suzuki* சுஸூகி *TVS* கம்பெனி	*Seizure* ஸீஸர் பறிமுதல் *Azure* ஆஸர் ஆகாய நீலம்

Z – ஸ், ஷ், ஜ் Y – ஐ, இ		Z – ஸ், ஷ், ஜ் OO – ஊ
Z+Y–ZY **ஸ்+ஐ–ஸை** **ஷ்+ஐ–ஷை** **ஜ்+ஐ–ஜை**	**Z+Y–ZY** **ஸ்+இ–ஸி** **ஷ்+இ–ஷி** **ஜ்+இ–ஜி**	**Z+OO–ZOO** **ஸ்+ஊ–ஸூ** **ஷ்+ஊ–ஷூ** **ஜ்+ஊ–ஜூ**
Zygal ஜைகல் '*H*' என்ற உருவம் *Zygodactyl* ஸைகோடாக்டைல் பச்சைக்கிளி *Zygodant* ஜைகோடான்ட் கடைவாய்பற்கள் *Zymogen* ஸைமஜென் புளிப்புத்தன்மை *Zymurgy* ஸைமர்கி சாராயம் காய்ச்சுவது *Enzyme* என்ஸைம் செரிமானப் பொருள் *Zymometer* ஸைமமீட்டர் புளிப்பை அளக்கும் கருவி *Zymosis* ஸைமாஸிஸ் புளித்தல் *Zymology* ஸைமாலஜி புளித்தல் சம்பந்தமான	*Breezy* ப்ரீஸி இளங்காற்று *Ritzy* ரிட்ஸி ஆடம்பரமான *Lazy* லேஸி சோம்பேறி *Dizzy* டிஸ்ஸி தலைசுற்றுதல் *Fuzzy* ஃபஸ்ஸி மங்கலான *Oozy* ஊஸி சேறு போன்ற *Crazy* க்ரேஸி பழுதடைந்த	*Zoo* ஸூ மிருகக்காட்சி சாலை *Zoom* ஸூம் திடீரென எழும்பு *Zoogamy* ஸூகமி இறைச்சி விலங்கினம் *Zoography* ஸூக்ரஃபி பிராணி சாஸ்திரம் *Zoo Physiology* ஸூ ஃபிஸியாலஜி மிருக உடற்கூறு சாஸ்திரம் *Bazooke* பஸூக் போர்க்கருவி *Zoology* ஸூஆலஜி விலங்கியல் *Zoolatry* ஸூலட்ரி மிருக வழிபாடு *Zoo Phily* ஸூஃபிலி மிருகங்கள் மேல் அன்பு *Zoophagous* ஸூஃபாகஸ் மாமிச பட்சிணி

CH – (ச்) என்ற ஆங்கில கூடுதல் மெய்யெழுத்து ஆங்கில உயிர் எழுத்துக்கள் மற்றும் கூடுதல் ஆங்கில உயிர் எழுத்துக்களுடன் சேர்ந்து உண்டாகும் வார்த்தைகள் விளக்கம்.

CH – ச் A – அ, ஆ, எ, ஏ

CH+A–CHA **ச்+அ–ச**	**CH+A–CHA** **ச்+ஆ–சா**	**CH+A–CHA** **ச்+எ–செ**	**CH+A–CHA** **ச்+ஏ–சே**
Chalan சலான் பணம் செலுத்தும் சீட்டு *Chakra* சக்ர விஷ்ணு கையில் உள்ள சக்கரம் *Orchard* ஆர்சர்ட் பழத்தோட்டம் *Charka* சர்கா இராட்டை *Tulchan* டல்சன் வைக்கோல் கன்றுக்குட்டி *Pochampalli* போச்சம்பள்ளி கிருஷ்ணகிரி *Ottanchatram* ஒட்டன்சத்திரம் திண்டுக்கல் *Viruthachalam* விருத்தாச்சலம் விழுப்புரம் *Kadachanenthal* கடச்சனேந்தல் மதுரை *Pavoorchatram* பாவூர்சத்திரம் தென்காசி மாவட்டம்	*Charge* சார்ஜ் விலை *Chance* சான்ஸ் வாய்ப்பு *Chart* சார்ட் தரைப்படம் *Chaffer* சாஃபர் பேரம் பேசு *Champion* சாம்பியன் வெற்றி வீரன் *Chancellor* சான்ஸலெர் துணைவேந்தர் *Chandler* சாண்ட்லர் வியாபாரி *Charming* சார்மிங் வசீகரமான *Charity* சாரிடி தர்மஸ்தாபனம் *Chapel* சாபல் கிறிஸ்தவ கோவில்	*Chain* செய்ன் சங்கிலி *Merchant* மெர்சென்ட் வியாபாரி	*Chase* சேஸ் பின்தொடர்தல் *Change* சேஞ்ஜ் மாறுதல் *Chamber* சேம்பர் ஆலோசனை மண்டபம் *Chair* சேர் நாற்காலி *Challenge* சேலன்ஜ் அறைகூவல் *Chaste* சேஸ்ட் கற்புள்ள *Chafe* சேஃப் தேய் *Chairman* சேர்மன் தலைவர் *Purchase* பர்சேஸ் வாங்குதல்

CH – ச் E– இ, ஈ, எ, ஏ, அ

CH+E–CHE ச்+இ–சி	CH+E–CHE ச்+ஈ–சீ	CH+E–CHE ச்+எ–செ
Cheer சியர் சந்தோசம் *Chevy* *(Chivy)* சிவி துரத்து *Chemise* சிமீஸ் பெண்கள் உள்சட்டை *Rochet* ராசிட் பாதிரியார் அங்கி *Hatchet* ஹாட்சிட் சிறுகோடாரி *Crotchety* க்ராட்சிடி விசித்திர எண்ணங்கள் *Thatched* தாட்சிட் கூரை வேய்ந்த	–	*Chennai* சென்னை தமிழ்நாடு தலைநகரம் *Check* செக் சரி பார்த்தல் *Cheque* செக் பண உண்டியல் *Cherry* செரி பழம் *Chest* செஸ்ட் மார்பு *Chestnut* செஸ்ட்நட் கஷ்கொட்டை *Cherish* செரிஸ் மனதில் வை *Chess* செஸ் சதுரங்க விளையாட்டு *Cherub* செரப் அழகிய தேவதை *Chesterfield* செஸ்டர்ஃபீல்ட் மேல் சட்டை

CH+E–CHE **ச்+ஏ–சே**	**CH+E–CHE** **ச்+அ–ச**
Cheran சேரன் அரசன் *Pandicherry* பாண்டிச்சேரி மாநிலம் *Velacherry* வேளச்சேரி சென்னை *Vilachery* விளாச்சேரி மதுரை *Chervarayanmalai* சேர்வராயன்மலை விழுப்புரம் *Chetpet* சேத்துப்பட்டு சென்னை *Chekkizhar* சேக்கிழார் புலவர் *Cheranmakadevi* சேரன்மகாதேவி ஊர் *Cherankulam* சேரன்குளம் திருவாரூர் மாவட்டம் *Chepauk* சேப்பாக் சென்னை	*Teacher* டீச்சர் ஆசிரியர் *Catcher* கேட்சர் பிடிப்பவர் *Butcher* பட்சர் கசாப்பு கடைக்காரர் *Archer* ஆர்சர் வில்லாளி *Poacher* போசர் அத்துமீறி நுழைபவர் *Puncheon* பன்சன் குத்தூசி *Backbencher* பேக்பென்சர் கடைசி பெஞ்சு மாணவர்கள் *Breeches* ப்ரீசஸ் அரைக்கால் சட்டை *Rancher* ரான்சர் மாட்டுப்பண்ணை *Clencher* க்ளென்சர் இறுகப்பற்றுபவர்

CH– ச் I – ஐ, இ, ஈ

CH+I–CHI **ச்+ஐ–சை**	**CH+I–CHI** **சி+இ–சி**	**CH+I–CHI** **ச்+ஈ–சீ**
Child	*Children*	*Chief*
சைல்ட்	சில்ட்ரன்	சீஃப்
குழந்தை	குழந்தைகள்	தலைமை
China	*Chimney*	*Achieve*
சைனா	சிம்னி	அசீவ்
சீனா	புகைபோக்கி	நிறைவேற்று
Chide	*Chin*	*Chiefly*
சைட்	சின்	சீஃப்லி
வசைகூறு	முகவாய்க்கட்டை	முதலாவதாக
Childish	*Chilli (Chilly)*	
சைல்டிஸ்	சில்லி	
குழந்தை போன்ற	மிளகாய்	
Chime	*Chilly*	
சைம்	சில்லி	
மணியோசை	குளிர்ச்சி	
Chine	*Chip*	
சைன்	சிப்	
பள்ளத்தாக்கு	சீவல்	
Chinaware	*Chit*	
சைனவேர்	சிட்	
பீங்கான் சாமான்கள்	குறிப்பு	
Childe	*Chitchat*	
சைல்ட்	சிட்சாட்	
செல்வச் சிறுவன்	பொழுதுபோக்கு	
Childing	பேச்சு	
சைல்டிங்	*Chisel*	
கர்ப்பந்தரித்த	சிஸ்ல்	
Childbed	உளி	
சைல்ட்பெட்	*Chincough*	
பிரசவ வேதனை	சின்காஃப்	
	கக்குவான் இருமல்	

CH –ச் O – ஒ, ஓ, அ, ஆ

CH+O – CHO ச்+ஒ–சொ	CH+O – CHO ச்+ஓ–சோ
Chokkan சொக்கன் பெயர் *Chokkikulam* சொக்கிகுளம் மதுரை *Chokkalingam* சொக்கலிங்கம் பெயர் *Chokkanathanpudur* சொக்கநாதன்புதூர் விருதுநகர் *Chokkaiah* சொக்கையா பெயர்	*Choke* சோக் மூச்சுத் திணறடி *Chose* சோஸ் தேர்ந்தெடு *Choky* சோகி சிறைச்சாலை *Chokra* சோக்ர சிற்றாள் *Choli* சோளி ரவிக்கை *Chotahazri* சோடாஹாஸ்ரி காலைப் பலகாரம் *Chozhan* சோழன் அரசன் *Choultry* சோல்ட்ரி சத்திரம் *Chozhawaram* சோழவரம் சென்னை *Chozhinganallur* சோழிங்கநல்லூர் சென்னை

CH+O – CHO ச்+அ–ச	CH+O – CHO ச்+ஆ–சா
–	*Chocolate* சாகலெட் மிட்டாய் *Chop* சாப் வெட்டு *Choice* சாய்ஸ் தெரிந்தெடுத்தல் *Chortle* சார்ட்ல் சந்தோசச் சிரிப்பு *Chock* சாக் முட்டுக்கட்டை *Chopfallen* சாப்ஃபாலன் சோர்வுற்ற *Chopsuey* சாப்ஸ்யூயி சீன உணவு வகை *Chopsticks* சாப்ஸ்டிக்ஸ் பென்சில் போன்ற குச்சிகள்

CH – ச் U – உ, ஊ, அ

CH+U–CHU ச்+உ–சு	CH+U–CHU ச்+ஊ–சூ	CH+U–CHU ச்+அ–ச
Chuti சுட்டி குறும்பு	*Parachute* பாரசூட் மேலிருந்து இறங்குவதற்கான குடை	*Church* சர்ச் கிறிஸ்தவ ஆலயம் *Chutney* சட்னி தேங்காய் சட்னி *Chunnel* சனல் இங்கிலாந்து பிரான்ஸ் கடல் குகைப் பாதை *Chubby* சப்பி கொழுத்த *Churl* சர்ல் நாட்டுப்புறத்தான் *Churn* சர்ன் தயிர்கடை *Chump* சம்ப் இறைச்சி துண்டு *Chunk* சன்க் வெட்டப்பட்ட பகுதி *Chuckle* சக்ல் சந்தோசம் *Chum* சம் ஆருயிர் நண்பன்

CH – ச் Y – இ	CH –ச் AU – ஆ
CH+Y–CHY ச்+இ–சி	CH+AU–CHAU ச்+ஆ–சா
Duchy டசி ஜமீன் *Tetchy* டெட்சி கோபப்படக்கூடிய *Touchy* டசி எளிதில் கோபப்படும் *Starchy* ஸ்டார்சி மாவுப்பொருள் *Grouchy* க்ரௌசி அதிருப்தி *Trichy* திருச்சி மாவட்டம் *Punchy* பன்சி சக்தியும் ஆர்வமும் மிகுந்த	*Chauffer* சாஃபர் எடுத்துச் செல்லும் அடுப்பு *Chaucerian* சாஸீரியன் சாஸர் கவிஞர் இலக்கியங்கள்

CH –ச் AI – ஐ	CH – ச் EE – ஈ
CH+AI–CHAI ச்+ஐ–சை	CH+EE–CHEE ச்+ஈ–சீ
Sundar *Pitchai* சுந்தர் பிச்சை பெயர் *Pachaiappa* பச்சையப்பா பெயர் *Katchaikattai* கச்சைகட்டி மதுரை மாவட்டம்	*Cheek* சீக் கன்னம் *Cheese* சீஸ் பாலாடைக்கட்டி *Cheetah* சீட சிறுத்தைப் புலி

CH – ச் EA – ஈ	CH –ச் OO – ஊ
CH+EA–CHEA ச்+ஈ–சீ	CH+OO–CHOO ச்+ஊ–சூ
Cheat சீட் ஏமாற்றுபவன் *Cheap* சீப் மலிவான *Cheapen* சீபன் விலை குறைவு *Escheat* இஸ்சீட் பறிமுதல் செய்	*Choose* சூஸ் தேர்ந்தெடு *Chooser* சூஸர் தேர்ந்தெடுப்பவன் *Choolaimedu* சூளைமேடு சென்னை

CH –ச் OU, OW – ஔ	
CH+OU–CHOU **ச்+ஔ–சௌ**	**CH+OW–CHOW** **ச்+ஔ–சௌ**
Chouse சௌஸ் ஏமாற்றுபவன்	*Chow* சௌ சீன நாய் *Chowmein* சௌமேய்ன் சீன நூடுல்ஸ்

CH – (ஷ்) என்ற கூடுதல் ஆங்கில மெய்யெழுத்து ஆங்கில உயிர் எழுத்துக்கள் மற்றும் கூடுதல் ஆங்கில உயிர் எழுத்துக்களுடன் சேர்ந்து உண்டாகும் வார்த்தைகள் விளக்கம்

CH –ஷ் A – அ, ஆ, எ, ஏ

CH+A– CHA ஷ்+அ–ஷ	CH+A–CHA ஷ்+ஆ–ஷா	CH+A–CHA ஷ்+எ–ஷெ	CH+A–CHA ஷ்+ஏ–ஷே
Charade ஷராட் விரும்பத்தகாத நடத்தை *Nonchalance* நான்ஷலன்ஸ் ஆர்வமின்மை	*Chalet* ஷாலே சுவிட்சர்லாந்து குடிசை *Chamois* ஷாம்உஆ மலைமான் *Champagne* ஷாம்பேய்ன் பிரான்ஸ் மது *Chandelier* ஷாண்டிலியர் சர விளக்கு *Chaperon* ஷாபரான் பாதுகாவலர் *Charabane* ஷாரபாங் நீண்ட மோட்டார் பஸ் *Charlatan* ஷார்லடன் போலி வைத்தியன் *Chasi* ஷாஸி பீரங்கி அடிச்சட்டம் *Chateau* ஷாடொ அரண்மனை *Charlotte* ஷார்லட் உணவுத்தட்டு	-	*Chaise* ஷேய்ஸ் சாரட்டு வண்டி

CH – ஷ் E –இ, ஈ, எ, ஏ, அ

CH+E–CHE ஷ்+இ–ஷி	CH+E–CHE ஷ்+ஈ–ஷீ	CH+E–CHE ஷ்+எ–ஷெ
Apache அப்ஆஷி முரடன்	*Cheviot* ஷீவியட் ஒருவகை ஆடு	*Cheviot* ஷெவியட் ஒருவகை ஆடு *Chevalier* ஷெவாலியர் கௌரவப்பட்டம் *Chevron* ஷெவ்ரன் போலீஸ் கையில் அணியும் '*V*' போன்ற பட்டை *Chevrotin* ஷெவ்ரடின் கஸ்தூரி மான் *Cheroot* ஷெரூட் பெரிய சுருட்டு *Chef* ஷெஃப் தலைமை சமையல்காரர் *Truncheon* ட்ரன்ஷென் குறுந்தடி

CH+E–CHE ஷ்+ஏ–ஷே	CH+E–CHE ஷ்+அ–ஷ
Cachet காஷே முத்திரை	*Chemise* ஷமீஸ் பெண்கள் உள்ளாடை *Debauchery* டிபாஷரி விபச்சாரம்

CH– ஷ் I – இ, ஈ		CH – ஷ் U – அ
CH+I–CHI ஷ்+இ–ஷி	CH+I–CHI ஷ்+ஈ–ஷீ	CH+U–CHU ஷ்+அ–ஷ
Chicane ஷிகேன் சூது செய்தல் *Chiffon* ஷிஃபான் பெண்கள் மெல்லிய துணி *Chivalrous* ஷிவல்ரஸ் பராக்கிரமம் *Chivalry* ஷிவல்ரி தீரச்செயல்	*Chic* ஷீக் அழகு, நாகரீகம் *Machine* மெஷீன் இயந்திரம் *Machinery* மெஷீனரி இயந்திர சாதனம்	*Brochure* ப்ரோஷர் சிறு வெளியீடு

CH – ஷ் AU – ஆ	CH – ஷ் EE – ஈ
CH+AU–CHAU ஷ்+ஆ–ஷா	CH+EE–CHEE ஷ்+ஈ–ஷீ
Chauffeur ஷாஃபெர் மோட்டார் வண்டி	*Debauchee* டிபாஷீ விபச்சாரம்

CH – (க்) என்ற ஆங்கில கூடுதல் மெய்யெழுத்து ஆங்கில உயிர் எழுத்துக்கள் மற்றும் கூடுதல் ஆங்கில உயிர் எழுத்துக்களுடன் சேர்ந்து உண்டாகும் வார்த்தைகள் விளக்கம்

CH – க் A – அ, ஆ, எ, ஏ

CH+A–CHA க்+அ–க	CH+A–CHA க்+ஆ–கா
Chameleon கமீலியன் பச்சோந்தி *Charisma* கரிஸ்ம தலைமைக்கேற்ற பண்புகள் *Charybdis* கரிப்டிஸ் அரக்கன் *Eschatology* எஸ்கடாலஜி மரணம், சொர்க்கம் கொள்கை *Eucharist* யூகரிஸ்ட் வந்தனை வழிபாடு *Sechandrabad* செகந்த்ராபாத் தெலுங்கானா *Chabirial* கபிரியல் பெயர் *Mechanism* மெகனிஸம் இயந்திர நுட்பம் *Mechanize* மெகனைஸ் இயந்திரமயமாக்கு	*Chasm* காஸம் ஆழமான பள்ளம் *Mechanism* மெகானிஸம் இயந்திர நுட்பம் *Chaldean* கால்டீயன் கால்டியா தேச பழங்குடிகள்

CH+A–CHA **க்+எ–கெ**	CH+A–CHA **க்+ஏ–கே**
Mocha மொகெ உயர்ந்த வகை காபி	*Character* கேரக்டர் குணம் *Charon* கேரன் படகோட்டி *Chaos* கேயாஸ் குழப்பம் *Archangel* ஆர்கேன்ஜல் தேவதூதன் *Archaic* ஆர்கேய்க் பண்டைய *Chaotic* கேயாடிக் குழப்பமான

CH – க் E – இ, ஈ, எ, ஏ, அ

CH+E–CHE க்+இ–கி	CH+E–CHE க்+ஈ–கீ	CH+E–CHE க்+எ– கெ
Psyche ஸைகி ஆன்மா *Orchestra* ஆர்கிஸ்ட்ர இசைக்குழு *Synecdoche* ஸினெக்டகி சினையாகுபெயர் *Trachea* ட்ராகிஅ சுவாசக்குழல்	*Scheme* ஸ்கீம் திட்டம் *Chela* கீல நண்டு, தேள் கால்கள் *Chemotherapy* கீமோதெரபி கேன்சர் சிகிச்சை *Schema* ஸ்கீம விஷயச் சுருக்கம் *Trachea* ட்ரகீஅ சுவாசக் குழல்	*Chemistry* கெமிஸ்ட்ரி இரசாயனம் *Chemical* கெமிகல் இரசாயனப் பொருள் *Zucchetto* ஸூகெடோ பாதிரியார் குல்லாய் *Alchemy* ஆல்கெமி இரசவாதம்

CH+E–CHE க்+ஏ–கே	CH+E–CHE க்+அ–க
–	*Eicher* ஈகர் கம்பெனி *Sepulcher* ஸெபல்கர் சமாதி

CH – க் I – ஐ, இ, ஈ

CH+I–CHI க்+ஐ–கை	CH+I–CHI க்+இ–கி	CH+I–CHI க்+ஈ–கீ
Chimera கைமியர நெருப்பைக் கக்கும் ஜந்து *Trichina* ட்ரிகைன இறைச்சிப் புழு *Chirography* கைராக்ரஃபி கையெழுத்து *Orchitis* ஆர்கைடிஸ் ஆண்கள் விரை வீக்கம் *Bronchitis* ப்ராங்கைடிஸ் மார்ச்சளி நோய் *Chimerical* கைமெரிகல் ஆதாரமற்ற *Chiromancy* கைரோமான்ஸி கைரேகை சாஸ்திரம் *Trichiasis* ட்ரிகையஸிஸ் சிறுநீர் வியாதி	*Chimera* கிமியர நெருப்பைக் கக்கும் ஜந்து *Psychical* ஸைகிகல் ஆன்மா *Bronchial* ப்ராங்கியல் நுரையீரல் காற்றுக்குழல் சம்பந்தப்பட்ட *Xenodochium* ஸினோடாகியம் விருந்தினர் இல்லம் *Parochial* பரோகியல் தாலுகா *Monarchism* மானர்கிஸம் ஏகாதிபத்திய ஆட்சி *Chimerical* கிமெரிகல் ஆதாரமற்ற *Schism* ஸ்கிஸம் மதம், சமூகப் பிளவு *Anarchic* அனார்கிக் அராஜகமான *Zecchino* ஸெகினொ இத்தாலிய பொற்காசு	–

CH –க் O – ஒ, ஓ, அ, ஆ

CH+O–CHO க்+ஒ–கொ	CH+O–CHO க்+ஓ–கோ
Cholesterol கொலஸ்டரால் கொழுப்பு *Choir* கொய்ர் பாடகர் குழு *Scholastic* ஸ்கொலாஸ்டிக் பள்ளிக்கூட சம்பந்தமான *Scholasticism* ஸ்கொலாஸ்டிஸிஸம் தத்துவார்த்த நுட்பம்	*Chorus* கோரஸ் பாடகர் குழு *Choral* கோரல் பாடகர் குழு *Choreography* கோரியாக்ரஃபி பாடல் நடன ஏற்பாடு *Psychosis* ஸைகோஸிஸ் மனோவியாதி *Echo* எகோ எதிரொலி *Cinchona* சிங்கோன கொய்னா மருந்து *Jericho* ஜெரிகோ பாலஸ்தீன நகரம் *Scholium* ஸ்கோலியம் புத்தகக் குறிப்பு *Psychopathic* ஸைகோபதிக் பைத்தியக்கார

CH+O–CHO **க்+அ–க**	**CH+O–CHO** **க்+ஆ–கா**
Anchor	*Cholera*
ஆங்கர்	காலெரா
நங்கூரம்	வாந்திபேதி
Anchoret	*Scholarship*
ஆங்கரிட்	ஸ்காலர்ஷிப்
சந்நியாசி	உபகாரச் சம்பளம்
Psychological	*Cholecystectomy*
ஸைகலாஜிகல்	காலெஸிஸ்டெக்டமி
மனம் பற்றிய	பித்தப்பை நீக்கும் சிகிச்சை
Melancholy	*Chorister*
மெலங்கலி	காரிஸ்டர்
துக்கம்	பாடகர் குழுவில் பாடும்
	ஒருவன்
	Psychology
	ஸைகாலஜி
	உளநூல்
	Dichotomy
	டைகாடமி
	இருகூறாக்குதல்
	Cholar
	காலர்
	கோபம்
	Scholar
	ஸ்காலர்
	மாணவர், மாணவி
	Psychologist
	ஸைகாலஜிஸ்ட்
	மனோதத்துவ வல்லுநர்
	Ptochogamy
	டோகாகமி
	யாசிப்பவர்களை அதிகரித்தல்

CH –க் U – அ	CH – க் Y – இ
CH+U–CHU க்+அ–க	CH+Y–CHY க்+இ–கி
Bronchus ப்ராங்கஸ் மூச்சுக்குழல்	*Pachyderm* பாகிடெர்ம் தடித்த தோலுடைய பிராணிகள் *Logomachy* லகாமகி சொற்களைப் பற்றிய கருத்து வேறுபாடு *Diarchy* டைஆர்கி இரட்டை ஆட்சி *Gynarchy* ஜைனார்கி பெண்ணரசு *Tachygraphy* டகிக்ரஃபி சுருக்கெழுத்து முறை *Autarchy* ஆடார்கி தடையற்ற சர்வாதிகார ஆட்சி *Naumachy* நோமேகி போலி கடற்சண்டை *Synarchy* ஸினார்கி மக்கள், அரசன் கூட்டாட்சி *Tetrarchy* டெட்ரார்கி நால்வர் செய்யும் அரசாங்கம் *Pentarchy* பென்டார்கி ஐந்துபேர் சேர்ந்து ஆளும் ஆட்சி

CH –க் AE – இ, ஏ		CH – க் OO – ஊ
CH+AE–CHAE க்+இ–கி	CH+AE–CHAE க்+ஏ–கே	CH+OO–CHOO க்+ஊ–கூ
Archaeology ஆர்கியாலஜி தொல்பொருள் ஆராய்ச்சி	*Michael* மைக்கேல் பெயர்	*School* ஸ்கூல் பள்ளிக்கூடம் *Schooner* ஸ்கூனர் பாய்மரக் கப்பல் *Schoolmate* ஸ்கூல்மேட் ஒரே பள்ளியில் கூட படித்தவர் *Schoolmaster* ஸ்கூல் மாஸ்டர் ஆசிரியர் *Schooling* ஸ்கூலிங் கல்வி

DH – (த்) ஆங்கில கூடுதல் மெய்யெழுத்து ஆங்கில உயிர் எழுத்துக்கள் மற்றும் கூடுதல் ஆங்கில உயிர் எழுத்துக்களுடன் சேர்ந்து உண்டாகும் வார்த்தைகள் விளக்கம்.

DH– த் A – அ, ஆ		DH– த் I – இ
DH+A–DHA த்+அ–த	DH+A–DHA த்+ஆ–தா	DH+I–DHI த்+இ–தி
Dharna	*Purdah*	*Adhiyaman*
தர்ணா	பர்தா	அதியமான்
போராட்டம்	படுதா துணி	பெயர்
Verandha	*Adhar*	*Dhivya*
வெராண்தத	ஆதார்	திவ்யா
தாழ்வாரம்	கார்டு	பெயர்
Dhanushkodi	*Dhal (Dal)*	*Dhinakaran*
தனுஷ்கோடி	தால்	தினகரன்
இராமேஸ்வரம்	பருப்பு	பெயர்
Doordharshan	*Dhaka*	*Dhinesh*
தூர்தர்ஷன்	தாகா	தினேஷ்
தொலைக்காட்சி	பாகிஸ்தான்	பெயர்
Dharmapuri	எல்லை	*Gandhiji*
தர்மபுரி	*Dharani*	காந்திஜி
மாவட்டம்	தாரணி	நாட்டின் தந்தை
Dhanam	யெர்	*Radhika*
தனம்	*Abudhabi*	ராதிகா
பெயர்	அபுதாபி	பெயர்
Chidhambaram	அரபு நாடு	*Buddhism*
சிதம்பரம்		புத்திஸம்
பெயர்		புத்தமதம்
		Buddhist
		புத்திஸ்ட்
		புத்த மதத்தைச்
		சேர்ந்தவர்

DH –த் EE – ஈ	**DH –த் O – ஓ**
DH+EE–DHEE **த்+ஈ–தீ**	**DH+O–DHO** **த்+ஓ–தோ**
Dheeran தீரன் பெயர் *Deepa* தீபா பெயர் *Deepavali* தீபாவளி பண்டிகை	*Dhoti* தோடீ வேஷ்டி *Dhobi* தோபி சலவைத் தொழிலாளி *Dhoni* தோனி கிரிக்கெட் வீரர் *Indhonesia* இந்தோனேசியா நாடு
DH –த் U – ஊ	**DH –த் OW –ஔ**
DH+U–DHU **த்+ஊ–தூ**	**DH+OW–DHOW** **த்+ஔ–தௌ**
Sadhu ஸாதூ முனிவர்	*Dhow* தௌ அரபுப் படகு

TH – (த்) என்ற ஆங்கில கூடுதல் மெய்யெழுத்து ஆங்கில உயிர் எழுத்துக்கள் மற்றும் கூடுதல் ஆங்கில உயிர் எழுத்துக்களுடன் சேர்ந்து உண்டாகும் வார்த்தைகள் விளக்கம்.

TH – த் A – அ, ஆ, எ, ஏ

TH+A–THA த்+அ–த	TH+A–THA த்+ஆ–தா
That தட் அந்த *Naphthalene* நாஃப்தலீன் அந்துருண்டை *Betrothal* பிட்ரோதல் நிச்சயதார்த்தம் *Thalavaipuram* தளவாய்புரம் விருதுநகர் மாவட்டம் *Thalaivasal* தலைவாசல் ஊர் *Uthagamandalam* உதகமண்டலம் ஊட்டி *Uthamapalayam* உத்தமபாளையம் தேனி மாவட்டம் *Uthapuram* உத்தப்புரம் மதுரை மாவட்டம் *Thakkalai* தக்கலை ஊர்	*Thalia* தாலைஅ நாடகத்தின் இறுதி அதிதேவதை *Thaler* தாலர் ஜெர்மன் வெள்ளி நாணயம் *Thane* தானே மகாராஷ்டிரா *Thatch* தாட்ச் வைக்கோல், கீற்றுக் கூரை *Thamarai* தாமரை மலர் *Thaw* தா திரவமாக மாற்று *Nethaji* நேதாஜி சுதந்திரப் போராட்ட வீரர் *Thailand* தாய்லாந்து நாடு *Thalavadi* தாளவாடி ஊர் *Ophthalmic* ஆஃப்தால்மிக் கண் சம்பந்தமான

TH+A–THA **த்+எ–தெ**	**TH+A–THA** **த்+ஏ–தே**
That தெட் அந்த	*Thanks* தேங்க்ஸ் நன்றி *Than* தேன் அதைவிட

TH–த்– E – இ, ஈ, எ, ஏ, அ

TH+E–THE த்+இ–தி	TH+E–THE த்+ஈ–தீ	TH+E–THE த்+எ–தெ
The தி அந்த, இந்த *Theatre* தியடர் திரை அரங்கு *Thearchy* தியார்கி தெய்வீக ஆட்சி *Theocracy* தியாக்ரஸி மதத்தலைவர்களின் ஆட்சி *Theorem* தியரம் சூத்திரம் *Theosophy* தியாஸஃபி பிரம்மஞானம் *Thesaurus* திஸாரஸ் கலைக் களஞ்சியம் *Ethereal* இதியரியல் ஆகாய சம்பந்தமான *Atheism* ஏதியிஸம் நாஸ்திகன் *Thee* தி உன்னை	*Theme* தீம் பேசும் தலைப்பு *Theism* தீயிஸம் கடவுள் நம்பிக்கை *These* தீஸ் இவர்கள் *Theic* தீயிக் அதிக தேநீர் குடிக்கும் பழக்கம் *Theme park* தீம் பார்க் கலை அறிவியல் சம்பந்த கூடம் *Themis* தீமிஸ் கிரேக்க நீதி தேவதை *Thesis* தீஸிஸ் கோட்பாடு *Thenar* தீனார் உள்ளங்கை, உள்ளங்கால் *Theta* தீட கிரேக்க எழுத்து *Theopathy* தீயாபதி கடவுளைப் பற்றிய சிந்தனை	*Them* தெம் அவர்களை *Then* தென் பிறகு *Therm* தெர்ம் வெப்ப அளவு *Thermal* தெர்மல் உஷ்ண சம்பந்தமான *Thence* தென்ஸ் அங்கிருந்து *Theravada* தெரவாட புத்தமத ஹீனயானம் *Therapy* தெரபி வியாதியை குணப்படுத்தும் முறை *Thermos* தெர்மாஸ் தர்மாஸ் ப்ளாஸ்க் *Thermae* தெர்மி உஷ்ண நீரூற்று *Themis* தெமிஸ் கிரேக்க நீதி தேவதை

TH+E–THE த்+ஏ–தே	TH+E–THE த்+அ–த
Their தேய்ர் அவர்களுடைய *There* தேர் அங்கே *They* தேய் அவர்கள் *Apartheid* அபார்தேய்ட் தென்னாப்பிரிக்க நிற வேறுபாடு *Theni* தேனி மாவட்டம் *Thenur* தேனூர் மதுரை *Thekkadi* தேக்கடி கேரளா *Thevaram* தேவாரம் தேனி மாவட்டம் *Thenmozhi* தேன்மொழி பெயர் *Thenkanikottai* தேன்கனிக்கோட்டை கிருஷ்ணகிரி மாவட்டம்	*Ether* ஈதர் ஆகாய வெளி *Brother* ப்ரதர் சகோதரன் *Father* ஃபாதர் அப்பா *Hither* ஹிதர் இங்கு *Either* ஈதர் இரண்டில் ஒன்று *Thither* திதர் அங்கு *Feather* ஃபெதர் இறகு *Mother* மதர் அம்மா *Other* அதர் வேறு *Weather* வெதர் காலநிலை

TH– த்– I – ஐ, இ, ஈ

TH+I–THI த்+ஐ–தை	TH+I–THI த்+இ–தி	TH+I–THI த்+ஈ–தீ
Thine தைன் உன்னுடையது *Thigh* தை தொடை *Thiamine* தையமின் வைட்டமின் *B* சத்து	*Think* திங்க் நினைத்தல் *Thick* திக் தடிப்பான *Thinner* தின்னர் வண்ணக் கலவையை இளகச் செய்யும் திரவம் *Thither* திதர் அங்கு *Thistle* திஸ்ல் நெருஞ்சி முள் *Thin* தின் ஒல்லியான *Thill* தில் வண்டி ஏர்க்கால் *This* திஸ் இது *Ethiopian* ஈதியோபியன் எதியோபிய நாடு *Ethics* எதிக்ஸ் தர்ம சாஸ்திரம்	*Thievery* தீவரி திருடுதல் *Thief* தீஃப் திருடன் *Thieve* தீவ் திருடு *Nithin* நித்தீன் பெயர் *Thievish* தீவிஸ் திருடும் குணம்

TH – த் – O – ஒ, ஓ, அ, ஆ

TH+O–THO த்+ஒ–தொ	TH+O–THO த்+ஓ–தோ
Thondi தொண்டி இராமநாதபுரம் *Thottiyam* தொட்டியம் திருச்சி மாவட்டம் *Thondaiman* தொண்டைமான் அரசர் *Thondamuthur* தொண்டாமுத்தூர் கோவை *Thokkavadi* தொக்கவாடி ஊர் *Thozhudur* தொழுதூர் நகரம், விழுப்புரம் *Thottusikku* தொட்டுசிக்கு பெயர் *Thodupuzha* தொடுபுழா கேரளா	*Thorium* தோரியம் உலோகத்தாது *Tho* தோ இருப்பினும் *Thole* தோல் துடுப்புத்தாங்கி *Those* தோஸ் அவைகள் *Though* தோ இருப்பினும் *Orthopaedy* ஆர்தோபீடி அங்கங்களை சரி செய்யும் சிகிச்சை *Thoppur* தோப்பூர் மதுரை மாவட்டம்

TH+O–THO த்+அ–த	TH+O–THO த்+ஆ–தா
Thorough தரோ பூர்த்தியான *Authorize* ஆதரைஸ் அதிகாரம் கொடு *Author* ஆதர் எழுத்தாளர் *Python* பைதன் மலைப்பாம்பு *Fathom* ஃபாதம் ஆழ அளவு *Marathon race* மாரதன் ரேஸ் ஓட்டம் *Stethoscope* ஸ்டெதஸ்கோப் டாக்டர் கருவி *Plethora* ப்லெதரா மிதமிஞ்சிய	*Thorn* தார்ன் முள் *Thorax* தாரக்ஸ் மார்புக்கூடு *Thornapple* தார்ன் ஆப்பிள் ஊமத்தங்காய் *Thorpe* தார்ப் குக்கிராமம் *Thought* தாட் யோசனை *Menthol* (மென்தால்) ஒரு வகை முகரும் உப்பு *Telethon* டெலிதான் நன்கொடை தொலைக்காட்சி நிகழ்ச்சி *Authority* அதாரிடி உரிமை *Ethos* ஈதாஸ் ஒரு நாட்டு மக்கள் பண்பு *Thomas* தாமஸ் பெயர்

TH – த் – U – உ, ஊ, அ

TH+U–THU த்+உ–து	TH+U–THU த்+ஊ–தூ	TH+U–THU த்+அ–த
Muthu	*Enthusiastic*	*Thursday*
முத்து	இன்தூஸிஆஸ்டிக்	தர்ஸ்டேய்
பெயர்	ஆர்வமுள்ள	வியாழக்கிழமை
Maruthupandiyar	*Karumathur*	*Thud*
மருதுபாண்டியர்	கருமாத்தூர்	தட்
அரசர்	மதுரை மாவட்டம்	தொப்பென்ற
Thuraiyur	*Muthukulathur*	சப்தம்
துறையூர்	முதுகுளத்தூர்	*Thug*
திருச்சி	இராமநாதபுரம்	தக்
மாவட்டம்	மாவட்டம்	முரடன்
Thoothukudi	*Melmaruvathur*	*Thumb*
தூத்துக்குடி	மேல்மருவத்தூர்	தம்
மாவட்டம்	விழுப்புரம்	கட்டை விரல்
Thummakkundu	மாவட்டம்	*Thump*
தும்மக்குண்டு	*Kolathur*	தம்ப்
மதுரை	கொளத்தூர்	முஷ்டிகுத்து
மாவட்டம்	சென்னை	*Thunder*
Thulasidoss	*Kattankolathur*	தண்டர்
துளசிதாஸ்	காட்டான்கொளத்தூர்	இடிமுழக்கம்
பெயர்	சென்னை	*Thus*
Muthukulathur	*Mathur*	தஸ்
முதுகுளத்தூர்	மாத்தூர்	இவ்வாறாக
இராமநாதபுரம்	மதுரை மாவட்டம்	
மாவட்டம்	*Sethur*	
Sethupet	சேத்தூர்	
சேத்துப்பேட்	தென்காசி மாவட்டம்	
சென்னை	*Poolathur*	
	பூலத்தூர்	
	கொடைக்கானல்	
	Amathur	
	ஆமத்தூர்	
	விருதுநகர்	
	மாவட்டம்	

TH –த் – Y – ஐ, இ		TH– த் – AU – ஆ
TH+Y–THY **த்+ஐ–தை**	**TH+Y–THY** **த்+இ–தி**	**TH+AU–THAU** **த்+ஆ–தா**
Thyroid தைராய்ட் தைராய்ட் சுரப்பி *Thy* தை உன்னுடைய *Thymus* தைமஸ் கழுத்தில் உள்ள நாளமில்லாச் சுரப்பி	*Healthy* ஹெல்தி ஆரோக்கியமான *Wealthy* வெல்தி செல்வம் நிறைந்த *Worthy* வொர்தி தகுதியான *Allopathy* அலோபதி ஆங்கில வைத்திய முறை *Homeopathy* ஹோமியோபதி வைத்திய முறை *Antipathy* ஆன்டிபதி இயற்கையான வெறுப்பு *Sympathy* ஸிம்பதி அனுதாபம் *Apathy* ஆபதி உணர்ச்சியின்மை *Throwpathy* த்ரௌபதி பெயர் *Stealthy* ஸ்டெல்தி வஞ்சகமான	*Thaumaturge* தாமடர்ஜ் மாயாஜாலம் செய்பவர் *Thaumaturgy* தாமடர்ஜி மாயாஜாலம்

TH–த் AI–ஐ TH–த் EE–ஈ TH–த் OU–ஔ

TH+AI–THAI **த்+ஐ–தை**	**TH+EE–THEE** **த்+ஈ–தீ**	**TH+OU–THOU** **த்+ஔ–தௌ**
Thai தை மாதம் *Thaipoosam* தைபூசம் பண்டிகை *Thilapuram* தைலாபுரம் திண்டிவனம் *Thanthai* தந்தை பெரியார் *Manthaiveli* மந்தைவெளி சென்னை *Santhaiyur* சந்தையூர் மதுரை மாவட்டம் *Kallimanthaiyam* காளிமந்தையம் திண்டுக்கல்	*Thee* தீ உன்னை *Prithee* ப்ரிதீ பெயர் *Nitheen* நித்தீன் பெயர் *Agastheeswaram* அகஸ்தீஸ்வரம் கன்னியாகுமரி *Prithee* ப்ரிதீ வேண்டுகிறேன்	*Thousand* தௌஸெண்ட் ஆயிரம் *Thou* தௌ நீ *Thousandfold* தௌஸண்ட் ஃபோல்ட் ஆயிரம் மடங்கு

TH+OO–THOO **த்+ஊ–தூ**	**TH+EA–THEA** **த் + ஈ –தீ**	**TH+EA–THEA** **த் + ஏ – தே**
Thoothukudi தூத்துக்குடி மாவட்டம்	*Theave* தீவ் குட்டி போடாத பெண் செம்மறிஆடு	*Theave* தேவ் குட்டி போடாத பெண் செம்மறி ஆடு

PH – (ஃப்) ஆங்கில கூடுதல் மெய்யெழுத்து ஆங்கில உயிர் எழுத்துக்கள் மற்றும் கூடுதல் ஆங்கில உயிர் எழுத்துக்களுடன் சேர்ந்து உண்டாகும் வார்த்தைகள் விளக்கம்.

PH– ஃப் – A – அ, ஆ, ஏ

PH+A–PHA ஃப்+அ–ஃப	PH+A–PHA ஃப்+ஆ–ஃபா	PH+A–PHA ஃப்–ஏ–ஃபே
Phalanger ஃபலாஞ்ஜர் கங்காரு போன்ற விலங்கு *Emphasis* எம்ஃபஸிஸ் சொல்லழுத்தம் *Orphan* ஆர்ஃபன் அநாதை *Emphasize* எம்ஃபஸைஸ் அழுத்திச் சொல் *Encephalitis* என்ஸெஃபலைடிஸ் மூளை வீக்கம் *Esophagus* இஸாஃபகஸ் உணவுக்குழல் *Sarcophagus* ஸர்காஃபகஸ் கல் சவப்பெட்டி *Sycophant* ஸிகஃபன்ட் இச்சகம் பேசுவோன் *Elephant* எலிஃபன்ட் யானை *Alphabet* ஆல்ஃபபெட் எழுத்து வரிசை	*Pharmacy* ஃபார்மஸி மருந்தகம் *Pharmaceutical* ஃபார்சூடிகல் மருந்து தயாரித்து விற்பனை செய்தல் *Phantom* ஃபான்டம் பூதம் *Phalange* ஃபாலாஞ்ஜ் வியூகம் *Pharisee* ஃபாரிஸீ யூத வகுப்பினன் *Emphatic* இம் ஃபாடிக் அழுத்தமான *Asphalt* ஆஸ் ஃபால்ட் சாலை அமைக்கப் பயன்படும் பொருள் *Pharmacist* ஃபார்மஸிஸ்ட் மருந்து தயாரித்துக் கொடுப்பவர் *Xylophagan* ஸைல ஃபாகன் மரம் தின்னும் பூச்சி *Phatic* ஃபாடிக் உணர்ச்சிகளை வெளிப்படுத்தும் பேச்சு	*Phase* ஃபேஸ் நிலை *Pharos* ஃபேராஸ் கலங்கரை விளக்கம் *Phosphate* ஃபாஸ்ஃபேட் பாஸ்பேட் உப்பு *Pharaoh* ஃபேரோ எகிப்திய அரச வம்சத்தில் ஒருவர் *Sulphate* ஸல்ஃபேட் மயில்துத்தம்

PH – ஃப் – E – இ, ஈ, எ, ஏ, அ

PH+E–PHE	PH+E–PHE	PH+E–PHE
ஃப்+இ–ஃபி	ஃப்+ஈ–ஃபீ	ஃப்+எ–ஃபெ
Phenomenal	*Phenol*	*Spherical*
ஃபினாமினல்	ஃபீனல்	ஸ்ஃபெரிகல்
அதிசயமான	கிருமிநாசினி	கோள வடிவம்
Phenomenon	*Aphelion*	*Spherule*
ஃபினாமினன்	அஃபீலியன்	ஸ்ஃபெரூல்
காட்சி	சூரியனிடமிருந்து	சிறிய கோளம்
Euphemism	ஒரு புள்ளி	*Blasphemy*
யூ ஃபிமிஸம்	*Phenology*	ப்லாஸ்ஃபெமி
அணியியலில் ஒரு	ஃபீனாலஜி	தெய்வ நிந்தனை
வகை	இயற்கை காலம்	*Spherics*
Sphere	பற்றிய அறிவு	ஸ்ஃபெரிக்ஸ்
ஸ்ஃபியர்	*Blaspheme*	கோள கணிதம்
கோளம்	ப்லாஸ்ஃபீம்	
Spheroid	தெய்வ நிந்தனை	
ஸ்ஃபிராய்ட்		
கோளம்		
Prophecy		
ப்ராஃபிஸி		
தீர்க்க தரிசனம்		
Prophesy		
ப்ராஃபிஸை		
தீர்க்க தரிசனம		
Prophet		
ப்ராஃபிட்		
தீர்க்கதரிசி		
Euphemistic		
யூஃபிமிஸ்டிக்		
கடுமையானதை		
மென்மையாகக்		
கூறல்		
Strophe		
ஸ்ட்ரோஃபி		
பாட்டு		

PH+E–PHE ஃப+ஏ–ஃபே	PH+E–PHE ஃப்+அ–ஃப
–	*Photographer* ஃபோட்டோக்ரஃபர் புகைப்படம் எடுப்பவர் *Telpher* டெல்ஃபர் பொருள்களை விசையால் செலுத்து *Cypher* ஸைஃபர் பூஜ்ஜியம் *Philosopher* ஃபிலாஸஃபர் தத்துவ சாஸ்திரி *Shepherd* ஷெஃபர்ட் ஆடு மேய்ப்பவன் *Decipher* டிஸைஃபர் கண்டுபிடித்துப் படி *Hyphen* ஹைஃபன் சொற்களை இணைக்கும் இடைக்குறி ( ) *Sypher* ஸைஃபர் பலகைகளை இணை *Theosopher* தீயஸாஃபர் பிரம்மஞானி

PH – ஃப் – I – ஐ, இ, ஈ

PH+I–PHI **ஃப்+ஐ–ஃபை**	**PH+I–PHI** **ஃப்+இ–ஃபி**	**PH+I–PHI** **ஃப்+ஈ–ஃபீ**
Phial ஃபைஅல் சிறு கண்ணாடிப்புட்டி *Graphite* க்ராஃபைட் பென்சில் கரிப்பொருள் *Morphine* மார்ஃபைன் தூக்க மருந்து *Sapphire* ஸாஃபையர் நீலக்கல் *Sulphide* ஸல்ஃபைட் கந்தகம் சேர்ந்த மூலப்பொருள் *Trephine* ட்ரிஃபைன் மண்டை ஓடு துளையிடும் ரம்பம்	*Sophism* ஸாஃபிஸம் ஏமாற்றும் பேச்சு *Philips* ஃபிலிப்ஸ் கம்பெனி *Philosophy* ஃபிலாஸஃபி தத்துவ சாஸ்திரம் *Philter (Philtre)* ஃபில்டர் வசிய மருந்து *Philippines* ஃபிலிப்பைன்ஸ் நாடு *Amphibian* ஆம்ஃபிபியன் தவளை *Philander* ஃபிளாண்டர் காதலிப்பதுபோல் இரு *Sphinx* ஸ்ஃபிங்ஸ் ஒரு கொடிய ராட்சச பிராணி *Sphincter* ஸ்ஃபிங்டர் மலத்துவார வட்டமான தசை *Philatelic* ஃபிலாடிலிக் தபால்தலை சேகரிக்கும்	*Haemophilia* ஹீமஃபீலிஅ இரத்தம் உறையாமல் தடுக்கம் பரம்பரை நோய் *Haemophiliac* ஹீமஃபீலியக் இரத்தம் உறையாமை நோயால் பாதிக்கப்பட்டவர் *Trephine* ட்ரிஃபீன் மண்டை ஓடு துளையிடும் ரம்பம்

PH – ஃப் – O – ஒ, ஓ, அ, ஆ

PH+O–PHO **ஃப்+ஒ–ஃபொ**	**PH+O–PHO** **ஃப்+ஓ–ஃபோ**
Phonetics ஃபொனெடிக்ஸ் உச்சரிப்புக் கலை	*Phobia* ஃபோபிய பயம் *Phoney* ஃபோனி போலியான *Photo* ஃபோட்டோ புகைப்படம் *Phonology* ஃபோனாலஜி உச்சரிப்புக் கலை *Photology* ஃபோட்டாலஜி ஒளியியல் *Photosynthesis* ஃபோட்டோஸின்தெஸிஸ் ஒளிச்சேர்க்கை *Canophobia* கானஃபோபிய நாய்களிடம் பேரச்சம் *Phone* ஃபோன் தொலைபேசி *Euphonious* யூஃபோனியஸ் செவிக்கினிய *Semaphore* ஸெமஃபோர் கைகாட்டிமரம்

PH+O–PHO ஃப்+அ–ஃப	PH+O–PHO ஃப்+ஆ–ஃபா
Phosphorous ஃபாஸ்ஃபரஸ் பாஸ்வரம் *Aphorism* அஃபரிஸம் பழமொழி *Amorphous* அமார்ஃபஸ் உருவமில்லாத *Syphon (Siphon)* ஸைஃபன் வடிகுழாய் *Symphony* ஸிம்ஃபனி சுருதி இசைவு *Euphony* யூஃபனி இனிமையான ஒலி *Typhomania* டைஃபமேனிஅ ஜுரஜன்னி	*Phosphorous* ஃபாஸ்ஃபரஸ் பாஸ்வரம் *Phosphate* ஃபாஸ்ஃபேட் உப்பு *Graphology* க்ரஃபாலஜி கையெழுத்தின் மூலம் குணாதிசயம் *Euphoria* யூஃபாரிய சுபிட்சநிலை *Typhoid* டைஃபாய்ட் ஜுரம் *Xiphoid* ஸிஃபாய்ட் நீண்ட கத்தி

PH– ஃப்–U– அ	PH –ஃப் Y– ஐ	PH –ஃப் – Y – இ
PH+U–PHU **ஃப்+அ–ஃப**	**PH+Y–PHY** **ஃப்+ஐ–ஃபை**	**PH+Y–PHY** **ஃப்+இ–ஃபி**
Phut ஃபட் சூன்யமாகு *Sulphur* ஸல்ஃபர் கந்தகம் *Typhus* டைஃபஸ் விஷஜுரம்	*Saprophyte* ஸாப்ரஃபைட் பூசனம் போன்ற தாவரவினம்	*Physics* ஃபிஸிக்ஸ் பௌதிகநூல் *Physical* ஃபிஸிகல் தேக சம்பந்தமான *Phyllomania* ஃபிலோமேனிய செடிமதாளித்துப்போதல் *Physiology* ஃபிஸியாலஜி உடல்நூல் *Physique* ஃபிஸீக் உடல் அமைப்பு *Asphyxia* ஆஸ்ஃபிக்ஸிய மூச்சுத்திணறல் *Phylloxera* ஃபிலாக்ஸீர கொடிகளைத் தாக்கும் பூச்சி *Prophylatic* ப்ராஃபிலாடிக் நோயைத் தடுக்கிற *Prophylaxis* ப்ராஃபிலாக்ஸிஸ் நோய்த் தடுப்பு சிகிச்சை *Theosophy* தியாஸஃபி பிரம்மஞானம்

PH –ஃப் OO – ஊ	PH – ஃப் EA – எ	PH –ஃப் – AE– ஏ
PH+OO–PHOO ப்+ஊ–ஃபூ	PH+EA–PHEA ஃப்+எ–ஃபெ	PH+AE–PHAE ஃப்+ஏ–ஃபே
Typhoon டைஃபூன் சூறாவளி	*Pheasant* ஃபெஸன்ட் ஒருவித கோழி	*Phaeton* ஃபேடன் சாரட்டு வண்டி

SH – (ஷ்) என்ற ஆங்கில கூடுதல் மெய்யெழுத்து ஆங்கில உயிர் எழுத்துக்கள் மற்றும் கூடுதல் ஆங்கில உயிர் எழுத்துக்களுடன் சேர்ந்து உண்டாகும் வார்த்தைகள் விளக்கம்.

SH – ஷ் – A – அ, ஆ, எ, ஏ

SH+A– SHA **ஷ்+அ–ஷ**	**SH+A– SHA** **ஷ்+ஆ–ஷா**	**SH+A– SHA** **ஷ்+எ–ஷெ**	**SH+A– SHA** **ஷ்+ஏ–ஷே**
Shalt ஷல்ட் எதிர்காலத் துணைவினை *Shalloon* ஷலூன் மெல்லிய துணி *Shariah* ஷரியா முஸ்லீம் மத சட்டம் *Marshal* மார்ஷல் தளபதி *Geisha* கேய்ஷ ஜப்பானிய நடன மாது *Upanishad* உபநிஷத் வேதம் *Sharma* ஷர்மா பெயர் *Sharmila* ஷர்மிளா பெயர் *Sharad Bawar* ஷரத் பவார் பெயர்	*Shack* ஷாக் சிறிய வீடு *Sharp* ஷார்ப் கூர்மை *Shah* ஷா பாரசீக அரசர் *Shawl* ஷால் சால்வை *Sharper* ஷார்பர் ஏமாற்றுபவன் *Shampoo* ஷாம்பூ தலைமயிர் சுத்தம் செய்தல் *Shamiana* ஷாமியான பந்தல் *Shallow* ஷாலொ ஆழமில்லாத *Shark* ஷார்க் சுறாமீன் *Tamasha* தமாஷா நகைச்சுவை	-	*Shade* ஷேட் நிழல் *Shave* ஷேவ் சவரம் செய்தல் *Shame* ஷேம் வெட்கம் *Shape* ஷேப் உருவம் *Share* ஷேர் பங்கு *Shake* ஷேக் குலுக்கு *Shall* ஷேல் உமி *Shaving* ஷேவிங் மெல்லிய சீவல் *Share holder* ஷேர் ஹோல்டர் பங்குதாரர்

SH – ஷ் E – இ, ஈ, எ, ஏ, அ

SH+E–SHE **ஷ்+இ–ஷி**	**SH+E–SHE** **ஷ்+ஈ–ஷீ**	**SH+E–SHE** **ஷ்+எ–ஷெ**
She ஷி அவள் *Shear* ஷியர் கத்தரி *Shenanigan* ஷினானிகன் வஞ்சக செயல் *Sheer* ஷியர் கலப்பில்லாத	*She* ஷீ அவள் *Sheol* ஷீயோல் சொர்க்கம், நரகம்	*Shed* ஷெட் கொட்டில் *Shelf* ஷெல்ஃப் அலமாரி *Shell* ஷெல் சிப்பி *Shepherd* ஷெஃபர்ட் ஆடு மேய்ப்பவன் *Sherry* ஷெரி மதுபானம் *Sheriff* ஷெரிஃப் நாட்டாண்மைகாரர் *Shelter* ஷெல்டர் புகலிடம் *Shellfish* ஷெல்ஃபிஷ் கிளிஞ்சல்கள் *Sherpa* ஷெர்பா நேபாளம் திபேத் மலைவாழ் மக்கள் *Kosher* கோஷெர் புலால் உணவு கடை

SH+E–SHE ஷ்+ஏ–ஷே	SH+E–SHE ஷ்+அ–ஷ
Sheik ஷேய்க் அரபு தேச கிராமத் தலைவர்	*Fisherman* ஃபிஷர்மேன் மீனவன் *Washer* வாஷர் வண்ணார் *Fresher* ஃப்ரெஷர் புதிய *Polisher* பாலிஷர் மெருகிடுபவர் *Well wisher* வெல்விஷர் பிறர் நலம் பேணுபவர் *Furnisher* ஃபர்னிஷர் மேஜை, நாற்காலி *Galoshes* கலாஷஸ் ரப்பர் காலணி *Publisher* பப்ளிஷர் பிரசுரகர்த்தா *Usher* அஷர் வழிகாட்டி *Thrasher* த்ராஷர் அமெரிக்கப்பறவை

SH– ஷ் – I – ஐ, இ, ஈ

SH+I–SHI ஷ்+ஐ–ஷை	SH+I–SHI ஷ்+இ–ஷி	SH+I–SHI ஷ்+ஈ–ஷீ
Shier ஷையர் வெட்கம் *Shine* ஷைன் பிரகாசி *Shire* ஷையர் மாகாணம் *Shily* ஷைலி வெட்கம் *Shiest* ஷையெஸ்ட் வெட்கம் *Shilaja* ஷைலஜா பெயர்	*Ship* ஷிப் கப்பல் *Shift* ஷிஃப்ட் மாற்றுதல் *Cashier* காஷியர் பணப்பொறுப்புள்ளவர் *Rishi* ரிஷி முனிவர் *Shilling* ஷில்லிங் வெள்ளி ஆங்கில நாணயம் *Shin* ஷின் கெண்டைக்கால் முன்புறம் *Shiver* ஷிவர் நடுங்கு *Shimmer* ஷிம்மர் மங்கலான வெளிச்சம் *Munshi* முன்ஷி மொழி ஆசிரியர் *Swadeshi* ஸ்வதேஷி சுதேசி இயக்கம்	*Shield* ஷீல்டு கேடயம் *Shiah* ஷீய முஸ்லிம் ஷியா இனம்

SH – ஷ் – O – ஒ, ஓ, அ, அ

SH+O–SHO ஷ்+ஒ–ஷொ	SH+O–SHO ஷ்+ஓ–ஷோ	SH+O–SHO ஷ்+அ–ஷ	SH+O–SHO ஷ்+ஆ–ஷா
–	*Shore* ஷோர் கடற்கரை *Show* ஷோ கண்காட்சி *Showcase* ஷோகேஸ் கண்ணாடிப்பெட்டி *Showy* ஷோயி ஆடம்பரமான *Shown* ஷோன் கண்காட்சி *Ashok Leyland* அசோக் லெய்லேண்ட் மோட்டார் கம்பெனி	*Shovel* ஷவ்ல் நீண்ட மண்வெட்டி *Shove* ஷவ் உள்ளே தள்ளு *Bishop* பிஷப் பாதிரியார் *Steam shovel* ஸ்டீம்ஷவ்ல் நீராவியின் இயங்கும் இயந்திரம்	*Short* ஷார்ட் குட்டை *Shod* ஷாட் செருப்பு *Shop* ஷாப் கடை *Shoddy* ஷாடி போலிப்பொருள் *Shock* ஷாக் அதிர்ச்சி *Shorn* ஷார்ன் கத்தரி *Shone* ஷான் பிரகாசம் *Dishoner* டிஷானர் அவமரியாதை

SH –ஷ் U – உ, அ		SH – ஷ் Y – ஐ
SH+U–SHU ஷ்+உ–ஷு	SH+U–SHU ஷ்+அ–ஷ	SH+Y–SHY ஷ்+ஐ–ஷை
Shuruthi ஷுருதி பெயர் *Shuba* ஷுபா பெயர்	*Shut* ஷட் மூடு *Shutter* ஷட்டர் சன்னல் கதவு *Shun* ஷன் புறக்கணி *Shuffling* ஷஃப்ளிங் கால்களை இழுத்து நடக்கும் *Shuck* ஷக் உமி *Shuttle* ஷட்ல் குறியில் நூலிழை கருவி *Shudder* ஷட்டர் குளிரால் நடுங்கு *Shut down* ஷட்டௌன் மின் நிறுத்தம் *Shuttlecock* ஷட்ல்காக் ஒரு தக்கை பந்து *Shunt* ஷன்ட் ஒரு பக்கமாகத் தள்ளு	*Shy* ஷை கூச்சம் *Shylock* ஷைலாக் அநியாய வட்டி வாங்குபவர் *Shyness* ஷைனிஸ் பயந்த சுபாவம் *Shylaja* ஷைலஜா பெயர்

SH – ஷ் Y–இ	SH –ஷ் AI – ஐ	SH – ஷ் OA – ஓ
SH+Y–SHY **ஷ்+இ–ஷி**	**SH+AI–SHAI** **ஷ்+ஐ–ஷை**	**SH+OA–SHOA** **ஷ்+ஓ–ஷோ**
Plashy ப்லாஷி சகதியான *Cushy* குஷி சந்தோசம் *Bushy* புஷி புதர் *Lushy* லஷி குடித்திருக்கிற *Marshy* மார்ஷி கசிவான *Squishy* ஸ்க்உஇஷி நீரை அடித்தல் ஒலி *Shyam* ஷியாம் பெயர் *Shyamala* ஷியாமளா பெயர்	*Shailaja* ஷைலஜா பெயர்	*Shoal* ஷோல் ஆழமில்லாத

SH – ஷ் EE–ஈ	SH –ஷ் EA – ஈ	SH– ஷ் OO – ஊ
SH+EE–SHEE ஷ்+ஈ–ஷீ	SH+EA–SHEA ஷ்+ஈ–ஷீ	SH+OO–SHOO ஷ்+ஊ–ஷூ
Sheen ஷீன் ஒளி *Sheep* ஷீப் செம்மறியாடு *Sheet* ஷீட் தகடு *Sheet anchor* ஷீட் ஆங்கர் பெரிய நங்கூரம் *Charge Sheet* சார்ஜ் ஷீட் குற்றப்பத்திரிக்கை	*Sheath* ஷீத் கத்தி உறை *Sheaf* ஷீஃப் கதிர்கட்டு *Sheathe* ஷீத் உறையிலிடு *Sheave* ஷீவ் கப்பியிலுள்ள சக்கரம்	*Shoo* ஷூ "ஷூ" என்ற சத்தம் *Shoot* ஷூட் தாவு *Shooting* ஷூட்டிங் சுடுதல் *Sharpshooter* ஷார்ப் ஷூடர் குறி தவறாமல் சுடுபவர்

SH–ஷ் OO – உ	SH–ஷ் OU – ஔ	SH –ஷ் OW –ஔ
SH+OO–SHOO ஷ்+உ–ஷு	SH+OU–SHOU ஷ்+ஔ–ஷௌ	SH+OW–SHOW ஷ்+ஔ–ஷௌ
Shook ஷுக் குலுக்கு	*Shout* ஷௌட் கூச்சலிடு	*Shower* ஷௌஅர் மழை பொழிவு

BH – (ப்) என்ற கூடுதல் ஆங்கில மெய்யெழுத்து ஆங்கில உயிர் எழுத்துக்கள் மற்றும் கூடுதல் ஆங்கில உயிர் எழுத்துக்களுடன் சேர்ந்து உண்டாகும் வார்த்தைகள் விளக்கம்.

BH –ப் A – அ, ஆ		BH – ப் E – எ
BH+A–BHA ப்+அ–ப	BH+A–BHA ப்+ஆ–பா	BH+E–BHE ப்+எ–பெ
Bhagavad Gita பகவத் கீதா பகவத் கீதை *Bhavanam* பவனம் வீடு *Bhavani* பவானி பெயர் *Bhagavathi* பகவதி பெயர் *Bhagavan* பகவான் கடவுள்	*Bharathi* பாரதி தமிழ் புலவர் *Bharat* பாரத் பாரதம் *Bhang* பாங் பங்கி போதை மருந்து *Mahabharata* மஹாபாரத மஹாபாரதம்	*Bhel* பெல் அரசு கம்பெனி

BH – ப் I – ஈ	BH – ப் U – உ, ஊ	
BH+I–BHI ப்+ஈ–பீ	BH+U–BHU ப்+உ –பு	BH+U–BHU ப்+ஊ–பூ
Bhihar (Bihar) பீஹார் மாநிலம் *Bhima* பீமா பெயர்	*Bhukari* புகாரி பெயர் *Bhuvanagiri* புவனகிரி ஊர் *Bhuvaneswar* புவனேஸ்வர் ஒடிசா மாநிலம் *Bhuvana* புவனா பெயர் *Prabhu* பிரபு பெயர்	*Bhutan* பூட்டான் நாடு

இதுவரை ஆங்கில மெய்யெழுத்துக்கள் மற்றும் கூடுதல் மெய்யெழுத்துக்கள், ஆங்கில உயிர் எழுத்துக்களுடனும் கூடுதல் ஆங்கில உயிர் எழுத்துக்களுடன் சேர்ந்து உண்டாகும் ஆங்கில உயிர் மெய்யெழுத்து உச்சரிப்பின்படி வார்த்தைகள் கூறி விளக்கப்பட்டது. ஒவ்வொரு வார்த்தைக்கும் உச்சரிப்பு மற்றும் பொருள் கூறி விளக்கப்பட்டுள்ளது. இந்தப் புத்தகத்தை கவனமாகப் படித்தால் ஆங்கிலத்தை சரளமாகப் படிக்கலாம். ஆங்கிலத்தை குருட்டு மனப்பாடம் செய்ய வேண்டிய அவசியமில்லை. புரிந்து படிக்கலாம்.

தமிழ் உயிரெழுத்துகளுக்கு இணையான ஆங்கில உயிரெழுத்துக்கள்

அ – A,O,U,E,AU

ஆ – A,O,AU

இ – E,I,Y,AE

ஈ - E,EE,EA,I,AE

உ – U,OO

ஊ - U,OO

எ – A,E,EA,AE

ஏ - A,E,EA,AE

ஐ – I,Y,AI

ஒ – O

ஓ – O,OA

ஔ – OU,OW

தமிழ்மெய்யெழுத்துக்களுக்கு இணையான ஆங்கில மெய்யெழுத்துக்கள்

க் – C,G,K,Q,QU,CH,CK,GU

ங் – N,NG

ச் – C,CH,S

ஞ் – N

ட் – D,T

ண் – N

த் – D,T,DH,TH

ந் – N

ப் – B,P,BH

ம் – M

ய் – Y (I)

ர் – R

ல் – L

வ் – V,W

ழ் – L,ZH

ள் – L

ற் – R

ன் – N

இங்கு குறிக்கப்பட்டுள்ள தமிழ் உயிர் எழுத்துக்கள் மற்றும் தமிழ் மெய்யெழுத்துக்களுக்கு இணையான ஆங்கில உயிர் எழுத்துக்கள் மற்றும் ஆங்கில மெய்யெழுத்துக்கள் விளக்கப்பட்டுள்ளது. இதன் அடிப்படையில் தமிழ் உயிர்மெய்யெழுத்துக்களுக்கு இணையான ஆங்கில உயிர்மெய்யெழுத்துக்கள் அட்டவணை கொடுக்கப்பட்டுள்ளது. இதன் அடிப்படையில் தமிழ் உயிர்மெய்யெழுத்துக்கு இணையான ஆங்கில வார்த்தைகள் கூறி விளக்கப்பட்டுள்ளது.

அ	ஆ	இ	ஈ	உ	ஊ	எ	ஏ	ஐ	ஒ	ஓ	ஔ
க்+அ-	க்+ஆ-	க்+இ-	க்+ஈ-	க்+உ-	க்+ஊ-	க்+எ-	க்+ஏ-	க்+ஐ-	க்+ஒ-	க்+ஓ-	க்+ஔ-
க	கா	கி	கீ	கு	கூ	கெ	கே	கை	கொ	கோ	கௌ
C+A-	C+A-	-	-	C+U-	C+U-	C+A-	C+A-	-	C +O-	C +O-	C+OU
CA	CA	-	-	CU	CU	CA	CA		CO	CO	
C+O-	C+O-	-	-	C+OO-	C+OO-	C+E-					**COU**
CO	CO	-	-	COO	COO	CE				C+OA-	
		G+E-	G+EE-					G+Y-		COA	G+OU-
C+U-	C+AU-	GE	GEE	G+U-	G+U-		G+A-	GY	G+O-		GOU
CU	CAU	G+I-GI	G+I-GI	GU	GU	G+A-	GA	G+AI-	GO	G+O-	G+OW-
						GA		GAI		GO	GOW

G+A-	G+A-	G+Y-		G+OO-	G+OO-	G+E-	G+E-			G+OA	-
GA	GA	GY		GOO	GOO	GE	GE			-GOA	
G+O-	G+O-		K+E-KE		-						-
GO	GO	K+E-KE	K+EE-		-		G+AE-	K+I-KI	K+O-		
		K+I-KI	KEE	K+U-	K+U-KU		GAE	K+Y-	KO		
G+U-	G+AU-	K+Y-KY	K+I-KI	KU	K+OO-	K+E-		KY		K+O-	-
GU	GAU	QU+E-	QU+EE	-	KOO	KE	K+A-	K+AI-		KO	
G+E-		QUE	-QUEE	-	-		KA	KAI	QU+O		
GE	K+A-		QU+I-	-	-		K+E-KE	QU+I-	-QUO		
K+A-	KA	QU+I-	QUI	-	-	QU+A		QUI		QU+O	
KA	K+O-	QUI		-	-	-QUA	QU+A-			-QUO	-
K+U-	KO			-	-		QUA				
KU	K+AU-	QU+Y-	CH+E-	-	-	QU+E-			CH+O		
K+E-KE	KAU	QUY	CHE	-	CH+OO	QUE			-CHO		
Q+A-	QU+A-	CH+E-			-CHOO			CH+I-		CH+O	-
QA	QUA	CHE			-			CHI		-CHO	
					-	CH+A-	CH+A-				
QU+A-	QU+O-	CH+I-				CHA	CHA				
QUA	QUO	CHI									
	CH+A-				CK+OO	CH+E-	CH+AE			CK+O-	
CH+A-	CHA	CH+Y-			-CKOO	CHE	-CHAE			CKO	
CHA	CH+O-	CHY					**CK** +A-			-	
CH+O-	CHO	CH+AE					CKA				
CHO		-CHAE									

CH+U- CHU CH+E- CHE CK+U- CKU CK+E- CKE GU+E- GUE	CK+A- CKA GU+A- GUA	CK+Y- CKY GU+I- GUI				GU+E- GUE		GU+I- GUI			
அ ச்+அ- ச ஸ்+அ -ஸ S+A- SA	ஆ ச்+ஆ- சா ஸ்+ஆ -ஸா S+A-SA	இ ச்+இ- சி ஸ்+இ -ஸி S+E-SE S+I-SI	ஈ ச்+ஈ- சீ ஸ்+ஈ- ஸீ S+E-SE	உ ச்+உ- சு ஸ்+உ -ஸு S+U- SU	ஊ ச்+ஊ- சூ ஸ்+ஊ -ஸூ S+U-SU	எ ச்+எ- செ ஸ்+எ -ஸெ S+A- SA	ஏ ச்+ஏ- சே ஸ்+ஏ- ஸே S+A- SA	ஐ ச்+ஐ- சை ஸ்+ஐ -ஸை S+I-SI	ஒ ச்+ஒ- சொ ஸ்+ஒ - ஸொ	ஓ ச்+ஓ- சோ ஸ்+ஓ - ஸோ	ஔ ச்+ஔ- சௌ ஸ்+ஔ -ஸௌ S+OU- SOU

S+O- SO S+U- SU S+AU- SAU S+E-SE CH+A- CHA CH+E- CHE CH+U- CHU C+E-CE	S+O- SO S+AU- SAU CH+A- CHA CH+O- CHO CH+AU -CHAU	S+Y-SY CH+E- CHE CH+I- CHI CH+Y- CHY C+E-CE C+I-CI C+Y- CY	S+EE- SEE S+EA- SEA S+I-SI CH+E- CHE CH+I- CHI **C+I–CI** CH+EA -CHEA C+E-CE C+EA- CEA **C+AE** **CAE**	CH+U- CHU	S+OO- SOO CH+OO -CHOO CH+U- CHU	S+E- SE CH+A- CHA CH+E- CHE C+E- CE	S+E-SE CH+A- CHA CH+E- CHE	S+Y- SY S+AI- SAI CH+I- CHI CH+AI -CHAI C+I-CI C+Y- CY	S+O- SO CH+O -CHO	S+O- SO S+OA- SOA CH+O -CHO	S+OW- SOW CH+OU- CHOU CH+OW- **CHOW**
அ	ஆ	இ	ஈ	உ	ஊ	எ	ஏ	ஐ	ஒ	ஓ	ஔ

அ	ஆ	இ	ஈ	உ	ஊ	எ	ஏ	ஐ	ஒ	ஓ	ஔ
ட்+அ-ட	ட்+ஆ-டா	ட்+இ-டி	ட்+ஈ-டீ	ட்+உ-டு	ட்+ஊ-டூ	ட்+எ-டெ	ட்+ஏ-டே	ட்+ஐ-டை	ட்+ஒ-டொ	ட்+ஓ-டோ	ட்+ஔ-டௌ
D+A-DA D+O-DO D+U-DU D+E-DE T+A-TA T+O-TO T+U-TU T+E-TE	D+A-DA D+O-DO D+AU-DAU T+A-TA T+O-TO T+AU-TAU	D+E-DE D+I-DI D+Y-DY T+E-TE T+I-TI T+Y-TY	D+E-DE D+EE-DEE D+EA-DEA D+AE-DAE D+I-DI T+E-TE T+EE-TEE T+EA-TEA T+I-TI	D+U-DU T+U-TU T+OO-TOO	D+U-DU D+OO-DOO T+U-TU T+OO-TOO	D+A-DA D+E-DE D+EA-DEA T+A-TA T+E-TE T+EA-TEA	D+A-DA D+E-DE T+A-TA T+E-TE T+EA-TEA T+AE-TAE	D+I-DI D+Y-DY D+AI-DAI T+I-TI T+Y-TY T+AI-TAI	D+O-DO T+O-TO	D+O-DO D+OA-DOA T+O-TO T+OA-TOA	D+OU-DOU D+OW-DOW T+OU-TOU T+OW-TOW
அ ண்+ அ-ண ன்+அ -ன	ஆ ண்+ ஆ- ணா	இ ண்+ இ- ணி	ஈ ண்+ ஈ-ணீ ன்+ஈ -னீ	உ ண்+ உ-ணு ன்+உ -னு	ஊ ண்+ ஊ- ணூ	எ ண்+ எ- ணெ	ஏ ண்+ ஏ- ணே	ஐ ண்+ ஐ- ணை	ஒ ண்+ ஒ- ணொ	ஓ ண்+ ஓ- ணோ	ஔ ண்+ ஔ- ணௌ

ந்+அ- ந	ன்+ஆ -னா ந்+ஆ- நா	ன்+இ -னி ந்+இ- நி	ந்+ஈ- நீ	ந்+உ- நு	ன்+ஊ -னூ ந்+ஊ- நூ	ன்+எ -னெ ந்+எ- நெ	ன்+ஏ -னே ந்+ஏ- நே	ன்+ஐ -னை ந்+ஐ- நை	ன்+ஒ - னொ ந்+ஒ- நொ	ன்+ஓ -னோ ந்+ஓ- நோ	ன்+ஔ -னௌ ந்+ஔ- நௌ
N+A- NA N+O- NO N+U- NU N+E- NE	N+A- NA N+O- NO N+AU- NAU	N+E- NE N+I-NI N+Y- NY N+AE- NAE	N+E- NE N+EE- NEE N+EA- NEA N+AE- NAE N+I-NI	N+U- NU	N+U- NU N+OO- NOO	N+A- NA N+E- NE	N+A- NA N+E- NE	N+I-NI N+Y- NY N+AI- NAI	N+O- NO	N+O- NO	N+OU- NOU N+OW- NOW
அ த்+அ- த	ஆ த்+ஆ- தா	இ த்+இ- தி	ஈ த்+ஈ- தீ	உ த்+உ- து	ஊ த்+ஊ- தூ	எ த்+எ- தெ	ஏ த்+ஏ- தே	ஐ த்+ஐ- தை	ஒ த்+ஒ- தொ	ஓ த்+ஓ- தோ	ஔ த்+ஔ- தௌ
D+A- DA DH+A- DHA D+U- DU	D+A- DA DH+A- DHA	D+I-DI D+Y- DY	D+I-DI D+EE- DEE DH+EE -DHEE	D+U- DU DH+U- DHU T+U- TU	D+U- DU D+OO- DOO T+U-TU TH+U- THU	- - - T+E-TE TH+E- THE	D+E- DE T+E-TE TH+A- THA	D+I-DI TH+I- THI TH+Y- THY	TH+O- THO	D+O- DO DH+O -DHO TH+O- THO	D+HOW -DHOW TH+OU- THOU

T+A- TA TH+A- THA TH+E- THE TH+O- THO TH+U- THU	T+A-TA TH+A- THA TH+AU -THAU TH+O- THO	DH+I- DHI T+I-TI TH+E- THE TH+I- THI TH+Y- THY	T+EE- TEE TH+E- THE TH+EE -THEE TH+EA -THEA TH+I- THI	TH+U- THU	TH+OO -THOO DH+U- DHU	TH+A- THA	TH+E- THE	TH+AI -THAI			

அ	ஆ	இ	ஈ	உ	ஊ	எ	ஏ	ஐ	ஒ	ஓ	ஔ
ப்+அ- ப	ப்+ஆ- பா	ப்+இ- பி	ப்+ஈ- பீ	ப்+உ- பு	ப்+ஊ- பூ	ப்+எ- பெ	ப்+ஏ- பே	ப்+ஐ- பை	ப்+ஒ- பொ	ப்+ஓ- போ	ப்+ஔ- பௌ
B+A- BA B+O- BO	B+A- BA B+O- BO	B+E-BE B+I-BI B+Y- BY	B+E-BE B+EE- BEE	B+U- BU B+OO- BOO	B+U- BU B+OO- BOO	B+A- BA B+E-BE	B+A- BA B+E- BE	B+I-BI B+Y- BY	B+O- BO	B+O- BO B+OA- BOA	B+OU- BOU B+OW- BOW

B+U- BU B+E-BE P+A- PA P+O- PO P+U- PU P+E-PE BH+A- BHA	B+AU- BAU P+A- PA P+O- PO P+AU- PAU BH+A- BHA	P+E-PE P+I-PI P+Y- PY	B+EA- BEA B+I-BI P+E-PE P+EE- PEE P+EA- PEA P+AE- PAE P+I-PI BH+I- BHI	P+U- PU P+OO- POO BH+U- BHU	P+U-PU P+OO- POO BH+U- BHU	P+A- PA P+E-PE P+EA- PEA BH+E- BHE	B+EA- BEA P+A- PA P+E- PE P+EA- PEA	B+AI- BAI P+I-PI P+Y- PY P+AI- PAI	P+O- PO	P+O- PO P+OA- POA	P+OU- POU P+OW- POW
அ ம்+அ- ம	ஆ ம்+ஆ- மா	இ ம்+இ- மி	ஈ ம்+ஈ- மீ	உ ம்+உ- மு	ஊ ம்+ஊ- மூ	எ ம்+எ- மெ	ஏ ம்+ஏ- மே	ஐ ம்+ஐ- மை	ஒ ம்+ஒ- மொ	ஓ ம்+ஓ- மோ	ஔ ம்+ஔ- மௌ
M+A- MA M+O- MO M+U- MU	M+A- MA M+O- MO M+AU- MAU	M+E- ME M+I- MI M+Y- MY	M+E- ME M+EE- MEE M+I- MI	M+U- MU	M+U- MU M+OO- MOO	M+A- MA M+E- ME M+EA- MEA	M+A- MA M+E- ME	M+I- MI M+Y- MY M+AI- MAI	M+O- MO	M+O- MO M+OA- MOA	M+OU- MOU M+OW- MOW

M+E- ME		M+AE- MAE	M+EA- MEA								
அ ய்+அ- ய	ஆ ய்+ஆ- யா	இ ய்+இ- யி	ஈ ய்+ஈ- யீ	உ ய்+உ- யு	ஊ ய்+ஊ- யூ	எ ய்+எ- யெ	ஏ ய்+ஏ- யே	ஐ ய்+ஐ- யை	ஒ ய்+ஒ- யொ	ஓ ய்+ஓ- யோ	ஔ ய்+ஔ- யௌ
Y+A- YA Y+O- YO Y+U- YU Y+E-YE	Y+A- YA Y+O- YO	Y+E-YE Y+I-YI	Y+E-YE Y+EE- YEE Y+EA- YEA Y+I-YI	Y+U- YU	Y+U-YU Y+OO- YOO	Y+E-YE	Y+A- YA Y+E- YE Y+EA- YEA		Y+O- YO	Y+O- YO	Y+OW- YOW
அ ர்+அ- ர ற்+அ- ற	ஆ ர்+ஆ- ரா ற்+ஆ- றா	இ ர்+இ- ரி ற்+இ- றி	ஈ ர்+ஈ- ரீ ற்+ஈ- றீ	உ ர்+உ- ரு ற்+உ- று	ஊ ர்+ஊ- ரூ ற்+ஊ- றூ	எ ர்+எ- ரெ ற்+எ- றெ	ஏ ர்+ஏ- ரே ற்+ஏ- றே	ஐ ர்+ஐ- ரை ற்+ஐ- றை	ஒ ர்+ஒ- ரொ ற்+ஒ- றொ	ஓ ர்+ஓ- ரோ ற்+ஓ- றோ	ஔ ர்+ஔ- ரௌ ற்+ஔ- றௌ
R+A- RA R+O- RO R+U- RU	R+A- RA R+O- RO R+AU- RAU	R+E- RE R+I-RI R+Y- RY	R+E- RE R+EE- REE R+EA- REA	R+U- RU	R+U- RU R+OO- ROO	R+A- RA R+E- RE R+EA- REA	R+A- RA R+E- RE R+EA- REA	R+I-RI R+Y- RY R+AI- RAI	R+O- RO	R+O- RO R+OA- ROA	R+OU- ROU R+OW- ROW

R+E-RE			R+AE- RAE R+I-RI				R+AE- RAE				

அ	ஆ	இ	ஈ	உ	ஊ	எ	ஏ	ஐ	ஒ	ஓ	ஔ
ல்+அ- ல ழ்+அ- ழ ள்+அ- ள	ல்+ஆ- லா ழ்+ஆ- ழா ள்+ஆ- ளா	ல்+இ- லி ழ்+இ- ழி ள்+இ- ளி	ல்+ஈ- லீ ழ்+ஈ- ழீ ள்+ஈ- ளீ	ல்+உ- லு ழ்+உ- ழு ள்+உ- ளு	ல்+ஊ- லூ ழ்+ஊ- ழூ ள்+ஊ- ளூ	ல்+எ- லெ ழ்+எ- ழெ ள்+எ- ளெ	ல்+ஏ- லே ழ்+ஏ- ழே ள்+ஏ- ளே	ல்+ஐ- லை ழ்+ஐ- ழை ள்+ஐ- ளை	ல்+ஒ- லொ ழ்+ஒ- ழொ ள்+ஒ- ளொ	ல்+ஓ- லொ **லோ** **ழோ**	ல்+ஔ- லௌ ழ்+ஔ- ழௌ ள்+ஔ -ளௌ
L+A-LA L+O- LO L+U-LU L+E-LE	L+A-LA L+O-LO L+AU- LAU	L+E-LE L+I-LI L+Y-LY L+AE- LAE	L+E-LE L+EE- LEE L+EA- LEA L+I-LI L+AE LAE	L+U- LU L+OO- LOO	L+U-LU L+OO- LOO	L+A- LA L+E-LE L+EA- LEA	L+A- LA L+E-LE L+EA- LEA	L+I-LI L+Y-LY L+AI- LAI	L+O- LO	L+O- LO L+OA- LOA	L+OU- LOU L+OW- LOW
அ வ்+அ- வ	ஆ வ்+ஆ- வா	இ வ்+இ- வி	ஈ வ்+ஈ- வீ	உ வ்+உ- வு	ஊ வ்+ஊ- வூ	எ வ்+எ- வெ	ஏ வ்+ஏ- வே	ஐ வ்+ஐ- வை	ஒ வ்+ஒ- வொ	ஓ வ்+ஓ- வோ	ஔ வ்+ஔ- வௌ

V+A- VA V+O- VO V+U- VU V+E-VE W+A- WA W+O- WO W+E- WE	V+A- VA V+O- VO V+AU- VAU W+A- WA W+O- WO W+AU— WAU	V+E- VE V+I-VI V+Y- VY W+E- WE W+I- WI W+Y- WY	V+E- VE V+EE- VEE V+I-VI V+EA- VEA W+E- WE W+EE- WEE W+EA -WEA W+I- WI	V+U- VU	V+U-VU V+OO- VOO W+U- WU	V+A- VA V+E- VE W+A- WA W+E- WE W+EA -WEA	V+A- VA V+E- VE W+A- WA W+E- WE W+EA -WEA	V+I-VI V+Y- VY V+AI- VAI W+I- WI W+Y- WY	V+O- VO W+O- WO	V+O- VO W+O- WO W+OA -WOA	V+OU- VOU V+OW- VOW W+OU- WOU W+OW- WOW
அ ஃப்+ அ-ஃப	ஆ ஃப்+ ஆ- ஃபா	இ ஃப்+ இ-ஃபி	ஈ ஃப்+ஈ -ஃபீ	உ ஃப்+ உ-ஃபு	ஊ ஃப்+ ஊ-ஃபூ	எ ஃப்+எ -ஃபெ	ஏ ஃப்+ஏ -ஃபே	ஐ ஃப்+ ஐ- ஃபை	ஒ ஃப்+ ஒ- ஃபொ	ஓ ஃப்+ ஓ- ஃபோ	ஔ ஃப்+ ஔ- ஃபௌ
F+A-FA F+O- FO F+U- FU	F+A-FA F+O- FO F+AU- FAU	F+E-FE F+I-FI F+Y-FY	F+E-FE F+EE- FEE F+I-FI	F+U- FU F+OO- FOO	F+U-FU F+OO- FOO	F+A- FA F+E-FE F+EA- FEA	F+A- FA F+E-FE	F+I-FI F+Y-FY F+AI- FAI		F+O- FO F+OA- FOA	F+OU- FOU F+OW- FOW

F+E-FE PH+A- PHA PH+O- PHO PH+U- PHU PH+E- PHE	PH+A- PHA PH+O- PHO	PH+E- PHE PH+I- PHI PH+Y- PHY	F+AE- FAE F+EA- FEA PH+E- PHE PH+I- PHI		PH+OO -PHOO	PH+E- PHE PH+EA -PHEA	PH+A- PHA PH+AE -PHAE	PH+I- PHI PH+Y- PHY	PH+O- PHO	PH+O- PHO	

அ	ஆ	இ	ஈ	உ	ஊ	எ	ஏ	ஐ	ஒ	ஓ	ஔ
ஹ்+அ -ஹ	ஹ்+ஆ -ஹா	ஹ்+இ -ஹி	ஹ்+ ஈ-ஹீ	ஹ்+ உ- ஹு	ஹ்+ ஊ- ஹூ	ஹ்+எ -ஹெ	ஹ்+ஏ -ஹே	ஹ்+ ஐ- ஹை	ஹ்+ ஒ- ஹொ	ஹ்+ ஓ- ஹோ	ஹ்+ ஔ- ஹௌ
H+A- HA H+O- HO	H+A-HA H+O- HO H+AU- HAU	H+E-HE H+I-HI H+Y- HY	H+E- HE H+EE- HEE H+EA -HEA	H+U- HU	H+U- HU H+OO- HOO	H+E- HE H+EA- HEA	H+A- HA H+E- HE	H+I- HI H+Y- HY	-	H+O- HO H+OA -HOA	H+OU- HOU H+OW- HOW

H+U- HU H + E HE			H+AE -HAE H+I- HI			H+AE- HAE	H+EA- HEA	H+AI- HAI			
அ	ஆ	இ	ஈ	உ	ஊ	எ	ஏ	ஐ	ஒ	ஓ	ஔ
ஜ்+அ- ஜ	ஜ்+ஆ- ஜா	ஜ்+இ- ஜி	ஜ்+உ -ஜீ	ஜ்+உ- ஜு	ஜ்+ஊ -ஜூ	ஜ்+எ- ஜெ	ஜ்+ஏ- ஜே	ஜ்+ஐ- ஜை	ஜ்+ஒ- ஜொ	ஜ்+ஓ- ஜோ	ஜ்+ஔ -ஜௌ
J+A-JA J+O-JO J+U-JU J+E-JE G+E-GE	J+A-JA J+O-JO J+AU- JAU -	J+E-JE J+I-JI G+E-GE G+I-GI G+Y-GY	J+E-JE J+EE- JEE J+EA- JEA G+E- GE G+EA- GEA G+EE- GEE G+I- GI	J+U-JU -	J+U-JU	J+A-JA J+E-JE J+EA- JEA G+E- GE	J+A-JA J+E-JE	J+*I*-*JI* *J + A I -* *JAI* *G + I* *GI* *G + Y* *GY*	- - -	J+O- JO	J+OW- JOW
அ	ஆ	இ	ஈ	உ	ஊ	எ	ஏ	ஐ	ஒ	ஓ	ஔ
ஸ்+அ- ஸ	ஸ்+ஆ- ஸா	ஸ்+இ- ஸி	ஸ்+ஈ -ஸீ	ஸ்+உ -ஸு	ஸ்+ ஊ- ஸூ	ஸ்+எ- ஸெ	ஸ்+ஏ- ஸே	ஸ்+ஐ -ஸை	ஸ்+ஒ - ஸொ	ஸ்+ஓ - ஸோ	ஸ்+ ஔ- ஸௌ

ஷ்+அ- ஷ ஜ்+அ- ஜ	ஷ்+ஆ- ஷா ஜ்+ஆ- ஜா	ஷ்+இ- ஷி ஜ்+இ- ஜி	ஷ்+ஈ -ஷீ ஜ்+ஈ- ஜீ	ஷ்+உ -ஷு ஜ்+உ- ஜு	ஷ்+ ஊ- ஷூ ஜ்+ஊ -ஜூ	ஷ்+எ- ஷெ ஜ்+எ- ஜெ	ஜ்+ஏ ஷே ஜ் + ஏ ஜே	ஷ்+ஐ -ஷை ஜ்+ஐ- ஜை	ஷ்+ஒ - ஷொ ஜ்+ஒ- ஜொ	ஷ்+ஓ - ஷோ ஜ்+ஓ- ஜோ	ஷ்+ ஔ- ஷௌ ஜ்+ஔ -ஜௌ
Z+A-ZA Z+O- ZO Z+U-ZU Z+E-ZE	Z+A-ZA Z+O-ZO - -	Z+E-ZE Z+I-ZI Z+Y-ZY	Z+E- ZE Z+EE- ZEE Z+I-ZI		Z+U- ZU Z+OO- ZOO	Z+E-ZE Z+EA- ZEA Z+A- ZA	Z+A- ZA	Z+I-ZI Z+Y- ZY	Z+O- ZO	Z+O- ZO	-
அ	ஆ	இ	ஈ	உ	ஊ	எ	ஏ	ஐ	ஒ	ஓ	ஔ
க்ஸ்+ அ- க்ஸ ஸ்+அ- ஸ	ஸ்+ஆ- ஸா க்ஸ்+ ஆ- க்ஸா	ஸ்+இ- ஸி க்ஸ்+ இ- க்ஸி	ஸ்+ஈ -ஸீ	ஸ்+உ -ஸு	ஸ்+ ஊ- ஸூ	ஸ்+எ- ஸெ க்ஸ்+ எ- க்ஸெ	க்ஸ்+ ஏ- க்ஸே ஷ்+ஏ- ஷே	ஸ்+ஐ -ஸை	ஸ்+ஒ - ஸொ	ஸ்+ஓ - ஸோ	ஸ்+ ஔ- ஸௌ
X+E-XE X+A-XA	X+A-XA X+O-XO	X+I-XI X+Y-XY X+E-XE	X+E- XE X+I-XI	- -	- -	X+E-XE	X+A- XA	X+Y- XY	-	X+O- XO	-

அ	ஆ	இ	ஈ	உ	ஊ	எ	ஏ	ஐ	ஒ	ஓ	ஔ
ஷ்+அ -ஷ	ஷ்+ஆ -ஷா	ஷ்+இ -ஷி	ஷ்+ஈ -ஷீ	ஷ்+உ- ஷு	ஷ்+ஊ -ஷூ	ஷ்+எ -ஷெ	ஷ்+ஏ -ஷே	ஷ்+ஐ -ஷை	ஷ்+ஒ - ஷொ	ஷ்+ஓ- ஷோ	ஷ்+ஔ -ஷௌ
SH+A- SHA SH+O- SHO SH+U- SHU SH+E- SHE CH+A- CHA CH+E- CHE CH+U- CHU	SH+A- SHA SH+O- SHO CH+A- CHA CH+AU -CHAU	SH+E- SHE SH+I- SHI SH+Y- SHY CH+E- CHE CH+I- CHI	SH+E- SHE SH+EE -SHEE SH+EA -SHEA SH+I- SHI CH+E- CHE CH+I- CHI CH+EE -CHEE	SH+U- SHU SH+OO -SHOO -	- SH+OO -SHOO -	SH+E- SHE CH+E- CHE	SH+A- SHA SH+E- SHE CH+E- CHE	SH+I- SHI SH+Y- SHY SH+AI -SHAI -	- -	SH+O- SHO SH+OA -SHOA -	SH+OU- SHOU SH+OW- SHOW

இங்கு அட்டவணையில் குறிக்கப்பட்டுள்ள தமிழ் உயிர்மெய்யெழுத்துகளுக்கு இணையான ஆங்கில உயிர்மெய்யெழுத்து உச்சரிப்புக்கு வார்த்தைகள் கூறி விளக்கப்பட்டுள்ளது.

க் – C, G, K, Q, QU, CH, CK, GU + அ – A, O, U, E, AU

க்+அ–க. ஆங்கிலத்தில் பத்தொன்பது "க உச்சரிப்புகள் உண்டு".

க்+அ–க	
C+A-CA	Optical (ஆப்டிகல்)கண், Calvary (கல்வாரி) ஏசு சிலுவை அறைந்த இடம் Escalator (எஸ்கலேடர்) சுழல்படிக்கட்டு, Cassata (கஸாட) ஐஸ்கிரீம்
C+O-CO	Alcohol (ஆல்கஹால்) சாராயம், compel (கம்பல்) கட்டாயம், consult (கன்சல்ட்) ஆலோசனை, continue (கன்டின்யூ) தொடர்ந்து
C+U-CU	Curd (கர்ட்) தயிர், Talcum (டால்கம்) பவுடர், Custom (கஸ்டம்) சுங்கவரி, Culture (கல்சர்) நாகரீகம், Cup (கப்) கிண்ணம்
G+A-GA	Portugal (போர்ச்சுகல்) ஐரோப்பிய நாடு, mahogany (மஹாகனி) கருங்காலி மரம், Toga (டோக) ரோமானியர்கள் மேலங்கி, Nagaland (நாகலாந்து)மாநிலம் Negative (நெகடிவ்) எதிர்மறை
G+O-GO	Governor (கவர்னர்) ஆளுநர், Goloshes (கலாஷஸ்) ரப்பர்காலணி Paragon (பாரகன்) சிறந்தது, Jargon (ஜார்கன்) பிதற்றல்
G+U-GU	Gum (கம்) பசை, Gudgeon (கட்ஜென்) சிறியமீன், Gulf (கல்ஃப்) வளைகுடா, Gullet (கலிட்) உணவுக்குழல், Gunny (கன்னி) சாக்கு
G+E-GE	Anger (ஆங்கர்) கோபம், Hanger (ஹாங்கர்) கொக்கி, Tiger (டைகர்) புலி, Eager (ஈகர்) ஆர்வம், Finger (ஃபிங்கர்) விரல்
K+A-KA	Vodka (வாட்க) ரஷ்ய சாராயம், Kartel (கர்டில்) மரக்கட்டில், Karma (கர்ம) வினைப்பயன், Kabaddi (கபடி) விளையாட்டு

K+U-KU	*Numskull* (நம்ஸ்கல்) முட்டாள், *Skulk* (ஸ்கல்க்) பதுங்கு, *Skull* (ஸ்கல்) மண்டைஓடு
K+E-KE	*Cooker* (குக்கர்) பாத்திரம், *Tusker* (டஸ்கர்) ஆண்யானை, *Broker* (ப்ரோகர்) தரகர், *Darken* (டார்கன்) இருட்டாக்கு
Q+A-QA	*Qatar* (கத்தார்) அரபு நாடு
QU+A-QUA	*Aqua* (அக்உஅ) தண்ணீர், *Piquant* (பிகன்ட்) விறுவிறுப்பான, *Piquantly* (பிகன்ட்லி) மகிழ்ச்சியூட்டும், *Square* (ஸ்க்உஅர்) சதுரம்
CH+A-CHA	*Chameleon* (கமீலியன்) பச்சோந்தி, *Charisma* (கரிஸ்ம) தலைமைப் பண்பு, *charybdis* (கரிப்டிஸ்) இத்தாலி அரக்கன்
CH+O-CHO	*Anchor* (ஆங்கர்) நங்கூரம், *Anchoret* (ஆங்கரிட்) துறவி
CH+U-CHU	*Bronchus* (ப்ராங்கஸ்) மூச்சுக்குழல்
CH+E-CHE	*Eicher* (ஈகர்) கம்பெனி, *Sepulcher* (செபல்கர்) சமாதி
CK+U-CKU	*Ruckus* (ரகஸ்) குழப்பம்
CK+E-CKE	*Cracker* (க்ராகர்) பட்டாசு, *Docker* (டாகர்) கப்பல் பழுதுபார்ப்பவர்
GU+E-GUE	*Guerilla* (கரில) யுத்தம், *Guenon* (கனான்) ஆப்பிரிக்க குரங்கு

A, O, AU

க்+ஆ–கா. ஆங்கிலத்தில் "பதினைந்து கா உச்சரிப்புகள் உண்டு".

க்+ஆ–கா	
C+A-CA	Cadi (காடி) முஸ்லீம் நீதிபதி, cadre (காடர்) அமைப்பு, calling (காலிங்) அழைத்தல், can't (கான்ட்) முடியாது, card (கார்ட்) அட்டை
C+O-CO	Escort (எஸ்கார்ட்) காவற்படை, Abscond (அப்ஸ்கான்ட்) தலைமறைவு, Condiment (கான்டிமென்ட்) ஊறுகாய், Concept (கான்செப்ட்) எண்ணம்
C+AU-CAU	Caution (காஷன்) எச்சரிக்கை, Cause (காஸ்) காரணம், Caustic (காஸ்டிக்) எரிகாரம், Cauliflower (காலிஃப்லௌஅர்) சமையல் பூ
G+A-GA	Gallery (காலரி) தாழ்வாரம், Galaday (காலாடேய்) விழா நாள், Gang (காங்) கும்பல், Gardener (கார்டனர்) தோட்டக்காரன்
G+O-GO	Gobbler (காப்லர்) ஆண்வான்கோழி, God (காட்) கடவுள், Gospel (காஸ்பெல்) நற்செய்தி, Gossip (காஸிப்) வீண்பேச்சு
G+AU-GAU	Gaudy (காடி) ஆடம்பரமான, Gaunt (கான்ட்) ஒல்லியான, Gauze (காஸ்) சல்லடைத்துணி, Gauntlet (கான்ட்லிட்) நீண்ட கையுறை
K+A-KA	Kadi (காடி) முஸ்லீம் நாட்டு நீதிபதி, Kalaazar (காலாஅஸார்) மலேரிய நோய், Kava (காவ) மிளகுபானம், Kashmir (காஷ்மீர்) இந்திய வடபகுதி
K+O-KO	Kolkhoz (கால்காஸ்) ரஷ்ய கூட்டுப்பண்ணை
K+AU-KAU	Kauvery (காவேரி) ஆறு, Kauverypattinam (காவேரிபட்டிணம்) நகரம்

QU+A-QUA	*Quality* (க்உ ஆலிடி) தரம், *Qualify* (க்உ ஆலிஃபை) தகுதி, *Quarry* (க்உ ஆரி) கற்சுரங்கம், *Quarter* (க்உ ஆர்டர்) கால்பாகம்
QU+O-QUO	*Quoin* (காயின்) ஆப்பு, *Quoit* (காய்ட்) ஒரு வளையம்
CH+A-CHA	*Chasm* (காஸ்ம்) ஆழமான பள்ளம், *Chaldean* (கால்டீயன்) கால்டியா தேச பழங்குடிகள், *Mechanic* (மெகானிக்) இயந்திர வல்லுநர்
CH+O-CHO	*Cholera* (காலெரா) வாந்திபேதி, *Scholarship* (ஸ்காலர்ஷிப்) உதவித்தொகை, *Choler* (காலர்) வெகுளி, *Chord* (கார்ட்) வாத்திய நரம்பு
CK+A-CKA	*Pucka* (பக்கா) முதல்தரம்
GU+A-GUA	*Guarantee* (காரன்டீ) உத்தரவாதம், *Guardian* (கார்டியன்) பாதுகாவலன், *Guano* (கானோ) கடற்பறவை மலம், *Guard* (கார்ட்) காவல் காத்தல்

இ – E, I, Y, AE

க்+இ–கி. ஆங்கிலத்தில் “பதினைந்து கி உச்சரிப்புகள் உண்டு”.

க்+இ–கி	
G+E-GE	*Hegemoney* (ஹீகிமனி) உயர்ந்தநிலை, *Gear* (கியர்) பல்சக்கரம்
G+I-GI	*Gill* (கில்) செவுள், *Gild* (கில்ட்) தங்கமுலாம், *Gift* (கிஃப்ட்) வெகுமதி, *Give* (கிவ்) கொடு, *Giggle* (கிக்ல்) கேலிச் சிரிப்பு
G+Y-GY	*Doggy* (டாக்கி) நாய் போன்ற, *Corgy* (கார்கி) சிறிய நாய், *Pedagogy* (பெடகாகி) கற்பிக்கும் கலை
K+E-KE	*Monkey* (மங்கி) குரங்கு, *Donkey* (டாங்கி) கழுதை
K+I-KI	*Kid* (கிட்) குழந்தை, *Kidney* (கிட்னி) சிறுநீரகம், *Kidnap* (கிட்னாப்) குழந்தை திருடுதல், *Kick* (கிக்) உதைத்தல், *Kiss* (கிஸ்) முத்தம்
K+Y-KY	*Silky* (சில்கி) பட்டுப்போன்ற, *Whisky* (விஸ்கி) மதுபானம், *Milky* (மில்கி) பால் போன்ற, *Poky* (போகி) அசுத்தமான, *Bulky* (பல்கி) பருமன்
QU+E-QUE	*Banquet* (பாங்கிட்) விருந்து, *Query* (க்உஇயரி) விசாரணை, *Queer* (க்உஇயர்) புதுமையான
QU+I-QUI	*Quintal* (க்உஇன்டல்) 100 கிலோ, *Quize* (க்உஇஸ்) புதிர், *Quinine* (க்உஇனைன்) கொயினா மருந்து, *Quick* (க்உஇக்) விரைவாக
QU+Y-QUY	*Colloquy* (காலக்உஇ) பிரசங்கம், *Soliloquy* (ஸலிலக்உஇ) தனக்குத்தானே பேசுதல்
CH+E-CHE	*Orchestra* (ஆர்கிஸ்ட்ர) இசைக்குழு, *Psyche* (ஸைகி) ஆத்மா, *Synecdoche* (ஸினெக்டகி) சினையாகுபெயர்
CH+I-CHI	*Chimera* (கிமியர) பயங்கர ஜந்து, *Anarchic* (அனார்கிக்) அராஜகம், *Schism* (ஸ்கிஸம்) மதம், சமூகப் பிரிவினை

CH+Y-CHY *Anarchy* (அனார்கி) அராஜகம், *Pachyderm* (பாகிடெர்ம்) தடித்த தோல் பிராணி, *Gynarchy* (ஜைனார்கி) பெண்ணரசு

CH+AE-CHAE *Archaeology* (ஆர்கியாலஜி) தொல்பொருள் ஆராய்ச்சி

CK+Y-CKY *Lucky* (லக்கி) அதிர்ஷ்டம், *Stocky* (ஸ்டாகி) நல்ல தேகக்கட்டு

GU+I-GUI *Guitar* (கிடார்) இசைக்கருவி, *Guildhall* (கில்ட்ஹால்) மண்டபம், *Guilty* (கில்டி) குற்றமுள்ள, *Guinea* (கினி) ஆங்கில பொன் நாணயம்

ஈ–E, EE, EA, I, AE

க்+ஈ–கீ ஆங்கிலத்தில் "எட்டு கீ உச்சரிப்புகள் உண்டு".

க்+ஈ–கீ
G+EE-GEE *Geese* (கீஸ்) வாத்துகள், *Ghee* (கீ) நெய், *Sangeetha* (சங்கீதா) பெயர்
G+I-GI *Bhagavad Gita* (பகவத்கீதா) பகவத் கீதை
K+E- KE *Key* (கீ) சாவி, *Keyhole* (கீஹோல்) சாவி துவாரம், *Keyboard* (கீபோர்ட்) இசைக்கருவி
K+EE-KEE *Keel* (கீல்) நிதானமாக, *Keen* (கீன்) கூர்மையான, *Keep* (கீப்) நிறைவேற்று, *Keeping* (கீபிங்) பாதுகாப்பு
K+I-KI *Kilbakkam* (கீழ்பாக்கம்) சென்னை, *Talkie* (டாகீ) பேசும்படம், *Fakir* (ஃபகீர்) ஏழைப் பக்கிரி, *Vakil* (வக்கீல்) வழக்கறிஞர்
QU+EE-QUEE *Queen* (க்உஈன்) அரசி
QU+I-QUI *Quivive* (கீவீவ்) ஜாக்கிரதையாக
CH+E-CHE *Scheme* (ஸ்கீம்) திட்டம், *Chela* (கீல) நண்டு, தேள்கால், *Chemotheraphy* (கீமோதெரஃபி) கேன்சர் சிகிச்சை

உ – U, OO	
க்+உ –கு ஆங்கிலத்தில் "ஐந்து கு உச்சரிப்புகள் உண்டு"	
க்+உ –கு	
C+U-CU	*Cuckoo* (குகூ) குயில், *Cushion* (குஷன்) மெத்தை, *Incubator* (இங்குபேடர்) குஞ்சு பொரிக்கும் பெட்டி
C+OO-COO	*Cook* (குக்) சமையல், *Cooker* (குக்கர்) சமையல் பாத்திரம், *Cookie* (குகீ) ரொட்டி
G+U-GU	*Telugu* (தெலுகு) தெலுங்கு மொழி, *Guava* (குஆவ) கொய்யாப்பழம், *Guru* (குரு) ஆசான், *Gurudwara* (குருத்வார) சீக்கியர்கள் கோவில்
G+OO-GOO	*Good* (குட்) நல்ல, *Goods* (குட்ஸ்) பொருட்கள், *Goodwill* (குட்வில்) நல்லெண்ணம், *Goodby* (குட்பை) போய் வருகிறேன்
K+U-KU	*Kungfu* (குங்ஃபு) சீன கராத்தே, *Kutralam* (குற்றாலம்) அருவி, *Mannarkudi* (மன்னார்குடி) தஞ்சாவூர், *Kumuli* (குமுளி) கேரளா

ஊ – U, OO	க்+ஊ–கூ, ஆங்கிலத்தில் "எட்டு கூ உச்சரிப்புகள் உண்டு"
க்+ஊ–கூ	
C+U-CU	Cucumber (கூகம்பர்) வெள்ளரிக்காய், Cuibono (கூயிபானோ) யாருடைய லாபத்திற்காக?
C+OO-COO	Cool (கூல்) குளர்ச்சி, Coop (கூப்) பீப்பாய், Coom (கூம்) அடுப்பில் படிந்துள்ள கரி, Coomb (கூம்) மலைப் பள்ளத்தாக்கு
G+U-GU	Gubernaiton (கூபர்னேஷன்) ஆட்சி, Lagune (லகூன்) ஆழமில்லாத ஏரி, Langur (லங்கூர்) நீண்டவால் குரங்கு
G+OO-GOO	Goose (கூஸ்) வாத்து, Goon (கூன்) முட்டாள், Goof (கூஃப்) மடையன், Gooseberry (கூஸ்பெரி) நெல்லிக்காய்
K+U-KU	Kudos (கூடாஸ்) புகழ், Haiku (ஹைகூ) ஜப்பானியக் கவிதை, Kudangulam (கூடங்குளம்) அனல்மின் நிலையம்
K+OO-KOO	Mukkoodal (முக்கூடல்) திருநெல்வேலி, Kooduvan cherry (கூடுவாச்சேரி) சென்னை, Koodalnagar (கூடல்நகர்) மதுரை
CH+OO-CHOO	School (ஸ்கூல்) பள்ளிக்கூடம், Schooner (ஸ்கூனர்) பாய்மரக்கப்பல்
CK+OO-CKOO	Rockoon (ராகூன்) ஒரு எறிவகைப் பொறி, Cuckoo (கூகூ) (குயில்

எ–A, E, EA, AE

க்+எ–கெ, ஆங்கிலத்தில் “பத்து கெ உச்சரிப்புகள் உண்டு”

க்+எ–கெ	
C+A-CA	*Capacity* (கெபாஸிடி) கொள்ளளவு, *Caparison* (கெபாரிஸன்) குதிரை, யானை ஆடைகள், *Cairo* (கெய்ரோ) எகிப்து தலைநகர்
C+E-CE	*Celt* (கெல்ட்) கல்கோடாரி, *Scepsis* (ஸ்கெப்ஸிஸ்) சந்தேகம், *Sceptic* (ஸ்கெப்டிக்) நாஸ்திகர்
G+A-GA	*Gain* (கெய்ன்) லாபம், *Vulgate* (வல்கெட்) லத்தீன் பைபிள், *Again* (அகெய்ன்) மறுபடியும்
G+E-GE	*Get* (கெட்) பெற்றுக் கொள், *Gestapo* (கெஸ்டாபொ) ஜெர்மன் போலீஸ், *Gecko* (கெகோ) பல்லிவகை
K+E-KE	*Kedge* (கெட்ஜ்) நங்கூரம், *Skeptic* (ஸ்கெப்டிக்) நாஸ்திகர், *Skepsis* (ஸ்கெப்ஸிஸ்) சந்தேகம், *Kerchief* (கெர்சிஃப்) கைக்குட்டை
QU+A-QUA	*Quaint* (க்உஎய்ன்ட்) புதுமையான, *Quell* (க்உஎல்) அடக்கு, *Querist* (க்உஎரிஸ்ட்) கேள்வி கேட்பவர்
QU+E-QUE	*Tourniquet* (டூர்னிகெட்) ரத்தம் தடுக்கும் கட்டு, *Quench* (க்உஎன்ச்) குளிரச் செய், *Quest* (க்உஎஸ்ட்) ஆராய்ச்சி
CH+A-CHA	*Mocha* (மொகெ) உயர்ந்தவகை காபி
CH+E-CHE	*Chemistry* (கெமிஸ்ட்ரி) ரசாயனம், *Alchemy* (ஆல்கெமி) இரசவாதம், *Zucchetto* (ஜூகெடோ) பாதிரியார் குல்லா
GU+E-GUE	*Guess* (கெஸ்) ஊகம், *Guest* (கெஸ்ட்) விருந்தினர், *Roguery* (ரோகெரி) மோசம்

க்+ஏ–கே ஏ – A, E, AE, EA க்+ஏ–கே, ஆங்கிலத்தில் "பத்து கே உச்சரிப்புகள் உண்டு"	
C+A-CA	*Canteen* (கேண்டீன்) உணவு விடுதி, *Camel* (கேமல்) ஒட்டகம், *Cancer* (கேன்சர்) புற்றுநோய், *Escape* (எஸ்கேப்) தப்பித்தல்
G+A-GA	*Gate* (கேட்) வழி, *Game* (கேம்) விளையாட்டு, *Gale* (கேல்) புயல், *Negation* (நிகேஷன்) மறுத்தல், *Gape* (கேப்) கொட்டாவி
G+E-GE	*Geisha* (கேய்ஷ) ஜப்பானிய நடனமாது
G+AE-GAE	*Gaekwar* (கேய்க்வார்) மகாராஷ்டிர அரசன்
K+A-KA	*Kapok* (கேபாக்) இலவம் பஞ்சு, *Kaolin* (கேயலின்) வெள்ளைக் களிமண், *Embarkation* (இம்பார்கேஷன்) கப்பலில் சரக்கு ஏற்றுதல்
K+E-KE	*Kerala* (கேரளா) மாநிலம், *Kelambakkam* (கேளம்பாக்கம்) சென்னை, *Kesavarthini* (கேசவர்த்தினி) பெயர்
QU+A-QUA	*Quail* (க்உஏய்ல்) பயப்படு, *Quaver* (க்உஏவர்) நடுங்கு, *Equation* (இக்உஏஷன்) சமமாக்குதல், *Equator* (இக்உஏடர்) நிலநடுக்கம்
CH+A-CHA	*Character* (கேரக்டர்) ஒழுக்கம், *Chaos* (கேயாஸ்) குழப்பம், *Archaic* (ஆர்கேய்க்) பண்டைய, *Charon* (கேரன்) படகோட்டி
CH+AE-CHAE	*Michael* (மைக்கேல்) பெயர்
CK+A-CKA	*Package* (பேக்கேஜ்) மூட்டை

ஐ – I, Y, AI

க்+ஐ–கை, ஆங்கிலத்தில் "எட்டு கை உச்சரிப்புகள் உண்டு".

க்+ஐ–கை	
G+Y-GY	*Gyve* (கைவ்) விலங்கு, *Gynaecology* (கைனிகாலஜி) மகளிர் சிகிச்சை
G+AI-GAI	*Vaigai* (வைகை) அணை, *Kodungaiyur* (கொடுங்கையூர்) சென்னை, *Sivagangai* (சிவகங்கை) மாவட்டம் *Nagai* (நாகை) மாவட்டம்
K+I-KI	*Kind* (கைன்ட்) அன்பு, *Kite* (கைட்) பட்டம், *Kibe* (கைப்) குதிப்புண், *Kine* (கைன்) பசுக்கள்
K+Y-KY	*Sky* (ஸ்கை) ஆகாயம், *Skylark* (ஸ்கைலார்க்) வானம்பாடி, *Skyline* (ஸ்கைலைன்) தொடுவானம்
K+AI-KAI	*Kailash* (கைலாஸ்) வட இந்தியா மலை, *Kailasapatty* (கைலாசபட்டி) தேனி மாவட்டம்
QU+I-QUI	*Quina* (க்உஐன) கொய்னா மருந்து, *Quinary* (க்உஐனரி) ஐந்து கொண்ட, *Quire* (க்உஐயர்) 24 தாள், *Quite* (க்உஐட்) முழுவதும்
CH+I-CHI	*Chimera* (கைமியர) பயங்கர ஜந்து, *Bronchitis* (ப்ராங்கைடிஸ்) மார்புசளி, *Orchitis* (ஆர்கைடிஸ்) விரை வீக்கம்
GU+I-GUI	*Guide* (கைட்) வழிகாட்டி, *Guile* (கைல்) தந்திரம், *Guise* (கைஸ்) வெளிவேஷம், *Guid-edmissile* (கைடிட்மிஸைல்) ஏவுகணை

க்+ஒ–கொ ஒ–O,	
க்+ஒ.கொ, ஆங்கிலத்தில் "ஐந்து கொ உச்சரிப்புகள் உண்டு".	
C+O-CO	*Cocoon* (கொகூன்) பட்டுப்பூச்சிக்கூடு, *Coercion* (கொஎர்ஷன்) பலாத்காரம், *Cosine* (கொஸைன்) கிடக்கை, *Corona* (கொரோனா) தொற்றுநோய்
G+O-GO	*Godown* (கொடெளன்) கிட்டங்கி
K+O-KO	*Kochi* (கொச்சி) கேரளம், *Kollam* (கொல்லம்) கேரளம், *Koala* (கொஆல) ஆஸ்திரேலிய விலங்கு, *Pekoe* (பெகொ) முதல்தர தேயிலை
QU+O-QUO	*Quotation* (க்உஒடேஷன்) மதிப்பு
CH+O-CHO	*Cholesterol* (கொலஸ்டெரால்) கொழுப்பு, *Choir* (கொய்ர்) பாடகர் குழு, *Scholastic* (ஸ்கொலாஸ்டிக்) பள்ளிக்கூட சம்பந்தமான

ஒ– O, OA – க்+ஒ–கோ ஆங்கிலத்தில் "எட்டு கோ உச்சரிப்புகள் உண்டு".	
க்+ஒ–கோ	
C+O-CO	*Coma* (கோம) மயக்கம், *Cold* (கோல்ட்) குளிர்ச்சி, *Portico* (போர்டிகோ) தாழ்வாரம், *Tobacco* (டொபாகோ) புகையிலை
C+OA-COA	*Coal* (கோல்) நிலக்கரி, *Coach* (கோச்) கற்பிப்போன், *Coast* (கோஸ்ட்) கடற்கரை, *Coat* (கோட்) மேல்சட்டை
G+O-GO	*Go* (கோ) போ, *Goa* (கோவா) மாநிலம், *Gold* (கோல்ட்) தங்கம், *Logo* (லோகோ) அடையாளச்சின்னம், *Gokale* (கோகலே) தியாகி
G+OA-GOA	*Goal* (கோல்) நோக்கம், *Goat* (கோட்) வெள்ளாடு, *Goad* (கோட்) தார்க்கோல், *Goatee* (கோடீ) குறுகிய தாடி
K+O-KO	*Koel* (கோயெல்) குயில், *Kohl* (கோல்) கண்மை, *Koto* (கோடொ) இசைக்கருவி, *Kopeck* (கோபெக்) ரஷ்ய நாணயம்
QU+O-QUO	*Quota* (க்உஓட்டா) பங்கு, *Quoth* (க்உஓத்) சொன்னான், *Quoram* (க்உஓரம்) குறைந்தபட்ச நபர்கள், *Quote* (க்உஓட்) எடுத்தெழுது
CH+O-CHO	*Chorus* (கோரஸ்) பாடகர் குழு, *Psycho* (ஸைகோ) மனோவியாதி, *Cinchona* (சிங்கோன) மரம், *Jericho* (ஜெரிகோ) ஒரு நகரம்
CK+O-CKO	*Gecko* (கெகோ) வெப்ப பிரதேச பல்லி வகை

ஔ – OU, OW

க்+ஔ–கௌ, ஆங்கிலத்தில் "நான்கு கௌ உச்சரிப்புகள் உண்டு".

க்+ஔ–கௌ	
C+OU-COU	*Counter* (கௌண்டர்) பணம் செலுத்துமிடம், *Counsil* (கௌன்சில்) ஆலோசனை சபை, *Couch* (கௌச்) மஞ்சம் *County* (கௌன்டி) ஜில்லா
C+OW-COW	*Cow* (கௌ) பசு, *Coward* (கௌஎர்ட்) கோழை, *Cowrie* (கௌரி) சோழி, *Cowl* (கௌல்) துறவி தலையணை
G+OU-GOU	*Gout* (கௌட்) கீல்வாதம், *Gouge* (கௌஜ்) குழிவு உளி
G+OW-GOW	*Gown* (கௌன்) மகளிர் மேலாடை, *Gowri* (கௌரி) பெயர், *Gowkathi* (கௌகாத்தி) அசாம் தலைநகர்

ச் – C, CH, S

அ – A, O, U, E, AU

ச்+அ–ச, ஆங்கிலத்தில் ஒன்பது "ச, ஸ" உச்சரிப்புகள் உண்டு.

ஸ்+அ–ஸ

ச்+அ–ச ஸ்+அ–ஸ	
S+A-SA	*Salaam* (சலாம்) வணக்கம், *Sahara* (ஸஹாரா) பாலைவனம், *Salute* (ஸல்யூட்) வணங்கு, *Sannyasi* (ஸன்யாஸி) துறவி
S+O-SO	*Sonata* (ஸனாட) இசை, *Reason* (ரீஸன்) காரணம், *Some* (ஸம்) சில, *Solution* (ஸலூஷன்) கரைசல்
S+U-SU	*Summer* (சம்மர்) கோடைக்காலம், *Sulphar* (ஸல்ஃபர்) கந்தகம், *Suggestion* (ஸஜெஷன்) யோசனை, *Sun* (சன்) சூரியன்
S+E-SE	*Chooser* (சூஸர்) தேர்ந்தெடுப்பவன், *Nursery* (நர்சரி) நாற்றங்கால், *Reserve* (ரிசர்வ்) ஒதுக்கிவை, *Eraser* (இரேஸர்) அழிப்பான்
S+AU-SAU	*Dinosaur* (டைனோஸர்) பெரிய பிராணி
CH+A-CHA	*Chakra* (சக்ர) சக்கரம், *Chalan* (சலான்) பணம் செலுத்தும் சீட்டு, *Charka* (சர்கா) ராட்டை, *Viruthachalam* (விருத்தாசலம்) விழுப்புரம்
CH+U-CHU	*Church* (சர்ச்) கிறிஸ்தவ ஆலயம், *Chutney* (சட்னி) தேங்காய் சட்னி, *Churn* (சர்ன்) தாழி, *Churl* (சர்ல்) நாட்டுப்புறத்தான்
CH+E-CHE	*Teacher* (டீச்சர்) ஆசிரியர், *Catcher* (கேட்சர்) பிடிப்பவர், *Butcher* (பட்சர்) கசாப்புக்காரன், *Archer* (ஆர்சர்) வில்லாளி
C+E-CE	*Dancer* (டான்சர்) நடனம், *Cancer* (கேன்சர்) புற்றுநோய், *Producer* (ப்ரட்யூசர்) தயாரிப்பாளர்

ஆ – A, O, AU ச்+ஆ–சா, ஸ்+ஆ–ஸா ஆங்கிலத்தில் ஆறு "சா, ஸா" உச்சரிப்புகள் உண்டு.	
ச்+ஆ–சா **ஸ்+ஆ–ஸா**	
S+A-SA	*Sandal* (சாண்டல்) சந்தனம், *Sample* (ஸாம்ப்ல்) மாதிரி, *Sanction* (ஸாங்ஷன்) அனுமதி, *Sadhu* (சாது) முனிவர்
S+O-SO	*Sock* (ஸாக்) கால் உறை, *Solid* (ஸாலிட்) திடப்பொருள், *Sorry* (சாரி) வருந்துகிற, *Soft* (ஸாஃப்ட்) மிருதுவான, *Soil* (ஸாய்ல்) மண்
S+AU-SAU	*Sauce* (ஸாஸ்) குழம்பு, *Saucer* (ஸாஸர்) தட்டு, *Saucy* (ஸாஸி) மரியாதையில்லாத, *Saurian* (ஸாரியன்) பல்லி போன்ற
CH+A-CHA	*Chance* (சான்ஸ்) வாய்ப்பு, *Charge* (சார்ஜ்) வாடகை, *Char* (சார்) பொசுக்கு, *Chart* (சார்ட்) தரைப்படம், *Charm* (சார்ம்) மந்திரம்
CH+O-CHO	*Choice* (சாய்ஸ்) தெரிந்தெடுத்தல், *Chocolate* (சாக்லேட்) மிட்டாய், *Chop* (சாப்) வெட்டு, *Chock* (சாக்) முட்டுக்கட்டை
CH+AU-CHAU	*Chauffer* (சாஃபெர்) எடுத்துச் செல்லும் அடுப்பு, *Chaucerian* (சாஸீயரியன்) சாஸர் இலக்கியங்கள்

இ – E, I, Y, AE

ச்+இ–சி, ஸ்+இ–ஸி – ஆங்கிலத்தில் ஒன்பது "சி, ஸி" உச்சரிப்புகள் உண்டு.

ச்+இ–சி ஸ்+இ–ஸி	
S+E-SE	*Severe* (ஸிவியர்) கண்டிப்பான, *Senecent* (ஸினெஸென்ட்) வயது முதிரும், *Secede* (ஸிஸீட்) விலகு, *Sear* (ஸியர்) பொசுக்கு
S+I-SI	*Signal* (சிக்னல்) அடையாளம், *Sick* (ஸிக்) நோயாளி, *Silk* (சில்க்) பட்டு, *Silver* (சில்வர்) வெள்ளி, *Sin* (ஸின்) பாவம்
S+Y-SY	*System* (சிஸ்டம்) ஒழுங்கு, *Syringe* (ஸிரின்ஜ்) ஊசி, *Sympathy* (ஸிம்பதி) அனுதாபம், *Syllabus* (ஸிலபஸ்) பாடத்திட்டம்
CH+E-CHE	*Rochet* (ராசிட்) பாதிரியார் அங்கி, *Chevy* (சிவி) தொந்தரவு, *Cheer* (சியர்) சந்தோசம், *Hatchet* (ஹாட்சிட்) கோடாரி
CH+I-CHI	*Chin* (சின்) முகவாய்கட்டை, *Children* (சில்ட்ரன்) குழந்தைகள், *Chill* (சில்) குளிர்ச்சி, *Chimney* (சிம்னி) புகைபோக்கி
CH+Y-CHY	*Trichy* (திருச்சி) மாவட்டம், *Duchy* (டசி) ஜமீன், *Starchy* (ஸ்டார்சி) மாவுப்பொருள், *Grouchy* (க்ரௌசி) அதிருப்தி
C+E-CE-	*Cement* (சிமெண்ட்) சிமெண்ட், *Vice* (வைஸி) பதிலாக, *Ceramic* (ஸிராமிக்) மண்பாண்டம், *Celerity* (ஸிலெரிட்டி) சுறுசுறுப்பு
C+I-CI	*Cinema* (சினிமா) திரைப்படம் *Civil* (சிவில்) சமூகம், *City* (சிட்டி) நகரம், *Accident* (ஆக்ஸிடென்ட்) விபத்து
C+Y-CY	*Cylinder* (சிலிண்டர்) உருளை, *Cyst* (ஸிஸ்ட்) பை, *Cymbal* (சிம்பல்) ஜாலரா, *Agency* (ஏஜென்ஸி) வியாபார ஸ்தாபனம்

ஈ – E, EE, EA, AE, I, ச்+ஈ–சீ, ஸ்+ஈ–ஸீ – ஆங்கிலத்தில் பதினொன்று "சீ, ஸீ" உச்சரிப்புகள் உண்டு.	
ச்+ஈ–சீ **ஸ்+ஈ–ஸீ**	
S+I-SI	*Sikh* (ஸீக்) சீக்கியர், *Siege* (ஸீஜ்) முற்றுகை, *Casino* (கஸீனொ) கேளிக்கை கூடம், *Signor* (ஸீன்யார்) இத்தாலி ஐயா
S+E-SE	*Senior* (சீனியர்) மூத்தவர், *Serious* (சீரியஸ்) ஆபத்தான, *Seize* (ஸீஸ்) பறிமுதல் செய், *Serial* (சீரியல்) தொடர்கதை
S+EE-SEE	*Seen* (ஸீன்) பார், *Seed* (ஸீட்) விதை, *Seesaw* (ஸீஸா) ஏற்றப் பலகை, *Seethe* (ஸீத்) பொங்கு, *Seek* (ஸீக்) ஆராய்
S+EA-SEA	*Seal* (ஸீல்) நீர்நாய், *Seam* (ஸீம்) தையல் தழும்பு, *Sealevel* (ஸீலெவல்) கடல்மட்டம், *Season* (ஸீஸன்) பருவம்
CH+EE-	CHEE *Cheek* (சீக்) கன்னம், *Cheetah* (சீட) சிறுத்தைப்புலி, *Cheese* (சீஸ்) பாலாடைக்கட்டி
CH+EA-	CHEA *Cheat* (சீட்) ஏமாற்றுதல், *Cheap* (சீப்) மலிவான, *Cheapen* (சீபன்) விலை குறைவு
CH+I-CHI	*Chief* (சீப்) தலைமை, *Achieve* (அசீவ்) நிறைவேற்று
C+E-CE	*Cede* (ஸீட்) ஒப்புக்கொள், *Ceiling* (சீலிங்) மச்சு, *Conceit* (கன்ஸீட்) கர்வம், *Precede* (ப்ரீஸீட்) முன்செல்
C+AE-CAE	*Caesar* (ஸீஸர்) ரோமாபுரி அரசர்
C+I-CI	*Precis* (ப்ரேஸீ) சுருக்கம்
C+EA-CEA	*Cease* (ஸீஸ்) முடிவடை, *Conceal* (கன்ஸீல்) இரகசியமானவை, *Decease* (டிஸீஸ்) இறப்பு, *Unceasing* (அன்ஸீஸிங்) நிற்காத

ச்+உ–சு, ஸ்+உ–ஸு, உ – U, OO – ஆங்கிலத்தில் இரண்டு சு, ஸு உச்சரிப்புகள் உண்டு.	
S+U-SU	*Supreme* (சுப்ரீம்) மிக உயர்ந்த, *Superior* (சுபியரியர்) மேலான, *Sugar* (சுகர்) சர்க்கரை, *Suzuki* (சுஸூகி) டிவிஎஸ் கம்பெனி
CH+U-	*CHU Chuti* (சுட்டி) குறும்பு

ஊ – U, OO

ச்+ஊ– சூ, ஸ்+ஊ– ஸூ ஆங்கிலத்தில் நான்கு "சூ,ஸூ" உச்சரிப்புகள் உண்டு.

ச்+ஊ– சூ ஸ்+ஊ– ஸூ	
S+U-SU	*Super* (சூப்பர்) மேலான, *Insurance* (இன்சூரன்ஸ்) நஷ்டஈடு, *Sutram* (சூத்ரம்) சூத்திரம், *Suit-case* (சூட்கேஸ்) சிறிய பெட்டி
S+OO- SOO	*Soon* (ஸூன்) சீக்கிரம், *Sooth* (ஸூத்) உண்மை, *Soot* (ஸூட்) புகைக்கரி, *For sooth* (ஃபர்சூத்) உண்மையில்
CH+U-CHU	*Parachute* (பாராசூட்) விமானத்திலிருந்து இறங்குவதற்கான குடை
CH+OO-CHOO	*Choose* (சூஸ்) தேர்ந்தெடு, *Chooser* (சூசர்) தேர்ந்தெடுப்பவன், *Choolaimedu* (சூளைமேடு) சென்னை

எ – A, E, EA, AE, ச்+எ–செ, ஸ்+எ–ஸெ, ஆங்கிலத்தில் ஐந்து "செ", ஸெ உச்சரிப்புகள் உண்டு.	
ச்+எ–செ **ஸ்+எ–ஸெ**	
S+A-SA	*Saint* (செய்ன்ட்) துறவி, *Sail* (ஸெய்ல்) கப்பல், *Said* (ஸெட்) கூறு, *Saith* (ஸெய்த்) சொல்கிறார்
S+E-SE	*Service* (ஸெர்விஸ்) சேவை, *Session* (ஸெஷன்) கூட்டத்தொடர், *Seven* (ஸெவன்) ஏழு, *Sense* (ஸென்ஸ்) அறிவு
CH+A-CHA	*Chain* (செய்ன்) சங்கிலி
CH+E-CHE	*Chest* (செஸ்ட்) மார்பு, *Cheque* (செக்) செக்கு, *Chess* (செஸ்) சதுரங்கம், *Cherry* (செரி) பழம், *Check* (செக்) தணிக்கை
C+E-CE	*Cess* (செஸ்) வரி, *Central* (சென்ட்ரல்) மையம், *Census* (சென்சஸ்) மக்கள்தொகை, *Celebration* (ஸெலிப்ரேஷன்) கொண்டாட்டம்

ஏ – A, E, EA, AE ச்+ஏ–சே, ஸ்+ஏ–ஸே ஆங்கிலத்தில் நான்கு "சே,ஸே" உச்சரிப்புகள் உண்டு.
ச்+ஏ–சே **ஸ்+ஏ–ஸே**
S+A-SA *Sad* (ஸேட்) வருத்தம், *Safe* (ஸேஃப்) பாதுகாப்பு, *Sale* (சேல்) விற்பனை, *Sage* (ஸேஜ்) ஞானி, *Salem* (சேலம்) மாவட்டம் S+E-SE *Seine* (ஸேய்ன்) மீன்பிடிவலை, *Seignior* (ஸேய்னியர்) பிரபு, *Sethupet* (சேத்துப்பட்) சென்னை, *Seance* (ஸேயன்ஸ்) சபை CH+A-CHA *Chamber* (சேம்பர்) அறை, *Chase* (சேஸ்) துரத்து, *Chafe* (சேஃப்) தேய், *Chair* (சேர்) நாற்காலி, *Change* (சேஞ்ஜ்) மாறுதல் CH+E-CHE *Cheran* (சேரன்) அரசன், *Puducherry* (புதுச்சேரி) பாண்டிச்சேரி, *Velacherry* (வேளச்சேரி) சென்னை, *Chekkizhar* (சேக்கிழார்) புலவர், *Kooduvancherry* (கூடுவாச்சேரி) சென்னை

ஐ – – I, Y, AI

ச்+ஐ–சை, ஸ்+ஐ–ஸை – ஆங்கிலத்தில் ஏழு "சை, ஸை" உச்சரிப்புகள் உண்டு.

ச்+ஐ–சை **ஸ்+ஐ–ஸை**
S+I-SI *Sire* (ஸையர்) தகப்பன், *Siphon* (ஸைஃபன்) வடிகுழாய், *Site* (ஸைட்) இடம், *Size* (சைஸ்) அளவு, *Silence* (ஸைலென்ஸ்) அமைதி
S+Y-SY *Syce* (ஸைஸ்) குதிரைக்காரன், *Sycee* (ஸைஸீ) வெள்ளிக்கட்டி, *Syphon* (ஸைஃபன்) வடிகுழாய், *Psyche* (ஸைகி) ஆத்மா
S+AI-SAI *Mosaic* (மொஸைக்) தரைக்கல், *Bonsai* (பொன்ஸை) செயற்கை மரம், *Saidapet* (சைதாபேட்) சென்னை, *Dosai* (தோசை) உணவு
CH+I-CHI *Child* (சைல்ட்) குழந்தை, *China* (சைனா) சீனா, *Chine* (சைன்) பள்ளத்தாக்கு, *Chime* (சைம்) மணியோசை, *Chide* (சைட்) கண்டித்தல்
CH+AI-CHAI *Pachaiyappa* (பச்சையப்பா) பெயர், *Pitchai* (பிச்சை) பெயர், *Katchaikatti* (கச்சைகட்டி) மதுரை
C+I-CI *Cipher* (ஸைஃபர்) பூஜ்யம், *Loci* (லோஸை) இருப்பிடம், *Decide* (டிஸைட்) தீர்மானி, *Suicide* (ஸூஸைட்) தற்கொலை
C+Y-CY *Cyanide* (ஸையனைட்) விஷம், *Cyclone* (ஸைக்லோன்) புயல், *Cycle* (சைக்கிள்) மிதிவண்டி, *Cyclopaedia* (ஸைக்லபீடிய) கலைக்களஞ்சியம்

ஒ– O **ச்+ஒ–சொ, ஸ்+ஒ–ஸொ – ஆங்கிலத்தில் இரண்டு "சொ, ஸொ" உச்சரிப்புகள் உண்டு.**
ச்+ஒ–சொ **ஸ்+ஒ–ஸொ**
S+O-SO Sorites (ஸொரைடீஸ்) உண்மையை விளக்குதல், Isobar (ஐஸொபார்) சமஅழுத்தக்கோடு, Soso (ஸோஸொ) சுமாராக *CH+O-CHO Chokkan (சொக்கன்) பெயர், Chokkikulam (சொக்கிகுளம்) மதுரை, Chokkanathanputhur (சொக்கநாதன்புத்தூர்) விருதுநகர்*
ஒ – O, OA **ச்+ஓ–சோ, ஸ்+ஓ–ஸோ, ஆங்கிலத்தில் மூன்று "சோ, ஸோ" உச்சரிப்புகள் உண்டு.**
ச்+ஓ–சோ, **ஸ்+ஓ–ஸோ**
S+O-SO Soldier (ஸோல்ஜர்) ராணுவ வீரன், Solar (சோலார்) சூரியன், Sofa (சோஃபா) சோபா, Sore (ஸோர்) புண், Soviet (சோவியட்) ரஷ்யா நாடு *S+OA-SOA Soap (சோப்) சோப்பு, Soak (ஸோக்) ஈரமாக்கு, Soar (ஸோர்) உயர எழும்பு, Soap-nut (சோப்நட்) சீயக்காய்* *CH+O-CHO Choke (சோக்) மூச்சுத்திணறடி, Choky (சோகி) சிறைச்சாலை, Chokra (சோக்ர) சிற்றாள், Chotahazri (சோடாஹாஸ்ரி) காலைப் பலகாரம்*

ஔ– OU, OW ச்+ஔ–சௌ, ஸ்+ஔ–ஸௌ ஆங்கிலத்தில் நான்கு "சௌ, ஸௌ" உச்சரிப்புகள் உண்டு.
ச்+ஔ–சௌ, ஸ்+ஔ–ஸௌ
S+OU-SOU South (சௌத்) தெற்கு, *Sound* (சௌண்ட்) சப்தம், *Sough* (சௌ) உஸ் சத்தம், *Souse* (சௌஸ்) ஊறுகாய்போடு *S+OW-SOW Sow* (சௌ) பெண் பன்றி, *Sowkarjanaki* (சௌகார்ஜானகி) நடிகை *CH+OU-CHOU Chouse* (சௌஸ்) வஞ்சகன், *Chowmein* (சௌமேய்ன்) சீன நூடுல்ஸ் *CH+OW-CHOW Chow* (சௌ) சீனநாய்

ட் – D, T– +அ – A, O, U, E, AU

ட்+அ–ட – ஆங்கிலத்தில் எட்டு "ட" உச்சரிப்புகள் உண்டு.

ட்+அ–ட
D+A-DA Adamant (அடமண்ட்) பிடிவாதம், *Cardamom* (கார்டமம்) ஏலக்காய், *Pedal* (பெடல்) பெடல், *Pedagogue* (பெடகாக்) ஆசிரியர் *D+O-DO Dove* (டவ்) புறா, *Dozen* (டஜன்) பன்னிரண்டு, *Freedom* (ஃப்ரீடம்) சுதந்திரம், *Sodomy* (ஸாடமி) ஆண்கள் புணர்ச்சி *D+U-DU Dung* (டங்) சாணம், *Dunce* (டன்ஸ்) மூடன், *Dummy* (டம்மி) ஒன்றுக்கும் உதவாத, *Dust* (டஸ்ட்) புழுதி, *Dull* (டல்) மங்கலான *D+E-DE Elder* (எல்டர்) மூத்தவன், *Murder* (மர்டர்) கொலை, *Garden* (கார்டன்) தோட்டம், *Cylinder* (சிலிண்டர்) உருளை *T+A-TA Portable* (போர்டப்ள்) நகர்த்தக்கூடிய, *Portal* (போர்டல்) கதவு, *Tattoo* (டடூ) பச்சை குத்திய அடையாளம், *Total* (டோடல்) மொத்தம் *T+O-TO Ton* (டன்) 1000 கிலோ, *Tonner* (டனர்) மரக்கலம், *Tongue* (டங்) நாக்கு, *Doctor* (டாக்டர்) மருத்துவர் *T+U-TU Tumbler* (டம்ளர்) டம்ளர், *Tun* (டன்) பெரிய பீப்பாய், *Tuck* (டக்) கொசுவம், *Tub* (டப்) தொட்டி, *Turmeric* (டர்மெரிக்) மஞ்சள்

ஆ – A, O, AU **ட்+ஆ–டா – ஆங்கிலத்தில் ஆறு "டா" உச்சரிப்புகள் உண்டு.**	
ட்+ஆ–டா	
D+A-DA	*Daddy* (டாடி) அப்பா, *Dance* (டான்ஸ்) நடனம், *Dark* (டார்க்) இருட்டு, *Darnel* (டார்ன்ல்) களை, *Darling* (டார்லிங்) அன்புக்குரிய
D+O-DO	*Doll* (டால்) பொம்மை, *Dollar* (டாலர்) அமெரிக்க நாணயம், *Dolphin* (டால்ஃபின்) கடல்மீன், *Domination* (டாமினேஷன்) அதிகாரம்
D+AU-DAU	*Daughter* (டாடர்) மகள், *Dauphin* (டாஃபின்) பிரான்ஸ் இளவரசர், *Daunt* (டான்ட்) பயமுறுத்து, *Daub* (டாப்) விகாரமான வர்ணம் பூச்சு
T+A-TA	*Taluk* (டாலுக்) தாலுகா, *Taxi* (டாக்ஸி) வாடகை கார், *Potash* (பொட்டாஷ்) உரம், *Start* (ஸ்டார்ட்) புறப்படு
T+O-TO	*Toilet* (டாய்லெட்) கழிப்பறை, *Tolerance* (டாலரென்ஸ்) பொறுமை, *Tom* (டாம்) ஆண்பூனை, *Tonic* (டானிக்) மருந்து, *Top* (டாப்) உச்சம்
T+AU-TAU	*Taught* (டாட்) கற்பித்தல், *Taunt* (டான்ட்) சுடுசொல், *Taurus* (டாரஸ்) எருது, *Taut* (டாட்) தொய்வில்லாத, *Restaurant* (ரெஸ்டாரன்ட்) உணவு விடுதி

இ – E, I, Y, AE	ட்+இ–டி – ஆங்கிலத்தில் ஆறு "டி" உச்சரிப்புகள் உண்டு.
ட்+இ–டி	
D+E-DE	*Dear* (டியர்) அன்புள்ள, *Departure* (டிபார்சர்) புறப்படுதல், *December* (டிசெம்பர்) ஆங்கில மாதம், *Demand* (டிமாண்ட்) தேவை
D+I-DI	*Disturb* (டிஸ்டர்ப்) தொந்தரவு, *Division* (டிவிஷன்) பகுதி, *Distance* (டிஸ்டன்ஸ்) தூரம், *Dinner* (டின்னர்) பகல் உணவு
D+Y-DY	*Dysentery* (டிஸ்ன்ட்ரி) வாந்திபேதி, *Dysuria* (டிஸூரிய) மூத்திர அடைப்பு, *Dyspepsia* (டிஸ்பெப்ஸிய) அஜீரணம், *Dynasty* (டினாஸ்டி) அரச வம்சம்
T+E-TE	*Ante* (ஆன்டி) முன்னதாக, *Teargas* (டியர்காஸ்) கண்ணீர்புகை, *Temerity* (டிமெரிடி) அஜாக்கிரதை, *Steer* (ஸ்டியர்) இளம்காளை மாடு
T+I-TI	*Tiffin* (டிஃபின்) சிற்றுண்டி, *Ticket* (டிக்கெட்) அனுமதிச்சீட்டு, *Tiller* (டில்லர்) உழவன், *Tiptop* (டிப்டாப்) முதல் தரமான
T+Y-TY	*Dirty* (டர்டி) அழுக்கு, *City* (சிட்டி) நகரம், *Mighty* (மைடி) வல்லமையுள்ள, *Forty* (ஃபார்டி) நாற்பது, *Nasty* (நாஸ்டி) அசிங்கமான

ஈ – E,EE,EA,AE,I

ட்+ஈ–டீ – ஆங்கிலத்தில் ஒன்பது “டீ” உச்சரிப்புகள் உண்டு.

ட்+ஈ–டீ	
D+E-DE	*Deluxe* (டீலக்ஸ்) மிக அருமையான, *Demon* (டீமன்) பேய், *Decent* (டீஸெண்ட்) அழகிய, *Chaldean* (கால்டீயன்) கால்டியா பழங்குடி
D+EE-DEE	*Deep* (டீப்) ஆழமான, *Deed* (டீட்) செயல், *Deem* (டீம்) கருது
D+EA-DEA	*Deacon* (டீகன்) மாதாகோவில் அதிகாரி, *Dean* (டீன்) மருத்துவத்துறை அதிகாரி, *Deal* (டீல்) கள்ளிப்பலகை, *Dealer* (டீலர்) வியாபாரி
D+AE-DAE	*Daemon* (டீமன்) பேய்
D+I-DI	*Sardine* (சார்டீன்) நவரத்தினங்களில் ஒன்று, *Medieval* (மெடீவ்ல்) மத்திய காலத்தில், *Dinar* (டீனார்) பாரசீக நாட்டு நாணயம்
T+E-TE	*Diabetes* (டையபீடீஸ்) நீரழிவுநோய், *Artesian* (ஆர்டீஷன்) ஊற்றுக்கிணறு, *Tedium* (டீடியம்) சோர்வு, *Tenet* (டீனிட்) கொள்கை
T+EE-TEE	*Teem* (டீம்) குட்டிகள் ஈனு, *Teeth* (டீத்) பற்கள், *Teens* (டீன்ஸ்) 13 வயது 19 வரை, *Tee-ny* (டீனி) மிகச்சிறிய, *Sixteen* (ஸிக்ஸ்டீன்) பதினாறு
T+EA-TEA	*Tea* (டீ) தேயிலை, *Teach* (டீச்) பாடம், *Teak* (டீக்) தேக்கு, *Team* (டீம்) குழு, *Tease* (டீஸ்) வெறுப்பூட்டு, *Teal* (டீல்) ஒருவகை வாத்து
T+I-TI	*Fatique* (ஃபடீக்) சலிப்படையச்செய், *Dhoti* (தோடீ) வேஷ்டி, *Routine* (ருடீன்) காரியக்கிரமம், *Competition* (காம்பிடீஷன்) போட்டி

உ – U, OO ட்+உ–டு, ஆங்கிலத்தில் மூன்று "டு" உச்சரிப்புகள் உண்டு.	
ட்+உ–டு	
D+U-DU	*Duration* (டுரேஷன்) நீடிக்கும் காலம், *Durable* (டுரப்ல்) திடமான, *Tamilnadu* (தமிழ்நாடு) தமிழ்நாடு, *Erkadu* (ஏற்காடு) சேலம்
T+U-TU	*Tulsi* (டுல்சி) துளசி, *Stupid* (ஸ்டுபிட்) புத்தியில்லாத, *Tutorial* (டுடோரியல்) பாடம் நடத்துமிடம், *Studio* (ஸ்டுடியோ) படம் எடுக்கும் இடம்
T+OO-TOO	*Took* (டுக்) எடு, *Stood* (ஸ்டுட்) நில், *Betook* (பிடுக்) முயற்சி செய்
ஊ – U, OO – ட்+ஊ–டூ ஆங்கிலத்தில் நான்கு "டூ" உச்சரிப்புகள் உண்டு.	
ட்+ஊ–டூ	
D+U-DU	*Duet* (டூயெட்) இருவர் பாடும்பாட்டு *Duel* (ட்யூஅல்) இருவர் சண்டை, *Duty* (ட்யூடி) வேலை, *Duplicate* (ட்யூப்ளிகேட்) நகல்
D+OO-DOO	*Doom* (டூம்) தீர்ப்பளி, *Doodle* (டூட்ல்) அறிவில்லாதவன், *Doomsday* (டூம்ஸ்டேய்) பாவச்செயல், விசாரணை நாள், *Hindoo* (ஹின்டூ) இந்துமதம்
T+U-TU	*Tutor* (ட்யூடர்) ஆசிரியர், *Tuition* (ட்யூஷன்) போதனை, *Tuesday* (ட்யூஸ்டேய்) செவ்வாய்க்கிழமை, *Metur*(மேட்டூர்) அணை
T+OO-TOO	*Tool* (டூல்) கருவி, *Tooth* (டூத்) பல், *Too* (டூ) மிகவும், *Stool* (ஸ்டூல்) உட்காரும்ஸ்டூல், *Stooge* (ஸ்டூஜ்) அடிமை

எ – A, E, EA, AE

ட்+எ–டெ, ஆங்கிலத்தில் ஆறு "டெ" உச்சரிப்புகள் உண்டு.

ட்+எ–டெ	
D+A-DA	*Daily* (டெய்லி) தினந்தோறும், *Dainty* (டெய்ன்டி) சுவையான, *Ordain* (ஆர்டெய்ன்) அதிகாரமளி, *Pendant* (பென்டென்ட்) பதக்கம்
D+E-DE	*Delhi* (டெல்ஹி) டெல்லி, *Decoration* (டெகரேஷன்) அலங்காரம், *Deficit* (டெஃபிசிட்) பற்றாக்குறை, *Debit* (டெபிட்) செலவு
D+EA-DEA	*Dead* (டெட்) இறப்பு, *Deaf* (டெஃப்) செவிடு, *Dearth* (டெர்த்) அருமை, *Death* (டெத்) மரணம்
T+A-TA	*Tail* (டெய்ல்) வால், *Tailor* (டெய்லர்) தையல்காரர், *Important* (இம்பார்டென்ட்) முக்கியம், *Fountain* (ஃபௌன்டெய்ன்) நீரூற்று
T+E-TE	*Television* (டெலிவிஷன்) தொலைக்காட்சி, *Temple* (டெம்ப்ள்) கோவில், *Test* (டெஸ்ட்) பரிசோதனை, *Term* (டெர்ம்) கால அளவு
T+EA-TEA	*Stead* (ஸ்டெட்) உதவியாயிரு, *steady* (ஸ்டெடி) உறுதியான, *stealthy* (ஸ்டெல்தி) ரகசியமான, *steadfast* (ஸ்டெட்ஃபாஸ்ட்) தளராத

ஏ– A, E, EA, AE, ட்+ஏ–டே, ஆங்கிலத்தில் ஆறு "டே" உச்சரிப்புகள் உண்டு.	
ட்+ஏ–டே	
D+A-DA	*Danger* (டேன்ஜர்) அபாயம், *Dam* (டேம்) அணை, *Damage* (டேமேஜ்) சேதம், *Date* (டேட்) தேதி, *Dare* (டேர்) வீரன்
D+E-DE	*Debut* (டேபூ) ஆரம்பம், *Decor* (டேகர்) நல்லதோற்றம், *Detenu* (டேடனூ) காவலில் வைக்கப்பட்டவன், *Detour* (டேடூஅர்) சுற்றுவழி
T+A-TA	*Table* (டேபிள்) மேஜை, *Taste* (டேஸ்ட்) சுவை, *Take* (டேக்) எடு, *Tape* (டேப்) நாடா, *Meditation* (மெடிடேஷன்) தியானம்
T+E-TE	*Tete-a-tete* (டே(ய்) டா டே(ய்)ட்) நேருக்கு நேர்
T+EA-TEA	*TEAR* (டேர்) பலாத்காரமாகப்பிரி
T+AE-TAE	*Tael* (டேல்) சீனதேச வெள்ளி நாணயம்

ஐ – I, Y, AI	ட்+ஐ–டை – ஆங்கிலத்தில் ஆறு "டை" உச்சரிப்புகள் உண்டு.
ட்+ஐ–டை	
D+I-DI	*Diamond* (டையமண்ட்) வைரம், *Die* (டை) இறப்பு, *Dialogue* (டையலாக்) உரையாடல், *Diary* (டைஅரி) நாட்குறிப்பு
D+Y-DY	*Dynamo* (டைனமோ) மின்சாதனம், *Dye* (டை) சாயம், *Dyad* (டைஅட்) இரண்டு, *Dyke* (டைக்) அணை, *Dying* (டையிங்) இறந்துகொண்டிருக்கிற
D+AI-DAI	*Kodaikkanal* (கொடைக்கானல்) சுற்றுலாஸ்தலம், *Karamadai* (காரமடை) கோயமுத்தூர், *kochadai* (கோச்சடை) மதுரை
T+I-TI	*Tiger* (டைகர்) புலி, *Time* (டைம்) நேரம், *Title* (டைட்டல்) தலைப்பு, *Tie* (டை) கழுத்தணி, *Tight* (டைட்) இறுக்கமான, *Tile* (டைல்) ஓடு
T+Y-TY	*Tyre* (டையர்) சக்கரம், *Typhoon* (டைஃபூன்) சூறாவளி, *Typhoid* (டைபாய்ட்) ஜுரம், *typist* (டைபிஸ்ட்) டைப் அடிப்பவர், *Type* (டைப்) வகை
T+AI-TAI	*Taipan* (டைபான்) ஆஸ்திரேலியா விஷப்பாம்பு, *Pudukkottai* (புதுக்கோட்டை) மாவட்டம், *Senkottai* (செங்கோட்டை) தென்காசி மாவட்டம் *Nilakkottai* (நிலக்கோட்டை) திண்டுக்கல்

ஒ – O

ட்+ஒ–டொ – ஆங்கிலத்தில் இரண்டு "டொ" உச்சரிப்புகள் உண்டு

ட்+ஒ–டொ	
D+O-DO –	*Donation* (டொனேஷன்) நன்கொடை, *Domestic* (டொமெஸ்டிக்) வீட்டுவிலங்கு, *Domain* (டொமேன்) ஆட்சிஎல்லை
T+O-TO	*Topi* (டொபீ) தொப்பி, *Toyota* (டொயோட்டா) கார்கம்பெனி, *Tobocco* (டொபாக்கோ) புகையிலை

ஒ – O, OA

ட் + ஒ– டோ – ஆங்கிலத்தில் நான்கு "டோ" உச்சரிப்புகள் உண்டு.

ட் + ஒ – டோ

D + O – DO –	*Dose* (டோஸ்) மருந்தின் அளவு, *Docile* (டோஸைல்) பணிவான, *Doe* (டோ) பெண் மான்
D + OA –	*DOA – Doad* (டோட்) அளவுக்குமேல் நேசி,
T + O – TO –	*Toe* (டோ) கால்விரல், *Store* (ஸ்டோர்) கடை, *Token* (டோக்கன்) அடையாளம்
T + OA – TOA	*Toat* (டோட்) தேரை, *Toster* (டோஸ்டர்) ரொட்டி சுடுபவர்

ஔ – OU, OW ட்+ஔ–டௌ – ஆங்கிலத்தில் நான்கு "டௌ" உச்சரிப்புகள் உண்டு.	
ட்+ஔ–டௌ	
D+OU-DOU	*Doubt* (டௌட்) சந்தேகம், *Doughty* (டௌடி) தைரியமுள்ள
D+OW-DOW	*Down* (டௌன்) கீழே, *Dowdy* (டௌடி) விகாரமான ஆடை அணிந்த, *Dowager* (டௌஅகர்) சீமானின் விதவை, *Dowry* (டௌரி) சீதனம்
T+OU-TOU	*Tousle* (டௌஸ்ல்) சிக்காக்கு, *Tousy* (டௌஸி) சிக்கலான, *Tout* (டௌட்) தரகர், *Stout* (ஸ்டௌட்) கொழுத்த
T+OW-TOW	*Town* (டௌன்) நகரம், *Towel* (டௌஎல்) துவாலை, *Tower* (டௌஅர்) கோபுரம், *Towering* (டௌஅரிங்) கம்பீரமான

அ – A, O, U, E, AU

ண், ந், ன் – N

ண்+அ–ண, ந்+அ–ந, ன்+அ–ன ஆங்கிலத்தில் நான்கு "ண,ந,ன" உச்சரிப்புகள் உண்டு.

ண்+அ–ண
ந்+அ–ந
ன்+அ–ன

N+A-NA -	*Namaste* (நமஸ்தே) வணக்கம், *National* (நேஷனல்) தேசிய, *Canada* (கனடா) நாடு, *Manali* (மணலி) சென்னை
N+O-NO -	*None* (நன்) ஒருவருமில்லை, *Minor* (மைனர்) வயதாகாதவர், *Donor* (டோனர்) நன்கொடை அளிப்பவர், *Another* (அனதர்) மற்றொரு
N+U-NU -	*Nun* (நன்) சந்நியாசினி, *Nurse* (நர்ஸ்) செவிலியர், *Number* (நம்பர்) எண், *Nut* (நட்) கொட்டை
N+E-NE -	*Governer* (கவர்னர்) ஆளுநர், *Corner* (கார்னர்) மூலை, *Partner* (பார்ட்னர்) கூட்டாளி, *Cleaner* (க்ளீனர்) சுத்தம் செய்பவர்

ஆ– A, O, AU

ண்+அ–ணா

ந்+அ–நா

ன்+அ–னா – ஆங்கிலத்தில் மூன்று "ணா, நா, னா" உச்சரிப்புகள் உண்டு.

ண்+அ–ணா

ந்+அ–நா

ன்+அ–னா

N+A-NA	*Nasty* (நாஸ்டி) அசிங்கம், *Manali* (மணாலி) இமாசல்பிரதேசம், *Telungana* (தெலுங்னா) மாநிலம், *Naphthalene* (நாப்தலீன்) அந்துருண்டை
N+O-NO	*Normal* (நார்மல்) சாதாரணமான, *North* (நார்த்) வடக்கு, *Minority* (மைனாரிடி) சிறுபான்மை, *Monopoly* (மனாபலி) தனிஉரிமை
N+AU-NAU	*Naughty* (நாடி) அடங்காப்பிடாரி, *Naught* (நாட்) பூஜ்யம், *Inauguration* (இனாகுரேஷன்) ஆரம்பம், *Astronaut* (அஸ்ட்ரநாட்) விண்வெளிபயணம்

இ – E, I, Y, AE
ண்+இ–ணி
ந்+இ–நி
ன்+இ–னி – ஆங்கிலத்தில் நான்கு "ணி, நி, னி" உச்சரிப்புகள் உண்டு.

ண்+இ–ணி
ந்+இ–நி
ன்+இ–னி

N+E-NE	*Near* (நியர்) அருகில், *Acne* (ஆக்னி) பரு, *Benefit* (பெனிஃபிட்) நன்மை, *New* (நியூ) புதிய, *Cinema* (சினிமா) திரைப்படம்
N+I-NI	*Minimum* (மினிமம்) குறைந்த, *Nizam* (நிஜாம்) அரசர், *Nil* (நில்) இல்லை, *Nirvana* (நிர்வாண) நிர்வாணம், *Turnip* (டர்னிப்) முள்ளங்கி
N+Y-NY	*Nymph* (நிம்ஃப்) வனதேவதை, *Company* (கம்பெனி) ஸ்தாபனம், *Botany* (பாடனி) தாவரநூல், *Germany* (ஜெர்மனி) ஐரோப்பிய நாடு
N+AE-NAE	*Gynaecology* (கைனிகாலஜி) மகளிர் வைத்தியம், *Anaesthesia* (ஆனிஸ்தீஸிய) மயக்கம், *Anaesthetic* (ஆனிஸ்தெடிக்) மயக்க மருந்து

ஈ – E, EE, EA, AE, I

ண்+ஈ–ணீ, ந்+ஈ–நீ, ன்+ஈ–னீ – ஆங்கிலத்தில் ஐந்து ணீ, நீ, னீ உச்சரிப்புகள் உண்டு.

ண்+ஈ–ணீ **ந்+ஈ–நீ** **ன்+ஈ–னீ**	
N+E-NE	*Negro* (நீக்ரோ) கருப்பர் இனம், *Neon* (நீயான்) மின்விளக்கு வாயு, *Amnesia* (அம்னீஸிய) மறதி, *venetian* (வினீஷன்) வெனிஸ் நகரவாசி
N+EE-NEE	*Need* (நீட்) தேவை, *Donee* (டோனீ) நன்கொடை பெறுபவர், *Knee* (நீ) முழங்கால், *Neem* (நீம்) வேம்பு, *Needle* (நீட்ல்) ஊசி
N+EA-NEA	*Neat* (நீட்) சுத்தம், *Neap* (நீப்) முக்காலி, *Beneath* (பினீத்) கீழே, *Anneal* (அனீல்) இரும்பைக் காய்ச்சி கடினமாக்கு
N+AE-NAE	*Anaemia* (அனீமிய) ரத்தச்சோகை, *Anaesthetize* (அனீஸ்தெடைஸ்) மயக்க மருந்து
N+I-NI	*Manipulate* (மனீபுலேட்) திறமையாகக் கையாளு, *Quinine* (க்உஇனீன்) கொய்னா மருந்து

உ – U, OO ண்+உ–ணு, ந்+உ–நு, ன்+உ–னு, ஆங்கிலத்தில் ஒரு “ ணு, நு, னு ” உச்சரிப்பு உண்டு.

ண்+உ–ணு **ந்+உ–நு** **ன்+உ–னு**	
N+U-NU	*Annual* (அனுஅல்) ஆண்டுமலர், *Manufacture* (மெனுஃபாக்சர்) உற்பத்தி, *Nungambakkam* (நுங்கம்பாக்கம்) சென்னை, *Menu* (மெனு) உணவு வகைகள்

ஊ – U, OO ண்+ஊ–ணூ, ந்+ஊ–நூ, ன்+ஊ–னூ ஆங்கிலத்தில் இரண்டு " ணூ, நூ, னூ " உச்சரிப்புகள் உண்டு.
ண்+ஊ–ணூ **ந்+ஊ–நூ** **ன்+ஊ–னூ**
N+U-NU *Nuisance (ந்யூஷன்ஸ்) தொந்தரவு, Nutrition (ந்யூட்ரிஷன்) உணவுச்சத்து, Detenu (டேடனூ) காவலில் உள்ள Numeral (நியூமரல்) எண்* *N+OO-NOO* *Noodle (நூட்ல்) முட்டாள், Nook (நூக்) தனிமையான, Noon (நூன்) நடுப்பகல், Noose (நூஸ்) சுருக்கு, Kohinoor(கோகினூர்) வைரம்*
எ – A, E, EA, AE ண்+எ–ணெ, ந்+எ–நெ, ன்+எ–னெ – ஆங்கிலத்தில் இரண்டு " ணெ, நெ, னெ " உச்சரிப்புகள் உண்டு.
ண்+எ–ணெ **ந்+எ–நெ** **ன்+எ–னெ**
N+A-NA *Nail (நெய்ல்) நகம், Consonant (கான்ஸனென்ட்) மெய்யெழுத்து, Sustenance (ஸஸ்டினென்ஸ்) ஆகாரம்* *N+E-NE* *Negative (நெகடிவ்) எதிர்மறை, Nerve (நெர்வ்) நரம்பு, Neck (நெக்) கழுத்து, Next (நெக்ஸ்ட்) அடுத்த, Nest (நெஸ்ட்) கூடு*

ஏ – A, E, EA, AE

ண்+ஏ–ணே, ந்+ஏ–நே, ன்+ஏ–னே, ஆங்கிலத்தில் இரண்டு “ ணே, நே, னே ” உச்சரிப்புகள் உண்டு.

ண்+ஏ–ணே **ந்+ஏ–நே** **ன்+ஏ–னே**	
N+A-NA	*Native* (நேடிவ்) பூர்வீகம், *Nature* (நேசர்) இயற்கை, *Terminate* (டெர்மினேட்) முடிவுகட்டு, *Name* (நேம்) பெயர்
N+E-NE	*Neigh* (நேய்) குதிரையின் கணைப்பு, *Gynephobia* (ஜைனேஃபோபிஅ) மகளிர் அச்சஉணர்வு, *Neighbour* (நேய்பர்) பக்கத்து வீட்டுக்காரர், *Pune* (பூனே) நகரம்
ஐ – I, Y, AI – ண்+ஐ–ணை, ந்+ஐ–நை, ன்+ஐ–னை, – ஆங்கிலத்தில் மூன்று “ ணை, நை, னை ” உச்சரிப்புகள் உண்டு.	
ண்+ஐ–ணை **ந்+ஐ–நை** **ன்+ஐ–னை**	
N+I-NI	*Vulcanize* (வல்கனைஸ்) பற்ற வைத்தல், *Anicut* (அணைகட்) அணைக்கட்டு, *Nitrate* (நைட்ரேட்) உப்பு, *Night* (நைட்) இரவு
N+Y-NY	*Nylon* (நைலான்) செயற்கைபட்டு, *Deny* (டினை) அளிக்கமறு
N+AI-NAI	*Naive* (நையீவ்) கபடமற்ற, *Naivety* (நையீவிடி) மிக்க எளிமை, *Chennai* (சென்னை) சென்னை, *Nairobi* (நைரோபி) நாடு

ஒ – O ண்+ஒ–ணொ, ந்+ஒ–நொ, ன்+ஒ–னொ – ஆங்கிலத்தில் ஒரு " ணொ, நொ, னொ " உச்சரிப்பு உண்டு.
ண்+ஒ–ணொ **ந்+ஒ–நொ** **ன்+ஒ–னொ**
N+O-NO *Nobility* (நொபிலிடி) பெருந்தன்மை, *Notation* (நொடேஷன்) குறியீடு, *Notorious* (நொடாரியஸ்) கெட்டபெயர், *Casino* (காஸினொ) கேளிக்கை கூடம்
ஓ – O, OA ண்+ஓ–ணோ, ந்+ஓ–நோ, ன்+ஓ–னோ – ஆங்கிலத்தில் ஒரு " ணோ, நோ, னோ " உச்சரிப்பு உண்டு.
ண்+ஓ–ணோ **ந்+ஓ–நோ** **ன்+ஓ–னோ**
N+O-NO *Piano* (பியானோ) இசைக்கருவி, *Noble* (நோப்ல்) உயர்ந்த, *Volpino* (வால்பினோ) நரித்தோற்றமுள்ள நாய், *Nose* (நோஸ்) மூக்கு
ஔ– OU, OW – ண்+ஔ–ணௌ, ந்+ஔ–நௌ, ன்+ஔ–னௌ – ஆங்கிலத்தில் இரண்டு "ணௌ, நௌ, னௌ " உச்சரிப்புகள் உண்டு.

ண்+ஔ–ணௌ

ந்+ஔ–நௌ

ன்+ஔ–னௌ

N+OU-NOU *Noun* (நௌன்) பெயர்ச்சொல், *Announce* (அனௌன்ஸ்) அறிவிப்பு, *Pronoun* (ப்ரநௌன்) பிரதிபெயர், *Pronounce* (ப்ரநௌன்ஸ்) உச்சரி

N+OW-NOW *Now* (நௌ) இப்பொழுது, *Nowa days* (நௌஅடேய்ஸ்) நிகழ்காலம், *Nowsad* (நௌஸாத்) முஸ்லீம்பெயர்

த் – D, T, DH, TH

அ – A, O, U, E, AU

த்+அ–த – ஆங்கிலத்தில் எட்டு “ த ” உச்சரிப்புகள் உண்டு.

த்+அ–த

D+A-DA *Dalailama* (தலைலாம), திபெத் நாட்டு தலைவர், *Veranda* (வெராண்த) தாழ்வாரம், *Khaddar* (கதர்) துணி, *Rigveda* (ரிக்வேத) ரிக்வேதம்

D+U-DU *Durbar* (தர்பார்) அரச சபை

T+A-TA *Tantra* (தன்த்ர) தந்திரம், *Tamasha* (தமாஷா) சிரிப்பு, *Tabala* (தபலா) இசைக்கருவி, *Kotagiri* (கோத்தகிரி) நீலகிரி

DH+A-DHA *Dharna* (தர்ணா) போராட்டம், *Verandha* (வெராண்த) தாழ்வாரம், *Doordharsan* (தூர்தர்ஷன்) தொலைக்காட்சி

TH+A-THA *That* (தட்) அந்த, *Naphthalene* (நாஃப்தலீன்) அந்துருண்டை, *Betrothal* (பிட்ரோதல்) நிச்சயதார்த்தம், *Thalaivasal* (தலைவாசல்) ஊர்

TH+O-THO *Thorough* (தரோ) பூர்த்தியான, *Author* (ஆதர்) எழுத்தாளர், *Python* (பைதன்) மலைப்பாம்பு, *Plethora* (ப்லெதரா) மிதமிஞ்சிய

TH+U-THU *Thursday* (தர்ஸ்டேய்) வியாழக்கிழமை, *Thumb* (தம்) கட்டைவிரல், *Thunder* (தண்டர்) இடிமுழக்கம், *Thug* (தக்) முரடன்

TH+E-THE *Father* (ஃபாதர்) அப்பா, *Feather* (ஃபெதர்) இறகு, *Other* (அதர்) வேறு, *weather* (வெதர்) காலநிலை, *Ether* (ஈதர்) அகாயவெளி

ஆ – A, O, AU த்+ஆ–தா – ஆங்கிலத்தில் ஆறு " தா " உச்சரிப்புகள் உண்டு.	
த்+ஆ–தா	
D+A-DA	*Tahsildar* (தாசில்தார்) வட்டாட்சியர், *Dal* (தால்) பருப்பு, *Vedas* (வேதாஸ்) நான்கு வேதங்கள், *Zamindar* (ஜமீன்தார்)
DH+A-DHA	*Purdah* (பர்தா) படுதா துணி, *Adhar* (ஆதார்) கார்டு, *Dhal* (தால்) பருப்பு, *Abudhabi* (அபுதாபி) அரபு நாடு
T+A-TA	*Tahsildar* (தாசில்தார்) வட்டாச்சியர், *Tantric* (தான்த்ரிக்) தந்திர சாஸ்திரம், *Bhagavad Gita* (பகவத் கீதா) பகவத் கீதை
TH+A-THA	*Thaler* (தாலர்) ஜெர்மன் வெள்ளி நாணயம், *Thaw* (தா) திரவமாக மாற்று, *Thalia* (தாலைஅ) நாடகத்தின் அதிதேவதை,*Ophthalmik* (ஆஃப்தால்மிக்) கண் சம்பந்தமாக
TH+O-THO	*Thorn* (தார்ன்) முள், *Thorpe* (தார்ப்) குக்கிராமம், *Thought* (தாட்) யோசனை, *Menthol* (மென்தால்) முகரும் உப்பு
TH+AU-THAU	*Thaumaturge* (தாமடர்ஜ்) மாயாஜாலம் செய்பவர், *Thaumaturgy* (தாமடர்ஜி) மாயாஜாலம்

இ – E, I, Y, AE – த்+இ–தி ஆங்கிலத்தில் ஏழு " தி " உச்சரிப்புகள் உண்டு.	
த்+இ–தி	
D+I-DI	*Kadi* (காதி) முஸ்லீம் நாட்டு நீதிபதி, *Hindi* (ஹிந்தி) இந்தி, *India* (இந்தியா) தாய்நாடு, *Khadi* (காதி) கதர், *Vedic* (வேதிக்) வேதம் தொடர்பாக
D+Y-DY	*Brandy* (ப்ராந்தி) சாராயம்
DH+I-DHI	*Buddhism* (புத்திஸம்) புத்தமதம், *Gandhi* (காந்தி) மகாத்மாகாந்தி
T+I-TI	*Maruti* (மாருதி) பெயர், *Sati* (சதி) உடன்கட்டை ஏறுதல், *Tiruchi* (திருச்சி) மாவட்டம், *Tirupur* (திருப்பூர்) மாவட்டம்
TH+E-THE	*The* (தி) அந்த, *Thearchy* (தியார்கி) தெய்வீக ஆட்சி, *Theatre* (தியடர்) திரை அரங்கம், *Theorm* (தியரம்) சூத்திரம், *Theocracy* (தியாக்ரஸி) கடவுளின் ஆட்சி
TH+I-THI	*Thick* (திக்) பருமனான, *Think* (திங்க்) யோசனை, *Thin* (தின்) ஒல்லியான, *This* (திஸ்) இது, *Thistle* (திஸ்ல்) நெருஞ்சிமுள்
TH+Y-THY	*Healthy* (ஹெல்தி) ஆரோக்கியமான, *Allopathy* (அலோபதி) ஆங்கில வைத்தியம், *Wealthy* (வெல்தி) செல்வம் நிறைந்த, *Worthy* (வொர்த்தி) மதிப்புள்ள

ஈ – E, EE, EA, AE, I

த்+ஈ–தீ ஆங்கிலத்தில் எட்டு " தீ " உச்சரிப்புகள் உண்டு.

த்+ஈ–தீ	
D+EE-DEE	*Deepavali* (தீபாவளி) பண்டிகை, *Deepam* (தீபம்) விளக்கு, *Deepika* (தீபிகா) பெயர், *Deeran* (தீரன்) பெயர்
D+I-DI	*Dipavali* (தீபாவளி) பண்டிகை
T+EE-TEE	*Suttee* (சதீ) உடன்கட்டை ஏறுதல்
TH+E-THE	*Theism* (தீயிஸம்) கடவுள் நம்பிக்கை, *Thesis* (தீஸிஸ்) கோட்பாடு, *These* (தீஸ்) இவர்கள், *Theme* (தீம்) பேசும் தலைப்பு
TH+EE-THEE	*Thee* (தீ) உன்னை, *Prithee* (ப்ரிதீ) வேண்டுகிறேன், *Agastheeshwaram* (அகஸ்தீஸ்வரம்) கன்னியாகுமரி
TH+I-THI	*Thief* (தீஃப்) திருடன், *Thievery* (தீவரி) திருடுதல், *Thievish* (தீவிஸ்) திருடும் குணம், *Nithin* (நித்தீன்) பெயர்
TH+EA-THEA	*Theave* (தீவ்) குட்டி போடாத பெண் செம்மறியாடு
DH+EE-DHEE	*Dheeran Chinnamalai* (தீரன் சின்னமலை) சுதந்திரப் போராட்ட வீரர்

உ – U, 00 த்+உ–து ஆங்கிலத்தில் நான்கு "து" உச்சரிப்புகள் உண்டு.	
த்+உ–து	
D+U-DU	*Urdu* (உர்து) மொழி, *Hindu* (ஹிந்து) மதம், *Madurai* (மதுரை) மாவட்டம், *Adudurai* (ஆடுதுறை) தஞ்சாவூர்
DH+U-DHU	*Madhu* (மாது) பெயர், *Abdhullah* (அப்துல்லா) முஸ்லீம் பெயர்
T+U-TU	*Tulsi* (துல்சி) துளசி, *Megadatu* (மேகதாது) கர்நாடகம்
TH+U-THU	*Muthu* (முத்து) பெயர், *Thoothukudi* (தூத்துக்குடி) மாவட்டம், *Thuraiyur* (துறையூர்) திருச்சி, *Sethupet* (சேத்துப்பேட்) சென்னை
ஊ – U, 00 த்+ஊ–தூ ஆங்கிலத்தில் ஆறு " தூ " உச்சரிப்புகள் உண்டு.	
த்+ஊ–தூ	
D+U-DU	*Hindusim* (ஹிந்தூயிஸம்) இந்து மதம், *Hindur* (ஹிந்தூர்) இந்தூர், *Vedasandur* (வேடசந்தூர்) திண்டுக்கல்
D+OO-DOO	*Doordharsan* (தூர்தர்ஷன்) தொலைக்காட்சி, *Tandoori* (தந்தூரி) மண்அடுப்பு சமையல், *Hindoo* (ஹிந்தூ) இந்துமதம்
T+U-TU	*Stupa* (ஸ்தூப) நினைவுச் சின்னம், *Tirupattur* (திருப்பத்தூர்) மாவட்டம், *Tundra* (தூன்த்ர) தூந்திரப் பிரதேசம்
TH+U-THU	*Enthusiastic* (இன்தூஸியாஸ்டிக்) ஆர்வமுள்ள, *Kolathur* (கொளத்தூர்) சென்னை, *Muthukulathur* (முதுகுளத்தூர்) ராமநாதபுரம்
TH+OO-THOO	*Thoothukudi* (தூத்துக்குடி) மாவட்டம்
DH+U-DHU	*Sadhu* (சாதூ) முனிவர்

எ –A, E, EA, AE

த்+எ–தெ – ஆங்கிலத்தில் மூன்று " தெ " உச்சரிப்புகள் உண்டு.

த்+எ–தெ	
T+E-TE	*Telungana* (தெலுங்கானா) தெலுங்கு தேசம்
TH+A-THA	*That* (தெட்) அந்த
TH+E-THE	*Then* (தென்) அப்பொழுது, *Them* (தெம்) அவர்களை, *Therapy* (தெரபி) வியாதி குணப்படுத்தும் முறை, *Thermae* (தெர்மி) உஷ்ணநீருற்று
ஏ – A, E, EA, AE – த்+ஏ–தே ஆங்கிலத்தில் ஐந்து "தே" உச்சரிப்புகள் உண்டு.	
த்+ஏ–தே	
D+E-DE	*Devikulam* (தேவிகுளம்) கேரளா, *Madyapradesh* (மத்திய பிரதேஷ்) மாநிலம், *Sridevi* (ஸ்ரீதேவி) பெயர், *Cheranmakadevi* (சேரன்மகாதேவி)
T+E-TE	*Namaste* (நமஸ்தே) வணக்கம், *Karate* (கராத்தே) ஜப்பான் மல்யுத்தம்
TH+A-THA	*Thanks* (தேங்க்ஸ்) நன்றி
TH+E-THE	*Their* (தேய்ர்) அவர்களுடைய, *There* (தேர்) அங்கே, *They* (தேய்) அவர்கள், *Apartheid* (அபார்தேய்ட்) தென்னாப்பிரிக்க இன வேறுபாடு
TH + EA-THEA	*Theave* (தேவ்) குட்டிபோடாத பெண் செம்மறி ஆடு

ஐ – I, Y, AI த்+ஐ–தை ஆங்கிலத்தில் நான்கு “தை” உச்சரிப்புகள் உண்டு.	
த்+ஐ–தை	
D+I-DI	*Diwan* (தைவான்) நாடு
TH+I-THI	*Thigh* (தை) தொடை, *Thine* (தைன்) உன்னுடைய, *Thiamine* (தையமின்) ஈரலில் உள்ள வைட்டமின் பி சத்து
TH+Y-THY	*Thyroid* (தைராய்ட்) ஒரு சுரப்பி, *Thy* (தை) உன்னுடைய, *Thymus* (தைமஸ்) கழுத்திலுள்ள சுரப்பி
TH+AI-THAI	*Thai* (தை) தமிழ்மாதம், *Thanthai* (தந்தை) பெரியார், *Thailapuram* (தைலாபுரம்) திண்டிவனம், *Manthaiveli* (மந்தைவெளி) சென்னை

ஒ – O த்+ஒ–தொ ஆங்கிலத்தில் ஒரு “ தொ ” உச்சரிப்பு உண்டு.	
த்+ஒ–தொ	
TH+O-THO	*Thondi* (தொண்டி) ராமநாதபுரம், *Thodupuzha* (தொடுபுழா) கேரளா, *Thondamuthur* (தொண்டாமுத்தூர்) கோவை

ஓ – O, OA

த்+ஓ–தோ – ஆங்கிலத்தில் மூன்று “ தோ ” உச்சரிப்புகள் உண்டு.

த்+ஓ–தோ	
D+O-DO	*Indonesia* (இந்தோனேசியா) நாடு
DH+O-DHO	*Indhonesia* (இந்தோனேசியா) நாடு, *Dhoti* (தோடி) வேஷ்டி, *Dhobi* (தோபி) வண்ணார், *Dhoni* (தோனி) கிரிக்கெட் வீரர்
TH+O-THO	*Though* (தோ) இருந்தும், *Those* (தோஸ்) அவைகள், *Thorium* (தோரியம்) தாதுப்பொருள், *Orthopaedy* [illegible]

ஔ – OU, OW – த்+ஔ–தௌ ஆங்கிலத்தில் இரண்டு "தௌ" உச்சரிப்புகள் உண்டு.

த்+ஔ–தௌ	
DH+OW-DHOW	Dhow (தௌ) அரபுப்படகு
TH+OU-THOU	Thousand (தௌஸெண்ட்) ஆயிரம், Thou (தௌ) நீ, Thousandfold (தௌஸென்ட்ஃபோல்ட்) ஆயிரம் மடங்கு

ப் B, P, BH + அ – A, O, U, E, AU

ப்+அ–ப ஆங்கிலத்தில் ஒன்பது "ப" உச்சரிப்புகள் உண்டு.

ப்+அ–ப	
B+A-BA	Bazaar (பஜார்) கடைவீதி, Balloon (பலூன்) பலூன், Bania (பனிய) வியாபாரி, Banana (பனான) வாழைப்பழம், Basta (பஸ்டா) நிறுத்து
B+O-BO	Ribbon (ரிப்பன்) நாடா, Carbon (கார்பன்) நிலக்கரி, Symbol (ஸிம்பல்) அடையாளம், Labor (லேபர்) தொழிலாளி
B+U-BU	Burden (பர்டன்) சுமை, Bucket (பகிட்) வாளி, Bubble (பப்ல்) நீர்க்குமிழி, Bug (பக்) மூட்டைப்பூச்சி, Bulb (பல்ப்) விளக்கு
B+E-BE	Number (நம்பர்) எண், October (அக்டோபர்) ஆங்கிலமாதம், Chamber (சேம்பர்) அறை, Robber (ராப்பர்) திருடன், Rubber (ரப்பர்) ரப்பர்
P+A-PA	Pandit (பண்டிட்) வித்வான், Particular (பர்டிகுலர்) தகவல், Panchayat (பஞ்சாயத்) கிராமசபை, Pandal (பந்தல்) கொட்டகை
P+O-PO	Purpose (பர்பஸ்) நோக்கம், Pomology (பமாலஜி) பழத் தோட்டக்கலை, Temporal (டெம்பரல்) இம்மைக்குரிய, Sponge (ஸ்பன்ஜ்) கடற்பஞ்சு
P+U-PU	Purchase (பர்சேஸ்) வாங்குதல், Punish (பனிஷ்) தண்டனை, Peepul (பீபல்) அரசமரம், Pulse (பல்ஸ்) நாடித்துடிப்பு, Purdah (பர்தா) படுதா
P+E-PE	Pauper (பாபர்) ஏழை, Pepper (பெப்பர்) மிளகு, Cheapen (சீபன்) விலைகுறைவு, Property (ப்ராபர்டி) சொத்து, Chopper (சாப்பர்) வெட்டுபவர்
BH+A-BHA	Bhagavad Gita (பகவத்கீதா), Bhavanam (பவனம்) வீடு, Bhavani (பவானி) பெயர், Bhagavan (பகவான்) கடவுள்

ஆ – A, O, AU ப்+ஆ–பா – ஆங்கிலத்தில் ஏழு "பா" உச்சரிப்புகள் உண்டு.	
ப்+ஆ–பா	
B+A-BA	*Balcony* (பால்கனி) மாடியின் முன்பாகம், *Bacteria* (பாக்டியரிய) கிருமிகள், *Balm* (பாம்) வலிமருந்து, *Barber* (பார்பர்) முடிவெட்டுபவர்
B+O-BO	*Boil* (பாய்ல்) வேகவை, *Bomb* (பாம்) வெடிகுண்டு, *Bond* (பான்ட்) பத்திரம், *Body* (பாடி) உடல், *Bodice* (பாடிஸ்) இரவிக்கை
B+AU-BAU	*Baud* (பாட்) செய்தி அனுப்பும் அலகு, *Baulk* (பாக்) உழப்படாத நிலப்பகுதி, *Bauxite* (பாக்ஸைட்) அலுமினியதாது, *Debauchee* (டிபாஷி) விபச்சாரன்
P+A-PA	*Parcel* (பார்ஸெல்) சிப்பம், *Parlour* (பார்லர்) ஒருஅறை, *Park* (பார்க்) பூங்கா, *Parson* (பார்ஸன்) பாதிரியார், *Part* (பார்ட்) பாகம்
P+O-PO	*Population* (பாபுலேஷன்) மக்கள்தொகை, *Poison* (பாய்ஸன்) விஷம், *Positive* (பாஸிடிவ்) உறுதியான, *Possible* (பாஸிப்ல்) நடக்கக்கூடிய
P+AU-PAU	*Paucity* (பாஸிடி) பற்றாக்குறை, *Paunch* (பான்ஷ்) வயிறு, *Pauper* (பாபர்) ஏழை, *Pause* (பாஸ்) நிறுத்து, *Tarpaulin* (டார்பாலின்) முரட்டுதுணி
BH+A-BHA	*Bharath* (பாரத்) பாரதம், *Bharathi* (பாரதி) புலவர், *Bhang* (பாங்) பங்கி போதை மருந்து, *Mahabharata* (மஹாபாரத) மகாபாரதம்

இ – E, I, Y, AE ப்+இ–பி ஆங்கிலத்தில் ஆறு "பி" உச்சரிப்புகள் உண்டு.	
ப்+இ–பி	
B+E-BE	*Be* (பி) இரு, *Beard* (பியர்ட்) தாடி, *Becalm* (பிகாம்) சாந்தப்படுத்து, *Because* (பிகாஸ்) ஏனெனில், *Before* (பிஃபோர்) முன்னால்
B+I-BI	*Big* (பிக்) பெரிய, *Bin* (பின்) குப்பைத்தொட்டி, *Billow* (பிலோ) பேரலை, *Biscuit* (பிஸ்கட்) ரொட்டி, *Bishop* (பிஷப்) பாதிரியார்
B+Y-BY	*Baby* (பேபி) குழந்தை, *Hubby* (ஹப்பி) கணவன், *Booby* (பூபி) மடையன், *Tabby* (டாபி) வரிப்பூனை, *Chubby* (சப்பி) கொழுத்த
P+E-PE	*Peculiar* (பிக்யூலியர்) புதுமையான, *Competition* (காம்பிடீஷன்) போட்டி, *Appearance* (அப்பியரன்ஸ்) தோற்றம், *Compedence* (காம்பிடென்ஸ்) திறமை
P+I-PI	*Spirit* (ஸ்பிரிட்) ஆத்மா, *Spinner* (ஸ்பின்னர்) நூல்நூற்பவர், *Pipit* (பிபிட்) சிறுபறவை, *Pillar* (பில்லர்) தூண், *Pickle* (பிக்ல்) ஊறுகாய்
P+Y-PY	*Copy* (காபி) நகல், *Pulpy* (பல்பி) கூழ்போன்ற, *Pyramid* (பிரமிட்) எகிப்திய அரசர் சமாதி, *Pygmy* (பிக்மி) சித்திரக்குள்ளன்

ஈ – E, EE. EA, AE, I

ப்+ஈ–பீ – ஆங்கிலத்தில் பத்து "பீ" உச்சரிப்புகள் உண்டு.

ப்+ஈ–பீ	
B+E-BE	*Belial* (பீல்யல்) சைத்தான், *Besom* (பீஸம்) துடைப்பம், *Betel* (பீட்ல்) வெற்றிலை, *Betacam* (பீடாகாம்) வீடியோகேமரா
B+EE-BEE	*Bee* (பீ) தேனீ, *Beech* (பீச்) புங்கமரம், *Beef* (பீஃப்) மாட்டிறைச்சி, *Beehive* (பீஹைவ்) தேன்கூடு, *Beet* (பீட்) பீட்ரூட்
B+EA-BEA	*Beach* (பீச்) கடற்கரை, *Beak* (பீக்) பறவையின் அலகு, *Beam* (பீம்) உத்திரம், *Bean* (பீன்) அவரைக்காய், *Beast* (பீஸ்ட்) முரடன்
B+I-BI	*Rabies* (ரேபீஸ்) நாய்க்கடி வியாதி, *Binet-simon test* (பீனேஸிமாடெஸ்ட்) குழந்தைகள் நுண்ணறிவு அளத்தல், *Habitual* (ஹபீச்யுஅல்) வழக்கமான
P+E-PE	*People* (பீப்ல்) மக்கள், *Penal* (பீனல்) தண்டனைக்குரிய, *Penis* (பீனிஸ்) ஆண்குறி, *Peon* (பீயன்) வேலைக்காரன், *Peter* (பீடர்) கிறிஸ்தவ பெயர்
P+EE-PEE	*Peek* (பீக்) எட்டிப்பார், *Peepul* (பீபல்) அரசமரம், *Peevish* (பீவிஷ்) சிடுசிடுப்பான, *Peel* (பீல்) மேல் தோலை உரி
P+EA-PEA	*Pea* (பீ) பட்டாணி, *Peace* (பீஸ்) அமைதி, *Peach* (பீச்) பழம், *Peak* (பீக்) சிகரம், *Pea-nut* (பீநட்) மணிலாக் கொட்டை
P+AE-PAE	*Paediatrics* (பீடியாட்ரிக்ஸ்) குழந்தை வைத்தியம், *Encyclopaedia* (என்ஸைக்லபீடிய) கலைக்களஞ்சியம்
P+I-PI	*Pigeon* (பீஜின்) புறா, *Piece* (பீஸ்) துண்டு, *Pique* (பீக்) விரோதம், *Topi* (டொபீ) தொப்பி, *Pipal* (பீபல்) அரசமரம்
BH+I-BHI	*Bhikar* (பீகார்) மாநிலம், *Bhima* (பீமா) பெயர்

உ– U, OO ப்+உ–பு , ஆங்கிலத்தில் ஐந்து "பு" உச்சரிப்புகள் உண்டு.	
ப்+உ–பு	
BH+U-BHU	*Bhuvanagiri* (புவனகிரி) கடலூர், *Bhuvaneshwar* (புவனேஸ்வர்) ஒடிஸா மாநிலம், *Bhuvana* (புவனா) பெயர்
B+U-BU	*Bullock* (புல்லக்) காளைமாடு, *Bush* (புஷ்) புதர், *Bullet* (புல்லெட்) துப்பாக்கி குண்டு, *Bulldozer* (புல்டோஸர்) சமப்படுத்தும் வண்டி
B+OO-BOO	*Book* (புக்) புத்தகம், *Baboo* (பாபு) இந்திய பெருமகன்
P+U-PU	*Push* (புஷ்) தள்ளு, *Pull* (புல்) இழு, *Pulpit* (புல்பிட்) பிரசங்கமேடை, *Purana* (புராண) புராணம், *Put* (புட்) வை, *Pussy* (புஸி) பூனை
P+OO-POO	*Poor* (புஅர்) ஏழை, *Poorhouse* (புஅர்ஹௌஸ்) தர்மசத்திரம்
ஊ– U, OO ப்+ஊ–பூ – ஆங்கிலத்தில் ஐந்து "பூ" உச்சரிப்புகள் உண்டு.	
ப்+ஊ–பூ	
B+U-BU	*Distribution* (டிஸ்ட்ரிபூஷன்) விநியோகம், *Debut* (டேபூ) அரங்கேற்றம், *Kabuki* (கபூகி) ஜப்பான் நாடகம், *Butan* (பூடான்) நாடு
B+OO-BOO	*Booby* (பூபி) மடையன், *Boost* (பூஸ்ட்) உயர்வு, *Boot* (பூட்) பூட்ஸ், *Booth* (பூத்) ஓட்டுச்சாவடி, *Booze* (பூஸ்) அதிகமாகக்குடி
P+U-PU	*Puja* (பூஜா) வழிபாடு, *Pugh* (பூ) சீ போ, *Pure* (ப்யூர்) சுத்தமான, *Tirupur* (திருப்பூர்) மாவட்டம், *Jaipur* (ஜெய்பூர்) ராஜஸ்தான்
P+OO-POO	*Pooja* (பூஜா) வழிபாடு, *Pool* (பூல்) குளம், *Pooh-Pooh* (பூபூ) பரிகாசம், *Pooh* (பூ) சீ கேவலம், *Shampoo* (ஷாம்பூ) ஷாம்பூ
BH+U-BHU	*Bhutan* (பூடான்) நாடு

எ – A, E, EA, AE

ப்+எ–பெ ஆங்கிலத்தில் ஆறு "பெ" உச்சரிப்புகள் உண்டு.

ப்+எ–பெ	
B+A-BA	*Bail* (பெய்ல்) ஜாமீன், *Bangalore* (பெங்களூர்) கர்நாடகா
B+E-BE	*Benison* (பெனிஸன்) ஆசி, *Best* (பெஸ்ட்) சிறந்த, *Benefit* (பெனிஃபிட்) பயன், *Beg* (பெக்) பிச்சை, *Bed* (பெட்) மெத்தை
P+A-PA	*Paint* (பெய்ண்ட்) வண்ணம், *Company* (கம்பெனி) கூட்டாளி, *Paid* (பெய்ட்) பணப்பட்டுவாடா, *Pain* (பெய்ன்) வலி
P+E-PE	*Person* (பெர்ஸன்) நபர், *Permission* (பெர்மிஷன்) அனுமதி, *Pension* (பென்ஷன்) ஓய்வூதியம், *Pet* (பெட்) செல்ல பிராணி
P+EA-PEA	*Peasant* (பெஸண்ட்) உழவன்
BH+E-BHE	*Bhel* (பெல்) அரசு கம்பெனி

ஏ– A, E, EA, AE – ப்+ஏ–பே ஆங்கிலத்தில் ஆறு "பே" உச்சரிப்புகள் உண்டு.

ப்+ஏ–பே	
B+EA-BEA	*Bear* (பேர்) தூக்கு, *Bearing* (பேரிங்) நடத்தை, *Bearish* (பேரிஷ்) முரட்டுத்தனமான, *Bugbear* (பக்பேர்) வீண்பயம்
B+A-BA	*Back* (பேக்) பின்னால், *Baby* (பேபி) குழந்தை, *Bakery* (பேக்கரி) ரொட்டி கிடங்கு, *Bale* (பேல்) துன்பம், *Bane* (பேன்) நாசம்
B+E-BE	*Begum* (பேகம்) மாதரசி, *Obey* (ஒபேய்) கீழ்ப்படிதல், *Bey* (பேய்) துருக்கி நாட்டு ஆளுநர், *Betenoire* (பேட்ன்உஆ) அச்சமூட்டும் நபர்
P+A-PA	*Paper* (பேப்பர்) காகிதம், *Page* (பேஜ்) பக்கம், *Parent* (பேரென்ட்) பெற்றோர், *Patient* (பேஷன்ட்) நோயாளி
P+E-PE	*perur* (பேரூர்) கோவை, *PerichamLake* (பேரிச்சம்லேக்) கொடைக்கானல் ஏரி, *Chrompet* (க்ரோம்பேட்) சென்னை
P+EA-PEA	*Pearl* (பேர்ள்) முத்து

ஐ – I, Y, AI ப்+ஐ–பை ஆங்கிலத்தில் ஆறு "பை" உச்சரிப்புகள் உண்டு	
ப்+ஐ–பை	
B+I-BI	*Bicycle* (பைசைக்ள்) மிதிவண்டி, *Bike* (பைக்) மோட்டார் சைக்கிள், *Binary* (பைனரி) இரண்டு, *Biology* (பையாலஜி) உயிரியல்
B+Y-BY	*By* (பை) பக்கத்தில், *Bye* (பை) தனித்து, *Bypath* (பைபாத்) பக்கவழி, *Bypass* (பைபாஸ்) வேறுபாதை, *By-law* (பைலா) சட்டத்திட்டங்கள்
B+AI-BAI	*Mumbai* (மும்பை) பம்பாய், *Pumbai* (பம்பை) கேரளா, *Baikara* (பைகாரா) மதுரை, *Kombai* (கோம்பை) தேனி மாவட்டம்
P+I-PI	*Piety* (பையடி) தெய்வபக்தி, *Piles* (பைல்ஸ்) மூலவியாதி, *Pie* (பை) பைசா, *Pineapple* (பைன்ஆப்பிள்) அன்னாசிப்பழம், *Piracy* (பைரஸி) கடற்கொள்ளை
P+Y-PY	*python* (பைதன்) மலைப்பாம்பு, *Pyre* (பையர்) சிதை, *Pyorrhoea* (பையரீய) சீழ் உண்டாகும் பல்வியாதி, *Occupy* (ஆக்குபை) ஆக்கிரமிப்பு
P+AI-PAI	*Paisa* (பைஸா) இந்திய நாணயம், *Nerkuppai* (நெற்குப்பை) ஊர், *Solomon Pappaiah* (சாலமன் பாப்பையா) பட்டிமன்ற நடுவர், *Padappai* (படப்பை) சென்னை

ஒ – O

ப்+ஒ–பொ – ஆங்கிலத்தில் இரண்டு " பொ " உச்சரிப்புகள் உண்டு.

ப்+ஒ–பொ	
B+O-BO	*Bonsai* (பொன்ஸை) செயற்கை மரம், *Bonanza* (பொனான்ஸா) எதிர்பாராத செல்வம், *Tombola* (டாம்பொல) பந்தயம்
P+O-PO	*Potash* (பொட்டாஷ்) உரம், *Political* (பொலிடிகல்) அரசியல், *Pongal* (பொங்கல்) தைப்பொங்கல், *Polite* (பொலைட்) நற்பண்பு

ஓ – O, OA ப்+ஓ–போ, ஆங்கிலத்தில் நான்கு "போ" உச்சரிப்புகள் உண்டு.
ப்+ஓ–போ
B+O-BO *Bone* (போன்) எலும்பு, *Bonus* (போனஸ்) இனாம், *Bolt* (போல்ட்) தாழ்ப்பாள், *Bold* (போல்ட்) தைரியம், *Bore* (போர்) துளை *B+OA-BOA* *Boat* (போட்) படகு, *Boar* (போர்) ஆண்காட்டுப்பன்றி, *Board* (போர்ட்) மரப்பலகை, *Boast* (போஸ்ட்) டம்பப்பேச்சு *P+O-PO* *Polio* (போலியோ) முடக்குவாதம், *Port* (போர்ட்) துறைமுகம், *Polo* (போலோ) ஒருவகை பந்தாட்டம், *Police* (போலீஸ்) காவலர் *P+OA-POA* *Poacher* (போசர்) திருட்டுத்தனமாக வேட்டையாடுபவர்
ஔ– OU, OW ப்+ஔ–பௌ – ஆங்கிலத்தில் நான்கு "பௌ" உச்சரிப்புகள் உண்டு.
ப்+ஔ–பௌ
B+OU-BOU *Boundary* (பௌன்டரி) எல்லைக்கோடு, *Bough* (பௌ) மரக்கிளை, *Bounty* (பௌன்டி) தாராளம், *Bout* (பௌட்) பந்தி *B+OW-BOW* *Bow* (பௌ) கப்பலின் முன்பாகம், *Bowback* (பௌபாக்) கூன்முதுகு, *Bowel* (பௌஎல்) குடல், *Bower* (பௌஅர்) அந்தப்புரம் *P+OU-POU* *Pouch* (பௌச்) சிறுபை, *Pound* (பௌன்ட்) எடை, *Pout* (பௌட்) உதடு பிதுக்குதல், *Spouse* (ஸ்பௌஸ்) கணவன், மனைவி *P+OW-POW* *Powder* (பௌடர்) பொடி, *Power* (பௌஅர்) சக்தி, *Powerless* (பௌஅர்லிஸ்) அதிகாரமில்லாத

ம் – M + அ– A, O, U, E, AU

ம்+அ–ம – ஆங்கிலத்தில் நான்கு “ம” உச்சரிப்புகள் உண்டு.

ம்+அ–ம	
M+A-MA	*Maroon* (மரூன்) தனித்த கடற்கரை, *Masjid* (மஸ்ஜித்) பள்ளிவாசல், *Marine* (மரீன்) கடற்படை, *Malaria* (மலேரிய) ஜூரம்
M+O-MO	*Mother* (மதர்) அம்மா, *Mosquito* (மஸ்கீடோ) கொசு, *Monkey* (மங்கி) குரங்கு, *Mongoose* (மங்கூஸ்) கீரி, *Money* (மணி) பணம்
M+U-MU	*Mutton* (மட்டன்) இறைச்சி, *Mulberry* (மல்பெரி) முசுக்கட்டைமரம், *Mummy* (மம்மி) அம்மா, *Mull* (மல்) துணி, *Mufti* (மஃப்டி) சாதாரணஉடை
M+E-ME	*Summer* (சம்மர்) கோடைக்காலம், *Customer* (கஸ்டமர்) வாடிக்கையாளர், *Farmer* (ஃபார்மர்) விவசாயி, *Enamel* (இனாமல்) பீங்கான் பூச்சு

ஆ– A, O, AU – ம்+ஆ–மா – ஆங்கிலத்தில் மூன்று “மா” உச்சரிப்புகள் உண்டு.

ம்+ஆ–மா	
M+A-MA	*Magistrate* (மாஜிஸ்ட்ரேட்) நீதிபதி, *Malpractice* (மால்ப்ராக்டிஸ்) கெட்ட நடத்தை, *Maltose* (மால்டோஸ்) இனிப்புப்பொருள், *Mark* (மார்க்) அடையாளம்
M+O-MO	*Modern* (மாடேர்ன்) நவீன, *Modify* (மாடிஃபை) திருத்து, *Mongoose* (மாங்கூஸ்) கீரி, *Monitar* (மானிடர்) மாணவர் தலைவன்
M+AU-MAU	*Maul* (மால்) கிழித்தெறி, *Maund* (மான்ட்) இந்திய எடை, *Mausoleum* (மாஸலீயம்) அழகான கல்லறை

இ – E, I, Y, AE – ஆங்கிலத்தில் நான்கு "மி" உச்சரிப்புகள் உண்டு.	
ம்+இ–மி	
M+E-ME	*ME* (மி) என்னை, *Mechanic* (மிகானிக்) இயந்திர வல்லுநர், *Memorial* (மிமாரியல்) ஞாபகச்சின்னம், *Metallic* (மிடாலிக்) உலோகத்தாலான
M+I-MI	*Miracle* (மிரக்ள்) அதிசயம், *Military* (மிலிடரி) ராணுவம், *Minute* (மினிட்) நிமிஷம், *Million* (மில்லியன்) பத்து லட்சம்
M+Y-MY	*Mythology* (மிதாலஜி) புராணங்கள், *Mystery* (மிஸ்டெரி) பரம இரகசியம், *Enemy* (எனிமி) எதிரி, *Academy* (அகடெமி) மையம்
M+AE-MAE	*Thermae* (தெர்மி) உஷ்ணநீரூற்று, *Chimaera* (கிமியர) பயங்கர ஜந்து
ஈ – E, EE, EA, I, AE – ம்+ஈ–மீ – ஆங்கிலத்தில் நான்கு "மீ" உச்சரிப்புகள் உண்டு.	
ம்+ஈ–மீ	
M+E-ME	*Medium* (மீடியம்) நடுத்தரமான, *Megrim* (மீக்ரிம்) ஒற்றைத்தலைவலி, *Menial* (மீனியல்) வேலையாள், *Mete* (மீட்) எல்லைக்கல்
M+EE-MEE	*Meed* (மீட்) ஊதியம், *Meet* (மீட்) சந்திப்பு, *Meek* (மீக்) சாதுவான, *Meenambakkam* (மீனம்பாக்கம்) சென்னை விமானநிலையம்
M+EA-MEA	*Meaning* (மீனிங்) அர்த்தம், *meal* (மீல்) சாப்பாடு, *Meagre* (மீகர்) அற்பமான, *Mead* (மீட்) புல்வெளி, *Meat* (மீட்) இறைச்சி
M+I-MI	*Kashmir* (காஷ்மீர்) இந்திய வடபகுதி, *Mien* (மீன்) நடத்தை, *Zamindar* (ஜமீந்தார்) ஜமீந்தார், *Chemise* (ஷமீஸ்) மாதர் உட்சட்டை

உ – U, OO

ம்+உ–மு – ஆங்கிலத்தில் ஒரு “மு” உச்சரிப்பு உண்டு.

ம்+உ–மு	
M+U-MU	*Municipality* (முனிசிபாலிடி) நகராட்சி, *Munshi* (முன்ஷி) மொழி ஆசிரியர், *Muslim* (முஸ்லிம்) இஸ்லாம் மதத்தவர், *Jammu* (ஜம்மு) காஷ்மீர்
ஊ– U, OO – ம்+ஊ–மூ – ஆங்கிலத்தில் இரண்டு “மூ” உச்சரிப்புகள் உண்டு.	
ம்+ஊ–மூ	
M+U-MU	*Mute* (ம்யூட்) ஊமையான, *Mutual* (ம்யூசுஅல்) பரஸ்பரம், *Music* (ம்யூஸிக்) இசை, *Museum* (ம்யூஸியம்) பொருட்காட்சி
M+OO-MOO	*Moon* (மூன்) சந்திரன், *Mood* (மூட்) மனோநிலை, *Moor* (மூர்) தரிசு, *Moolvi* (மூல்வி) முஸ்லிம் அறிஞர், *Moot* (மூட்) வாதிக்கக்கூடிய
எ – A, E, EA, AE – ம்+எ–மெ – ஆங்கிலத்தில் மூன்று “மெ” உச்சரிப்புகள் உண்டு.	
ம்+எ–மெ	
M+A-MA	*Matuiry* (மெசூரிடி) முதிர்ச்சி, *Material* (மெடிரியல்) மூலப்பொருள் *Maternity* (மெடர்னிடி) தாய்மை, *Many* (மெனி) பல
M+E-ME	*Medical* (மெடிகல்) மருத்துவம், *member* (மெம்பர்) உறுப்பினர், *Meditation* (மெடிடேஷன்) தியானம், *Messiah* (மெஸெயா) இயேசு நாதர்
M+EA-MEA	*Measurement* (மெஷர்மென்ட்) அளவு, *Meant* (மென்ட்) நடுநிலை, *Meadow* (மெடோ) புல்வெளி

ஏ– A, E, EA, AE – ம்+ஏ–மே ஆங்கிலத்தில் இரண்டு "மே" உச்சரிப்புகள் உண்டு.	
ம்+ஏ–மே	
M+A-MA	*Mason* (மேஸன்) கொத்தனார், *Map* (மேப்) தேசப்படம், *Mango* (மேங்கோ) மாங்காய், *Mania* (மேனிய) ஆர்வம், *Mane* (மேன்) பிடரிமயிர்
M+E-ME	*Melange* (மேலான்ஜ்) குழப்பம், *Mesdames* (மேஸ்டாம்) சீமாட்டி, *Metur* (மேட்டூர்) சேலம், *Medavakkam* (மேடவாக்கம்) சென்னை
ஐ – I, Y, AI – ம்+ஐ–மை – ஆங்கிலத்தில் மூன்று "மை" உச்சரிப்புகள் உண்டு.	
ம்+ஐ–மை	
M+I-MI	*Minus* (மைனஸ்) கழித்தல், *Minute* (மைன்யூட்) மிகச் சிறிய, *Minor* (மைனர்) வயதாகாதவர், *Mine* (மைன்) சுரங்கம், *Mind* (மைண்ட்) புத்தி
M+Y-MY	*Myopia* (மையோபிய) கிட்டப்பார்வை, *Myself* (மைஸெல்ஃப்) எனக்கே, *Myology* (மையாலஜி) தசைகள் சம்பந்தமான அறிவுப்பகுதி
M+AI-MAI	*Maidan* (மைதான்) மைதானம், *Jamaica* (ஜமைக்கா) நாடு, *Maidha* (மைதா) மாவு, *Magimai* (மகிமை) இரக்கம்

ஒ –O

ம்+ஒ–மொ – ஆங்கிலத்தில் ஒரு “மொ” உச்சரிப்பு உண்டு.

ம்+ஒ–மொ	
M+O-MO	*Molestation* (மொலெஸ்டேஷன்) தொந்திரவு, *Mohammed* (மொஹமெத்) நபிநாயகம், *Mosaic* (மொஸைக்)தரைக்கல், *Mosambic* (மொஸாம்பிக்) நாடு
ஓ– O, OA – ம்+ஓ–மோ, ஆங்கிலத்தில் இரண்டு “மோ” உச்சரிப்புகள் உண்டு.	
ம்+ஓ–மோ	
M+O-MO	*Motivation* (மோடிவேஷன்) உந்துசக்தி, *Motor* (மோட்டார்) இயந்திரம், *Motel* (மோட்டல்) சாலையோர உணவுவிடுதி
M+OA-MOA	*Moat* (மோட்) அகழி, *Moan* (மோன்) புலம்பல்
ஔ – OU, OW – ம்+ஔ–மௌ, ஆங்கிலத்தில் இரண்டு “மௌ” உச்சரிப்புகள் உண்டு.	
ம்+ஔ–மௌ	
M+OU-MOU	*Mount* (மௌன்ட்) குன்று, *Mouse* (மௌஸ்) சுண்டெலி, *Mouth* (மௌத்) வாய், *Amount* (அமௌன்ட்) தொகை
M+OW-MOW	*Chandramowli* (சந்திரமௌலி) பெயர், *Mowriyar* (மௌரியர்) அரச வம்சம்

ய் – Y + அ – A, O, U, E, AU

ய்+அ–ய ஆங்கிலத்தில் நான்கு "ய" உச்சரிப்புகள் உண்டு

ய்+அ–ய	
Y+A-YA	*Yama* (யம) எமன், *Periyakulam* (பெரியகுளம்) தேனி, *Royal* (ராயல்) அரசர்க்குரிய, *Payable* (பேயப்ல்) செலுத்த வேண்டிய
Y+O-YO	*Mayor* (மேயர்) மாநகராட்சி தலைவர், *Surveyor* (சர்வேயர்) நிலம் அளப்பவர், *Crayon* (க்ரேயன்) சாக்கு குச்சி
Y+U-YU	*Yucca* (யக) வெள்ளைப்பூசெடி, *Yuft* (யஃப்ட்) ஒருவகை தோல்
Y+E-YE	*Lawyer* (லாயர்) வழக்கறிஞர், *Prayer* (பிரேயர்) பிரார்த்தனை, *Layer* (லேயர்) அடக்குபவர், *Player* (பிளேயர்) விளையாட்டு வீரர்
ஆ – A, O, AU – ய்+ஆ–யா – ஆங்கிலத்தில் இரண்டு "யா" உச்சரிப்புகள் உண்டு	
ய்+ஆ–யா	
Y+A-YA	*Yard* (யார்ட்) ஒருகஜம், *yak* (யாக்) எருமை, *Yawn* (யான்) கொட்டாவி விடு, *Yacht* (யாட்) உல்லாசப் படகு, *Yam* (யாம்) நூல்
Y+O-YO	*Beyond* (பியான்ட்) அப்புறம், *Younder* (யான்டர்) அங்குள்ள, *Rayon* (ரேயான்) செயற்கைப்பட்டு, *Newyork* (நியூயார்க்) அமெரிக்கா
இ – E, I, Y, AE – ய்+இ–யி – ஆங்கிலத்தில் இரண்டு "யி" உச்சரிப்புகள் உண்டு	
ய்+இ–யி	
Y+E-YE	*Ye* (யி) நீர், நீங்கள், *Year* (இயர்) ஆண்டு
Y+I-YI	*Shinmayi* (ஷின்மயி) பெயர், *Vajbayi* (வாஜ்பாயி) முன்னாள் பிரதமர், *Mayiladudurai*

ஈ – E, EE, EA, I, AE, ய்+ஈ–யீ – ஆங்கிலத்தில் நான்கு "யீ" உச்சரிப்புகள் உண்டு	
ய்+ஈ–யீ	
Y+E-YE	*Ye* (யீ) நீர், நீங்கள்
Y+EE-YEE	*Payee* (பேயீ) பணம் வாங்கிக் கொள்பவர், *Employee* (எம்ளாயீ) வேலைக்காரன்
Y+EA-YEA	*Yean* (யீன்) குட்டிபோடு, *Yeast* (யீஸ்ட்) புளித்த மாவின் நுரை
Y+I-YI	*Yield* (யீல்ட்) மகசூல், *Yielding* (யீல்டிங்) வளையக்கூடிய

உ – U, OO

ய்+உ–யு ஆங்கிலத்தில் ஒரு "யு" உச்சரிப்பு உண்டு

ய்+உ–யு	
Y+U-YU	*Yuga* (யுக) ஒருயுகம், *Yuke* (யுக்) சொறி, *Ayurveda* (ஆயுர்வேத) வைத்தியமுறை, *Yuwaraj* (யுவராஜ்) பெயர்

ஊ– U, OO – ய்+ஊ–யூ – ஆங்கிலத்தில் இரண்டு "யூ" உச்சரிப்புகள் உண்டு	
ய்+ஊ–யூ	
Y+U-YU	*Yule* (யூல்) கிறிஸ்துமஸ், *Thuraiyur* (துறையூர்) திருச்சி மாவட்டம், *Peraiyur* (பேரையூர்) மதுரை, *Guruvayur* (குருவாயூர்) கேரளா
Y+OO-YOO	*Yoo-hoo* (யூ-ஹூ) அழைக்கும் சப்தம்

எ– A, E, EA, AE ய்+எ–யெ – ஆங்கிலத்தில் ஒரு "யெ" உச்சரிப்பு உண்டு	
ய்+எ–யெ	
Y+E-YE	*Yes* (யெஸ்) ஆம், *Yellow* (யெலொ) மஞ்சள், *yell* (யெல்) ஊளையிடு, *yegg* (யெக்) திருடன், *yen* (யென்) ஜப்பான் நாணயம
ஏ– A, E, EA, AE ய்+ஏ–யே ஆங்கிலத்தில் மூன்று "யே" உச்சரிப்புகள் உண்டு	
ய்+ஏ–யே	
Y+A-YA	*Yager* (யேகர்) ஜெர்மன் துப்பாக்கி வீரன், *Yalelock* (யேல்லாக்) உருளைப்பூட்டு
Y+E-YE	*Yesudoss* (யேசுதாஸ்) கிறிஸ்துவ பெயர்
Y+EA-YEA	*Yearn* (யேர்ன்) மிகுந்த ஆவல், *yea* (யே) ஆம்
ஒ– O ய்+ஒ–யொ ஆங்கிலத்தில் ஒரு "யொ" உச்சரிப்பு உண்டு	
ய்+ஒ–யொ	
Y+O-YO	*Toyota* (டொயொடா) கார் கம்பெனி
ஓ– O, OA – ய்+ஓ–யோ, ஆங்கிலத்தில் ஒரு "யோ" உச்சரிப்பு உண்டு	
ய்+ஓ–யோ	
Y+O-YO	*Yoga* (யோக) யோகப் பயிற்சி, *Yogi* (யோகி) யோகப் பயிற்சி செய்பவர், *Yoke* (யோக்) நுகத்தடி, *Yokel* (யோக்ல்) கிராமத்தான

ஔ– OU, OW, ய்+ஔ–யௌ ஆங்கிலத்தில் ஒரு "யௌ" உச்சரிப்பு உண்டு	
ய்+ஔ–யௌ	
Y+OW-YOW	*Yowl* (யௌல்) கூக்குரலிடு

ர், ற், – R+அ– A, O, U, E, AU

ர்+அ–ர, ற்+அ–ற, ஆங்கிலத்தில் நான்கு ர, ற உச்சரிப்புகள் உண்டு

ர்+அ–ர **ற்+அ–ற**	
R+A-RA	*Ramzan* (ரம்ஜான்) முஸ்லிம் பண்டிகை, *Liberal* (லிபரல்) தாராளமான, *Aranthangi* (அறந்தாங்கி) தஞ்சை, *Kundrathur* (குன்றத்தூர்) சென்னை
R+O-RO	*Brother* (ப்ரதர்) சகோதரன், *Emperor* (எம்பரர்) பேரரசன், *Provide* (ப்ரவைட்) கொடு, *Rosarium* (ரஸேரியம்) நந்தவனம்
R+U-RU	*Runway* (ரன்வேய்) நடைபாதை, *Russian* (ரஷ்யன்) ரஷ்யா, *Rusk* (ரஸ்க்) ரொட்டித்துண்டு, *Rubber* (ரப்பர்) துடைப்பான்
R+E-RE	*Treasurer* (ட்ரெஷரர்) பொருளாளர், *Talebearer* (டேல்பாரர்) கோள்சொல்லுபவர், *Children* (சில்ட்ரன்) குழந்தைகள்

ஆ– A, U, AU ர்+ஆ–ரா, ற்+ஆ–றா ஆங்கிலத்தில் மூன்று "ரா, றா" உச்சரிப்புகள் உண்டு	
ர்+ஆ–ரா ற்+ஆ–றா	
R+A-RA	*Rani* (ராணி) அரசி, *Ragi* (ராகீ) கேழ்வரகு, *Raft* (ராஃப்ட்) கட்டுமரம், *Rascal* (ராஸ்கல்) அயோக்கியன், *Bra* (ப்ரா) பெண் மார்பு கச்சு
R+O-RO	*Brothel* (ப்ராதல்) வேசி, *Promise* (ப்ராமிஸ்) சத்தியம், *Broiler* (ப்ராய்லர்) சுட்டு சமைத்தகோழி, *Problem* (ப்ராப்ளம்) பிரச்சனை
R+AU-RAU	*Raucous* (ராகஸ்) கரகரப்பான குரல், *Maraud* (மராட்) சூறையாடு, *Hydraulic* (ஹைட்ராலிக்) ஓடும்நீரின் சக்தி, *Fraud* (ஃப்ராட்) மோசம்
இ– E, I, Y, AE ர்+இ–ரி, ற்+இ–றி – ஆங்கிலத்தில் மூன்று "ரி, றி" உச்சரிப்புகள் உண்டு	
ர்+இ–ரி ற்+இ–றி	
R+E-RE	*Retired* (ரிடையர்ட்) பணி ஓய்வு, *Reception* (ரிஸெப்ஷன்) வரவேற்பு, *Rear* (ரியர்) பின்புறம், *Prepare* (ப்ரிபேர்) தயார்செய்
R+I-RI	*Brinjal* (ப்ரின்ஜால்) கத்தரிக்காய், *Musiri* (முசிறி) திருச்சி மாவட்டம், *Print* (ப்ரின்ட்) அச்சடி, *Prince* (ப்ரின்ஸ்) இளவரசர்
R+Y-RY	*Country* (கன்ட்ரி) தேசம், *Entry* (என்ட்ரி) வருகை, *Sorry* (ஸாரி) வருத்தம், *Angry* (ஆங்ரி) கோபம், *Lorry* (லாரி) பாரவண்டி

ஈ – E, EE, EA, I, AE – ர்+ஈ–ரீ, ற்+ஈ–றீ, ஆங்கிலத்தில் ஐந்து “ரீ, றீ” உச்சரிப்புகள் உண்டு	
ர்+ஈ–ரீ, ற்+ஈ–றீ	
R+E-RE	*Regal* (ரீகல்) அரசர்க்குரிய, *Regency* (ரீஜென்ஸி) பிரதிநிதியாட்சி, *Region* (ரீஜன்) பிரதேசம், *Recent* (ரீஸெண்ட்) நவீன
R+EE-REE	*Reed* (ரீட்) நாணல், *Reef* (ரீஃப்) பவளப்பாறை, *Reek* (ரீக்) துர்நாற்றம், *Reel* (ரீல்) படச்சுருள், *Free* (ஃப்ரீ) இலவசம், *Tree* (ட்ரீ) மரம்
R+EA-REA	*Ream* (ரீம்) 20குயர் காகிதம், *Reap* (ரீப்) அறுவடை செய், *Reason* (ரீஸன்) காரணம், *Reave* (ரீவ்) திருடு, *Treat* (ட்ரீட்) விருந்தளி
R+I-RI	*Latrine* (லட்ரீன்) கழிப்பறை, *Marine* (மரீன்) கடற்படை, *Brief* (ப்ரீஃப்) சட்டக்குறிப்பு, *Patrician* (பட்ரீஷன்) ரோமானிய பிரபு
R+AE-RAE	*Uraemia* (யுரீமிஅ) இரத்தத்தில் சிறுநீர் கலத்தல்

உ – U, OO

ர்+உ–ரு, ற்+உ–று – ஆங்கிலத்தில் ஒரு “ரு, று” உச்சரிப்பு உண்டு

ர்+உ–ரு, ற்+உ–று	
R+U-RU	*Rupee* (ருபீ) ரூபாய், *Instrument* (இன்ஸ்ட்ருமென்ட்) உபகரணம், *Grumose* (க்ருமோஸ்) உறைந்த, *Rumeniya* (ருமேனியா) நாடு

ஊ – U, OO – ர்+ஊ–ரூ, ற்+ஊ–றூ – ஆங்கிலத்தில் இரண்டு "ரூ,றூ" உச்சரிப்புகள் உண்டு	
ர்+ஊ–ரூ, ற்+ஊ–றூ	
R+U-RU	*Ruby* (ரூபி) சிவப்புக்கல், *Rumour* (ரூமர்) வதந்தி, *Truth* (ட்ரூத்) உண்மை, *Ruth* (ரூத்) இரக்கம், *Rural* (ரூரல்) நாட்டுப்புறம்
R+OO-ROO	*Room* (ரூம்) அறை, *Roof* (ரூஃப்) கூரை, *Rooster* (ரூஸ்டர்) சேவல், *Broom* (ப்ரூம்) துடைப்பம், *Groove* (க்ரூவ்) உழவுகால்
எ– A, E, EA, AE – ர்+எ–ரெ, ற்+எ–றெ – ஆங்கிலத்தில் மூன்று "ரெ, றெ" உச்சரிப்புகள் உண்டு	
ர்+எ–ரெ, ற்+எ–றெ	
R+A-RA	*Rain* (ரெய்ன்) மழை, *Rail* (ரெய்ல்) ரயில், *Brain* (ப்ரெய்ன்) மூளை, *Funeral* (ப்யூனரெல்) ஈமச்சடங்கு, *Raid* (ரெய்டு) சோதனை
R+E-RE	*Creche* (க்ரெஷ்) குழந்தைகள் காப்பகம், *Recreation* (ரெக்ரியேஷன்) பொழுதுபோக்கு, *Rest* (ரெஸ்ட்) ஓய்வு, *Red* (ரெட்) சிகப்பு
R+EA-REA	*Ready* (ரெடி) தயார், *Realm* (ரெல்ம்) ராஜ்ஜியம், *Bread* (ப்ரெட்) ரொட்டி, *Breath* (ப்ரெத்) மூச்சு, *Thread* (த்ரெட்) நூல்

ஏ – A, E, EA, AE – ர்+ஏ–ரே, ற்+ஏ–றே ஆங்கிலத்தில் நான்கு "ரே, றே" உச்சரிப்புகள் உண்டு	
ர்+ஏ–ரே, ற்+ஏ–றே	
R+A-RA	*Ratio* (ரேஷியோ) விகிதம், *Rare* (ரேர்) அபூர்வமான, *Rate* (ரேட்) விலை, *Rape* (ரேப்) கற்பழித்தல், *Ranger* (ரேஞ்ஜர்) காட்டிலாகா அதிகாரி
R+E-RE	*Rein* (ரேய்ன்) லகான், *Reynard* (ரேனார்ட்) குள்ளநரி, *Grey* (க்ரேய்) சாம்பல் நிறம், *Precis* (ப்ரேஸீ) சுருக்கம்
R+EA-REA	*Great* (க்ரேட்) பெரிய, *Break* (ப்ரேக்) தடங்கல், *Breaker* (ப்ரேக்கர்) உடைப்பவர், *Greatly* (க்ரேட்லி) பெரும்பாலும்
R+AE-RAE	*Israel* (இஸ்ரேல்) கிறிஸ்து பிறந்த நாடு

ஐ – **I, Y, AI**

ர்+ஐ–ரை, ற்+ஐ–றை – ஆங்கிலத்தில் மூன்று "ரை,றை" உச்சரிப்புகள் உண்டு

ர்+ஐ–ரை, ற்+ஐ–றை	
R+I-RI	*Rice* (ரைஸ்) அரிசி, *Ride* (ரைட்) சவாரி, *Rifle* (ரைஃப்ல்) துப்பாக்கி, *Right* (ரைட்) சரி, *Write* (ரைட்) எழுது, *Riot* (ரையட்) குழப்பம்
R+Y-RY	*Rye* (ரை) கம்பு தானியம், *Ryot* (ரையட்) உழவன், *Ryotwary* (ரையட்வாரி) உழுபவருக்கு நிலம் சொந்தம், *Cry* (க்ரை) அழுகை, *Dry* (ட்ரை) உலர்ந்த
R+AI-RAI	*Madurai* (மதுரை) மாவட்டம், *Poomparai* (பூம்பாறை) கேரளா, *Manapparai* (மணப்பாறை) திருச்சி, *Perundurai* (பெருந்துறை) ஈரோடு

ஒ– O , ர்+ஒ–ரொ, ற்+ஒ–றொ – ஆங்கிலத்தில் ஒரு "ரொ, றொ" உச்சரிப்பு உண்டு
R+O-RO *Romance* (ரொமான்ஸ்) காதல், *Yarrow* (யாரொ) ஒருவகை தாவரம், *Rotation* (ரொடேஷன்) சுழற்சி, *Prohibition* (ப்ரொஹிபிஷன்) தடைசெய்தல்
ஓ – O, OA – ர்+ஓ–ரோ , ற்+ஓ–றோ – ஆங்கிலத்தில் இரண்டு "ரோ, றோ" உச்சரிப்புகள் உண்டு
ர்+ஓ–ரோ **ற்+ஓ–றோ**
R+O-RO *Roller* (ரோலர்) உருளை, *Romance* (ரோமன்ஸ்) மொழி, *Rome* (ரோம்) இத்தாலி தலைநகர், *Rose* (ரோஸ்) ரோஜா, *Rope* (ரோப்) கயிறு, *Row* (ரோ) வரிசை *R+OA-ROA* *Roast* (ரோஸ்ட்) பொரியல், *Roar* (ரோர்) கர்ஜனை, *Road* (ரோட்) சாலை, *Roach* (ரோச்) சிறுமீன், *Roam* (ரோம்) அலைதல், *Throat* (த்ரோட்) தொண்டை
ஔ – OU, OW, ர்+ஔ–ரௌ, ற்+ஔ–றௌ – ஆங்கிலத்தில் இரண்டு "ரௌ,றௌ" உச்சரிப்புகள் உண்டு
ர்+ஔ–ரௌ **ற்+ஔ–றௌ**
R+OU-ROU *Round* (ரௌன்ட்) வட்டம், *Roulette* (ரௌலெட்) ஒரு சூதாட்டம், *Rouse* (ரௌஸ்) எழுந்திரு, *Rout* (ரௌட்) தோல், *Proud* (ப்ரௌட்) கர்வம் *R+OW-ROW* *Rowdy* (ரௌடி) போக்கிரி, *Row* (ரௌ) குழப்பம், *Crowd* (க்ரௌட்) கூட்டம், *Crown* (க்ரௌன்) கிரீடம், *Brown* (ப்ரௌன்) பழுப்பு நிறம்

ல், ழ், ள் – ட+ அ –A, O, U, E, AU

ல்+அ–ல, ழ்+அ–ழ, ள்+அ–ள – ஆங்கிலத்தில் நான்கு "ல, ள, ழ" உச்சரிப்புகள் உண்டு

ல்+அ–ல, ழ்+அ–ழ, ள்+அ–ள	
L+A-LA	*Langur* (லங்கூர்) நீண்டவால் குரங்கு, *Lacuna* (லக்யூன) இடைவெளி, *Laconic* (லகானிக்) சுருக்கமாக விளக்கக்கூடிய, *Lathi* (லத்தி) தடி
L+O-LO	*London* (லண்டன்) இங்கிலாந்து, *Love* (லவ்) அன்பு, *Loyola* (லயோலா) கல்லூரி சென்னை, *Envelop* (என்வெலப்) உறையிடு, *Stolon* (ஸ்டோலன்) தண்டு
L+U-LU	*Luck* (லக்) அதிர்ஷ்டம், *Lushy* (லஷி) குடித்திருக்கிற, *Lux* (லக்ஸ்) ஒளிஅளவை, *Lung* (லங்) நுரையீரல், *Lump* (லம்ப்) மொத்தம்
L+E-LE	*Coupler* (கப்ளர்) இணைக்கும் சாதனம், *Cooler* (கூலர்) குளிர்ச்சியூட்டும் மின்சாதனம், *Chandler* (சாண்ட்லர்) வியாபாரி, *Muffler* (மஃப்ளர்) கழுத்துப் போர்வை

ஆ – A, O, AU – ல்+அ–லா, ழ்+அ–ழா, ள்+அ–ளா – ஆங்கிலத்தில் மூன்று "லா, ழா, ளா" உச்சரிப்புகள் உண்டு	
ல்+அ–லா, ழ்+அ–ழா, ள்+அ–ளா	
L+A-LA	*Last* (லாஸ்ட்) கடைசி, *Large* (லார்ஜ்) பெரிய, *Lance* (லான்ஸ்) நீண்ட ஈட்டி, *Lava* (லாவ) எரிமலை, *Lawyer* (லாயர்) வக்கீல்
L+O-LO	*Lodge* (லாட்ஜ்) தங்கும் விடுதி, *Lock* (லாக்) பூட்டு, *Lobby* (லாபி) தாழ்வாரம், *Long* (லாங்) நீளமான, *Loft* (லாஃப்ட்) பரண்
L+AU-LAU	*Laugh* (லாஃப்) சிரிப்பு, *Laundry* (லாண்ட்ரி) சலவைச்சாலை, *Launch* (லான்ச்) தள்ளு, *Laurel* (லாரெல்) புன்னைமரம்

இ – E, I, Y, AE – ல்+இ–லி, ழ்+இ–ழி, ள்+இ–ளி – ஆங்கிலத்தில் நான்கு "லி, ழி. ளி" உச்சரிப்புகள் உண்டு	
ல்+இ–லி, ழ்+இ–ழி, ள்+இ–ளி	
L+E-LE	*Legitimacy (லிஜிடிமஸி) சட்டப்பூர்வம், Chameleon (கமீலியன்) பச்சோந்தி, Elephant (எலிஃபன்ட்) யானை, Elevation (எலிவேஷன்) முன்தோற்றம்*
L+I-LI	*Liver (லிவர்) கல்லீரல், Lintel (லின்டெல்) ஜன்னல், Limit (லிமிட்) வரையறை, Literacy (லிடரஸி) எழுத்தறிவு*
L+Y-LY	*Lyric (லிரிக்) பாடல், Early (ஏர்லி) சீக்கிரம், Ably (ஏப்ளி) திறமையுடன், Eucalyptus (யூகலிப்டஸ்) நீலகிரித்தைலம்*
L + AE – LAE	*Palaeography (பாலியாக்ரஃபி) கல்வெட்டு ஆராய்ச்சி*

ஈ – E, EE, EA, I, AE – ல்+ஈ–லீ, ழ்+ஈ–ழீ, ள்+ஈ–ளீ – ஆங்கிலத்தில் ஐந்து "லீ, ழீ, ளீ" உச்சரிப்புகள் உண்டு	
ல்+ஈ–லீ, ழ்+ஈ–ழீ, ள்+ஈ–ளீ	
L+E-LE	*Legal* (லீகல்) சட்டபூர்வமான, *Legion* (லீஜன்) பெரும்சேனை, *Leonine* (லீயனைன்) சிம்மம், *Lenient* (லீனியென்ட்) கருணையுள்ள
L+EE-LEE	*Leech* (லீச்) ரத்தம் உறிஞ்சும் அட்டை, *Lees* (லீஸ்) வண்டல்மண், *Leeward* (லீவர்ட்) மறைவான பக்கம், *Leeway* (லீவேய்) தாமதம்
L+EA-LEA	*Leave* (லீவ்) விடுமுறை, *Lease* (லீஸ்) குத்தகை, *Lean* (லீன்) ஒல்லியான, *Leaf* (லீஃப்) இலை, *Leader* (லீடர்) தலைவன்
L+I-LI	*Lineage* (லீனியிஜ்) பரம்பரை, *Linear* (லீனியர்) கோடுகள் சம்பந்தமான, *Relieve* (ரிலீவ்) விடுவித்தல், *Believe* (பிலீவ்) நம்பு, *Liege* (லீஜ்) எஜமான்
L+AE LAE	*Chelae* (கீலீ) நண்டு, தேள் கால்கள்

உ – U, OO

ல்+உ–லு, ழ்+உ–மு, ள்+உ–ளு – ஆங்கிலத்தில் இரண்டு “லு, மு, ளு” உச்சரிப்புகள் உண்டு

ல்+உ–லு **ழ்+உ–மு** **ள்+உ–ளு**	
L+U-LU	*Lungi* (லுங்கி) வேட்டி, *Telugu* (டெலுகு) தெலுங்கு மொழி, *Taluk* (டாலுக்) தாலுகா, *Thiruvalluwar* (திருவள்ளுவர்) தமிழ்புலவர்
L+OO-LOO	*Look* (லுக்) பார்வை, *Lookout* (லுக்ஔட்) வெளியே பார்
ஊ – U, OO **ல்+ஊ–லூ, ழ்++ஊ–மூ, ள்+ஊ–ளூ – ஆங்கிலத்தில் இரண்டு “லூ, மூ, ளூ உச்சரிப்புகள்**	
L + OO – LOO **ல் + ஊ – லூ** **ழ் + ஊ – மூ** **ள் + ஊ – ளூ**	
L+U-LU	*Lucifer* (லூஸிஃபர்) பிசாசு, *Lucrative* (லூக்ரடிவ்) லாபகரமான, *Lucidly* (லூஸிட்லி) தெளிவாக, *Lubrication* (லூப்ரிகேஷன்) கிரீஸ்
L+OO-LOO	*Loose* (லூஸ்) தளர்ந்த, *Loophole* (லூப்ஹோல்) சிறுதுவாரம், *Loon* (லூன்) முட்டாள், *Loot* (லூட்) லஞ்சம், *Loom* (லூம்) தறி

எ – A, E, EA, AE
ல்+எ–லெ, ழ்+எ–ழெ, ள்+எ–ளெ – ஆங்கிலத்தில் மூன்று "லெ, ழெ, ளெ" உச்சரிப்புகள் உண்டு

ல்+எ–லெ
ழ்+எ–ழெ
ள்+எ–ளெ

L+A-LA	*Chocolate* (சாகலெட்) மிட்டாய்
L+E-LE	*Leg* (லெக்) கால், *Lecture* (லெக்சர்) பிரசங்கம், *Left* (லெஃப்ட்) இடப்பக்கம், *Ledger* (லெட்ஜர்) பேரேடு, *Lemon* (லெமன்) எலுமிச்சை
L+EA-LEA	*Leather* (லெதர்) தோல், *Lead* (லெட்) ஈயம், *Leaven* (லெவ்என்) புளிக்கவை, *Pleasant* (ப்ளெஸெண்ட்) இன்பகரமான, *Pleasure* (ப்லெஷர்) சந்தோசம்

ஏ– A, E, EA, AE – ல்+ஏ–லே, ழ்+ஏ–ழே, ள்+ஏ–ளே – ஆங்கிலத்தில் மூன்று "லே, ழே, ளே" உச்சரிப்புகள் உண்டு

ல்+ஏ–லே
ழ்+ஏ–ழே
ள்+ஏ–ளே

L+A-LA	*Late* (லேட்) தாமதம், *Lathe* (லேத்) கடைசல் பட்டறை, *Latex* (லேடெக்ஸ்) ரப்பர்பால், *Lane* (லேன்) சந்து, *Lake* (லேக்) ஏரி
L+E-LE	*Lebensraum* (லேபென்ஸ்ரௌம்) ஒரு நாட்டின் முக்கிய பகுதி
L+EA-LEA	*Learn* (லேர்ன்) கற்றுக்கொள், *Learner* (லேர்னர்) கற்றுக் கொள்பவர், *Learning* (லேர்னிங்) கல்வி அறிவு

ஐ – I, Y, AI

ல்+ஐ–லை, ழ்+ஐ–ழை, ள்+ஐ–ளை – ஆங்கிலத்தில் மூன்று “லை, ழை, ளை” உச்சரிப்புகள் உண்டு

ல்+ஐ–லை **ழ்+ஐ–ழை** **ள்+ஐ–ளை**	
L+I-LI	*Reliance* (ரிலையன்ஸ்) நம்பிக்கை, *Blind* (ப்ளைன்ட்) குருடு, *Library* (லைப்ரரி) நூல்நிலையம், *Life* (லைஃப்) வாழ்க்கை
L+Y-LY	*Lysol* (லைஸால்) கிருமிநாசினி, *July* (ஜூலை) ஆங்கிலமாதம், *Fly* (ஃப்ளை) பறத்தல், *Lying* (லையிங்) பொய் சொல்லுதல்
L+AI-LAI	*Mullai* (முல்லை) நிலப்பகுதி, *Nellai* (நெல்லை) திருநெல்வேலி, *Dalailama* (தலைலாம) திபெத் ஆன்மீக தலைவர
ஒ– O – ல்+ஒ–லொ, ழ் ல்+ஒ–ழொ, ள் ல்+ஒ–ளொ – ஆங்கிலத்தில் ஒரு “லொ, ழொ, ளொ” உச்சரிப்பு உண்டு	
ல்+ஒ–லொ **ழ் ல்+ஒ–ழொ** **ள் ல்+ஒ–ளொ**	
L+O-LO	*Location* (லொகேஷன்) இருப்பிடம், *Shallow* (ஷாலொ) ஆழமில்லாத, *Buffalo* (பஃபலொ) எருமை மாடு, *Locate* (லொகேட்) இருப்பிடம்

ஓ – O, OA – ல்+ஓ–லோ, ழ்+ஓ–ழோ, ள்+ஓ–ளோ – ஆங்கிலத்தில் இரண்டு "லோ, ழோ, ளோ" உச்சரிப்புகள் உண்டு	
ல்+ஓ–லோ **ழ்+ஓ–ழோ** **ள்+ஓ–ளோ**	
L+O-LO	*Lone* (லோன்) தனியாக, *Lotus* (லோடஸ்) தாமரை, *Local* (லோகல்) உள்ளூர், *Locust* (லோகஸ்ட்) வெட்டுக்கிளி
L+OA-LOA	*Loan* (லோன்) கடன், *Load* (லோட்) சுமை, *Loam* (லோம்) மண்சோறு, *Loaf* (லோஃப்) சோம்பித்திரி, *Loath* (லோத்) வெறுப்பு
ஔ– OU, OW – ல்+ஔ–லௌ, ழ்+ஔ–ழௌ, ள்+ஔ–ளௌ – ஆங்கிலத்தில் இரண்டு "லௌ, ழௌ, ளௌ" உச்சரிப்புகள் உண்டு	
ல்+ஔ–லௌ **ழ்+ஔ–ழௌ** **ள்+ஔ–ளௌ**	
L+OU-LOU	*Louse* (லௌஸ்) பேன், *Loud* (லௌட்) உரத்தசத்தம், *Aloud* (அலௌட்) கேட்கும்படி, *Blouse* (ப்ளௌஸ்) ரவிக்கை *Cloud* (க்ளௌட்) மேகம்
L+OW-LOW	*Allow* (அலௌ) அனுமதி, *Flower* (ஃப்லௌஅர்) மலர், *Allowance* (அலௌஅன்ஸ்) சம்பளம், *Allowable* (அலௌஅப்ல்) அனுமதிக்கத்தக்க

வ் V, W+ அ – A, O, U, E, AU

வ்+அ–வ – ஆங்கிலத்தில் ஏழு "வ" உச்சரிப்புகள் உண்டு

வ்+அ–வ	
V+A-VA	*Vakil* (வக்கீல்) வழக்கறிஞர், *Saliva* (சலைவ) உமிழ்நீர், *Vasotomy* (வஸாடமி) ஆண்கருத்தடை, *Vanilla* (வனில) பழமரம்
V+O-VO	*Volution* (வல்யூஷன்) முறுக்கு, *Voluptuary* (வலப்சுஅரி) சிற்றின்பபிரியர், *Advocate* (அட்வகேட்) வக்கீல், *Provocation* (ப்ராவகேஷன்) கோபமூட்டும் விசயம்
V+U-VU	*Vulgar* (வல்கர்) அநாகரீக, *Vulcanize* (வல்கனைஸ்) துண்டுகளை பற்றவை, *Vulture* (வல்சர்) கழுகு, *Vulpine* (வல்பைன்) தந்திரமுள்ள
V+E-VE	*River* (ரிவர்) ஆறு, *Cover* (கவர்) உறை, *Believer* (பிலீவர்) விசுவாசி, *Receiver* (ரிஸீவர்) பெற்றுக் கொள்பவர்
W+A-WA	*Swadeshi* (ஸ்வத்ஏஷி) சுதேசி, *Forward* (ஃபார்வர்ட்) முன்னோக்கி, *Stalward* (ஸ்டால்வர்ட்) பலமுள்ள, *Swaraj* (ஸ்வராஜ்) சுயாட்சி
W+O-WO	*Wording* (வர்டிங்) சொல்லமைப்பு, *Wordless* (வர்ட்லிஸ்) பேசாத, *Wordy* (வர்டி) வாய்மொழியான
W+E-WE	*Thundershower* (தண்டர்ஷவர்) இடிமின்னல் மழை

ஆ– A, O, AU – வ்+ஆ–வா – ஆங்கிலத்தில் ஆறு "வா" உச்சரிப்புகள் உண்டு	
வ்+ஆ–வா	
V+A-VA	*Advance* (அட்வான்ஸ்) முன்பணம், *Varsity* (வார்சிட்டி) பல்கலைக்கழகம், *Chevalier* (ஷெவாலியர்) கௌரவப்பட்டம்
V+O-VA	*Voice* (வாய்ஸ்) குரல், *vomit* (வாமிட்) வாந்தி, *voile* (வாய்ல்) துணி, *Vodka* (வாட்க) ரஷ்ய சாராயம்
V+AU-VAU	*Vault* (வால்ட்) வளைவு மண்டபம், *Vaunt* (வான்ட்) தற்பெருமை, *Vaultage* (வால்டிஜ்) வளைவு மண்டபம்
W+A-WA	*Warning* (வார்னிங்) எச்சரிக்கை, *Swan* (ஸ்வான்) அன்னப்பறவை, *Walrus* (வால்ரஸ்) நீர்நாய், *Warrior* (வாரியர்) போர்வீரன்
W+O-WO	*Worm* (வார்ம்) புழு, *Wot* (வாட்) அறிந்துகொள், *Swot* (ஸ்வாட்) கஷ்டப்படும்படி, *Wobble* (வாப்ல்) ஊசலாடு
W+AU-WAU	*Waul* (வால்) பூனைபோல் கத்து

இ – E, I, Y, AE – வ்+இ–வி – ஆங்கிலத்தில் ஆறு “வி” உச்சரிப்புகள் உண்டு	
வ்+இ–வி	
V+E-VE	*Venetian* (வினீஷன்) வெனிஸ் நகரவாசி, *Vedette* (விடெட்) குதிரைவீரன், *Veneer* (வினியர்) வெளிப்பூச்சு, *Velocity* (விலாசிட்டி) வேகம்
V+I-VI	*Village* (வில்லேஜ்) கிராமம், *Victim* (விக்டிம்) பலி, *Division* (டிவிஷன்) பகுதி, *Villa* (வில்லா) தனிவீடு, *Visit* (விஸிட்) பார்வை
V+Y-VY	*Heavy* (ஹெவி) கனமான, *Ivy* (ஐவி) படரும்கொடி, *Navy* (நேவி) கப்பல்படை, *Gravy* (க்ரேவி) இறைச்சிக்குழம்பு
W+E-WE	*Weird* (வியர்ட்) தலைவிதி, *Wear* (வியர்) ஆடை அணிதல்
W+I-WI	*Win* (வின்) வெற்றி, *With* (வித்) உடன், *Willing* (வில்லிங்) விருப்பம், *Swing* (ஸ்விங்) ஊஞ்சல், *witness* (விட்நிஸ்) சாட்சி
W+Y-WY	*Selwyn* (செல்வின்) பெயர்

ஈ – E, EE, EA, I, AE

வ்+ஈ–வீ – ஆங்கிலத்தில் எட்டு "வீ" உச்சரிப்புகள் உண்டு

வ்+ஈ–வீ	
V+E-VE	*Venus* (வீனஸ்) வெள்ளிக்கிரகம், *Venial* (வீனியல்) மன்னிக்கக்கூடிய, *Veto* (வீடோ) ரத்து அதிகாரம், *Venal* (வீனல்) பணத்தாசை பிடித்த
V+EE-VEE	*Veena* (வீண) வீணை, *Veer* (வீர்) திரும்பு, *VeeraPandi* (வீரபாண்டி) தேனிமாவட்டம், *Praveen* (ப்ரவீன்) பெயர்
V+EA-VEA	*Veal* (வீல்) கன்றின் இறைச்சி
V+I-VI	*Vina* (வீண) வீணை, *ViVe* (வீவ்) நீடுழிவாழ்க, *Visa* (வீஸ) வெளிநாட்டு விசா, *video* (வீடியோ) படக்காட்சி
W+E-WE	*We* (வீ) நாம், நாங்கள், *We'd* (வீட்) நிகழும் தன்மை
W+EE-WEE	*Week* (வீக்) வாரம், *Sweet* (ஸ்வீட்) இனிப்பு, *Between* (பிட்வீன்) இடையில், *Weed* (வீட்) புல்பூண்டு
W+EA-WEA	*Weak* (வீக்) மெலிந்த, *Weal* (வீல்) நலம், *Wean* (வீன்) தாய்ப்பால், *Weald* (வீல்ட்) சமவெளி, *Weave* (வீவ்) நெசவு
W+I-WI	*Wield* (வீல்ட்) அடக்கியாளு, *Wieldy* (வீல்டி) உபயோகிக்கக்கூடிய, *Kiwi* (கீவீ) பறக்க முடியாத பறவை

உ– U, OO – வ்+உ–வு – ஆங்கிலத்தில் ஒரு "வு" உச்சரிப்பு உண்டு

வ்+உ–வு	
V+U-VU	*Kavunji* (கவுஞ்சி) கொடைக்கானல், *Appavu* (அப்பாவு) பெயர்

ஊ– U, OO வ்+ஊ–வூ – ஆங்கிலத்தில் மூன்று "வூ" உச்சரிப்புகள் உண்டு	
வ்+ஊ–வூ	
V+U-VU	Thanjavur (தஞ்சாவூர்) மாவட்டம், Kovur (கோவூர்) சென்னை, Bravura (ப்ரவூரா) துணிகரச் செயல்
V+OO-VOO	Voodoo (வூடூ) பில்லிசூன்யம், Kovoor (கோவூர்) சென்னை, Pazhavoor (பழவூர்) ஊர், Pavoorchatram (பாவூர் சத்திரம்) தென்காசி
W+U-WU	Wuhan (வூஹான்) சீனாவில் கொரோனா தோன்றிய இடம்
எ– A, E, EA, AE – வ்+எ–வெ – ஆங்கிலத்தில் ஐந்து "வெ" உச்சரிப்புகள் உண்டு வ்+எ–வெ	
V+A-VA	Vacation (வெகேஷன்) காலி செய்தல், Vacuity (வெக்யூயிடி) சூனியம், Titivate (டிடிவெட்) சுறுசுறுப்பாக்கு
V+E-VE	Vessel (வெஸெல்) பாத்திரம், Venture (வென்சர்) துணிகரம், Verify (வெரிஃபை) உண்மை காண், Verb (வெர்ப்) வினைச்சொல்
W+A-WA	Wait (வெய்ட்) காத்திரு, Waistbelt (வெய்ஸ்ட்பெல்ட்) ஒட்டியானம், Waiver (வெய்வர்) உரிமையை விட்டுக் கொடுத்தல்
W+E-WE	Welcome (வெல்கம்) நல்வரவு, Wedding (வெட்டிங்) திருமணம், Welfare (வெல்ஃபேர்) நன்மை, West (வெஸ்ட்) மேற்கு
W+EA-WEA	Weather (வெதர்) காலநிலை, Weapon (வெபன்) ஆயுதம், Wealthy (வெல்தி) செல்வம், Sweat (ஸ்வெட்) வியர்வை

A, E, EA, AE

வ்+ஏ–வே – ஆங்கிலத்தில் ஐந்து "வே" உச்சரிப்புகள் உண்டு

வ்+ஏ–வே	
V+A-VA	*Vacant* (வேகன்ட்) காலியான, *Vale* (வேல்) பள்ளத்தாக்கு, *Vapour* (வேபர்) வாயுநிலை, *Valuation* (வேல்யுஏஷன்) மதிப்பிடுதல்
V+E-VE	*Vedic* (வேதிக்) வேதங்கள், *Surveyor* (சர்வேயர்) நிலம் அளப்பவர், *Vein* (வேய்ன்) சிரை, *Vedas* (வேதாஸ்) நான்கு வேதங்கள்
W+A-WA	*Waste* (வேஸ்ட்) பயன்படுத்தப்படாத, *Wage* (வேஜ்) கூலி, *Swain* (ஸ்வேய்ன்) உழவன், *Sway* (ஸ்வேய்) அதிகாரம், *Way* (வேய்) வழி
W+E-WE	*Weigh* (வேய்) எடைபோடுதல், *Weigh bridge* (வேப்ரிட்ஜ்) எடைபோடும் மேடை, *Zimbawe* (ஜிம்பாவே) நாடு
W + EA - WEA	*Swear* (ஸ்வேர்) சத்தியம்

ஐ – I, Y, AI – வ்+ஐ–வை – ஆங்கிலத்தில் ஐந்து "வை" உச்சரிப்புகள் உண்டு

வ்+ஐ–வை	
V+I-VI	*Virus* (வைரஸ்) நோய்க்கிருமி, *Viper* (வைபர்) விரியன்பாம்பு, *Violin* (வையலின்) இசைக்கருவி, *Via* (வைய) வழியாக
V+Y-VY	*Vying* (வையிங்) போராடு
V+AI-VAI	*Vaigai* (வைகை) அணை, *Kovai* (கோவை) கோயம்புத்தூர், *Mugavai* (முகவை) ராமநாதபுரம், *Puduvai* (புதுவை) பாண்டிச்சேரி
W+I-WI	*Wife* (வைஃப்) மனைவி, *Wine* (வைன்) மதுபானம், *Wisely* (வைஸ்லி) புத்திசாலித்தனம், *Swin* (ஸ்வைன்) பன்றி
W+Y-WY	*Wynd* (உஜன்ட்) சந்து

ஒ– O – வ்+ஒ–வொ – ஆங்கிலத்தில் இரண்டு "வொ" உச்சரிப்புகள் உண்டு	
வ்+ஒ–வொ	
V+O-VO	*Vocation* (வொகேஷன்) தொழில், *Bravo* (ப்ராவொ) கூலிப்படை, *Zemstvo* (ஸெம்ஸ்வொ) ரஷ்யசபை, *Vocabulary* (வொகபுலரி) சொல் அகராதி
W+O-WO	*Work* (வொர்க்) வேலை, *Worry* (வொரி) கவலை, *Worship* (வொர்ஷிப்) கடவுள் ஆராதனை, *Worth* (வொர்த்) மதிப்பு
ஒ – O, OA – வ்+ஓ–வோ – ஆங்கிலத்தில் மூன்று "வோ" உச்சரிப்புகள் உண்டு	
வ்+ஓ–வோ	
V+O-VO	*Vote* (வோட்) வாக்குரிமை, *Voltage* (வோல்டேஜ்) மின்அளவு, *Vogue* (வோக்) மரபு, *Revoke* (ரிவோக்) ரத்துசெய்
W+O-WO	*Woe* (வோ) துன்பம், *World* (வோர்ல்ட்) உலகம், *Wove* (வோவ்) நெசவு, *Swolen* (ஸ்வோலன்) வீங்கிய, *Wold* (வோல்ட்) வனம்
W+OA-WOA	*Woad* (வோட்) நீலச்சாயம்

ஔ – OU, OW

வ்+ஔ–வௌ – ஆங்கிலத்தில் நான்கு “வௌ” உச்சரிப்புகள் உண்டு

வ்+ஔ–வௌ	
V+OU-VOU	*Voucher* (வௌசர்) உறுதிச்சீட்டு, *Vouch* (வௌச்) உறுதிப்படுத்து, *Vouchsafe* (வௌச்ஸேஃப்) உறுதிகூறு *Avouch* (அவௌச்) உறுதிகூறு
V+OW-VOW	*Vowel* (வௌஎல்) உயிர்எழுத்து, *Vow* (வௌ) பிரமாணம், *Avow* (அவௌ) ஒப்புக்கொள்
W+OU-WOU	*Wound* (வௌன்ட்) சுற்றிப்போ
W+OW-WOW	*Wow* (வௌ) வியப்பிடைச்சொல்

F, PH(ஃப்) ஆங்கில மெய்யெழுத்துகள் ஆங்கில உயிரெழுத்துகள் மற்றும் கூடுதல் ஆங்கில உயிரெழுத்துக்களுடன் சேர்ந்து உண்டாகும் உச்சரிப்புகள் விளக்கம்.

ஃப் – F, PH + அ – A, O, U, E, AU

ஃப்+அ–ஃப – ஆங்கிலத்தில் எட்டு "ஃப" உச்சரிப்புகள் உண்டு

ஃப்+அ–ஃப	
F+A-FA	*Fakir* (ஃபகீர்) ஏழைப்பக்கிரி, *Fatigue* (ஃபடீக்) களைப்படையச்செய், *Facade* (ஃபஸாட்) கட்டிட முன்தோற்றம்
F+O-FO	*Forgive* (ஃபர்கிவ்) மன்னித்தல், *Forget* (ஃபர்கெட்) மறந்துவிடு, *Forsake* (ஃபர்ஸேக்) நிராகரி, *Effort* (எஃபர்ட்) முயற்சி
F+U-FU	*Fund* (ஃபன்ட்) மூலதனம், *Fun* (ஃபன்) வேடிக்கை, *Function* (ஃபங்ஷன்) விழா, *Furlong* (ஃபர்லாங்) தூரம்
F+E-FE	*Offer* (ஆஃபர்) கொடு, *Suffer* (ஸஃபர்) துன்பப்படு, *Lucifer* (லூஸிஃபர்) சாத்தான், *Prefer* (ப்ரிஃபர்) தேர்ந்தெடு
PH+A-PHA	*Orphan* (ஆர்ஃபன்) அநாதை, *Elephant* (எலிஃபன்ட்) யானை, *Alphabet* (ஆல்ஃபபெட்) எழுத்துவரிசை
PH+O-PHO	*Phosphorous* (ஃபாஸ்ஃபரஸ்) பாஸ்வரம், *Syphon* (ஸைஃபன்) வடிகுழாய், *Symphony* (ஸிம்ஃபனி) சுருதி இசைவு
PH+U-PHU	*Phut* (ஃபட்) சூன்யமாகு, *Sulphur* (ஸல்ஃபர்) கந்தகம், *Typhus* (டைஃபஸ்) விஷஜுரம்
PH+E-PHE	*Hyphen* (ஹைஃபன்) இடைக்குறி, *Sypher* (ஸைஃபர்) பலகைகளை இணை, *Shepherd* (ஷெஃபர்ட்) ஆடு மேய்ப்பவன்

ஆ – A, O, AU – ஃப்+ஆ–ஃபா – ஆங்கிலத்தில் ஐந்து “ஃபா” உச்சரிப்புகள் உண்டு	
ஃப்+ஆ–ஃபா	
F+A-FA	*Factory* (ஃபாக்டரி) தொழிற்சாலை, *Father* (ஃபாதர்) அப்பா, *Farmer* (ஃபார்மர்) விவசாயி, *False* (ஃபால்ஸ்) பொய்யான
F+O-FO	*Former* (ஃபார்மர்) முந்திய, *Formula* (ஃபார்முல) சூத்திரம், *Forty* (ஃபார்டி) நாற்பது, *Forest* (ஃபாரஸ்ட்) வனம்
F+AU-FAU	*Faucet* (ஃபாஸிட்) வடிகுழாய், *Fault* (ஃபால்ட்) தப்பிதம், *Fauna* (ஃபான) ஒரு நாட்டின் மிருகவகை
PH+A-PHA	*Pharmacist* (ஃபார்மஸிஸ்ட்) மருந்து தயாரிப்பவர், *Phatic* (ஃபாடிக்) உணர்ச்சிப் பேச்சு, *Pharisee* (ஃபாரிஸீ) யூதவகுப்பினன்
PH+O-PHO	*Phosphorous* (ஃபாஸ்பரஸ்) பாஸ்வரம், *Typhoid* (டைஃபாய்ட்) ஜுரம், *Xiphoid* (ஸிஃபாய்ட்) நீண்டகத்தி

இ – E, I, Y, AE – ஃப்+இ–ஃபி – ஆங்கிலத்தில் ஆறு "ஃபி" உச்சரிப்புகள் உண்டு	
ஃப்+இ–ஃபி	
F+E-FE	*Fear* (ஃபியர்) பயம், *Felicity* (ஃபிலிசிட்டி) ஆனந்தம், *Buffet* (பஃபிட்) விருந்தினர் தாங்களே உணவு எடுத்தல், *Felonious* (ஃபிலோனியஸ்) அயோக்கியத்தனம்
F+I-FI	*Finish* (ஃபினிஷ்) பூர்த்திசெய், *Finance* (ஃபினான்ஸ்) நிதி, *Figure* (ஃபிகர்) உருவம், *Fill* (ஃபில்) நிரப்பு, *Filter* (ஃபில்டர்) வடிகட்டி
F+Y-FY	*Toffy* (டா ஃபி) மிட்டாய், *Reefy* (ரீ ஃபி) பாறைகள் நிறைந்த, *Turfy* (டர் ஃபி) புல்தரை, *Beefy* (பீ ஃபி) மாட்டிறைச்சி
PH+E-PHE	*Sphere* (ஸ் ஃபியர்) கோளம், *Strophe* (ஸ்ட்ரோஃபி) பாட்டு, *Prophet* (ப்ராஃபிட்) தீர்க்கதரிசி, *Phenomenal* (ஃபினாமினல்) அதிசயமான
PH+I-PHI	*Philips* (ஃபிலிப்ஸ்) கம்பெனி, *Philosophy* (ஃபிலாஸஃபி) தத்துவ சாஸ்திரம், *Philter* (ஃபில்டர்) வசிய மருந்து, *Philippines* (ஃபிலிப்பைன்ஸ்) நாடு
PH+Y-PHY	*Physics* (ஃபிஸிக்ஸ்) பௌதிகம், *Physical* (ஃபிஸிகல்) தேக சம்பந்தமான, *Theosophy* (தியாஸஃபி) பிரம்மஞானம்

ஈ – E, EE, EA, AE, I

ஃப்+ஈ–ஃபீ – ஆங்கிலத்தில் ஏழு "ஃபீ" உச்சரிப்புகள் உண்டு

ஃப்+ஈ–ஃபீ	
F+E-FE	*Fever* (ஃபீவர்) காய்ச்சல், *Female* (ஃபீமேள்) பெண், *Fealty* (ஃபீயல்டி) விசுவாசம், *Feral* (ஃபீரல்) கொடிய
F+EE-FEE	*Fee* (ஃபீ) கட்டணம், *Feed* (ஃபீட்) உணவு, *Feet* (ஃபீட்) கால், *Feebly* (ஃபீப்லி) மங்கலாக, *Feel* (ஃபீல்) உணர்
F+EA-FEA	*Feast* (ஃபீஸ்ட்) விருந்து, *Feat* (ஃபீட்) வீரச் செயல், *Feature* (ஃபீசர்) விசேச அம்சம்
F+AE-FAE	*Faecal* (ஃபீகல்) மலம் கலந்துள்ள, *Faeces* (ஃபீஸீஸ்) மலம்
F+I-FI	*Field* (ஃபீல்ட்) வயல், *Fiend* (ஃபீன்ட்) பிசாசு, *Officer* (ஆஃபீஸர்) அதிகாரி, *Fiendish* (ஃபீன்டிஸ்) கொடுமையான
PH+E-PHE	*Phenal* (ஃபீனல்) கிருமிநாசினி, *Aphelion* (அ ஃபீலியன்) சூரியனிடமிருந்து புள்ளி, *Blaspheme* (ப்லாஸ்ஃபீம்) தெய்வ நிந்தனை
PH+I-PHI	*Haemophilia* (ஹீமஃபீலிஅ) ரத்தம் உறைவதை தடுக்கும் நோய், *Trephine* (ட்ரிஃபீன்) மண்டை ஓடுதுளையிடும் ரம்பம், *Haemophiliac* (ஹீமஃபீலியக்) ரத்தம் உறையாமை

உ – U, OO – ஃப்+உ–ஃபு, ஆங்கிலத்தில் இரண்டு "ஃபு" உச்சரிப்புகள் உண்டு	
ஃப்+உ–ஃபு	
F+U-FU	*Full* (ஃபுல்) நிறைந்த, *Beautiful* (ப்யூடிஃபுல்) அழகான, *Careful* (கேர்ஃபுல்) ஜாக்கிரதை, *Kungfu* (குங்ஃபு) சீனா கராத்தே
F+OO-FOO	*Foot* (ஃபுட்) பாதம், *Football* (ஃபுட்பால்) கால்பந்து, *Footwear* (ஃபுட்வேர்) பாதரட்சை
ஊ– U, OO – ஃப்+ஊ–ஃபூ – ஆங்கிலத்தில் மூன்று "ஃபூ" உச்சரிப்புகள் உண்டு	
ஃப்+ஊ–ஃபூ	
F+U-FU	*Future* (ஃப்யூசர்) எதிர்காலம், *Fusion* (ஃப்யூஷன்) உருக்குதல், *Fume* (ஃப்யூம்) புகை, ஆவி, *Funeral* (ஃப்யூனரெல்) ஈமச்சடங்கு
F+OO-FOO	*Food* (ஃபூட்) உணவு, *Fool* (ஃபூல்) முட்டாள், *Buffoon* (பஃபூன்) கோமாளி
PH+OO-PHOO	*Typhoon* (டைஃபூன்) சூறாவளி

எ – A, E, EA, AE

ஃப்+எ–ஃபெ – ஆங்கிலத்தில் ஐந்து "ஃபெ" உச்சரிப்புகள் உண்டு

ஃப்+எ–ஃபெ	
F+A-FA	*Faith* (பெய்த்) உண்மை, *Fatality* (ஃபெடாலிடி) துர்மரணம், *Fail* (ஃபெய்ல்) தோல்வி, *Facility* (ஃபெஸிலிடி) சௌகரியம்
F+E-FE	*Festival* (ஃபெஸ்டிவல்) பண்டிகை, *February* (ஃபெப்ருஅரி) ஆங்கில மாதம், *Fence* (ஃபென்ஸ்) வேலி, *Fellow* (ஃபெலோ) நண்பன்
F+EA-FEA	*Feather* (ஃபெதர்) பறவை இறகு
PH+E-PHE	*Spherule* (ஸ்ஃபெரூல்) சிறியகோளம், *Spherical* (ஸ்ஃபெரிகல்) கோளவடிவம், *Blasphemy* (ப்லாஸ்ஃபெமி) தெய்வநிந்தனை
PH+EA-PHEA	*Pheasant* (ஃபெஸன்ட்) ஒருவித கோழி

ஏ – A, E, EA, AE – ஃப்+ஏ–ஃபே – ஆங்கிலத்தில் நான்கு "ஃபே" உச்சரிப்புகள் உண்டு

ஃப்+ஏ–ஃபே	
F+A-FA	*Fair* (ஃபேயர்) அழகான, *Fake* (ஃபேக்) போலிப் பொருள், *Fare* (ஃபேர்) வண்டிக்கூலி, *Family* (ஃபேமிலி) குடும்பம்
F+E-FE	*Feign* (ஃபேய்ன்) பாசாங்கு செய், *Fete* (ஃபேட்) பண்டிகை, *Fervid* (ஃபேர்விட்) இதமான, *Fervour* (ஃபேர்வர்) ஆர்வம்
PH+A-PHA	*Phase* (ஃபேஸ்) நிலை, *Pharos* (ஃபேராஸ்) கலங்கரை விளக்கம், *Phosphate* (ஃபாஸ்ஃபேட்) பாஸ்பேட் உப்பு
PH+AE-PHAE	*Phaeton* (ஃபேடன்) சாரட்டுவண்டி

ஐ – I, Y, AI – ஃப்+ஐ–ஃபை – ஆங்கிலத்தில் ஐந்து "ஃபை" உச்சரிப்புகள் உண்டு	
ஃப்+ஐ–ஃபை	
F+I-FI	Final (ஃபைனல்) இறுதி, Fire (ஃபையர்) தீ, Finance (ஃபைனான்ஸ்) நிதி, Fine (ஃபைன்) அபராதம், Five (ஃபைவ்) ஐந்து
F+Y-FY	Qualify (க்உஆலிஃபை) தகுதி, Clarify (க்லாரிஃபை) தெளிவாக்கு, Certify (ஸர்டிஃபை) உண்மை சான்று
F+AI-FAI	Faience (ஃபைஆன்ஸ்) பீங்கான் பாத்திரம்
PH+I-PHI	Phial (ஃபைஅல்) கண்ணாடிப்புட்டி, Morphine (மார்ஃபைன்) தூக்க மருந்து, Sulphide (சல்ஃபைட்) கந்தகம்
PH+Y-PHY	Saprophyte (ஸாப்ரஃபைட்) பூசனம் போன்ற தாவரவினம்

ஒ – O

ஃப்+ஒ–ஃபொ – ஆங்கிலத்தில் ஒரு "ஃபொ" உச்சரிப்பு உண்டு

ஃப்+ஒ-ஃபொ	
PH+O-PHO	Phonetics (ஃபொனெடிக்ஸ்) உச்சரிப்புக்கலை

ஓ – O, OA – ஃப்+ஓ–ஃபோ – ஆங்கிலத்தில் மூன்று "ஃபோ" உச்சரிப்புகள் உண்டு	
ஃப்+ஓ–ஃபோ	
F+O-FO	*Folk* (ஃபோக்) மக்கள், *Force* (ஃபோர்ஸ்) வலிமை, *Forgery* (ஃபோர்ஜெரி) போலி, *Fort* (ஃபோர்ட்) கோட்டை
F+OA-FOA	*Foam* (ஃபோம்) நுரை, *Foal* (ஃபோல்) குதிரைகுட்டி, *Foamy* (ஃபோமி) நுரைபோன்ற
PH+O-PHO	*Phobia* (ஃபோபிய) பயம், *Photo* (ஃபோட்டோ) புகைப்படம், *Phone* (ஃபோன்) தொலைபேசி, *Phoney* (ஃபோனி) போலியான

ஔ – OU, OW – ஃப்+ஔ–ஃபௌ – ஆங்கிலத்தில் இரண்டு "ஃபௌ" உச்சரிப்புகள் உண்டு	
ஃப்+ஔ–ஃபௌ	
F+OU-FOU	*Found* (ஃபௌன்ட்) ஸ்தாபி, *Foul* (ஃபௌல்) ஆபாசமான, *Fountain* (ஃபௌன்டின்) நீரூற்று
F+OW-FOW	*Fowl* (ஃபௌல்) கோழி, *Fowler* (ஃபௌலர்) பறவை வேட்டைக்காரர், *Guineafowl* (கினிஃபௌல்) சீமைக்கோழி

H – ஹ் – ஆங்கில மெய்யெழுத்து ஆங்கில உயிரெழுத்துக்கள் மற்றும் கூடுதல் ஆங்கில உயிரெழுத்துக்களுடன் சேர்ந்து உண்டாகும் உச்சரிப்பு வார்த்தைகள்.

ஹ் – H + அ – A, O, U, E, AU

ஹ்+அ–ஹ – ஆங்கிலத்தில் நான்கு "ஹ" உச்சரிப்புகள் உண்டு

ஹ்+அ–ஹ

H+A-HA	*Hajj* (ஹஜ்) மெக்கா யாத்திரை, *Havildar* (ஹவில்தார்) இராணுவ அதிகாரி, *Harijan* (ஹரிஜன்) ஆதி திராவிடர், *Hallo* (ஹலோ) அழைத்தல்
H+O-HO	*Honey* (ஹனி) தேன், *Horology* (ஹராலஜி) கால அளவை, *Horizon* (ஹரைஸன்) தொடுவானம், *Horizontal* (ஹரிஸான்டல்) படுக்கையான
H+U-HU	*Hundred* (ஹன்ட்ரெட்) நூறு, *Husband* (ஹஸ்பன்ட்) கணவன், *Hug* (ஹக்) கட்டித்தழுவு, *Hungry* (ஹங்ரி) பசி
H+E-HE	*Her* (ஹர்) அவளுடைய, *Herself* (ஹர்ஸெல்ஃப்) அவளே
ஆ – A, O, AU – ஹ்+ஆ–ஹா – ஆங்கிலத்தில் மூன்று “ஹா” உச்சரிப்புகள் உண்டு	
ஹ்+ஆ–ஹா	
H+A-HA	*Hall* (ஹால்) கூடம், *Harvest* (ஹார்வெஸ்ட்) அறுவடை, *Harbour* (ஹார்பர்) துறைமுகம், *Harmonium* (ஹார்மோனியம்) இசைக்கருவி
H+O-HO	*Horse* (ஹார்ஸ்) குதிரை, *Hospital* (ஹாஸ்பிடல்) ஆஸ்பத்திரி, *Hostel* (ஹாஸ்டல்) தங்குமிடம், *Horn* (ஹார்ன்) கொம்பு
H+AU-HAU	*Hauty* (ஹாடி) கர்வம் கொண்ட, *Haunt* (ஹான்ட்) வட்டமிடு, *Haul* (ஹால்) இழுத்துப்போடு, *Overhaul* (ஓவர்ஹால்) பழுதுபார்
இ – E, I, Y, AE – ஹ்+இ–ஹி ஆங்கிலத்தில் மூன்று “ஹி” உச்சரிப்புகள் உண்டு	
ஹ்+இ–ஹி	
H+E-HE	*He* (ஹி) அவன், *Hear* (ஹியர்) காதால் கேள், *Here* (ஹியர்) இங்கு, *Hearing* (ஹியரிங்) கோர்ட் விசாரணை
H+I-HI	*Histroy* (ஹிஸ்டரி) வரலாறு, *His* (ஹிஸ்) அவன், *Hindu* (ஹிந்து) இந்து மதம், *Hill* (ஹில்) குன்று, *Hitler* (ஹிட்லர்) ஜெர்மன் சர்வதிகாரி
H+Y-HY	*Hypnotism* (ஹிப்னாடிஸம்) வசியம், *Hysteria* (ஹிஸ்டியரிஅ) வலிப்பு நோய், *Hymn* (ஹிம்) துதிப்பாட்டு

ஈ – E, EE, EA, I, AE – ஹ்+ஈ–ஹீ – ஆங்கிலத்தில் ஐந்து "ஹீ" உச்சரிப்புகள் உண்டு	
ஹ்+ஈ–ஹீ	
H+E-HE	*Hebrew* (ஹீப்ரு) யூதமொழி, *Helium* (ஹீலியம்) சூரியனில் உள்ள வாயு, *Helix* (ஹீலிக்ஸ்) சுருள், *Hegemony* (கீஜெமனி) உயர்ந்த நிலை
H+EE-HEE	*Heel* (ஹீல்) குதிங்கால், *Heed* (ஹீட்) கவனி, *Jaheer* (ஜாஹீர்) முஸ்லிம்பெயர்
H+EA-HEA	*Heat* (ஹீட்) உஷ்ணம், *Heal* (ஹீல்) குணப்படுத்து, *Aheap* (அஹீப்) குவியலாக, *Heath* (ஹீத்) தரிசுநிலம்
H+I-HI	*Jahir* (ஜாஹீர்) மானியம், *Jahirdar* (ஜாஹீர்தார்) மானியக்காரர்
H+AE-HAE	*Haematemisis* (ஹீமடெமிஸிஸ்) ரத்தவாந்தி, *Haemoglobin* (ஹீமக்லோபின்) ரத்த சிவப்பணுக்கள், *Haemostatic* (ஹீமஸ்டாடிக்) இரத்தப்போக்கை நிறுத்தும் பொருள்

உ – U, OO

ஹ்+உ–ஹு – ஆங்கிலத்தில் ஒரு "ஹு" உண்டு

ஹ்+உ–ஹு	
H+U-HU	*Hurrah* (ஹுரா) சந்தோச ஆரவாரம், *Huzza* (ஹுஸா) ஜே, ஜே கோஷம், *Humayun* (ஹுமாயூன்) முகலாய அரசர்

ஊ– U, OO – ஹ்+ஊ–ஹூ – ஆங்கிலத்தில் இரண்டு "ஹூ" உச்சரிப்புகள் உண்டு	
ஹ்+ஊ–ஹூ	
H+U-HU	*Hyundai* (ஹூண்டாய்) கார் கம்பெனி, *Huge* (ஹூஜ்) மிகப்பெரிய, *Humus* (ஹூமஸ்) தாவரமக்கு
H+OO-HOO	*Hook* (ஹூக்) தூண்டில், *Hoop* (ஹூப்) வளை, *Behoof* (பிஹூஃப்) அனுகூலம், *Hooligan* (ஹூலிகன்) போக்கிரி
எ– A, E, EA, AE – ஹ்+எ–ஹெ – ஆங்கிலத்தில் மூன்று "ஹெ" உச்சரிப்புகள் உண்டு	
ஹ்+எ–ஹெ	
H+E-HE	*Help* (ஹெல்ப்) உதவி, *Helmet* (ஹெல்மெட்) தலைக்கவசம், *Herbal* (ஹெர்பல்) மூலிகை கலந்த, *Hell* (ஹெல்) நரகம்
H+EA-HEA	*Head* (ஹெட்) தலை, *Health* (ஹெல்த்) ஆரோக்கியம், *Behead* (பிஹெட்) சிரச்சேதம், *Heaven* (ஹெவன்) விண்ணுலகம்
H+AE-HAE	*Haemorrhoage* (*Hemorrhoage*) (ஹெமரிஜ்) இரத்தப்பெருக்கு, *Haemorrhoid* (ஹெமராய்ட்) மூலவியாதி
ஏ– A, E, EA, AE – ஹ்+ஏ–ஹே – ஆங்கிலத்தில் மூன்று "ஹே" உச்சரிப்புகள் உண்டு	
ஹ்+ஏ–ஹே	
H+A-HA	*Hand* (ஹேன்ட்) கை, *Happy* (ஹேப்பி) சந்தோசம், *Hair* (ஹேர்) மயிர், *Hay* (ஹேய்) வைக்கோல், *Haste* (ஹேஸ்ட்) வேகம்
H+E-HE	*Heir* (ஹேய்ர்) வாரிசு, *Heinous* (ஹேய்னஸ்) மிகக் கொடியது, *Hey* (ஹேய்) ஆச்சரியக்குறி, *Heyday* (ஹேய்டேய்) சுபிட்சமான காலம்
H+EA-HEA	*Heard* (ஹேர்ட்) கேட்டல், *Hearse* (ஹேர்ஸ்) பிரேத வண்டி

ஐ I, Y, AI

ஹ்+ஐ–ஹை – ஆங்கிலத்தில் மூன்று "ஹை" உச்சரிப்புகள் உண்டு

ஹ்+ஐ–ஹை	
H+I-HI	*Hike* (ஹைக்) உயர்வு, *Hire* (ஹையர்) வாடகை, *Hijack* (ஹைஜாக்) விமான கடத்தல், *Hind* (ஹைன்ட்) பெண் மான்
H+Y-HY	*Hydrogen* (ஹைட்ரஜென்) ஜலவாயு, *Hyaena* (ஹையீன) கழுதைப்புலி, *Hydrabad* (ஹைத்ராபாத்) தெலுங்கானா
H+AI-HAI	*Haiku* (ஹைகூ) ஜப்பானியக் கவிதை
ஓ – O, OA – ஹ்+ஓ–ஹோ – ஆங்கிலத்தில் இரண்டு "ஹோ" உச்சரிப்புகள் உண்டு	
ஹ்+ஓ–ஹோ	
H+O-HO	*Hotel* (ஹோட்டல்) உணவு விடுதி, *Home* (ஹோம்) வீடு, *Hope* (ஹோப்) நம்பிக்கை, *Hose* (ஹோஸ்) ரப்பர் குழாய்
H+OA-HOA	*Hoax* (ஹோக்ஸ்) மோசடி செய், *Hoary* (ஹோரி) தலை நரைத்த, *Hoar* (ஹோர்) சாம்பல் நிறம், *Hoarse* (ஹோர்ஸ்) கரகரப்பான குரல்
ஔ – OU, OW – ஹ்+ஔ–ஹௌ – ஆங்கிலத்தில் இரண்டு "ஹௌ" உச்சரிப்புகள் உண்டு	
ஹ்+ஔ–ஹௌ	
H+OU-HOU	*House* (ஹௌஸ்) வீடு, *Housewife* (ஹௌஸ் வைஃப்) வீட்டின் எஜமானி, *Mahoud* (மஹௌட்) யானைப் பாகன்
H+OW-HOW	*How* (ஹௌ) எப்படி, *Howl* (ஹௌல்) ஊளையிடு, *Howitzer* (ஹௌஇட்ஸர்) பீரங்கி,

J, G – ஜ் – ஆங்கில மெய்யெழுத்துக்கள் ஆங்கில உயிரெழுத்துக்கள் மற்றும் கூடுதல் ஆங்கில உயிரெழுத்துக்களுட்ன் சேர்ந்து உண்டாகும் உச்சரிப்பு வார்த்தைகள்.

ஜ் – J, G + அ – A, O, U, E, AU

ஜ்+அ–ஜ– ஆங்கிலத்தில் ஐந்து "ஜ" உச்சரிப்புகள் உண்டு

ஜ்+அ–ஜ	
J+A-JA	*January* (ஜனுஅரி) ஆங்கில மாதம், *Harijan* (ஹரிஜன்) ஆதி திராவிடர், *Gumbenjamin* (கம்பென்ஜமின்) சாம்பிராணி
J+O-JO	*Major* (மேஜர்) வயது வந்த, *Journal* (ஜர்னல்) குறிப்பு புத்தகம்
J+U-JU	*Junction* (ஜங்க்ஷன்) சந்திக்குமிடம், *Jug* (ஜக்) ஜாடி, *Jump* (ஜம்ப்) குதி, *Adjust* (அட்ஜஸ்ட்) இணக்கம்
J+E-JE	*Kamarajer* (காமராஜர்) தமிழக முன்னாள் முதல்வர்
G+E-GE	*Manager* (மேனேஜர்) நிர்வாகி, *Merger* (மெர்ஜர்) இணைத்தல், *Danger* (டேன்ஜர்) அபாயம், *Villager* (வில்லேஜர்) கிராமவாசி

ஆ– A, O, AU – ஜ்+ஆ–ஜா – ஆங்கிலத்தில் மூன்று "ஜா" உச்சரிப்புகள் உண்டு	
ஜ்+ஆ–ஜா	
J+A-JA	*Jasmine* (ஜாஸ்மின்) மல்லிகை, *Jam* (ஜாம்) பழக்கூழ், *Jackpot* (ஜாக்பாட்) மொத்த பரிசு, *Brinjal* (ப்ரின்ஜால்) கத்திரிக்காய்
J+O-JO	*Job* (ஜாப்) வேலை, *Joy* (ஜாய்) சந்தோசம், *Jot* (ஜாட்) அணு, *Jocular* (ஜாகுலர்) உல்லாசமான, *Joint* (ஜாய்ன்ட்) இணை
J+AU-JAU	*Jaundice* (ஜான்டிஸ்) மஞ்சள் காமாலை, *Jaunty* (ஜான்டி) உல்லாசமான, *Jaunt* (ஜான்ட்) மகிழ்ச்சி பயணம்
இ– E, I, Y, AE – ஜ்+இ–ஜி – ஆங்கிலத்தில் ஐந்து "ஜி" உச்சரிப்புகள் உண்டு	
ஜ்+இ–ஜி	
J+E-JE	*Jejune* (ஜிஜூன்) அற்பமான, *Jeer* (ஜியர்) கேலி செய், *jehad* (ஜிஹாத்) தன்னடக்கம், *Jehovah* (ஜிஹோவ) யூதர் கடவுளின் பெயர்
J+I-JI	*Jibbah* (ஜிப்பா) ஆடை, *Jihad* (ஜிஹாத்) முகமதியர் போர், *Jingo* (ஜிங்கோ) தேச பக்தன், *Jifty* (ஜிஃப்டி) நொடிப்பொழுது
G+E-GE	*Vegetable* (வெஜிடப்ள்) காய்கறி, *Geography* (ஜியாக்ரஃபி) பூகோளம், *Geometry* (ஜியாமெட்ரி) வடிவ கணிதம்
G+I-GI	*Giraffe* (ஜிராஃப்) ஒட்டைச்சிவிங்கி, *Gipsy* (ஜிப்ஸி) நாடோடிக் கூட்டம், *Regiment* (ரெஜிமென்ட்) படைப்பிரிவு
G+Y-GY	*Gypsum* (ஜிப்ஸம்) சத்து, *Energy* (எனெர்ஜி) சக்தி, *Biology* (பையாலஜி) உயிரியல், *Astrology* (அஸ்ட்ராலஜி) சோதிடம்

ஈ – E, EE, EA, AE, I

ஜ்+ஈ–ஜீ – ஆங்கிலத்தில் ஏழு "ஜீ" உச்சரிப்புகள் உண்டு

ஜ்+ஈ–ஜீ	
J+E-JE	*Jesus* (ஜீஸஸ்) ஏசுநாதர்
J+EE-JEE	*Jeep* (ஜீப்) வண்டி, *Hajee* (ஹாஜீ) மெக்கா சென்று வந்தவர், *Conjee* (கான்ஜீ) தானியக் கஞ்சி, *Jeeva* (ஜீவா) பெயர்
J+EA-JEA	*Jeans* (ஜீன்ஸ்) முழுக்கால் சட்டை, *Owranrajeap* (ஔரங்கஜீப்) முகலாய அரசர்
G+E-GE	*Gene* (ஜீன்) மரபுப் பண்பு, *Genet* (ஜீனிட்) மாமிசப்பட்சினி, *Genie* (ஜீனி) வேதாளம், *Genus* (ஜீனஸ்) வகை
G+EE-GEE	*Congee* (கான்ஜீ) அரிசிக்கஞ்சி
G+EA-GEA	*Conceal* (கன்ஜீல்) திடப்பொருளாக மாற்று
G+I-GI	*Hygine* (ஹைஜீன்) சுகாதார சாஸ்திரம், *Nigirea* (நைஜீரியா) நாடு, *Hygienic* (ஹைஜீனிக்) ஆரோக்கிய சம்பந்தமான
உ – U, OO – ஜ்+உ–ஜு – ஆங்கிலத்தில் ஒரு "ஜு" உண்டு	
ஜ்+உ–ஜு	
J+U-JU	*Prejudice* (ப்ரெஜுடிஸ்) தப்பெண்ணம், *Coadjutor* (கோஆட்ஜுடர்) உதவி செய்பவர், *Tanjure* (தாஞ்ஜுர்) தஞ்சாவூர்

ஊ – U, OO – ஜ்+ஊ–ஜூ – ஆங்கிலத்தில் ஒரு "ஜூ" உண்டு	
ஜ்+ஊ–ஜூ	
J+U-JU	*July* (ஜூலை) ஆங்கில மாதம், *Juice* (ஜூஸ்) பழச்சாறு, *Junior* (ஜூனியர்) இளையவர், *Jupiter* (ஜூபிடர்) வியாழன் கிரகம்
எ – A, E, EA, AE – ஜ்+எ–ஜெ – ஆங்கிலத்தில் நான்கு "ஜெ" உச்சரிப்புகள் உண்டு	
ஜ்+எ–ஜெ	
J+A-JA	*Jail* (ஜெய்ல்) சிறை, *Jain* (ஜெய்ன்) ஜைனமதம், *Jalopy* (ஜெலாபி) பழைய மோட்டார் வண்டி, *Jaipur* (ஜெய்பூர்) ராஜஸ்தான்
J+E-JE	*Jester* (ஜெஸ்டர்) விகடகவி, *Jet* (ஜெட்) போர்விமானம், *Jesamine* (ஜெஸமின்) மல்லிகை, *Jelly* (ஜெலி) பழச்சாறு
J+EA-JEA	*Jealous* (ஜெலஸ்) அக்கறையுள்ள
G+E-GE	*General* (ஜெனரல்) பொதுவான, *Gents* (ஜென்ட்ஸ்) ஆண்கள், *Gem* (ஜெம்) இரத்தினம், *Germany* (ஜெர்மனி) ஐரோப்பா நாடு

ஏ – A, E, EA, AE

ஜ்+ஏ–ஜே – ஆங்கிலத்தில் இரண்டு "ஜே" உச்சரிப்புகள் உண்டு

ஜ்+ஏ–ஜே	
J+A-JA	*Jape* (ஜேப்) தமாஷ், *Jaywalker* (ஜேவாகர்) சாலைவிதிகளை மீறுபவர், *Jay* (ஜே) அரட்டை அடிப்பவர், *Jade* (ஜேட்) இளைத்துப் போன குதிரை
J+E-JE	*Jesudoss* (ஜேசுதாஸ்) பெயர், *Rajesh* (ராஜேஸ்) பெயர், *Rajeswari* (ராஜேஸ்வரி) பெயர்

ஐ – I, Y, AI – ஜ்+ஐ–ஜை – ஆங்கிலத்தில் நான்கு "ஜை" உச்சரிப்புகள் உண்டு	
ஜ்+ஐ–ஜை	
J+I-JI	*Jibe* (ஜைப்) கேலியாகச் பேசு
J+AI-JAI	*Thanjai* (தஞ்சை) தஞ்சாவூர்
G+I-GI	*Giant* (ஜைஅன்ட்) அரக்கன், *Agile* (அஜைல்) சுறுசுறுப்பான, *Angina* (ஆன்ஜைன) மார்புவலி, *Gibe* (ஜைப்) கேலியாகப்பேசு
G+Y-GY	*Gyrate* (ஜைரேட்) சுழலு, *Gynarchy* (ஜைனார்கி) பெண்ணரசு, *Gynephobia* (ஜைனேஃபோபிஅ) மகளிர் அச்சஉணர்வு
ஓ – O, OA – ஜ்+ஓ–ஜோ – ஆங்கிலத்தில் ஒரு "ஜோ" உச்சரிப்பு உண்டு	
ஜ்+ஓ–ஜோ	
J+O-JO	*Joke* (ஜோக்) தமாஷ், *Jovial* (ஜோவியல்) உல்லாசமான, *Jolt* (ஜோல்ட்) குலுக்கு, *Cajole* (கஜோல்) குஷிப்படுத்து
ஔ – OU, OW – ஜ்+ஔ–ஜௌ – ஆங்கிலத்தில் ஒரு "ஜௌ" உச்சரிப்பு உண்டு	
ஜ்+ஔ–ஜௌ	
J+OW-JOW	*Jowl* (ஜௌல்) கீழ்த்தாடை

Z – ஸ், ஷ், ஜ் – ஆங்கில மெய்யெழுத்து ஆங்கில உயிரெழுத்துக்கள் மற்றும் கூடுதல் ஆங்கில உயிரெழுத்துக்களுடன் சேர்ந்து உண்டாகும் உச்சரிப்பு வார்த்தைகள்.

ஸ், ஷ், ஜ் – Z + அ – A, O, U.E. AU

ஸ்+அ–ஸ, ஷ்+அ–ஷ, ஜ்+அ–ஜ – ஆங்கிலத்தில் நான்கு "ஸ, ஷ, ஜ" உச்சரிப்புகள் உண்டு

ஸ்+அ–ஸ **ஷ்+அ–ஷ** **ஜ்+அ–ஜ**	
Z+A-ZA	*Lizard (லிஸர்ட்) பல்லி, Zamindar (ஜமின்தார்) ஜமீன்தார், Zambo (ஜம்போ) குரங்கு இனம், Wizard (விஸர்ட்) மந்திரவாதி*
Z+O-ZO	*Vizor (வைஸர்) முகமூடி, Razor (ரேஸர்) சவரக்கத்தி, Horizon (ஹரைஸன்) அடிவானம்*
Z+U-ZU	*Seizure (ஸீஸர்) பறிமுதல், Azure (ஆஸர்) ஆகாய நீலம்*
Z+E-ZE	*Dozen (டஜன்) பன்னிரண்டு, Buzzer (பஸ்ஸர்) அழைப்பு மணி, Zemindar (ஜமின்தார்) ஜமீன்தார்*
ஆ – A, O, AU – ஸ்+ஆ–ஸா, ஷ்+ஆ–ஷா, ஜ்+ஆ–ஜா – ஆங்கிலத்தில் இரண்டு "ஸா, ஷா, ஜா" உச்சரிப்புகள் உண்டு	
ஸ்+ஆ–ஸா **ஷ்+ஆ–ஷா** **ஜ்+ஆ–ஜா**	

Z+A–ZA Huzza (ஹஃஸா) ஜே, ஜே கோஷம், Bazaar (பஜார்) கடைவீதி, Kalaazar (காலாஅஸார்) மலேரிய நோய் **Z+O–ZO Horizontal (ஹரிஸான்டல்) படுக்கையான, Benzoin (பென்ஸாய்ன்) சாம்பிராணி, Amazon (அமேஸான்) தென் அமெரிக்க நதி**
இ – E, I, Y, AE – ஸ்+இ–ஸி, ஷ்+இ–ஷி, ஜ்+இ–ஜி – ஆங்கிலத்தில் மூன்று "ஸி, ஷி, ஜி" உச்சரிப்புகள் உண்டு
ஸ்+இ–ஸி **ஷ்+இ–ஷி** **ஜ்+இ–ஜி**
Z+E-ZE Zebeck (ஸிபெக்) மரக்கலம், Zenana (ஸினான) அந்தப்புரம், Zero (ஜியரோ) பூஜ்யம் *Z+I-ZI Zither (ஸிதர்) சிதார் இசைக்கருவி, Zimbawe (ஜிம்பாவே) நாடு, Zingel (ஸின்ஜெல்) மீன், Zillah (ஜில்லா) மாவட்டம்* *Z+Y-ZY Breezy (ப்ரீஸி) இளங்காற்று, Oozy (ஊஸி) சேறு போன்ற, Lazy (லேஸி) சோம்பேறி, Fuzzy (ஃபஸ்ஸி) மங்கலான*

ஈ – E, EE, EA, AE, IE – ஸ்+ஈ–ஸீ, ஷ்+ஈ–ஷீ, ஜ்+ஈ–ஜீ – ஆங்கிலத்தில் மூன்று "ஸீ, ஷீ. ஜீ" உச்சரிப்புகள் உண்டு	
ஸ்+ஈ–ஸீ ஷ்+ஈ–ஷீ ஜ்+ஈ–ஜீ	
Z+E-ZE	*Zebra* (ஸீப்ர) வரிக்குதிரை, *Zeine* (ஸீஇன்) ஆகாரச்சத்து, *Zebu* (ஸீப்யூ) கொண்டை உள்ள எருது, *Zeus* (ஸீயூஸ்) கிரேக்க தேவராஜன்
Z+EE-ZEE	*Chimpanzee* (சிம்பன்ஸீ) வாலில்லாக் குரங்கு
Z+I-ZI	*Vizir* (விஸீர்) முஸ்லீம் நாட்டு அமைச்சர்

ஊ – U, OO

ஸ்+ஊ–ஸூ, ஷ்+ஊ–ஷூ, ஜ்+ஊ–ஜூ – ஆங்கிலத்தில் இரண்டு "ஸூ, ஷூ, ஜூ" உச்சரிப்புகள் உண்டு

ஸ்+ஊ–ஸூ ஷ்+ஊ–ஷூ ஜ்+ஊ–ஜூ	
Z+U-ZU	*Zulu* (ஜூலூ) தென்னாப்பிரிக்க இனம், *Zucchetto* (ஜூகெடோ) பாதிரியார் குல்லாய், *Suzuki* (சுஸூகி) டிவிஎஸ் கம்பெனி
Z+OO-ZOO	*Zoo* (ஸூ) மிருகக்காட்சி சாலை, *Zoology* (ஸூஆலஜி) விலங்கியல், *Zoom* (ஸூம்) திடீரென எழும்பு

எ – A, E, EA, AE – ஸ்+எ–ஸெ, ஷ்+எ–ஷெ, ஜ்+எ–ஜெ – ஆங்கிலத்தில் மூன்று "ஸெ, ஷெ, ஜெ" உச்சரிப்புகள் உண்டு	
ஸ்+எ–ஸெ ஷ்+எ–ஷெ ஜ்+எ–ஜெ	
Z+E-ZE	*Zenith* (ஜெனித்) உச்சம், *Zen* (ஜென்) மஹாயான புத்தமதம், *Zend* (ஸென்ட்) பாரசீகமொழி, *Zephyr* (ஸெஃபர்) மேல்காற்று
Z+EA-ZEA	*Zealous* (ஜெலஸ்) ஆர்வமுள்ள, *Zealot* (ஜெலட்) பித்தன்
Z+A-ZA	*Vizard* (விஸெர்ட்) முகமூடி அணிந்த
ஏ – A, E, EA, AE – ஸ்+ஏ–ஸே, ஷ்+ஏ–ஷே, ஜ்+ஏ–ஜே – ஆங்கிலத்தில் ஒரு "ஸே, ஷே, ஜே" உச்சரிப்புகள் உண்டு	
ஸ்+ஏ–ஸே ஷ்+ஏ–ஷே ஜ்+ஏ–ஜே	
Z+A-ZA	*Zany* (ஸேனி) நகைச்சுவை, *Authorization* (ஆதரைஸேஷன்) அதிகாரம் கொடு, *Organization* (ஆர்கனைஸேஷன்) கழகம்

ஐ – I, Y, AI – ஸ்+ஐ–ஸை, ஷ்+ஐ–ஷை, ஜ்+ஐ–ஜை – ஆங்கிலத்தில் இரண்டு "ஸை, ஷை, ஜை" உச்சரிப்புகள் உண்டு
ஸ்+ஐ–ஸை **ஷ்+ஐ–ஷை** **ஜ்+ஐ–ஜை**
Z+I-ZI *Zion (ஜைஅன்) ஜெரூசலம் புனிதக்குன்று* *Z+Y-ZY* *Enzyme (என்ஸைம்) செரிமானப் பொருள், Zymogen (ஸைமஜென்) புளிப்புத் தன்மை, Zymosis (ஸைமாஸிஸ்) புளித்தல்*
ஒ – O – ஸ்+ஒ–ஸொ, ஷ்+ஒ–ஷொ, ஜ்+ஒ–ஜொ – ஆங்கிலத்தில் ஒரு "ஸொ" உச்சரிப்பு உண்டு
ஸ்+ஒ–ஸொ
Z+O-ZO *Zoanthrophy (ஸொஆன்த்ரொஃபி) பைத்தியம் பிடித்த நிலை*
ஓ – O, OA – ஸ்+ஓ–ஸோ – ஆங்கிலத்தில் ஒரு "ஸோ" உச்சரிப்பு உண்டு **ஸ்+ஓ–ஸோ**
Ozone (ஓஸோன்) பிராணவாயு, Zoic (ஸோஇக்) மிருகங்கள் சம்பந்தமான, Mizoram (மிஸோரம்) மாநிலம், Zodiac (ஸோடியாக்) இராசி மண்டலம்

X – க்ஸ், ஸ் – ஆங்கில மெய்யெழுத்து ஆங்கில உயிரெழுத்துக்கள் மற்றும் கூடுதல் ஆங்கில உயிரெழுத்துக்களுடன் சேர்ந்து உண்டாகும் உச்சரிப்பு வார்த்தைகள்.

க்ஸ், ஸ் – X + அ – A, O, U, E, AU

க்ஸ்+அ–க்ஸ, ஸ்+அ–ஸ – ஆங்கிலத்தில் இரண்டு "க்ஸ,ஸ" உச்சரிப்புகள் உண்டு

க்ஸ்+அ–க்ஸ **ஸ்+அ–ஸ**	
X+A-XA	*Anexable* (அனெக்ஸப்ல்) இணைக்கக் கூடிய
X+E-XE	*Boxer* (பாக்ஸர்) குத்துச்சண்டை செய்பவர், *Sixer* (சிக்ஸர்) ஆறு, *Mixer* (மிக்ஸர்) கலக்கும் சாதனம்
ஆ – A, O, AU – க்ஸ்+ஆ–க்ஸா, ஸ்+ஆ–ஸா – ஆங்கிலத்தில் இரண்டு "க்ஸா, ஸா" உச்சரிப்புகள் உண்டு	
க்ஸ்+ஆ–க்ஸா **ஸ்+ஆ–ஸா**	
X+A-XA	*Xanthippe* (ஸான்திபி) சாக்ரடீஸ் மனைவி, *Xanthein* (ஸாந்தீயின்) பூ மஞ்சள் நிறம்
X+O-XO	*Uxorious* (அக்ஸாரியஸ்) மனைவியிடம் அதிக அன்பு, *Uxoricide* (அக்ஸாரிஸைட்) மனைவியை கொலை செய்தல்

இ – E, I, Y, AE – க்ஸ்+இ–க்ஸி, ஸ்+இ–ஸி – ஆங்கிலத்தில் மூன்று "க்ஸி, ஸி" உச்சரிப்புகள் உண்டு	
க்ஸ்+இ–க்ஸி **ஸ்+இ–ஸி**	
X+E-XE	*Xero* (ஸியரோ) உலர்ந்த, *Xebec* (ஸிபெக்) மரக்கலம், *Xerasia* (ஸிரேஸிய) தலைமயிர் நோய், *Xeroderma* (ஸியரோடெர்ம) தோல் வியாதி
X+I-XI	*Auxin* (ஆக்ஸின்) தாவர வளர்ச்சி ஹார்மோன், *Taxi* (டாக்ஸி) வாடகை கார், *Xiphoid* (ஸிஃபாய்ட்) நீண்ட கத்தி, *Xiphias* (ஸிஃபியஸ்) ஒருவகை மீன்
X+Y-XY	*Proxy* (ப்ராக்ஸி) பிரதிநிதி, *Oxygen* (ஆக்ஸிஜென்) பிராண வாயு, *Xystus* (ஸிஸ்டஸ்) பூங்கா நடைபாதை, *Xyster* (ஸிஸ்டர்) எலும்பு இரண சிகிச்சை கருவி
ஈ – E, EE, I, AE – க்ஸ்+ஈ–க்ஸீ, ஸ்+ஈ–ஸீ – ஆங்கிலத்தில் இரண்டு "க்ஸீ, ஸீ" உச்சரிப்புகள் உண்டு	
க்ஸ்+ஈ–க்ஸீ **ஸ்+ஈ–ஸீ**	
X+E-XE	*Xebec* (ஸீபெக்) மரக்கலம், *Phyloxera* (ஃபிலாக்ஸீர) கொடிகளைத் தாக்கும் பூச்சி
X+I-XI	*Rexine* (ரெக்ஸீன்) செயற்கைப் பொருள்

எ – A, E, EA, AE – க்ஸ்+எ–க்ஸெ, ஸ்+எ–ஸெ, ஜ்+எ–ஜெ – ஆங்கிலத்தில் ஒரு "க்ஸெ, ஸெ" உச்சரிப்புகள் உண்டு
க்ஸ்+எ–க்ஸெ **ஸ்+எ–ஸெ, ஜ்+எ–ஜெ**
X+E–XE Floaxen (ஃப்லாக்ஸென்) வெளிர் மஞ்சள்நிற தலைமயிர், Xenon (ஸெனான்) கனமான, Xerox (ஜெராக்ஸ்) நகல், Xenial (ஸெனியல்) விருந்தினருக்குள்ள உறவு

ஏ – A, E, EA, AE

க்ஸ்+ஏ–க்ஸே, ஸ்+ஏ–ஸே, ஷ்+ஏ–ஷே – ஆங்கிலத்தில் ஒரு "க்ஸே, ஷே, ஸே உச்சரிப்பு உண்டு

க்ஸ்+ஏ–க்ஸே **ஸ்+ஏ–ஸே** **ஷ்+ஏ–ஷே**	
X+A-XA	*Xavier (ஷேவியர்) பெயர், Fixation (ஃபிக்ஸேஷன்) நிர்ணயம், Annexation (அனெக்ஸேஷன்) இணைத்தல், Relaxation (ரிலாக்ஸேஷன்) ஓய்வு*
ஐ – I, Y, AI – ஸ்+ஐ–ஸை – ஆங்கிலத்தில் ஒரு "ஸை" உச்சரிப்பு உண்டு	
ஸ்+ஐ–ஸை	
X+Y-XY	*Xyloid (ஸைலாய்ட்) மரம் போன்ற, Xylophone (ஸைலஃபோன்) இசைக்கருவி, Xylonite (ஸைலனைட்) நிழற்படத்தாள்*

ஓ – O, OA – ஸ்+ஓ–ஸோ – ஆங்கிலத்தில் ஒரு "ஸோ" உச்சரிப்பு உண்டு	
ஸ்+ஓ–ஸோ	
X+O-XO	*Xoanan* (ஸோஅனான்) மரவிக்கிரகம்

SH, CH – ஷ் – ஆங்கில கூடுதல் மெய்யெழுத்துக்கள் ஆங்கில உயிரெழுத்துக்கள் மற்றும் கூடுதல் ஆங்கில உயிரெழுத்துக்களுடன் சேர்ந்து உண்டாகும் உச்சரிப்பு வார்த்தைகள்.

ஷ் – SH, CH, + அ – A, O, U, E, AU

ஷ்+அ–ஷ – ஆங்கிலத்தில் ஏழு "ஷ" உச்சரிப்புகள் உண்டு

ஷ்+அ–ஷ	
SH+A-SHA	*Marshal* (மார்ஷல்) தளபதி, *Shalloon* (ஷலூன்) மெல்லியதுணி, *Upanishad* (உபநிஷத்) வேதம், *Shariah* (ஷரியா) முஸ்லீம் மத சட்டம்
SH+O-SHO	*Bishop* (பிஷப்) பாதிரியார், *Shovel* (ஷவ்ல்) நீண்ட மண்வெட்டி, *Shove* (ஷவ்) உள்ளே தள்ளு, *Steam Shovel* (ஸ்டீம்ஷவ்ல்) நீராவி இயந்திரம்
SH+U-SHU	*Shut* (ஷட்) மூடு, *Shun* (ஷன்) புறக்கணி, *Shuck* (ஷக்) உமி, *shuttle* (ஷட்ல்) தறிநூலிழை கருவி
SH+E-SHE	*Fresher* (ஃப்ரெஷர்) புதிய, *Furnisher* (ஃபர்னிஷர்) மேஜை, நாற்காலி, *Washer* (வாஷர்) வண்ணார், *Usher* (அஷர்) வழிகாட்டி
CH+A-CHA	*Charade* (ஷராட்) விரும்பத்தகாத நடத்தை, *Nonchalance* (நான்ஷலன்ஸ்) ஆர்வமின்மை
CH+E-CHE	*Chemise* (ஷமீஸ்) பெண்கள் உள்ஆடை, *Debauchery* (டிபாஷரி) விபச்சாரம்
CH+U-CHU	*Brochure* (ப்ரோஷர்) சிறு வெளியீடு

ஆ – A, O, AU – ஷ்+ஆ–ஷா – ஆங்கிலத்தில் நான்கு "ஷா" உச்சரிப்புகள் உண்டு	
ஷ்+ஆ–ஷா	
SH+A-SHA	*Sharp* (ஷார்ப்) கூர்மை, *Shamiana* (ஷாமியான) பந்தல், *Shark* (ஷார்க்) சுறாமீன், *Tamasha* (தமாஷா) நகைச்சுவை
SH+O-SHO	*Shop* (ஷாப்) கடை, *Short* (ஷார்ட்) குட்டை, *Shock* (ஷாக்) அதிர்ச்சி, *Shone* (ஷான்) பிரகாசம், *Dishoner* (டிஷானர்) அவமரியாதை
CH+A-CHA	*Chaperon* (ஷாபரான்) பாதுகாவலர், *Chandelier* (ஷான்டிலியர்) சரவிளக்கு, *Charlatan* (ஷார்லடன்) போலி வைத்தியன்
CH+AU-CHAU	*Chauffeur* (ஷாஃபெர்) மோட்டார் வண்டி
இ – E, I, Y, AE – ஷ்+இ–ஷி – ஆங்கிலத்தில் ஐந்து "ஷி" உச்சரிப்புகள் உண்டு	
ஷ்+இ–ஷி	
SH+E-SHE	*She* (ஷி) அவள், *Shear* (ஷியர்) கத்தரி, *Sheer* (ஷியர்) கலப்பில்லாத, *Shenanigan* (ஷினானிகன்) வஞ்சக செயல்
SH+I-SHI	*Ship* (ஷிப்) கப்பல், *Shift* (ஷிப்ட்) மாற்றுதல், *Rishi* (ரிஷி) முனிவர், *Munshi* (முன்ஷி) மொழி ஆசிரியர், *Shiver* (ஷிவர்) நடுங்கு
SH+Y-SHY	*Lushy* (லஷி) குடித்திருக்கிற, *Cushy* (குஷி) சந்தோசம், *Bushy* (புஷி) புதர், *Plashy* (ப்லாஷி) சகதியான, *Marshy* (மார்ஷி) கசிவான
CH+E-CHE	*Apache* (அப்ஆஷி) முரடன்
CH+I-CHI	*Chicane* (ஷிகேன்) சூது செய்தல், *Chiffon* (ஷிஃபன்) பெண்கள் மெல்லிய துணி, *Chivalry* (ஷிவல்ரி) தீரச்செயல்

ஈ – **E, EE, EA, AE, I**

ஷ்+ஈ–ஷீ – ஆங்கிலத்தில் ஏழு "ஷீ" உச்சரிப்புகள் உண்டு

ஷ்+ஈ–ஷீ	
SH+E-SHE	*She* (ஷீ) அவள், *Sheol* (ஷீயோல்) சொர்க்கம், நரகம்
SH+EE-SHEE	*Sheen* (ஷீன்) ஒளி, *Sheep* (ஷீப்) செம்மறியாடு
SH+EA-SHEA	*Sheath* (ஷீத்) கத்தி உறை, *Sheaf* (ஷீஃப்) கதிர்கட்டு, *Sheave* (ஷீவ்) கப்பியிலுள்ள சக்கரம்
SH+I-SHI	*Shield* (ஷீல்டு) கேடயம், *Shiah* (ஷீய) முஸ்லீம்ஷியா இனம்
CH+E-CHE	*Cheviot* (ஷீவியட்) ஒருவகை ஆடு
CH+EE-CHEE	*Debauchee* (டிபாஷீ) விபச்சாரம், *Charge Cheet* (சார்ஜ் ஷீட்) குற்றப்பத்திரிக்கை
CH+I-CHI	*Chic* (ஷீக்) அழகு, *Machine* (மெஷீன்) இயந்திரம், *Machinery* (மெஷீனரி) இயந்திர சாதனம்
உ– U, OO – ஷ்+உ–ஷூ – ஆங்கிலத்தில் இரண்டு "ஷூ" உச்சரிப்பு உண்டு	
ஷ்+உ–ஷூ	
SH+U-SHU	*Shuba* (ஷூபா) பெயர், *Shuruthi* (ஷூருதி) பெயர்
SH+OO-SHOO	*Shook* (ஷூக்) குலுக்கு

ஊ – U, OO – ஷ்+ஊ–ஷூ – ஆங்கிலத்தில் ஒரு "ஷூ" உச்சரிப்பு உண்டு	
ஷ்+ஊ–ஷூ	
SH+OO-SHOO	*Shoot* (ஷூட்) சுடு, *Shoo* (ஷூ) ஷூ எனக் கத்தல், *sharpshooter* (ஷார்ப் ஷூட்டர்) குறி தவறாமல் சுடுபவர்

எ – A, E, EA, AE – ஷ்+எ–ஷெ – ஆங்கிலத்தில் இரண்டு "ஷெ" உச்சரிப்பு உண்டு	
ஷ்+எ–ஷெ	
SH+E-SHE	*Shelf* (ஷெல்ஃப்) அலமாரி, *Shell* (ஷெல்) சிப்பி, *Shepherd* (ஷெஃபர்ட்) ஆடுமேய்ப்பவன், *Shed* (ஷெட்) கொட்டில்
CH+E-CHE	*Chevalier* (ஷெவாலியர்) கௌரவப்பட்டம், *Cheroot* (ஷெரூட்) பெரிய சுருட்டு, *Cheviot* (ஷெவியட்) ஒருவகை ஆடு

ஏ – A, E, EA, AE

ஷ்+ஏ–ஷே – ஆங்கிலத்தில் மூன்று "ஷே" உச்சரிப்புகள் உண்டு

ஷ்+ஏ–ஷே	
SH+A-SHA	*Share* (ஷேர்) பங்கு, *Shake* (ஷேக்) குலுக்கு, *Shape* (ஷேப்) உருவம், *Shade* (ஷேட்) நிழல், *Shame* (ஷேம்) வெட்கம்
SH+E-SHE	*Sheik* (ஷேய்க்) அரபுதேச கிராமத் தலைவர்
CH+E-CHE	*Cachet* (காஷே) முத்திரை

ஐ – I, Y, AI – ஷ்+ஐ–ஷை – ஆங்கிலத்தில் மூன்று "ஷை" உச்சரிப்புகள் உண்டு	
ஷ்+ஐ–ஷை	
SH+I-SHI	*Shine* (ஷைன்) பிரகாசி, *Shier* (ஷையர்) வெட்கம், *Shire* (ஷையர்) மாகாணம், *Shily* (ஷைலி) வெட்கம்
SH+Y-SHY	*Shy* (ஷை) வெட்கம், *Shyness* (ஷைனிஸ்) பயந்த சுபாவம், *Shylock* (ஷைலாக்) அநியாய வட்டி வாங்குபவர்
SH+AI-SHAI	*Shailaja* (ஜைலஜா) பெயர்
ஓ – O, OA – ஷ்+ஓ–ஷோ – ஆங்கிலத்தில் இரண்டு "ஷோ" உச்சரிப்புகள் உண்டு	
ஷ்+ஓ–ஷோ	
SH+O-SHO	*Shore* (ஷோர்) கடற்கரை, *Show* (ஷோ) கண்காட்சி, *Showy* (ஷோயி) ஆடம்பரமான, *Showcase* (ஷோகேஸ்) கண்ணாடிப்பெட்டி
SH+OA-SHOA	*Shoal* (ஷோல்) ஆழமில்லாத
ஔ – OU. OW – ஷ்+ஔ–ஷௌ – ஆங்கிலத்தில் இரண்டு "ஷௌ" உச்சரிப்புகள் உண்டு	
ஷ்+ஔ–ஷௌ	
SH+OU-SHOU	*Shout* (ஷௌட்) கூச்சலிடு
SH+OW-SHOW	*Shower* (ஷௌஅர்) மழைப்பொழிவு

ஆங்கில வார்த்தையின் கடைசியில் வரும் "E"க்கு உச்சரிப்பு இல்லை

White உஜட் *Spoke* ஸ்போக் *Blame* ப்ளேம் *Tyre* டையர் *Cycle* சைகிள் *Make* மேக் *Taste* டேஸ்ட் *Before* பிஃபோர் *Shame* ஷேம் *Mine* மைன் *Minute* மினிட் *Gibe* ஜைப் *Stone* ஸ்டோன் *Lane* லேன் *Welfare* வெல்ஃபேர் *Make* மேக் *One* ஒன் *Shoe* ஷூ *Estate* எஸ்டேட் *Female* ஃபீமேள்	*Question Mark* *What* வாட் என்ன? *When* வென் எப்பொழுது? *Where* வேர் எங்கே? *Who* ஹூ யார்? *Why* ஒய் ஏன்? *Which* விச் எது, எந்த? *Whom* ஹூம் யாரை? *How* ஹௌ எப்படி? *How many* ஹௌ மெனி எத்தனை? *How much* ஹௌ மச் எவ்வளவு? *Whose* ஹூஸ் யாருடைய?

ஒரு ஆங்கில வார்த்தையின் கடைசியில் ஸ்–C, ஜ்–G, வ்–V, ஸ்–Z, QU–க், GU–க், TUR–சர், SUR–ஷர் ஆகிய உச்சரிப்புகளின் முடிவில் கண்டிப்பாக "E" வரும். ஆனால் "E"க்கு உச்சரிப்பு இல்லை.

C – ஸ்	G – ஜ்	V – வ்	Z – ஸ்	QU – க்
Fence	*Charge*	*Slave*	*Equalize*	*Coque*
Service	*College*	*Reserve*	*Regularize*	*Sathique*
Face	*Lodge*	*Remove*	*Vulcanize*	*Baroque*
Twice	*Image*	*Five*	*Laze*	*Malique*
France	*Average*	*Shave*	*Anaesthetize*	*Barque*
Ignorance	*Engage*	*Active*	*Relativize*	*Opaque*
Once	*Cottage*	*Leave*	*Organize*	*Technique*
Vigilance	*Manage*	*Solve*	*Utilize*	*Cinque*
Prince	*Sage*	*Valve*	*Demonetize*	*Unique*
Produce	*Stage*	*Move*	*Maize*	*Cheque*

GU –க்	TUR – சர்	SUR – ஷர்	SE – ஸ்
Dialogue	*Mixture*	*Composure*	*Loose*
Catalogue	*Nature*	*Tonsure*	*Tortoise*
Vague	*Venture*	*Closure*	*These*
Fatigue	*Rupture*	*Pressure*	*Prose*
Vogue	*Vulture*	*Measure*	*Wise*
Plague	*Tincture*	*Pleasure*	*Release*
Eclogue	*Picture*	*Leisure*	*Purchase*
Epilogue	*Cincture*	*Censure*	*Pulse*
Rogue	*Scripture*	*Fissure*	*Noise*
Synagogue	*Agriculture*	*Treasure*	*Mouse*

ஒரு சில ஆங்கில வார்த்தைகளின் கடைசியில் வரும் “E”க்கு உச்சரிப்பு உண்டு.

Vice – வைஸி	*EX –Parte* – எக்ஸ் பார்டி
Psyche – ஸைகி	*Me* – மி, மீ
Acme – ஆக்மி	*WE* – வீ
Acne – ஆக்னி	*Vivavoce* – வைவவோஸி
Thermae – தெர்மி	*Ante* – ஆன்டி
Sesame – ஸெஸமி	*Apostrophe* – அபாஸ்ட்ரஃபி
She – ஷி, ஷீ	*Synecdoche* – ஸினெக்டகி
The – தி, தெ	*Re* – ரீ
Phoebe – போபி	*Be* – பி
Finale – ஃபினாலி	*Smile* – ஸ்மைலி
Strophe – ஸ்ட்ரோஃபி	

ஆண்பால்	**பெண்பால்**
Father	*Mother*
Grandfather	*Grandmother*
Uncle	*Aunty*
Brother	*Sister*
Boy	*Girl*
Man	*Woman*
Male	*Female*
He	*She*
His	*Her*
Gents	*Ladies*
Raja	*Rani*
King	*Queen*
Prince	*Princess*
Hero	*Heroine*
Husband	*Wife*
Masculine	*Feminine*

ஒரு ஆங்கில வார்த்தையில் முதல் எழுத்து 'E'யும், இரண்டாவது எழுத்து 'U'வும், முதல் எழுத்து 'P'யும், இரண்டாவது எழுத்து 'S'உம், முதல் எழுத்து 'K'யும், இரண்டாவது எழுத்து 'N'ம், முதல் எழுத்து 'W'ம், இரண்டாவது 'R'ம் வந்தால் முதல் எழுத்துக்கள் E, P, K, W ஆகியவற்றிற்கு உச்சரிப்பு இல்லை.

EU –	PS –	KN –	WR –
Eucalyptus யூகலிப்டஸ் *Eucharist* யூகரிஸ்ட் *Eugenic* யூஜெனிக் *Eulogy* யூலஜி *Eunuch* யூனக் *Euphony* யூஃபனி *Eupepsia* யுபெப்ஸிய *Euthanasia* யூதனேஸிய *Eudemonia* யூடிமோனிய *Eureka* யுரீக	*Psyche* ஸைகி *Psychiatrist* ஸைகியாட்ரிஸ்ட் *Psychology* ஸைகாலஜி *Psychosis* ஸைகோஸிஸ் *Psalm* ஸாம் *Pseudonym* ஸ்யூடனிம் *Psephology* ஸெஃபாலஜி *Psalter* ஸால்டர் *Pseudo* ஸ்யூடோ பொய்யான *Psychic* ஸைகிக்	*Knack* நாக் *Knave* நேவ் *Knead* நீட் *Knee* நீ *Knell* நெல் *Knew* ந்யூ *Knife* நைஃப் *Knight* நைட் *Know* நோ *Knowledge* நாலிட்ஜ்	*Writer* ரைடர் *Wrong* ராங் *Wrapper* ராப்பர் *Wreath* ரீத் *Wright* ரைட் *Writ* ரிட் *Wrist* ரிஸ்ட் *Wryneck* ரைநெக் *Wring* ரிங் *Wretch* ரெட்ச்

ஒருசில ஆங்கில வார்த்தைகளில் வரும் 'GH"க்கு உச்சரிப்பு இல்லை **GH**	**ஒரு சில ஆங்கில வார்த்தைகளில் வரும் GHக்கு F (ஃப்) உச்சரிப்பு வரும்** **GH –**
Night – நைட் *Flight* – ஃப்ளைட் *Naughty* நாடி *Neighbour*- நேய்பர் *Daughter* –டாடர் *Straight* –ஸ்ட்ரெய்ட் *Fought* –ஃபாட் *Thought* –தாட் *Might* – மைட் *Taught* –டாட் *Plough* -ப்ளௌ	*Cough* –காஃப் *Enough* –இனஃப் *Laugh* –லாஃப் *Rough* –ரஃப் *Sough* –ஸஃப் *Tough* –டஃப் *Clough* க்லஃப்

OU–(ஔ) கூடுதல் ஆங்கில உயிர் எயழுத்திற்கு "ஔ" உச்சரிப்பு அதிகம் வரும். OU–வுக்கு அ,ஆ,உ,ஊ,ஒ உச்சரிப்பு வார்த்தைகளும் வரும்.

OU

ஔ	**அ**	**ஆ**	**உ**	**ஊ**	**ஒ**
Council கௌன்சில்	*Couple* கப்ல்	*Cough* காஃப்	*Courier* குரியர்	*Coupon* கூப்பன்	*Court* கோர்ட்
Bounce பௌன்ஸ்	- -	*Bought* பாட்	- -	*Boutique* பூடீக்	*Bourn* போர்ன்
Sound சௌன்ட்	*Sough* ஸஃப்	*Sought* ஸாட்	- -	*Soup* ஸூப்	*Soul* ஸோல்
Doubt டௌட்	*Double* டப்ல்	- -	- -	*Douche* டூஷ்	*Dough* டோ
Rouse ரௌஸ்	*Rough* ரஃப்	-	*Routine* ருடீன்	*Route* ரூட்	- -

Land (லேண்ட்)	Ship ஷிப்	Table டேப்ள்	City சிட்டி
Nagaland	*Worship*	*Constable*	*Electricity*
Scotland	*Friendship*	*Comfortable*	*Publicity*
Island	*Leadership*	*Potable*	*Paucity*
England	*Fellowship*	*Portable*	*Scarcity*
Finland	*Relationship*	*Suitable*	*Sagacity*
Iceland	*Partnership*	*Timetable*	*Duplicity*
Netherland	*Scholarship*	*Eatable*	*Capacity*
Newzealand	*Citizenship*	*Charitable*	*Simplicity*
Switzerland	*Ownership*	*Hospitable*	*Tenacity*
Ireland	*Championship*	*Countable*	*Velocity*
Holland	*Transship*	*Notable*	*Opacity*
Akland	*Township*	*Temptable*	*Multiplicity*
Poland	*Guardianship*	*Respectable*	*Felicity*
Greenland	*Hardship*	*Profitable*	*Atrocity*
Falkland	*Membership*	*Turntable*	*Elasticity*
Aland	*Flagship*	*Stable*	*Mendacity*
	Companionship	*Vegetable*	

mission மிஷன்	Press ப்ரெஸ்	Treatment ட்ரீட்மெண்ட்	Cial – ஷல்
Admission	*Press*	*Allopathy*	*Commercial*
Permission	*Express*	*Homeopathy*	*Beneficial*
Commission	*Impress*	*Ayurveda*	*Official*
Emission	*Cypress*	*Siddha*	*Artificial*
Omission	*Depress*	*Naturopathy*	*Judicial*
Submission	*Empress*	*Osteopathy*	*Provincial*
Transmission	*Oppress*	*Hydropathy*	*Special*
	Suppress	*Heliotherapy*	*Facial*
	Repress		*Financial*
	Compress		*Social*
			Antisocial
			Crucial
			Sacrificial

Ment மெண்ட்	Disease நோய்கள்	முட்டாள்	Phobia பயம்
Department	*Dyspepsia*	*Foolish*	*Cyberphobia*
Treatment	*Dysuria*	*Oafish*	*Canophobia*
Investment	*Anaemia*	*Stupid*	*Nyctophobia*
Allotment	*Uraemia*	*Looby*	*Gynephobia*
Parliament	*Amnesia*	*Booby*	*Agoraphobia*
Employment	*Haemorrhage*	*Loon*	*Theophobia*
Supplement	*Haemorrhoid*	*Ignorance*	*Hydrophobia*
Implement	*Haemophilia*	*Goose*	*Algophobia*
Punishment	*Haematemisis*	*Goof*	*Necrophobia*
Settlement	*Piles*	*Goon*	*Xenophobia*
Experiment	*Diabetes*	*Numskull*	*Astraphobia*
Cantonment	*Dysentery*	*Silly*	*Claustrophobia*
Increment	*Diarrhoea*	*Tomfool*	*Technophobia*
Sentiment	*Pyorrhoea*	*Dunce*	
Movement	*Pneumonia*	*Blunder*	
Development	*Jaundice*	*Gaby*	
Retirement	*Dialysis*	*Folly*	
Advertisement	*Polio*	*Doat*	
Engagement	*Eclampsia*	*Daft*	
Achievement	*Elephantiasis*	*Coot*	
Apartment	*Euthanasia*	*Density*	
Adjustment	*Appendix*	*Doodle*	
Basement	*Appendectomy*	*Dolt*	
Ointment	*Cholecystectomy*	*Fathead*	
Entertainment	*Anorexia*	*Chucklehead*	
Agreement	*Asphyxia*	*Oaf*	
Appointment	*Beriberi*	*Thick skull*	
Placement	*Cyanosis*	*Thick-skinned*	
Instrument	*Encephalitis*	*Fool*	
Instalment	*Hernia*	*Bonehead*	
Enjoyment	*Tetanus*	*Muff*	
Complement			

Logy -லஜி	Graphy	Ration	AA - ஆ
Cardiology	Geography	Preparation	Bazaar பஜார்
Cosmology	Photography	Generation	Salaam
Cytology	Chirography	Vibration	ஸலாம்
Tropology	Aerography	Celebration	Kaama காம
Ethnology	Xerography	Declaration	Maam மாம்
Aetiology	Biography	Corporation	Afrikaans
Etymology	Zoography	Decoration	ஆஃப்ரிகான்ஸ்
Theology	Cartography	Duration	Kaaba காப
Teleology	Palaeography	Emigration	
Histology	Demography	Elaboration	
Phrenology	Cincography	Exploration	
Phraseology	Autobiography	Expiration	
Photology	Tachygraphy	Operation	
Osteology	Cosmography	Concentration	
Psychology	Cinematography	Coloration	
Mineralogy	Choreography	Evaporation	
Gynaecology	Calligraphy	Integration	
Methodology	Xylography	Alteration	
Philology	Cacography	Inauguration	
Mythology	Bibliography	Federation	
Physiology	Telegraphy	Moderation	
Pomology	Hydrography	Migration	
Horology	Orthography	Enumeration	
Dendrology	Zincography	Demonstration	
Analogy	Cartography	Defloration	
Myology	Zoogeography	Deceleration	
Entomology	Oceanography	Remuneration	
Ethnology	Stenography	Administration	
Eschatology	Topography	Aration	
		Deliberation	

Mat	*Mate, Match, Matron, Matter, Material*
Mid	*Midday, middle, middleman, midwife, midnight, midland*
Mill	*Miller, million, millionaire, millennium, millard*
Read	*Bread, thread, ready, spread*
Rain	*Brain, grain, train, Bahrain*
For	*Forecast, form, ford, force, fork, fort, forty*
Un	*Bun, fun, run, nun, sun, gun, tun, dun*
Fore	*Forecast, forefather, foreman, forefinger, foreshore*
Position	*Composition, imposition, preposition*
Tea	*Teak, teal, team, tear, tease, teat, teach, teapoy, tea party*
Ace	*Face, race, lace, dace, mace*
Are	*Bare, care, fare, dare, share, rare, ware*
Room	*Broom, groom*
Row	*Brow, grow, throw, arrow, crow, crowbar,*
Sorry	*Lorry, worry*
Ice	*Mice, nice, rice, vice, juice*
Rice	*Price, thrice*
At	*Bat, cat, hat, mat, sat, rat, eat, fat, vat, gat, pat*
Ill	*Bill, chill, fill, hill, kill, pill, till, will, mill, rill*
Master	*Head master, postmaster, station master*
On	*One, non, son, ton, won*
One	*Gone, lone, bone, none, tone*

Lay	*Clay, delay, play*
Ante-meridian (A.M)	*Post meridian (P.M)*
Ante mortem	*Post Mortem*
Be	*Become, because, before, believe, begin, beside*
Rest	*Forest, interest, nearest, arrest*
All	*Ball, call, hall, tall, wall, pall, mall*
Our	*Hour, four, sour, tour*
In	*Inn, inch, ink, income, insulin, insult, inform*
Thin	*Thing, think, thine, thinker, thinner*
Old	*Bold, cold, gold, hold, fold, sold, told*
Junction	*Function, conjunction*
Ground	*Playground, underground, background*
But	*Butler, butter, buttermilk, butter knife*
Port	*Passport, transport, comport*
Come	*Income, welcome, overcome*
Go	*Goa, ego, portigo, god, gone, goes, got*
Even	*Seven, eleven, event, evening*
Broad	*Broadcast, broadgauge, broadminded*
Sea	*Seashore, search, searover, seaweed, season, seat*
Each	*Beach, reach, teach, leach*
Eat	*Beat, heat, meat, neat, seat, teat, feat, cheat*
Election	*Selection, collection, connection*

Oil	*Boil, soil, coil, voile, foil, moil, toil*
Water	*Watercure, waterdiviner, waterfall, water-melon*
Tunnel	*Chunnel, funnel, runnel*
Hotel	*Motel, botel*
Head	*Headache, headline, headphones, head-quarters, headlight, Headmaster, Headman*
Fish	*Fisherman, fish wife, fishhook, fishery, fishing rod*
Foot	*Footwear, footpath, football, footford, foot-boy*
Fir	*Fire, fire engine, fireman, fire proof, fire wood*
Field	*Fieldbook, field marshal, fieldwork*
Land	*Landholder, landmark, landlord, landslip*
Kid	*Kidnap, kidney*
Out	*Outline, outpatient, out post, outside, outturn*
Over	*Overbridge, over coat, over crowd, over dose, over flow*
Self	*Self-control, self-confidence, self-employed, self-discipline, Selfish, Self-taught*
Short	*Shortcut, shortage, shorthand, short sight*
Wood	*Woodcutter, wood work, wood shed, woodland*
Car	*Card, cart, carat, carbide, carbon, cara-van, car boy, Cartoon, Cardinal, Cardiol-ogy*

Count	*Counter, encounter, counter sign, counter foil*
Cross	*Cross check, crosscut, crossbar, cross eyed*
Discharge	*Distance, distill, distinction, district, dis-agree*
Exhibition	*Exemption, examination, expectation, expi-ration*
Eye	*Eyeball, eyebrow, eyewitness, eyewash, eye opener, eyelid, eyelash, eyeglass*

www.ingramcontent.com/pod-product-compliance
Lightning Source LLC
LaVergne TN
LVHW102033051026
849518LV00014B/1243
* 9 7 8 8 1 1 9 0 6 3 4 8 2 *